## ಮಧುಸೂದನ ವೈ ಎನ್

1987ರಲ್ಲಿ ಜನನ. ಹುಟ್ಟೂರು ತುಮಕೂರು ಜಿಲ್ಲೆ ಸಿರಾ ತಾಲೂಕಿನ ಯರಗುಂಟೆ ಗ್ರಾಮ. ತುಮಕೂರಿನ ನವೋದಯ ವಿದ್ಯಾಲಯದಲ್ಲಿ ವಿದ್ಯಾಭ್ಯಾಸ. ಬೆಂಗಳೂರಿನ ಗ್ಲೋಬಲ್ ಅಕಾಡೆಮಿ ಆಫ್ ಟೆಕ್ನಾಲಜಿಯಿಂದ ಎಲೆಕ್ಟ್ರಾನಿಕ್ಸ್ ಆ್ಯಂಡ್ ಕಮ್ಯುನಿಕೇಶನ್ ವಿಭಾಗದಲ್ಲಿ ಎಂಜಿನಿಯರಿಂಗ್ ಪದವಿ. ಬಿಟ್ಸ್ ಪಿಲಾನಿಯಿಂದ ಸಾಫ್ಟ್‌ವೇರ್ ಸಿಸ್ಟಮ್ಸ್‌ನಲ್ಲಿ ಮಾಸ್ಟರ್ಸ್ ಡಿಗ್ರಿ. 2008ರಲ್ಲಿ ಮೈಸೂರಿನ ಇನ್ಫೋಸಿಸ್ ಸಂಸ್ಥೆಯಲ್ಲಿ ಉದ್ಯೋಗ ಆರಂಭ. ಸಧ್ಯಕ್ಕೆ ಐಬಿಎಮ್ ಉದ್ಯೋಗಿ. ಬೆಂಗಳೂರಿನಲ್ಲಿ ವಾಸ.

ಸಾಹಿತ್ಯದ ಓದು, ವಿಶ್ವ ಸಿನಿಮಾಗಳ ವೀಕ್ಷಣೆ ಇವರ ಹವ್ಯಾಸ. ಇವರ ಚೊಚ್ಚಲ ಕೃತಿ "ಕಾರೇಹಣ್ಣು" ಕಥಾ ಸಂಕಲನವು 2019ರ 'ಈ ಹೊತ್ತಿಗೆ' ಕಥಾ ಸಂಕಲನ ಪ್ರಶಸ್ತಿಗೆ ಭಾಜನವಾಗಿದೆ.

'ಬಹುರೂಪಿ'ಯಿಂದ ಪ್ರಕಟವಾಗುತ್ತಿ[illegible] ಎರಡನೆಯ ಕಥಾ ಸಂಕಲನ.

## ಮಧುಸೂದನ ವೈ ಎನ್

# ಫೀಫೋ

ಹೊಸ ರೀತಿಯ ಕಥೆಗಳ ಗುಚ್ಛ

ಬಹುರೂಪಿ
ಎಂಬೆಸಿ ಸೆಂಟರ್, 111, ಮೊದಲನೇ ಮಹಡಿ, ಕ್ರೆಸೆಂಟ್ ರಸ್ತೆ,
ಕುಮಾರಪಾರ್ಕ್ ಈಸ್ಟ್, ಬೆಂಗಳೂರು 560 001.
ದೂರವಾಣಿ: 70191 82729.

44

**Fi Fo -**
A collection of short stories
By **Madhusudhana Y N**
Mobile: 98860 99001
madhusudanayn@gmail.com

Published By **Bahuroopi**
Embassy Centre, 111, First Floor, Crescent Road,
Kumarapark East, Bangalore 560001

editor@bahuroopi.in | Mobile: 70191 82729

online book store: **bahuroopi.in**

Whats App Bookstore: **70191 82729**

First Edition: November 2021
Pages: 168 | Price: Rs.200


Cover and Inside Design: **Sagads99**

Produced by
**Bahuroopi Designs and Prints**
Bangalore
99454 40841

Our Book Store
**Bahuroopi Book Hub**
No1, Naaku tanti, Opp Udupi Garden Hotel
RMV Second Stage, Sanjay Nagar, Bangalore- 560 094

080-41679293 / 70191 82729
bahuroopibookhub@gmail.com

ಮುದ್ದು ಮಗಳಾದ
ಸುವ್ವಿ ಸಪ್ತರ್ಷಿಣಿಗೆ

# ‘ಕಾರೇಹಣ್ಣೆ’ನ ನಂತರ..

ಫೀಫೋ ಎಂಬುದು ಕಂಪ್ಯೂಟರ್ ಭಾಷೆಯಲ್ಲಿ ಬರುವ ಪದ. FIFO (first in first out), ಅಂದರೆ ಸರತಿಯಲ್ಲಿ (Queue) ಮೊದಲು ನಿಂತದ್ದು ಮೊದಲು ಹೊರಗೆ ಬರುತ್ತದೆ ಎಂದರ್ಥ. ಇದಕ್ಕೆ ಪರ್ಯಾಯವಾಗಿ LIFO (Last in first out) ಎಂಬುದೂ ಇದೆ. ಅಂದರೆ ಒಂದರ ಮೇಲೊಂದು ಪೇರಿಸಿದ್ದ ರಾಶಿಯಲ್ಲಿ ಕೊನೆಗೆ ಸೇರಿಸಿದ್ದನ್ನಷ್ಟೆ ಮೊದಲು ಹೊರತೆಗೆಯಬಹುದು ಎಂದು.

ಮಾನವನ ನೆನಪುಗಳು, ಅನುಭವಗಳು ಗಣಿಯಲ್ಲಿನ ಖನಿಜವಿದ್ದಂತೆ. ಆಯಾ ವಯಸಿಗೆ ತಕ್ಕಂತೆ ಮನಸಿನಲ್ಲಿ ಒಂದರ ಮೇಲೊಂದು ಪೇರಿಸಿಕೊಂಡಿರುತ್ತವೆ. ಈ ಖನಿಜವನ್ನು ಹೊರತೆಗೆಯಲು ಬೃಹತ್ತಾದ ಭೂ ಶಿಖರವನ್ನು ಆಳ ಅಗೆಯಬೇಕು. ಯಾವ ದಿಕ್ಕಿನಿಂದ ಆರಂಭಿಸುವುದು? ಮನುಷ್ಯರೆಲ್ಲರ ದೊಗೆಯುವ ರೀತಿಯಲ್ಲಿ ಒಂದು ಪ್ಯಾಟರ್ನ್ ಉಂಟೇ?

ಒಂದರ ಮೇಲೊಂದು ಪೇರಿಸುವಾಗ LIFO ಪ್ಯಾಟರ್ನ್ ಕಂಡುಬಂದರೂ ಬಗೆಯುವುದು ಮಾತ್ರ FIFO ಸ್ವರೂಪದ್ದಾಗಿರುತ್ತದೆ ಎಂದು ನನ್ನ ಈಗಿನ ಗ್ರಹಿಕೆ. ಅಲ್ಲೊಂದು ಇಲ್ಲೊಂದು ಅಪವಾದವಿದ್ದಿರಬಹುದು, ಒಟ್ಟಾರೆ ಹೇಳುತ್ತಿರುವೆ. ಮತ್ತು ಇದು ಹೊಸ ಅವಿಷ್ಕಾರವೇನಲ್ಲ, ಈ ಹಿಂದೆ ಬಂದುಹೋಗಿರುವ ಸಾಹಿತ್ಯಿಕ ವಿಮರ್ಶೆಗಳು ಗುರುತಿಸಿರುವುದನ್ನು ಕಂಪ್ಯೂಟರಿನ ಭಾಷೆಯಲ್ಲಿ ಹೇಳಿದನಷ್ಟೆ. ಈ ಸಂಕಲನಕ್ಕೆ ಫೀಫೋ ಎಂದು ಹೆಸರಿಟ್ಟಿರುವ ಉದ್ದೇಶ ಇದು.

ಸಾಮಾನ್ಯವಾಗಿ ಪುಸ್ತಕ ಹೊರತರುವ ವಿಚಾರದಲ್ಲಿ ಮೊದಲನೆಯದು ಹೂವು ಎರಡನೆಯದು ಹೆಣಭಾರದ್ದಾಗಿರುತ್ತದೆ. ನನಗೂ ಹಾಗೆ ಅನಿಸುತ್ತಿತ್ತು. ಈಗ ಹಿನ್ನೋಟಕ್ಕೆ ಹೊರಳಿದಾಗ, ಫೀಪೋ 'ಕಾರೇಹಣ್ಣು'ನ ಮುಕ್ಕಾಲು ಸಮಯದಲ್ಲಿ ಸಿದ್ಧವಾಗಿದೆ! ಈ ನಡುವೆ ಏನೆಲ್ಲ ಜರುಗಿದೆ, ಎಷ್ಟೆಲ್ಲ ನೀರು ಹರಿದಿದೆ, ಕಲಿಗಾಲ ಹೋಗಿ ಕೋವಿಡ್ ಕಾಲ ಬಂದಿದೆ.

ನಾಲ್ಕಾರು ವರುಷಗಳಲ್ಲಿ ನನ್ನ ಬಹುತೇಕ ಕತೆಗಳು ಪ್ರಕಟಗೊಂಡಿರುವುದು 'ಕನ್ನಡಪ್ರಭ'ದಲ್ಲಿ ಎಂದು ಈಗ ಹೊಳೆಯುತ್ತಿದೆ. ಸಂಪಾದಕರಾದ ಜೋಗಿ ಸರ್ ಪರಿಚಯವಾಗಿದ್ದು ತೀರ ಇತ್ತೀಚೆಗೆ, ಕೆಲವಾರು ತಿಂಗಳುಗಳ ಹಿಂದೆ. ಹೊಸಬರನ್ನು ಪ್ರಾಮಾಣಿಕವಾಗಿ ಪ್ರೋತ್ಸಾಹಿಸುವ ಅವರಿಗೆ ಧನ್ಯವಾದಗಳು.

ಈ ಸಂಕಲನಕ್ಕೆಂದು ನಾ ಮೊದಲು ಭೇಟಿ ಮಾಡಿದ್ದು 'ಬಹುರೂಪಿ'ಯ ಜಿ ಎನ್ ಮೋಹನ್ ಸರ್ ಅವರನ್ನು. ಅತ್ಯಂತ ಪ್ರೀತಿಯಿಂದ ಪ್ರಕಟಿಸುತ್ತಿದ್ದಾರೆ.

ಕುವೆಂಪು ಒಂದು ಕಡೆ ಹೇಳುತ್ತಾರೆ, 'ಬರಹಗಾರ ತನ್ನ ಸೃಷ್ಟಿಯನ್ನು ತಾನೇ ಹತ್ತು ಸಾವಿರ ಸಲ ಓದುವಂತಿರಬೇಕು' ಎಂದು. ನಾ ನೂರು ಸಲ ಓದಿರಬಹುದು. ಆದರೆ, ಇನ್ನೊಬ್ಬರು ಅದನ್ನು ಮಾಡಬಯಸುವಾಗ ಹಿಂಜರಿಯುತ್ತೇನೆ. ಇಲ್ಲಿನ ಕತೆಗಳನ್ನು ಎರಡು ಮೂರು ಬಾರಿ ಓದಿ ಸಲಹೆ ನೀಡಿರುವ ತುಂಬ ಆಪ್ತ ಸ್ನೇಹಿತರು ಇದ್ದಾರೆ. ಅವರೆಲ್ಲರಿಗೂ ಚಿರಋಣಿಯಾಗಿರುವೆನು.

ಕನ್ನಡ ಸಾಹಿತ್ಯಿಕ ಕುಟುಂಬ ಹೊಸಬರನ್ನು ಆನಂದದಿಂದ ಬರಮಾಡಿಕೊಳ್ಳುತ್ತ ಒಂದು ಬಗೆಯ ಮಾನಸಿಕ ಆಶ್ರಯ ಒದಗಿಸುತ್ತದೆ. ಏನೇ ಸಣ್ಣಪುಟ್ಟ ಭಿನ್ನಾಭಿಪ್ರಾಯಗಳಿದ್ದರೂ ಹೊಟ್ಟೆಗೆ ಹಾಕಿಕೊಳ್ಳುತ್ತದೆ. ಈ ನಾಲ್ಕಾರು ವರುಷಗಳಲ್ಲಿ ಭೇಟಿಯಾಗಿರುವ ಸ್ನೇಹಿತರಾಗಿರುವ ನೀವೆಲ್ಲರೂ ಮನದ ಪರದೆಯ ಮೇಲೆ ಹಾದುಹೋಗುತ್ತಿದ್ದೀರಿ.

ಎರಡನೆಯ ಪುಸ್ತಕದೊಂದಿಗೆ ವಿಶ್ವಾಸ ಹೆಚ್ಚಿದೆ, ಇನ್ನಷ್ಟು ಭರವಸೆ ತುಂಬುವುದಕ್ಕಾಗಿ ಓದಿ ಪ್ರಾಮಾಣಿಕ ಅನಿಸಿಕೆ ತಿಳಿಸಿ. ನಿಮಗೆ ಧನ್ಯವಾದಗಳು.

**– ಮಧುಸೂದನ ವೈ ಎನ್**

# ಎಂಟರ್..

# ಒಂದು ಅ-ಸಹ್ಯ ಕತೆ

**ನೀವು; ನಿಮ್ಮನ್ನು ನೀವು ಎನ್ನದೆ ಏನೆಂದು ಕರೆಯಬೇಕೊ ತಿಳಿಯದು. ಮೊನ್ನೆ ನೀವು ನನ್ನನ್ನು ಭೇಟಿ ಮಾಡಿದಿರಿ. ತಲೆ ನೇವರಿಸಿದಿರಿ. ಕೆನ್ನೆ ಗಿಂಡಿ ಹೋದಿರಿ. ಯಾಕೆ ಹಾಗೆ ಮಾಡಿದಿರಿ? ಎಷ್ಟು ಕಷ್ಟ ಗೊತ್ತ. ಅಂದು ಫಿಲ್ಮ್ ಫೆಸ್ಟಿವಲ್‌ನಲ್ಲಿ ಕ್ಯೂನಲ್ಲಿ ನಿಂತಾಗ, ನನಗೆ ಅದು ನೀವೆ ಎಂದು ತಿಳಿದಿತ್ತು. ಹೊಟ್ಟೆಯೊಳಗೆ ಚಿಟ್ಟೆ ಬಿಟ್ಟಂತಾಯಿತು. ನನ್ನ ಇಷ್ಟದ ಸಿನಿಮಾ; ಬಿಟ್ಟು ಓಡುವಂತೆಯೂ ಇಲ್ಲ. ಹಾಗಾಗಿ ಸಾಲು ಒಳಹೋಗುವವರೆಗೆ ನಿಮಗೆ ವಿರುದ್ಧ ತಿರುಗಿ ನಿಂತು ಬಿಟ್ಟೆ. ನನ್ನನ್ನು ಹಾಗೆಲ್ಲ ನೇರ ಭೇಟಿ ಮಾಡಕೂಡದು. ನನಗೆ ಇಷ್ಟವಾಗದು. ನನಗೆ ನೀವಂದರೆ ಇಷ್ಟ. ಆ ಇಷ್ಟ ಹಾಳಾಗಕೂಡದು. ಅದಕ್ಕಾಗಿ ಏನೆಲ್ಲ ಮಾಡಿದ್ದೇನೆ ಗೊತ್ತ.**

ನನಗೆ ಎಲ್ಲ ಗೊತ್ತಾಗುತ್ತದೆ. ತೀರ ದಡ್ಡನಲ್ಲ. ಅಂದು ಥಿಯೇಟರಿನಲ್ಲಿ ನಿಮ್ಮ ಕಣ್ಣುಗಳು ಯಾರನ್ನೆಲ್ಲ ಸಂಧಿಸುತ್ತಿದ್ದವು! ಅವನು: ಗಡ್ಡಧಾರಿ, ಬಾಚಿರದ ಕರಡಿ ತಲೆ; ಅವನೊಂದಿಗೆ. ಮತ್ತೊಬ್ಬ ಕನ್ನಡಕದವನು; ಕೆನ್ನೆ ಊದಿಕೊಂಡಿವೆ. ಹೊಟ್ಟೆ ಮುಂದೆ ಬಂದಿದೆ. ಅವನು ಹೋದಲ್ಲೆಲ್ಲ ನೀವು ಹಿಂಬಾಲಿಸುತ್ತಿದ್ದಿರಿ. ಮತ್ತೊಬ್ಬ ಮುದುಕ; ಈಗಾಗಲೇ ಸೀನಿಯರ್ ಸಿಟಿಜನ್ ಸೌಲಭ್ಯಗಳನ್ನು ಪಡೆಯುತ್ತಿದ್ದಾನೆ. ಅವನ ಹುಡುಕಾಟಕ್ಕೂ ಸ್ಪಂದಿಸುವಿರಿ. ಮತ್ತೊಬ್ಬ ಚಿಕ್ಕವನು; ಇನ್ನೂ ಓಟು ಹಾಕುವ

ಹಕ್ಕು ಪಡೆದಿದ್ದಾನೊ ಇಲ್ಲವೊ; ಅಷ್ಟು ಚಿಕ್ಕವನಿಗೆ ತುಂಟ ನಗೆ ಕೊಡುವಿರಿ. ನನಗೆ ಹೊಟ್ಟೆಕಿಚ್ಚು. ಅದಕ್ಕೇ ಎಂದಿಗೂ ನೇರ ಸಿಗಬೇಡಿ ಎಂದದ್ದು. ದೂರದಿಂದಲೇ ಆರಾಧಿಸುವುದು ಚಂದ ನನಗೆ; ನವದೇವಿಗಳಲ್ಲಿ ಒಬ್ಬರಂತೆ ಇರುವಿರಿ ನೀವು, ರೂಪದಲ್ಲಿ. ನಿಮ್ಮ ದುಂಡು ಮುಖ; ಬಿಳಿ ಗೋಧಿ ಹಿಟ್ಟಿನ ಬಣ್ಣ; ನೀಳ ಕೇಶದ ಅಂಚಿನಲ್ಲಿನ ಗುಂಗುರು; ನಿಮ್ಮ ನೋಟ; ಮತ್ತು ನೀವು, ಒಟ್ಟಾರೆ ನೀವು!

ಗೊತ್ತಾ, ನನ್ನ ಮನೆ ತಾಜ್‌ಮಹಲಿನ ಆಕಾರದಲ್ಲಿದೆ. ಒಳಗೊಂದು ಸಮಾಧಿಯಿದೆ. ಆ ತಾಜಮಹಲು ಸಂಪೂರ್ಣ ಬಿಳಿ ಶಿಲೆಯಲ್ಲಿ ಕಟ್ಟಿರುವುದಾದರೆ, ಈ ಮಹಲು ಸಂಪೂರ್ಣ ಗಾಜಿನಿಂದ. ಒಳಗಿಂದ ಹೊರಗಿನದು ಏನೂ ಕಾಣಿಸದು. ಹೊರಗಿಂದ ಒಳಗಿನದು ಎಲ್ಲ ಪಾರದರ್ಶಕ. ಅಡಿಗೆ ಕೋಣೆ, ನಡುಮನೆ, ಬೆಡ್ ರೂಮು ಬಾತುರೂಮು; ಎಲ್ಲವೂ ಖುಲ್ಲಂಖುಲ್ಲ. ಆ ತಾಜಮಹಲು ಯುಮನಾ ನದಿಯ ದಂಡೆಯಲ್ಲಿದೆ. ಈ ಮಹಲು ಒಂದು ಬತ್ತಿದ ನದಿಯ ಮಧ್ಯದಲ್ಲಿದೆ. ಕೊರಕಲು ಕಲ್ಲುಗಳ ನಡುವೆ.

ಮೊನ್ನೆ ಒಬ್ಬನು ಮನೆಗೆ ಬಂದಿದ್ದ. ಆಗ ತಾನೆ ಸ್ನಾನ ಮುಗಿಸಿ ಬಟ್ಟೆ ಧರಿಸಿ ತಿಂಡಿ ತಿನ್ನುತ್ತ ಕೂತಿದ್ದೆ. ದಢಾರನೆ ಬಾಗಿಲು ತಳ್ಳಿದ. ಒಳಬಂದವನು ಒಂದು ಪುಸ್ತಕವನ್ನು ಮುಖದ ಮೇಲೆ ಎಸೆದು, "ಇದೇನು ಬರೆದಿದ್ದೀರಿ ನೀವು? ಒಂದಕ್ಕೂ ತಾಳ ಮೇಳವಿಲ್ಲ" ಎಂದು ಎಗರಾಡಿದ. ಎಂಜಲುಗೈಲಿದ್ದೆ. ಪುಸ್ತಕವು ನನ್ನ ಮೂಗಿಗೆ ಬಡಿಯಿತು. ನೋವಾಯಿತು. ಅಪಘಾತವಾದಾಗ ಉಂಟಾಗುವ ಶಾಕ್ ಆಯಿತು. ಎಡಗೈಯಿಂದ ಪುಸ್ತಕ ಎತ್ತಿಕೊಂಡು ಮುಖಪುಟ ನೋಡಿದೆ. ಹೌದು ನಾನೇ ಮುಂದೆ ಬರೆಯಬೇಕೆಂದುಕೊಂಡಿದ್ದ ಪುಸ್ತಕ. ಅದು ಹೇಗೊ ಒಂದು ಕಾಪಿ ಅವನ ಕೈಗೆ ಸಿಕ್ಕಿಬಿಟ್ಟಿದೆ.

"ಏ..ಏ.. ಏನಾಯ್ತು? ಯಾಕೆ ಸರಿಯಿಲ್ಲವಾ? ಏನಾದರೂ ತಪ್ಪಿದೆಯಾ? ಚನ್ನಾಗಿಲ್ಲವಾ? ರಸ–ರುಚಿ ಸಿಗಲಿಲ್ಲವಾ..?" ಬಹಳ ಹೆದರಿದ್ದೆ; ತೊದಲುತ್ತಿದ್ದೆ. "ಏನಪ್ಪ ಇದು, ಭವಿಷ್ಯದ ಪುಸ್ತಕಕ್ಕೆ ಓದುಗನು ಈಗಲೆ ಛೀಮಾರಿ ಹಾಕುತ್ತಿರುವನಲ್ಲ", ವ್ಯಾಕುಲಗೊಂಡಿದ್ದೆ.

ಅವನು ಅಂದ– "ಅಲ್ಲಾ, ಇಲ್ಲಿನ ನಾಯಕ ಮತ್ತು ಆತನ ಹೆಂಡತಿ. ಆದರ್ಶ ದಂಪತಿಗಳು. ಖಳನಾಯಕ; ಖಳನಾಯಕಿ, ಅವರ ಮನೆಯಲ್ಲಿ ಗಂಡ ಹೆಂಡತಿಯಂತಿರುವನು; ಹೆಂಡತಿ ಗಂಡನಂತಿರುವಳು. ಮತ್ತು ಸದಾ ಆದರ್ಶ ದಂಪತಿಗಳ ಮನೆಯಲ್ಲಿ ಝುಂಡಾ ಊರಿರುವರು. ವಿಕೃತಿ ನಿಮ್ಮದು. ನಿಮಗೆ ಪಾತ್ರ ಸ್ಪಷ್ಟತೆ ಇಲ್ಲ. ಅನುಭವ ಸ್ಪಷ್ಟತೆಯಿಲ್ಲ. ಬಹಳ ಚಾಲಾಕಿತನ ತೋರಿರುವಿರಿ.

ನಾಯಕ ಪಾತ್ರ ಸಾಧು, ಸದ್ಗುಣ; ಖಳನು ಖೂಳ, ದುರ್ಗುಣ ಸಂಪನ್ನ. ಪಾತ್ರಗಳ ವರ್ಣನೆಯಿಂದ ಆರಾಮಾಗಿ ಊಹಿಸಿಕೊಳ್ಳಬಹುದು: ನಾಯಕನದು ಟಿಪಿಕಲ್ ಹಿಂದೂ ಅರೇಂಜ್ಡ್ ಮ್ಯಾರೇಜ್. ಖಳನದು ಲಿಬರಲ್ ದಲಿತ ಬ್ರಾಹ್ಮಣ ಲವ್ ಮ್ಯಾರೇಜ್. ನಾಯಕನಿಗೆ ಸಸ್ಯಹಾರವಿಟ್ಟು; ಖಳನಿಗೆ ಮಾಂಸಹಾರ ಕೊಟ್ಟು; ಅದೂ ದನದ ಮಾಂಸ. ನಾವೇನು ಕಿವಿಗೆ ಹೂ ಮುಡಿದಿರುವಂತೆ ಕಾಣುತ್ತೀವೇನು?".

ನಾನು ಬೆಪ್ಪಾದೆ. ಏನೊ ಒಂದು ಪಾತ್ರ; ಏನೊ ಒಂದು ಊಟ ಎಂದು ಭಾವಿಸಿದ್ದೆ. ನನಗೆ ಹೇಳಲಿರುವ ಕತೆ; ಅದರಲ್ಲಿನ ಗಂಟು; ಅದನ್ನು ಬಿಡಿಸುವಿಕೆ ಮುಖ್ಯವಾಗಿತ್ತು.

"ಏನೊ ಒಂದು ಪಾತ್ರ ಏನೊ ಒಂದು ಊಟವಲ್ಲ ಅದು; ನಿಮ್ಮಲ್ಲಿ ಸುಪ್ತವಾಗಿ ಅಡಗಿರುವ ತರತಮ",

ಎಲಾ ಇವನ. ಒಳಮಾತೂ ಕೇಳಿಸಿಕೊಳ್ಳುತ್ತಾನಲ್ಲ. ನನ್ನ ಆಹಾರಾಭ್ಯಾಸ ಹಂಚಿಕೊಳ್ಳೋಣವೆಂದುಕೊಂಡೆ. ಬೇಡವೆಂದು ಸುಮ್ಮನಾದೆ. ಸಂಕೋಚವೆಂದಲ್ಲ; ಅವನ ರಸಾಸ್ವಾದನೆಗೆ ಭಂಗ ಮಾಡಿದಂತಾಗುತ್ತದೆ. ನಾನು ಹೇಳಿದುದನ್ನೆ ಸುಳಿವೆಂದು ಬಗೆದು ನನ್ನನ್ನೇ ಒಂದು ಪಾತ್ರವನ್ನಾಗಿ ಕಲ್ಪಿಸಿಕೊಂಡು ಖಳನನ್ನು ನಾಯಕನ್ನಾಗಿಯೂ ನಾಯಕನನ್ನು ಖಳನನ್ನಾಗಿಯೂ ಮಾಡಿಕೊಂಡು ಮತ್ತೊಂದು ತಗಾದೆ ತೆಗೆಯುವನು.

ಅವನನ್ನು ಅಲ್ಲೇ ಕೂರಿಸಿ ನನ್ನ ಮನೆಯ ಎದುರಿದ್ದ ಬೆಟ್ಟ ಹತ್ತಿದೆ. ಎಂಟನೂರು ಮೀಟರು ಎತ್ತರದ ಬೆಟ್ಟವದು. ಏಕಶಿಲೆ ಎಂಬ ಹೆಗ್ಗಳಿಕೆ. ತುತ್ತ ತುದಿಗೆ ಹೋದೆ. ಅಲ್ಲಿಂದ ಕೆಳಗೆ ಹಾರಿದೆ. ಅದು ಹೇಗೊ ತಳ ಮುಟ್ಟುವುದರೊಳಗೆ ನನಗೆ ರೆಕ್ಕೆ ಮೂಡಿಬಿಡುತ್ತವೆ. ಮೂಡಿದ ರೆಕ್ಕೆಗಳನ್ನು ಮುದುರಿಕೊಂಡು ಪ್ರಪಾತದಿಂದ ಎದ್ದು ಮನೆಗೆ ಬಂದೆ.

ಇವನು ಏನೆಲ್ಲ ವಿಶ್ಲೇಷಣೆ ಒದರಿದ, ಆದರೆ ಅದು ಕತೆಯೋ ಕಾದಂಬರಿಯೊ ತಿಳಿಸಲಿಲ್ಲ. ಅಷ್ಟು ಹೇಳಿದ್ದರೆ ಬರೆಯಲಿಕ್ಕೆ ಚೂರಾದರೂ ಸಹಾಯವಾಗುತ್ತಿತ್ತು.

ಮನೆಯೊಳಗೆ ಬರ್ತೇನೆ, ಆಸಾಮಿ ನನ್ನ ತಟ್ಟೆಯಲ್ಲಿದ್ದ ಅವಲಕ್ಕಿಯನ್ನು ಮೇಯುತ್ತಿದಾನೆ. ಅದರಲ್ಲಿನ ವಿಶೇಷ ಮಿಶ್ರಣಗಳನ್ನು ಹೆಕ್ಕಿ ಹೆಕ್ಕಿ ತಿನ್ನುತ್ತಿದ್ದಾನೆ. ಕಡಲೆ ಬೀಜ ಆಯ್ದು ತಿಂದಂತೆ.

"ಚನ್ನಾಗಿದೆಯಾ?"

“ನಿಮ್ಮ ಬರವಣಿಗೆ ನೀರಸವಾದರೂ ಊಟ ಬಹಳ ಚನ್ನಾಗಿದೆ; ರುಚಿಯಾಗಿದೆ”, ತಲೆ ಹಾಗೆ ಹೀಗೆ ಗೋಣು ಹಾಕುತ್ತ ಹೇಳಿದ. ಜನ ಹೀಗೂ ಒಬ್ಬರ ಮರ್ಮಾಂಗಕ್ಕೆ ಒದ್ದು ಸಾರಿ ಕೇಳಬಹುದು. ತಿರಗ “ಬರವಣಿಗೆ” ಎಂದು ತಿಪ್ಪೆ ಸಾರಿದ; ಕತೆಯೊ ಕಾದಂಬರಿಯೊ ತಿಳಿಸಲಿಲ್ಲ. ಪುಸ್ತಕದ ಮೇಲೆ ಅದೇನೆಂದು ಬರೆದಿಲ್ಲ. ಒಂದು ಗಮನಿಸಿದೆ; ಅವನ ದನಿ ಈಗ ಮಂಜುಗಡ್ಡೆಯಷ್ಟು ತಂಪಾಗಿತ್ತು: ರುಚಿಕಟ್ಟಾದ ಊಟದ ಪ್ರಭಾವ.

“ಹೌದು ಹೌದು; ನಾನು ತಯಾರಿಸುವ ತಿನಿಸುಗಳು ಬೇರೆಲ್ಲೂ ಸಿಗವು. ನನಗೆ ರೂಢಿ ಅಡುಗೆ ಬೇಸರ. ಅದೇ ಅದೇ ತಿಂದು ನಾಲಿಗೆ ಕೆಟ್ಟೋಗಿರುತ್ತದೆ. ಆದ್ದರಿಂದ ಹೊಸ ಹೊಸ ಮಿಶ್ರಣಗಳನ್ನು ಕಂಡುಹಿಡಿಯುತ್ತಿರುತ್ತೇನೆ. ನೀವು ಸೇವಿಸುತ್ತಿರುವ ಅವಲಕ್ಕಿಯ ರೆಸಿಪಿ ಹೇಳಿದರೆ ಬೆಚ್ಚಿ ಬೀಳುತ್ತೀರ”

“ಅಯ್ಯೋ, ಅದ್ಯಾಕೆ ಬೆಚ್ಚಿಬೀಳಬೇಕು; ಇಷ್ಟು ಸೊಗಸಾಗಿರುವ ತಿಂಡಿಯ ರೆಸಿಪಿ ಹೇಳಿದರೆ ನನಗೂ ಅನುಕೂಲ ಹೌದೊ ಅಲ್ಲವೊ. ಹೆಂಡತಿಗೆ ಹೇಳಿ ಮಾಡಿಸುವೆ”

ಮೆಲ್ಲಗೆ “ಅದು ನೀವು ಅವಲಕ್ಕಿಯಲ್ಲಿ ಹೆಕ್ಕಿ ಹೆಕ್ಕಿ ತಿಂತಿರುವುದು ಭೀಫ್ ತುಣುಕುಗಳು” ಎಂದೆ.

ಓದುಗ ಧಿಗ್ಗನೆ ತಲೆಯೆತ್ತಿದ. ಎದೆಮಟ್ಟ ಎದ್ದಿದ್ದ ತುತ್ತು ಅಲ್ಲೆ ನಿಂತುಕೊಂಡಿತು. ಮುಖದಲ್ಲಿ ಬೆವರಿತ್ತು.

ನೀವು ಅಂದು ಫೆಸ್ಟಿವಲ್ಲಿನಲ್ಲಿ ಯಾರ ಯಾರನ್ನೊ ಹುಡುಕಾಡಿದಂತೆ ಇವನ ನಯನಗಳು ನನ್ನಲ್ಲಿ ಯಾರ ಯಾರನ್ನೊ ಹುಡುಕಾಡಿದವು.

“ನನಗೆ ಎಣ್ಣೆ ಪದಾರ್ಥಗಳು ಆಗಿಬರಲ್ಲ. ಹಾಗಾಗಿ ಸೂರ್ಯಕಾಂತಿ, ಕಡಲೆ, ಅಕ್ಕಿ, ಕೊಬ್ಬರಿ ಇತ್ಯಾದಿ ಯಾವ ಎಣ್ಣೆಗಳನ್ನೂ ಬಳಸುವುದಿಲ್ಲ”

“ಮತ್ತೆ ಒಗ್ಗರಣೆ ಕಾಣ್ತಿದೆಯಲ್ಲ; ಆಲಿವ್ ಆಯಿಲ್ ಹಾಕ್ತೀರೇನೊ; ದಪ್ಪ ಕಾರಿನಲ್ಲಿ ಓಡಾಡುವ ಲೇಖಕರು”

“ಛೇ ಛೇ, ಅದೆಲ್ಲ ಏನಿಲ್ಲ. ನಾನು ಎಣ್ಣೆಯನ್ನೆ ಖರೀದಿಸುವುದಿಲ್ಲ. ಫಿಶ್ಶು ಚಿಕನ್ನು ಪೋರ್ಕು ಬೀಫೂ; ಯಾವುದೇ ಸಾರು ಮಾಡಲಿ; ತೇಲುವ ಎಣ್ಣೆಯನ್ನು ಬಸಿದುಕೊಳ್ಳುತ್ತೇನೆ. ಇನ್ನುಳಿದ ಅಡಿಗೆಗಳಿಗೆ ಬಳಸುತ್ತೇನೆ. ಇವತ್ತು ಹಾಕಿರುವುದು ಪೋರ್ಕ್ ಎಣ್ಣೆ”,

ಆತ ಸ್ಫೋಟಿಸಿದ ಬಂಡೆ ಒಡೆಯುವ ಸಿಡಿಮದ್ದಿನಂತೆ. ತಟ್ಟೆಯನ್ನು ಎತ್ತಿ ನನ್ನ ಮುಖದ ಮೇಲೆ ಎಸೆದ.

“ಏನೊ ಬೋಳಿಮಗನೇ, ಅವಾಗಿನಿಂದ ನೋಡ್ತಲೇ ಇದೀನಿ. ಏನಂದು ಕೊಂಡಿದ್ದೀಯ ನನ್ನನ್ನು. ಆಟ ಆಡ್ತಿದೀಯ. ದುರ್ಮಾರ್ಗಿ.. ದುರಹಂಕಾರಿ, ವಂಚಕಾ..” ಎಂದು ಚೀರಾಡಿದ. ಓದುಗನು ಎಂದಿಗೂ ಮಹಾಪ್ರಭು ಎಂದು ನನ್ನ ಮನಸಿನಲ್ಲಿ ಅಚ್ಚಾಗಿ ಕುಳಿತುಬಿಟ್ಟಿತ್ತು. ಉಗಿದರೂ ಉಗಿಸಿಕೊಳ್ಳಬೇಕು ಎಂದು ಭಾವಿಸಿದ್ದೆ. ಅವನ ಬೈಗುಳಗಳನ್ನೆಲ್ಲ ಸ್ವೀಕರಿಸಿದೆ. ಮುಖದ ಮೇಲೆ ಬಿದ್ದ ಅವಲಕ್ಕಿಯನ್ನು ಬಟ್ಟೆಯಿಂದ ಒರೆಸಿಕೊಂಡೆ. ಅವನು ಸಿಟ್ಟಿನಿಂದ ಎದ್ದು ಹೊರನಡೆದ. ನನ್ನ ಕಣ್ಣು ಅವನ ಬೆನ್ನು ಹಿಂಬಾಲಿಸಿತು.

ನೀವು ಅಲ್ಲೇ ಇದ್ದಿರಿ; ನನ್ನ ಮನೆಯ ಹೊರಗೆ. ನನ್ನನ್ನು ನೋಡುತ್ತ ನಡಕೊಂಡು ಹೋದಿರಿ. ನಿಮ್ಮ ಮುಖಭಾವ ನನಗೆ ಅರ್ಥವಾಗಲಿಲ್ಲ.

***

ಅಂದು ಫೆಸ್ಟಿವಲ್ಲಿನಲ್ಲಿ ಗುರುತು ಮಾಡಿಕೊಂಡಿದ್ದ ನಾಲ್ವರನ್ನು ನಾನು ಹೇಗೊ ಹೇಗೊ ಮಾಡಿ ಸ್ನೇಹ ಸಂಪಾದಿಸಿ ಮನೆಗೆ ಆಹ್ವಾನಿಸಿದ್ದೆನು. ಗಡ್ಡಧಾರಿಯ ಹೆಸರು ಕ, ಕನ್ನಡಕಧಾರಿಯ ಹೆಸರು ಚ, ಮುದುಕ ತ, ಹುಡುಗ ಪ ಎಂದು ತಿಳಿಯಿತು. ನಾನು ತಮಾಷೆ ಮಾಡುತ್ತಿಲ್ಲ. ಅವರ ನಿಜ ಹೆಸರುಗಳು ಅವೇ. ಮೊನ್ನೆ ಬಂದಿದ್ದ ಓದುಗ ನನ್ನನ್ನು ಚಾಲಾಕಿ ಎಂದು ಹೀಯಾಳಿಸಿದ್ದೂ ಅದೇ ಕಾರಣಕ್ಕೆ. ನೀವು ಎಷ್ಟು ಅಪರೂಪದವರು, ನಿಮ್ಮ ಹೆಸರೂ ನನಗೆ ಇಷ್ಟ, ‘ಅಪರೂಪ’; ಬಹಳ ಸುಂದರವಾಗಿದೆ. ನಾನು ಆ ಬರೆಯದ ಪುಸ್ತಕದಲ್ಲಿ ಒಂದಕ್ಷರದ ಹೆಸರುಗಳನ್ನು ಕೊಟ್ಟಿದ್ದೆನು. ನನ್ನ ಮಟ್ಟಿಗೆ ಪಾತ್ರಗಳಿಗೆ ನೈಜ ಹೆಸರುಗಳನ್ನು ಕೊಟ್ಟರೆ ಕತೆ ಕೆಡುತ್ತದೆ. ಅಡ್ಡದಾರಿ ಹಿಡಿಯುತ್ತದೆ. ಅವ್ವ ಓದುಗ ದೊರೆ, ಅವನೇ ಅದಕ್ಕೆ ಟಿಪಿಕಲ್ ಉದಾಹರಣೆ. ಪಾತ್ರಗಳು ಉಣ್ಣುವ ಊಟದ ಮೇಲೆ ಮಿಕ್ಕಿದ್ದೆಲ್ಲವನ್ನು ಕಲ್ಪಿಸಿಕೊಂಡಿದ್ದನು. ಬರಿಯ ಊಟದಿಂದ ಏನೆಲ್ಲ ಊಹಿಸಿಕೊಂಡಿದ್ದ ಇನ್ನು ಪೂರ್ಣ ಹೆಸರು ಕೊಟ್ಟಿದ್ದರೆ ನನ್ನ ಬುರುಡೆ ಒಡೆದು ಹೋಗಿರುತ್ತಿದ್ದನೇನೊ. ಅದೇನು ಅಂತಹ ಮಹಾನ್ ಅದರಲ್ಲಿರುವುದು, ಬುರುಡೆ ಒಡೆಯುವಂಥದ್ದು ಎಂದು ನಿಮಗೆ ಅನಿಸಬಹುದು; ಮುಂದೆ ಹೇಳುತ್ತೇನೆ. ವಾಪಸ್ ಪಾರ್ಟಿಗೆ ಬರುವ.

ಪಾರ್ಟಿಯಲ್ಲಿ ನಾಲ್ಕೂ ಜನ ಚೆನ್ನಾಗಿ ಕುಡಿದರು ತಿಂದರು. ತಮ್ಮ ತಮ್ಮ ವಿಚಾರಗಳನ್ನು ಹಂಚಿಕೊಂಡರು. ನಾನು ಎದ್ದು ಹೋಗಿ ಗೋಡೆಗೆ ಸಿಗಿಸಿದ್ದ ಎರಡು ಉದ್ದದ ರಾಜ ಕತ್ತಿಗಳನ್ನು ತೆಗೆದುಕೊಂಡು ಬಂದೆ. ನನ್ನ ತಾಜಮಹಲಿನಲ್ಲಿ ಇಂತಹ ಅಪರೂಪದ ವಸ್ತುಗಳು ಬಹಳಷ್ಟಿವೆ. ಅದರಲ್ಲಿ ಸಮಾಧಿಯೂ ಒಂದು. ಒಮ್ಮೊಮ್ಮೆ ಸಮಾಧಿಗೆ ದಿಂಬು ಒರಗಿಸಿ ಮಲಗುತ್ತೇನೆ.

ಫಳ ಫಳ ಹೊಳೆಯುವ ಚಿನ್ನದ ಕತ್ತಿಗಳನ್ನು ಕಂಡೊಡನೆ ಕ ಮತ್ತು ಚ ಒಂದೊಂದು ಇಸಿದುಕೊಂಡು ಆಟದ ಸಾಮಾನಿನಂತೆ ಝುಳಪಿಸತೊಡಗಿದರು.

ಕುಡಿದಿದ್ದರು; "ಹೇ ಇಲ್ಲೆಲ್ಲ ಹಾಗೆ ಬೀಸಬೇಡಿರಪ್ಪ, ನಮಗೆ ತಗುಲುತ್ತದೆ. ಮೊದಲೇ ಅವು ಹರಿತ, ಬೇಕಿದ್ದರೆ ಹಿತ್ತಲಿಗೆ ಹೋಗಿ, ಅಲ್ಲಿ ವಿಶಾಲ ಜಾಗವಿದೆ" ಎಂದೆ.

ಅವರು ತಕ್ಷಣ ಎದ್ದರು. ನನಗೆ ಕುಡಿದು ಕಾರು ಓಡಿಸಬೇಕೆಂಬ ಚಟ ಹೇಗೊ ಹಾಗೆ ಇವರಿಗೆ ಕುಡಿದು ಕತ್ತಿ ಝುಳಪಿಸಬೇಕೆಂಬ ಚಟ. ತ, ಪ ಮತ್ತು ನಾನು ಅವರನ್ನು ಹಿಂಬಾಲಿಸಿದೆವು.

ಹಿತ್ತಲಲ್ಲಿ ಬೆಳದಿಂಗಳ ಕತ್ತಲಲ್ಲಿ ಅವರು ತೂರಾಡುತ್ತ ಕತ್ತಿಗಳನ್ನು ಎರಡು ಸಲ ಠಣ್ ಠಣ್ ಎಂದು ಅನ್ನಿಸಿದರು. ಅದೇ ಅವರ ಸಾಧನೆ. ಮೂರನೇ ಸಲಕ್ಕೆ ಪರಸ್ಪರ ಕುತ್ತಿಗೆಗಳನ್ನು ಕಚಕ್ ಎನಿಸಿಕೊಂಡರು. ಅವರ ಕೊರಳಿನ ಹರಿದ ರಕ್ತನಾಳಗಳಿಂದ ನೆತ್ತರು ಚಿಲ್ಲನೆ ಚಿಮ್ಮಿತು. ನಾನು ಬಚ್ಚಲಿಗೆ ಓಡಿ ಎರಡು ಬಕೆಟ್ಟು ಎತ್ತಿಕೊಂಡು ಬಂದು ಅವರ ಎದುರು ಇಟ್ಟೆ; ಚಿಮ್ಮಿದ ರಕ್ತ ಸರಿಯಾಗಿ ಬಕೆಟ್ಟಿನಲ್ಲಿ ಬೀಳುವಂತೆ. ಕೋಳಿ, ಕುರಿ ಕುಯ್ದಾಗ ರಕ್ತ ಬಸಿದುಕೊಳ್ಳುತ್ತೇವಲ್ಲ ಹಾಗೆ. ವೇಸ್ಟಾಗಬಾರದಲ್ಲ.

ನಮಗೆ ಏನು ಬೇಕೊ ಅದೇ ಆಗುತ್ತದಾ? ಆಗುವಂತೆ ನಾವೆ ವಾತಾವರಣ ಸೃಷ್ಟಿಸುತ್ತೀವ? ನೀವು ಪುನಃ ಆಗಸದಲ್ಲಿ ತೇಲಿ ಹೋದಿರಿ. ಈ ಸಲ ನಿಮ್ಮಲ್ಲಿ ವಿಷಾದವಿತ್ತು. ನಿಮ್ಮ ಇಬ್ಬರು ಆಪ್ತರನ್ನು ಕಳೆದುಕೊಂಡ ದುಃಖ ಎಂದು ಬಗೆದೆ. ಕಾರನ್ನೆತ್ತಿಕೊಂಡು ಮೆಜೆಸ್ಟಿಕ್ಕಿಗೆ ಹೋಗಿ ವರ್ತುಲಾಕಾರದಲ್ಲಿರುವ ಬಿಟಿಎಸ್ ಬಸ್ ಸ್ಟಾಂಡಿನ ನಟ್ಟನಡುವೆ ಜನಗಳ ಸಾನಿಧ್ಯ ಕುಳಿತು ಹಿಕ್ಕೆ ಹಾಕಿ ಬಂದೆ.

***

ನನ್ನ ತಾಜಮಹಲು ಬತ್ತಿದ ನದಿಯ ನಡುವಲ್ಲಿದೆ ಎಂದೆನಲ್ಲ. ಈ ನದಿಗೆ ದೂರದಲ್ಲಿ ಅಣೆಕಟ್ಟು ಕಟ್ಟಲಾಗಿದೆ. ಅದು ಚೂರೆ ಬಿರುಕು ಬಿಟ್ಟು ನಲ್ಲಿಯಂತೆ ನೀರು ಸೋರುತ್ತದೆ. ಅಲ್ಲಿಂದನೇ ನಾನು ದಿನಾ ನೀರು ಹಿಡಿದು ತರುವುದು. ಒಮ್ಮೊಮ್ಮೆ ನದಿ ಇದ್ದಕ್ಕಿದ್ದಂತೆ ಉಕ್ಕುತ್ತದೆ. ಅಣೆಕಟ್ಟು ಮೀರಿ ಹರಿಯುತ್ತದೆ. ಪ್ರವಾಹವುಂಟಾಗುತ್ತದೆ. ಆಗ ನಾನು ಮನೆಯಲ್ಲಿ ಕುಳಿತು ಓದುತ್ತಿರುತ್ತೇನೆ; ಬರೆಯುತ್ತಿರುತ್ತೇನೆ; ಅಂಗಳದಲ್ಲಿ ಗಿಡಗಳ ತಲೆ ನೇವರಿಸುತ್ತಿರುತ್ತೇನೆ ಅಥವಾ ಅಣೆಕಟ್ಟಿನ ಮುಂಬಾಗ ಕುಳಿತು ಬಟ್ಟೆ ಒಗೆಯುತ್ತಿರುತ್ತೇನೆ; ನೀರು ತುಂಬಿಸುತ್ತಿರುತ್ತೇನೆ. ಪ್ರವಾಹ ಬಂದಾಗ ಮುಳುಗುತ್ತೇನೆ. ನನಗೆ ಈಜು ಬರುವುದಿಲ್ಲ. ಪ್ರತಿ ಸಲ ಈ ಸಲ ಸಾಯುತ್ತೇನೆ ಎಂದುಕೊಳ್ಳುತ್ತೇನೆ. ಸಾಯುವುದಿಲ್ಲ. ಬೆಟ್ಟದಿಂದ ಜಿಗಿದಾಗ ಪಕ್ಷಿ ರೆಕ್ಕೆ ಮೂಡುವಂತೆ ಪ್ರವಾಹ

ಉಕ್ಕಿದಾಗಲೂ ರೆಕ್ಕೆಗಳು ಮೂಡುತ್ತವೆ; ಆಮೆಯ ರೆಕ್ಕೆಗಳು. ಅದು ಹೇಗೊ ಬುಳ ಬುಳ ಮಾಡಿಕೊಂಡು ತೇಲಿಬಿಡುತ್ತೇನೆ. ಪ್ರವಾಹ ಇಳಿದಾಗ ನನ್ನ ಗಾಜಿನ ಮನೆ ಸ್ವಚ್ಛಂದ ತೊಳೆದುಕೊಂಡು ಮಿರ ಮಿರ ಮಿನುಗುತ್ತಿರುತ್ತದೆ. ಪ್ರವಾಹ ಬರುವುದೇ ನನ್ನ ಮನೆ ತೊಳೆಯಲಿಕ್ಕೆ ಎಂದು ಭಾವಿಸಿದ್ದೇನೆ.

ಅವನು ಓದುಗ ತಿರಗ ಬಂದಿದ್ದ. ಈ ಸಲ ಹೊಸ ಬರಹ ಹಿಡಿದು ಹೊಸ ಕಂಪ್ಲೇಂಟು ಹೊತ್ತು ತಂದಿದ್ದ. ಇದರಲ್ಲಿ ಒಬ್ಬಳು ಒಬ್ಬಾತನಿಗೆ ಸಾಲ ಕೊಟ್ಟಿರುತ್ತಾಳೆ. ಅವನು ಮರಳಿಸುತ್ತಿರುವುದಿಲ್ಲ. ಆಕೆ ರೋಸತ್ತಿ ಅವನ ಮನೆ ಹುಡುಕಿಕೊಂಡು ಹೋಗುತ್ತಾಳೆ. ಅವನು ಸಾಲದ ಬದಲಾಗಿ ತನ್ನ ಹೆಂಡತಿಯಿಂದ ರುಚಿಯಾದ ಬಿರಿಯಾನಿ ಮಾಡಿಸಿ ಹೊಟ್ಟೆ ಬಿರಿಯುವಷ್ಟು ತಿನ್ನಿಸಿ ಕಳಿಸುತ್ತಾನೆ. ಅವಳು ತನ್ನ ಹಣ ಕಳೆದುಕೊಂಡ ಬೇಸರದಲ್ಲಿ ಹೊರಗೆ ಬರುತ್ತಾಳೆ. ಒಳ ಹೋಗುವಾಗ ಖಾಲಿ ಹೊಟ್ಟೆಯಿದ್ದು ಹೊರಬರುವಾಗ ಅದು ಉಬ್ಬಿರುವುದನ್ನು ಅವಳ ಪತಿ ಮರೆಯಲ್ಲಿ ನಿಂತು ಗಮನಿಸುತ್ತಾನೆ. ಅವಳಿಗಿಂತ ಮೊದಲೇ ಮನೆ ತಲುಪಿ ವಿಷ ಸೇವಿಸಿ ನೆಮ್ಮದಿಯಿಂದ ಮಲಗುತ್ತಾನೆ.

“ಕಳೆದ ಸಲ ಖಳ ದಲಿತ ಬ್ರಾಹ್ಮಣ ಜೋಡಿ ಸೃಷ್ಟಿಸಿ ನನ್ನಿಂದ ಬೈಸಿಕೊಂಡು ಈ ಸಲ ಪ್ರಜ್ಞಾಪೂರ್ವಕವಾಗಿ ಅದೇ ಜೋಡಿಯನ್ನು ನಾಯಕರನ್ನಾಗಿಸಿ, ಚರ್ಮದ ಬಣ್ಣ ಬದಲಾಯಿಸಿ ಅವಳಿಗೆ ಬಿಳಿ ಚರ್ಮ ಕೊಟ್ಟು ಮೇಲ್ಜಾತಿಯೆಂದೂ ಅವನಿಗೆ ಕರಿಚರುಮ ಕೊಟ್ಟು ಕೆಳಜಾತಿಯೆಂದೂ ಮಾಡಿ; ಬಿರಿಯಾನಿ ತಿನ್ನಿಸಿ ಕಳಿಸಿದ ಖಳನು ಮುಸ್ಲಿಮ ಎಂದು ಸೂಕ್ಷ್ಮವಾಗಿ ಬಿಂಬಿಸಿ; ಅವಳ ಬಾಯಿಯಿಂದ ‘ಪ್ರಾಯಶಃ’, ಅವನ ಬಾಯಿಯಿಂದ ‘ಬಹುಶಃ’, ಇದೆಲ್ಲ ಹೊಳೆಯದಿರುವಷ್ಟು ದಡ್ಡ ಎಂದುಕೊಂಡಿಯೇನು ನನ್ನನ್ನು?, ಬಿರಿಯಾನಿ ಜಾಗದಲ್ಲಿ ಮೊಸರನ್ನ ಇಟ್ಟಿದ್ದರೆ ಏನಾಗುತ್ತಿತ್ತು?”

“ಏನಾಗುತ್ತಿತ್ತು?”

“ನಿಮ್ಮ ಬರವಣಿಗೆಗೆ ಬೇರೆಯ ಮಜಲು ಸಿಗುತ್ತಿತ್ತು. ಅದರ ಆಯಾಮ ಇನ್ನೊಂದು ದಿಕ್ಕಿನಲ್ಲಿ ಹೊರಳುತ್ತಿತ್ತು”

ನಾನು ಮೊದಲ ಪುಸ್ತಕದಿಂದ ಹೆಸರುಗಳನ್ನು ತೆಗೆದಿದ್ದೆ. ಇನ್ನೀಗ ಊಟವನ್ನೂ ತೆಗೆದುಬಿಡಬೇಕು ಎಂದು ಧೃಡವಾಗಿ ನಿರ್ಧರಿಸಿದೆ. ಪಾತ್ರಗಳ ಬಾಯಿಗೆ ಬೀಗ ಜಡಿದೆ, ಕೂಳಿಲ್ಲದೆ ಸಾಯಬೇಕು ಮಗನವು.

ಸಿಟ್ಟು ಬರುತ್ತದೆ; ಹೆತ್ತ ಕರುಳು, ಸಂಕಟವನ್ನೂ ಪಡುತ್ತದೆ. ಗೆಡ್ಡೆ ಗೆಣಸು, ಹುಲ್ಲು ಸೊಪ್ಪನ್ನಾದರೂ ಹಾಕಿ ಬದುಕಿಸಿಕೊಳ್ಳಬೇಕು ಎಂಬ ಉಪಾಯ ಹೊಳೆಯುತ್ತದೆ.

ಆ ಸಿಟ್ಟಿನಲ್ಲಿ; ನನ್ನ ಪಾತ್ರಗಳನ್ನು ಬದುಕಿಸಿಕೊಳ್ಳಬೇಕೆಂಬ ಏಕೈಕ ಕಾಳಜಿಯಿಂದ ಅವನಿಗೆ ತುಸು ತಿಳಿ ಹೇಳಬೇಕೆನಿಸುತ್ತದೆ.

“ನೀವು ಯಾಕೆ ಒಬ್ಬರನ್ನು ಮೇಲ್ಜಾತಿ ಎಂದು ಕರೆದೂ ಕರೆದೂ ಅವರನ್ನು ಮೇಲೆ ಕೂರಿಸುವುದು? ಮತ್ತೊಬ್ಬರನ್ನು ಕೆಳಜಾತಿ ಎಂದು ಕರೆದೂ ಕರೆದೂ ಅವರನ್ನು ಕೆಳಗೆ ಕೂರಿಸುವುದು? ಅಷ್ಟು ಸೈಕಾಲಜಿ ಗೊತ್ತಿಲ್ಲವೇ ನಿಮಗೆ? ಒಂದು ಮಗುವಿಗೆ ಹುಟ್ಟಿನಂದಿನಿಂದ ನಿನ್ನದು ಮೇಲ್ಜಾತಿ ಎಂದು ತಲೆಗೆ ಕೂರಿಸಿದರೆ ಅದು ದಡ್ಡನಾಗಿದ್ದರೂ ಹಿರಿಮೆ ಬೀಗುತ್ತದೆ. ಮತ್ತೊಂದು ಬುದ್ಧಿವಂತ ಮಗುವಿಗೆ ನೀನು ಕೆಳಜಾತಿಯೆಂದು ಕರೆದೂ ಕರೆದೂ ಕೀಳರಿಮೆಯಿಂದ ಅದರ ಮನೋವಿಕಾಸವೇ ಕುಂಠಿತಗೊಳ್ಳುತ್ತದೆ”

“ಏನು ನಿಮ್ಮ ಮಾತಿನ ಅರ್ಥ? ಕೆಳಜಾತಿಯವರನ್ನು ನೀವು ಕೆಳಜಾತಿ ಎಂದು ಕರೆಯುವುದಲ್ಲ ಅದು; ಸಮಾಜ ನಿಮ್ಮನ್ನು ಕೆಳಜಾತಿಯನ್ನಾಗಿ ನೋಡುತ್ತಿದೆ ಎಂದು ಪ್ರಜ್ಞೆ ಮೂಡಿಸುವುದು”,

“ಎರಡೂ ಒಂದೇ ಅಲ್ಲವಾ? ಒಟ್ಟಿನಲ್ಲಿ ಅವರ ಮನಸಿನಿಂದ ಮಾಸದಂತೆ ಕೂರಿಸುವುದು”

“ನಿಮ್ಮ ಪ್ರಕಾರ ಪರಿಹಾರವೇನು?”

“ಸರಳ: ಆ ಎರಡು ಪದಗಳಿಗೆ ಪರ್ಯಾಯ ಪದ ಹುಡುಕಿ. ನಿಮಗೆ ಗೊತ್ತೇ? ಕಾರ್ಪೋರೇಟ್ ಸಂಸ್ಥೆಗಳಲ್ಲಿ ಸಾಮಾನ್ಯವಾಗಿ ನಾವು ವಸ್ತು, ವಿಷಯಗಳನ್ನು ವಿಂಗಡಿಸುವಾಗ ವೈಟ್ ಲಿಸ್ಟ್, ಬ್ಲಾಕ್ ಲಿಸ್ಟ್ ಎಂಬ ಪದಗಳನ್ನು ಬಳಸುತ್ತಿದ್ದೆವು. ಸಲ್ಲುವ ವಸ್ತುಗಳನ್ನು ವೈಟ್ ಲಿಸ್ಟಿನಲ್ಲಿ. ಸಲ್ಲದ ವಸ್ತುಗಳು ಬ್ಲಾಕ್ ಲಿಸ್ಟಿನಲ್ಲಿ. ನೀವು “ಅವನ ಜೀವನದಲ್ಲಿ ಆ ಘಟನೆ ಕಪ್ಪು ಚುಕ್ಕೆ” ಅಂತೀರಲ್ಲ. ಒಂಥರ ಹಾಗೆ. ಈಗ ಅವೆರಡೂ ಪದಗಳ ಬಳಕೆ ನಿಷೇಧಿಸಲಾಗಿದೆ”

ಅವನು ಹೋದ ನಂತರ ನನ್ನ ಮನೆಯ ತುಂಬ ಕಪ್ಪು ನೂಲು ಸುತ್ತಿಕೊಂಡಿತ್ತು. ತುಂಬ ಅಂದರೆ ತುಂಬ. ಬಾಟಲಿಯಲ್ಲಿ ಬಿಳಿ ಹತ್ತಿಯ ಸರಮಾಲೆ ತುಂಬಿದಂತೆ. ಕಪ್ಪು ಚುಕ್ಕೆ; ಬಿಳಿ ಚುಕ್ಕೆ. ನಾನು ಅಂಗಳದಲ್ಲಿ ನಿಂತು ಗಂಟು ಬಿದ್ದ ನೂಲನ್ನು ಬಿಡಿಸುತಲಿದ್ದೆ. ನೂಲುಗಳು ಅಕ್ಷರಗಳ ಆಕಾರದಲ್ಲಿ ಉಂಡೆಗಟ್ಟಿದ್ದವು. ಆ ಕಲಸುಮೇಲೋಗರ ಅಕ್ಷರಗಳನ್ನು ಸರಿಯಾಗಿ ಜೋಡಿಸಿದರೆ ಅರ್ಥ ಇರುವಂತೆ; ಹೇಗೆ ಜೋಡಿಸುವುದು ಹೊಳೆಯದಂತೆ. ಇಂತಹ ಸ್ಥಿತಿಯಲ್ಲಿ ಅಯಸ್ಕಾಂತಕ್ಕೆ ಕಬ್ಬಿಣ ಅಂಟಿಕೊಂಡಂತೆ ನನ್ನ ತಲೆ ಹಾಸಿಗೆಗೆ ಅಂಟಿಕೊಳ್ಳುತ್ತದೆ. ಎಷ್ಟು ಕಿತ್ತರೂ ಹೊರಬರದು.

ಅಂದು ನನ್ನ ಶಿರವು ಹಾಸಿಗೆಗೆ ಅಂಟಿಕೊಂಡಿದ್ದ ಸಂದರ್ಭದಲ್ಲಿ ನೀವು ಬಂದು ತಲೆ ನೀವಿ ಕೆನ್ನೆ ಚಿವುಟಿ ಹೋಗಿದ್ದು. ನನ್ನನ್ನು ಈ ಮಟ್ಟಿಗೆ ನಿಯಂತ್ರಿಸುವುದು ಕ್ಷೇಮವೇ?

***

ನಿಮ್ಮ ಸ್ಪರ್ಷದ ಮಾಂತ್ರಿಕತೆಯಿಂದ ಹಾಸಿಗೆಯಿಂದ ಶಿರವು ಬಿಡಿಸಿಕೊಂಡಿತು. ನೀವು ಅತ್ತ ಹೋದ ನಂತರ ತ ಮತ್ತು ಪ ಬಂದಿದ್ದರು; ಪಾರ್ಟಿ ಮಾಡಲಿಕ್ಕೆಂದು. ಅವರಿಗೆ ಕುಡಿಯಲಿಕ್ಕೆ ಕೊಟ್ಟೆ. ಹಿಂದಿನ ಸಲ ಬಂದಾಗ ಕ ಮತ್ತು ಚ ಹತರಾಗಿದ್ದು ನೆನಪಿಗೆ ಬಂತು. ಈ ಸಲ ಏನು ಅನಾಹುತ ಕಾದಿದೆಯೊ? ಪ್ರಕ್ಷುಬ್ಧನಿದ್ದೆ. ಅವರಿಗೆ ಸಾಕಷ್ಟು ಕುಡಿಯಲು ಕೊಟ್ಟು ಎದ್ದು ಬೆಟ್ಟದ ಮೇಲೆ ಹೋದೆ. ಜಿಗಿದೆ. ಎಷ್ಟು ಹೊತ್ತಾದರೂ ರೆಕ್ಕೆ ಮೂಡಲಿಲ್ಲ. ವಿಪರೀತ ಭಯವಾಯಿತು. ಕೆಳಗೆ ದೊಡ್ಡ ಬಂಡೆಯಿತ್ತು. ವೇಗವಾಗಿ ಸಮೀಪಿಸುತ್ತಿತ್ತು. ಮರಣ ಖಚಿತ ಭಯ. “ಯಾರಾದರೂ ಕಾಪಾಡಿ” ಎಂದು ಚೀರಿಕೊಂಡೆ.

ಚೀರಿದಂತೆ ಬಾಯಿ ಆಡಿತ್ತು; ಧ್ವನಿ ಹೊರಟಿರಲಿಲ್ಲ. ಅಷ್ಟರಲ್ಲಿ ಬೃಹದಾಕಾರದ ಹಕ್ಕಿ ಬಂದು ಕೊಕ್ಕಿನಿಂದ ನನ್ನನ್ನು ಎತ್ತಿಕೊಂಡು ಹೋಯಿತು.

ಅದರ ರೆಕ್ಕೆಗಳು ನನಗೆ ಮೂಡುವ ರೆಕ್ಕೆಗಳಿಗಿಂತ ದೊಡ್ಡದಿದ್ದವು. ಪಕ್ಷಿ ಮನೆಗೆ ವಿರುದ್ಧ ದಿಕ್ಕಿನಲ್ಲಿ ಹಾರತೊಡಗಿತು.

“ಎಲ್ಲಿಗೆ ಹೊತ್ತೊಯ್ಯುತ್ತಿರುವೆ? ಮನೆಯಲ್ಲಿ ಗೆಸ್ಟ್ ಇರುವರು.”

“ನಿನಗಾಗಿ ಒಬ್ಬರು ಬಹಳ ದಿನಗಳಿಂದ ಕಾಯುತ್ತಿರುವರು”

ನನಗಾ? ನನಗಾಗಿ ಕಾಯುವವರೂ ಭುವಿ ಮೇಲೆ ಇರುವರೇ? ರೋಮಾಂಚನ ವಾಯಿತು. ಕುತೂಹಲ. ಯಾರಿರಬಹುದು?

ಹಕ್ಕಿಯು ಒಂದು ಮನೆಯ ಅಂಗಳದಲ್ಲಿ ಧೊಪ್ಪನೆ ಬೀಳಿಸಿ ಹಾರಿಹೋಯಿತು.

ಅಂಗಳದಲ್ಲಿ ಮುದುಕಿಯೋರ್ವಳು ಪಕ್ಕದಲ್ಲಿ ಊರುಗೋಲನ್ನು ಇರಿಸಿಕೊಂಡು ಕುಕ್ಕರಗಾಲಿನಲ್ಲಿ ಕುಳಿತಿದ್ದಳು. ದಪ್ಪ ಕನ್ನಡಕ ಹಾಕಿದ್ದಳು. ಭೂತಗನ್ನಡಿಯಂತಿತ್ತು ಅದು. ತಲೆ ನಡುಗುತ್ತಿತ್ತು.

“ಮರತೆಯಾ ನನ್ನನ್ನು” ಎಂದಿತು ಅಜ್ಜಿ.

“ಯಾರು ನೀವು? ಗೊತ್ತಾಗಲಿಲ್ಲ”

“ನಾನು ಯಾರಾ? ಮರೆತುಬಿಟ್ಟೆಯಾ ಮ?”

ನನಗೆ ಕೆಳಗಿಂದ ಮೇಲೆ ವಿದ್ಯುತ್ ಹರಿಯಿತು. ನನ್ನನ್ನು ಮ ಎಂದು ಕರೆವುದು ಭೂಮಿ ಮೇಲೆ ಏಕೈಕ ಜೀವ. ಅವರು ವ. ಅವರೆಲ್ಲಿ ಈ ಅಜ್ಜಿಯೆಲ್ಲಿ?

ವ ಯಾರು ಗೊತ್ತಾ? ಬಹಳ ಹಿಂದೆ: ನಾನೊಮ್ಮೆ ಯಾವುದೊ ಮದುವೆ ಛತ್ರದಲ್ಲಿ ಹೊಸ ಬಟ್ಟೆ ಧರಿಸಿ ಖುಷಿ ಖುಷಿಯಿಂದ ಓಡಾಡಿಕೊಂಡಿದ್ದೆ. ಕೆಳಗಿನ ಮಹಡಿಯ ನಡುವೆ ಮಂಟಪ. ಮೊದಲ ಮಹಡಿಯಲ್ಲಿ ನಿಂತು ಮಂಟಪದ ಅಲಂಕಾರ ಸವಿಯುತ್ತಿದ್ದೆ. ತುಂಬಿದ ಸಭೆಯನ್ನು ಸಂಭ್ರಮವನ್ನು ವೀಕ್ಷಿಸುವುದು ನನಗೆ ಬಹಳ ಮುದ ನೀಡುತ್ತಿತ್ತು. ಅದು ಬೇಸರವಾದ ಕೂಡಲೆ ಮಹಡಿಯನ್ನು ಸುತ್ತುತ್ತ ಕೋಣೆಗಳನ್ನು ಇಣುಕಲಾರಂಭಿಸಿದೆ; ಯಾರಿರಬಹುದು ಒಳಗೆ ಎಂಬ ಮಕ್ಕಳ ಕುತೂಹಲ. ಒಂದು ಕೋಣೆಯ ಬಾಗಿಲು ತೆರೆದಾಗ ಇಬ್ಬರು ನಡುವಯಸ್ಕ ಹೆಂಗಸರು ಸೀರೆ ಉಡುತ್ತಿದ್ದರು. ಬಹಳ ಅರ್ಜೆಂಟಲ್ಲಿದ್ದರು. ಮುಹೂರ್ತದ ಸಮಯ ಸಮೀಪಿಸುತ್ತಿತ್ತು. ನಾನು ಇಣುಕಿದೊಡನೆ ಒಬ್ಬರು ಕೈಲಿದ್ದ ನೆರಿಗೆಯಿಂದ ತಮ್ಮ ಎದೆ ಮುಚ್ಚಿಕೊಂಡರು. ಮತ್ತೊಬ್ಬರು ಚೂರು ಮಿಸುಗಾಡಲಿಲ್ಲ. ಬದಲಾಗಿ ಬಾಯಿಯಲ್ಲಿ ಕಚ್ಚಿದ್ದ ನೆರಿಗೆಯನ್ನು ಕೆಳಗೆ ಬಿಟ್ಟರು. ಅವರ ದರ್ಶನವಾಯಿತು. ಅವರೇ ವ.

ವ ಈಗ ಅಜ್ಜಿಯಾಗಿಬಿಟ್ಟಿದ್ದಾರೆ.

ನಮ್ಮ ಊರಿನವರೇ. ಅಂದು ಅವರು ತೋರಿಸಿದ ಸಲುಗೆ ಸಲ್ಲಾಪದಿಂದ ಅವರು ನನ್ನನ್ನು ಪ್ರೀತಿಸುತ್ತಾರೆ ಎಂದುಕೊಂಡೆ. ನನಗೂ ಅವರ ಮೇಲೆ ಪ್ರೀತಿ ಹುಟ್ಟಿತು. ಅವರ ಮನೆ ಮುಂದೆ ಆಗಾಗ್ಗೆ ಸುಳಿಯಲಾರಂಭಿಸಿದೆ. ಅವರು ಸಗಣಿ ಸಾರಿಸುವಾಗ; ರಂಗೋಲಿ ಬಿಡುವಾಗ. ಕೆಲವೊಮ್ಮೆ ಮುಂಜ ಮುಂಜಾನೆ ಎದ್ದು ಅವರು ನಿತ್ಯಕರ್ಮಗಳಿಗೆ ಹೋಗುವ ಜಾಗಗಳನ್ನು ಸುತ್ತೊಡೆಯಲಾರಂಭಿಸಿದೆ. ಅವರು ನನ್ನನ್ನು ನೋಡಿದಾಗೆಲ್ಲ ನನ್ನ ನೋಡುವಿಕೆಯನ್ನು ಮಾನ್ಯ ಮಾಡುತ್ತಿದ್ದರು. ಅರ್ಥಾತ್ ಅದಕ್ಕೆ ಬೆಂಬಲವಾಗಲಿ ವಿರೋಧವಾಗಲಿ ತೋರುತ್ತಿರಲಿಲ್ಲ. ಬಹಳ ವರುಷ ನಾನು ಅವರನ್ನು ಮನಸಾರೆ ಪ್ರೀತಿಸಿದೆ. ಅವರ ಮೊಣಕಾಲಿನವರೆಗೆ ಇದ್ದೇನೇನೊ. ಆದರೂ ನನ್ನ ಮಡದಿಯಾಗಿದ್ದರು. ಇರುಳು ಅವರ ಮನೆ ಹೊಕ್ಕು ಅವರ ಪತಿಯ ಆತ್ಮವನ್ನು ಸೇರಿಕೊಳ್ಳುತ್ತಿದ್ದೆ. ಅವರನ್ನು ಸಂಭೋಗಿಸುತ್ತಿದ್ದೆ. ನನ್ನ ಜೀವನಸ್ಫೂರ್ತಿಯಾಗಿದ್ದರು ವ. ಮಾತ್ರ ಒಮ್ಮೆಯೂ ಬೆಂಬಲ ತೋರಲಿಲ್ಲ; ವಿರೋಧ ಮಾಡಲಿಲ್ಲ. ಅಂಗೀಕಾರವಷ್ಟೇ.

ಈಗ ಕೇಳುತ್ತಿದ್ದಾರೆ: ಮರೆತೆಯಾ ನನ್ನ ಮ ಎಂದು.

ನಾನು ಈ ಮೊದಲು ನಿಮಗೆ ಹೇಳಿದ್ದೆನಲ್ಲ; ಹೆಸರು ಕೊಟ್ಟರೆ ಓದುಗನು ಬುರುಡೆ ಒಡೆಯುತ್ತಿದ್ದನೆಂದು. ಆ ಸಂಗತಿ ಏನಂದರೆ ಇದೇ ರೀತಿ ನಾನು ಜಗತ್ತಿನ ನಾನಾ ದೇಶಗಳ ಗುಡಿಗಳಲ್ಲಿರುವ ನಾನಾ ದೇವತೆಗಳೊಂದಿಗೆ ಇರುಳು ಕಳೆದು ಬಂದಿದ್ದೇನೆ. ಅವರ ನೈಜ ಹೆಸರು ಲಗತ್ತಿಸಿದರೆ ಕೋಮುದಳ್ಳುರಿ ಆಗುತ್ತದೆ. ಅವರು ನನ್ನನ್ನು ತಮ್ಮ ತೊಡೆ ಮೇಲೆ ಮಲಗಿಸಿಕೊಂಡು ಅಭಿಮನ್ಯುವಿಗೆ ಚಕ್ರವ್ಯೂಹ ಬೋಧಿಸಿದಂತೆ ತಮ್ಮ ತಮ್ಮ ಮತಗಳ ಧರ್ಮ ಬೋಧನೆ ಮಾಡಿರುವರು. ನಡುರಾತ್ರಿ ಮಲಗಿದ್ದಾಗ ತಲೆ ನೇವರಿಸಿ ಮುತ್ತು ಕೊಟ್ಟಿರುವರು. ಅದೆಲ್ಲ ಸಾಧ್ಯವಾದದ್ದು ವ ಇಂದ. ಆತ್ಮ ಪ್ರವೇಶಿಸುವ ಕೌಶಲ್ಯದಿಂದ.

ನಾನು ವಾಪಸ್ ಮನೆಗೆ ಬಂದೆ. ನಡುವೆ ಮೆಜೆಸ್ಟಿಕ್ಕಿನಲ್ಲಿ ಹಿಕ್ಕೆ ಹಾಕಿ ಬರುವುದು ಮರೆಯಲಿಲ್ಲ. ಮನೆಗೆ ಬಂದವನೆ ಖಾಲಿ ಮಾಡಿದ ಬಿಯರಿನ ಬಾಟಲಿಯನ್ನು ಎತ್ತಿ ತ ನ ತಲೆಗೆ ಕುಕ್ಕಿದೆ. ಪ ಜೊತೆ ಸೇರಿಕೊಂಡು ಶವವನ್ನು ನದಿಯ ಕೊರಕಲಿನಲ್ಲಿ ಎಸೆದು ಬಂದೆವು.

***

ಮುಂಜಾನೆ ಎದ್ದಾಗ ನೀವು ಪ್ರತ್ಯಕ್ಷ!. ಈ ಸಲ ಮನೆಯ ಒಳಗೆ ಬಂದುಬಿಟ್ಟಿದ್ದಿರಿ. ಪ ನೊಂದಿಗೆ ಮಾತಾಡುತ್ತಿದ್ದಿರಿ. ಮೊದಲ ಸಲ ನಿಮ್ಮ ಧ್ವನಿಯನ್ನು ಆಲಿಸಿದೆ. ವಿಚಿತ್ರವೆನಿಸಿತು. ನನ್ನ ನೋಡಿದಿರಿ; ಆದರೆ ಮಾತಾಡಿಸಲಿಲ್ಲ. ನನಗೂ ನಿಮ್ಮೊಂದಿಗೆ ಮಾತು ಆಡಬೇಕೆಂಬ ಆಸೆಯಿದ್ದರೂ ಆಡದಿದ್ದುದೇ ಅಧಿಕ ಸುಖಧಾಯಕವಾಗಿತ್ತು. ನಿಮ್ಮನ್ನು ನೋಡುವುದೇ ಒಂದು ಖುಷಿ. ನೀವಿಬ್ಬರೂ ಎದ್ದು ಹೊರಗೆ ನಡೆದಿರಿ. ನಾನು ಹಿಂಬಾಲಿಸಿದೆ. ಪ ಹುಡುಗನಂತ ಯುವಕ. ನಾನು ನಡುವಯಸ್ಕ. ನಾನು ಯಾವಾಗಲೂ ಒಂದೊಂದೆ ಕಲ್ಲು ಹಿಡಿದು ಮೆಲ್ಲಗೆ ನದಿಯ ಕೊರಕಲಿಗೆ ಇಳಿಯುತ್ತಿದ್ದೆ. ಅವನು ಮರಳಿನ ದಿಬ್ಬದಿಂದ ಸುಯ್ಯನೆ ಜಾರುತ್ತಿದ್ದ. ಒಂದು ಕಲ್ಲಿನಿಂದ ಇನ್ನೊಂದು ಕಲ್ಲಿಗೆ ಹಾರುತ್ತಿದ್ದ. ನಿಮ್ಮಲ್ಲಿ ಅವನ ಬಗ್ಗೆ ಮೆಚ್ಚುಗೆ ಮೂಡಿತು. ನಿಮಗೆ ಅದು ಇಷ್ಟವೆಂದು ತಿಳಿಯಿತು. ನೀವು ವಿಶಿಷ್ಟ. ಮುದುಕನ ಜ್ಞಾನ; ಯುವಕನ ಯೌವನ; ಕನ್ನಡಕದವನ ಜಾಣತನ; ಗಡ್ಡದವನ ಕ್ರಾಂತಿತನ; ಪ್ರತಿಯೊಂದನ್ನೂ ಭೋಗಿಸಬಲ್ಲವರಿದ್ದಿರಿ. ನನ್ನಲ್ಲಿ ಅದು ಏನೊಂದೂ ಇರಲಿಲ್ಲ. ತೀರ ಸಪ್ಪೆ. ನೀವು ನಂಬುತ್ತೀರೊ ಇಲ್ಲವೋ. ಡಿಗ್ರಿ ಮುಗಿಸಿ ಮಾಸ್ಟರ್ಸ್ ಮಾಡಿ ಉದ್ಯೋಗ ಸೇರಿ ಹನ್ನೆರಡು ವರುಷ ಕಳೆದಿದೆ; ಈಗಲೂ ಹನ್ನೆರಡನೆ ತರಗತಿಯ ಪರೀಕ್ಷೆಗೆ ಕೂತು ಬರುತ್ತೇನೆ. ಅದಕ್ಕೂ ತಡವಾಗಿ ಹೋಗುತ್ತೇನೆ. ಆಟೋ ಚಾಲಕನ ಬಳಿ ನನ್ನ ಜೀವವನ್ನು ಅಡ ಇಡುತ್ತೇನೆ.

ನಾನು ಮೆಲ್ಲಗೆ ಕಲ್ಲುಗಳನ್ನು ಹಿಡಿದು ಕೊರಕಲಿಗೆ ಇಳಿಯುವಷ್ಟರಲ್ಲಿ ನೀವು ಅವನ ಹಿಂದೆ ಓಡಿದ್ದಿರಿ. ನೀವಿಬ್ಬರೂ ಕ್ಷಣಮಾತ್ರದಲ್ಲಿ ಕಣ್ಮರೆಯಾಗಿದ್ದಿರಿ. ನನಗೆ ಬಹಳ ನೋವಾಯಿತು. ಈರ್ಷೆ. ಸಂಕಟ. ಸಿಟ್ಟು. ಬಿಟ್ಟುಹೋದಿರಿ ಎಂದು. ಅವನ ಹಿಂದೆ ಹೋದಿರಿ ಎಂದು. ಮೆಲ್ಲ ಮೆಲ್ಲಗೆ ಕರಿಗಲ್ಲುಗಳ ಮೇಲೆ ಒಂದೊಂದು ಹೆಜ್ಜೆಯನ್ನು ಎತ್ತಿಟ್ಟುಕೊಂಡು ಅಣೆಕಟ್ಟಿನ ದಿಕ್ಕಿನಲ್ಲಿ ನಡೆಯಲಾರಂಭಿಸಿದೆ.

ಬಹಳ ದೂರ ನಡೆದೆ. ನೀವು ಸಿಗಲೇ ಇಲ್ಲ. ಮತ್ತಷ್ಟು ದೂರ ನಡೆದೆ. ಮತ್ತೂ ಇಲ್ಲ. ಒಂದು ದೊಡ್ಡ ಬಂಡೆಯ ಮೇಲೆ ನಿಂತು "ಎಲ್ಲಿ ಕಾಣೆಯಾದರಪ್ಪ" ಎಂದು ಸುತ್ತ ತಿರುಗಿದೆ. ನೀವಿಬ್ಬರೂ ನನ್ನ ಪಾದದ ಬುಡದಲ್ಲಿಯೆ ಇದ್ದಿರಿ. ಬಂಡೆಯ ನೆರಳಿನಲ್ಲಿ.

ನೀವು ಅವನೊಂದಿಗೆ ಸಂಭೋಗದಲ್ಲಿ ತೊಡಗಿಕೊಂಡಿದ್ದಿರಿ. ಅವನಿಂದ ಇಷ್ಟಪಟ್ಟು ರಸವನ್ನು ಹೀರಿಕೊಳ್ಳುತ್ತಿದ್ದಿರಿ. ನನ್ನ ತೊಡೆಗಳು ನಡುಗಿದವು. ಅವನು ಮೇಲಿದ್ದ; ನೀವು ಕೆಳಗಿದ್ದಿರಿ. ನಿಮಗೆ ನಾನು ಕಂಡೆನು. ನಿಮ್ಮ ನಯನಗಳು ನನ್ನ ನಯನಗಳನ್ನು ಸಂಧಿಸಿದವು. ಮಾತಿಲ್ಲ; ಕತೆಯಿಲ್ಲ. ಬೆಂಬಲವಿಲ್ಲ;ವಿರೋಧವಿಲ್ಲ. ಸುಮ್ಮನೆ ನೋಡುತ್ತೀರಿ. ನನ್ನ ಭಾವನೆಗಳಿಗೆ ಮಾನ್ಯತೆಯ ಮುದ್ರೆ ಒತ್ತುತ್ತೀರಿ. ಸನ್ನಿವೇಶವು ಸರಕಾರಿ ಕಛೇರಿಗಳಲ್ಲಿ ಅಧಿಕಾರಿ ಅಪ್ಲಿಕೇಶನ್ನು ಇಸಕೊಂಡು ಸರಿ ಹೊರಡಿ ಎನ್ನುವಂತಿತ್ತು. ನಿಮ್ಮ ಮೊಗದಲ್ಲಿ ಅಧಿಕಾರಿಯ ಧಾರ್ಷ್ಟ್ಯವಿರಲಿಲ್ಲವೆಂಬುದು ನೆಮ್ಮದಿ. ಅವನಿಂದ ಕ್ರಿಯೆ ನಡೆಸಿಕೊಳ್ಳುತ್ತ ನನ್ನನ್ನು ದಿಟ್ಟಿಸುತ್ತಿದ್ದಿರಿ. ಒಬ್ಬರಿಂದ ಸುಖ ಪಡೆಯುತ್ತ ಇನ್ನೊಬ್ಬರನ್ನು ನೋಡುವುದಿದೆಯಲ್ಲ; ಅದು ವಿಶಿಷ್ಟ.

ನಾನು ಹಿಂದೆ ತಿರುಗಿ ಮನೆಯತ್ತ ಹೊರಟೆ. ಸ್ವಲ್ಪ ಹೊತ್ತಿನಲ್ಲಿ ಹಿಂದಿಂದ ಬಂದು ಯಾರೊ ನನ್ನ ಕೈಹಿಡಿದರು. ಹುಡುಗಿ ಕೈ. ಅದು ನೀವು. ಅವನಿಗೆ ಬೈ ಹೇಳಿ ಕಳಿಸಿದಿರಿ. ನನ್ನನ್ನು ಇನ್ನೊಂದು ಬಂಡೆಯ ಮೇಲೆ ಕುಳ್ಳಿರಿಸಿದಿರಿ. ನೀವು ಕೆಳಗೆ ಮಲಗಿ ನನ್ನನ್ನು ಮೇಲೆ ಮಲಗಿಸಿಕೊಂಡಿರಿ. ವಿವಸ್ತ್ರಗೊಂಡಿರಿ. ಅನುಕಂಪದ ಸಂಭೋಗ. ಹಠಮಾರಿ ಮಗುವಿಗೆ ಚಾಕಲೇಟು ಕೊಟ್ಟು ಸಂತೈಸುವ ಪ್ರೀತಿ.

ನಾನು ನಾಚಿಕೆ ಬಿಟ್ಟು ಇನ್ನೇನು ಶುರು ಮಾಡಬೇಕು ಎಂಬಷ್ಟರಲ್ಲಿ ಮರ್ಫಿ ಮೇಲಿಂದ ಆಶೀರ್ವಾದದ ಹೂಮಳೆಗರೆದನು. ಎಂದೂ ಒಡೆಯದ ಅಣೆಕಟ್ಟು ಒಡೆಯಿತು. ಪ್ರವಾಹ; ಅದು ಪ್ರವಾಹವಲ್ಲ; ಪ್ರಳಯ; ಅಲ್ಲೋಲ ಕಲ್ಲೋಲ. ಅದು ನಮ್ಮನ್ನು ಕೊಚ್ಚಿಕೊಂಡು ಹೋಯಿತು. ನಾವು ಬೇರ್ಪಟ್ಟೆವು. ಕಸ ಕಡ್ಡಿ ತರಗು; ಹಳದಿ ನೀರು; ನೀವು ಮನುಷ್ಯ ಕೈಗಳಿಂದ ಈಜಿಕೊಂಡು ಹೊರಟುಹೋದಿರಿ. ನಾನು ಆಮೆಯ ರೆಕ್ಕೆಗಳಿದ್ದೂ ಹಿಂದುಳಿದೆ.

***

ಅಂತಹ ಭೀಕರ ಪ್ರಳಯದಲ್ಲೂ ನನ್ನ ಗಾಜಿನ ಮನೆ ಮಿಸುಕಾಡಿರಲಿಲ್ಲ. ನಾನು ನದಿಯಿಂದ ಮೇಲೆದ್ದು ನಡೆದು ಬಂದೆ. ಕುತ್ತಿಗೆಯಲ್ಲಿ ಕಟ್ಟಿದ್ದ ಟೈ ಹಾಗೆ ಇದೆ. ಪೀಟರ್ ಇಂಗ್ಲಂಡ್ ಶರಟಿನ ಇಸ್ತ್ರಿ ಸ್ವಲ್ಪವೂ ಕದಲಿಲ್ಲ. ಒದ್ದೆಯಿಲ್ಲ. ಕಾಲ್ಗಳಲ್ಲಿ ಲಿಬರ್ಟಿ ಕಪ್ಪು ಫಾರ್ಮಲ್ ಶೂಗಳು. ಸಾಕ್ಸುಗಳು. ಸಾಕ್ಸು ಮತ್ತು ಶರಟಿನ ನಡುವೆ ಏನೊಂದೂ ಇಲ್ಲ. ಕ್ರಾಪು ಬಾಚಿದ್ದೇನೆ.

ಆ ಓದುಗ ಮತ್ತೆ ಬಂದಿದ್ದಾನೆ. ಮನೆ ಮುಂದೆ ನಿಂತಿದ್ದಾನೆ. ಅಣೆಕಟ್ಟು ಒಡೆದರೂ ಮಿಸುಕಾಡದ ಗಾಜಿನ ಮನೆ ಅವನಿಗೆ ಇನ್ನಿಲ್ಲದ ಸಿಟ್ಟು ತರಿಸಿದೆ. ರಸ್ತೆಯಲ್ಲಿ ನಿಂತು ದಪ್ಪ ದಪ್ಪ ಕಲ್ಲುಗಳನ್ನು ಬೀಸುತ್ತಿದ್ದಾನೆ. ಕಲ್ಲು ತಗುಲಿದಲ್ಲೆಲ್ಲ ಮನೆ ಫಳ್ ಫಳ್ ಎಂದು ಒಡೆಯುತ್ತಿದೆ. ಗೋಡೆಗಳು ಕುಸಿಯುತ್ತಿವೆ.

ನಾನು ಬಗ್ಗಿ ಕಲ್ಲುಗಳನ್ನು ಆಯ್ದುಕೊಳ್ಳುತ್ತೇನೆ. ಅವನತ್ತ ತೂರುತ್ತೇನೆ. ಒಂದು ಕಲ್ಲು ಅವನ ಹಣೆಗೆ ಬಡಿಯುತ್ತದೆ. ರಕ್ತ ಸೋರುತ್ತದೆ. ಅವನು ಓಡಲು ಅನುವಾಗುತ್ತಾನೆ. ನಾನು ಅವನ ಬೆನ್ನಟ್ಟುತ್ತೇನೆ. ಈ ಸಲ ಅವನ ಖೂನಿ ಖಂಡಿತ. ಇನ್ನೊಮ್ಮೆ ಇತ್ತ ಬರಕೂಡದು. ನನ್ನ ಬರಹದ ಅರ್ಥ ಕೆಡಿಸಕೂಡದು.

ನಾನು ವೇಗ ಹೆಚ್ಚಿಸಿದಂತೆ ಅವನೂ ತನ್ನ ವೇಗವನ್ನು ಹೆಚ್ಚಿಸಿಕೊಳ್ಳುತ್ತಾನೆ. ಒನ್ ವೇ ರಸ್ತೆಗೆ ಇಳಿಯುತ್ತಾನೆ. ಅದು ರೆಕ್ಟಾಂಗುಲರ್ ರಸ್ತೆ. ಅವನಿಗೆ ಬಹಳ ಚಿರಪರಿಚಿತ ಜಾಗವಿದ್ದಂತಿದೆ. ನಾನು ಮುಂದಿನ ದಿಕ್ಕಿಗೆ ಓಡುತ್ತಿದ್ದರೆ ಪಕ್ಕದ ರಸ್ತೆಯಲ್ಲಿ ಹಿಂದಿನ ದಿಕ್ಕಿಗೆ ಓಡುತ್ತಿದ್ದಾನೆ. ಟ್ರಾಫಿಕ್ ಪೋಲೀಸು ನಾನು ತಪ್ಪು ಎಸಗಲೆಂದೇ ಹೊಂಚು ಹಾಕುತ್ತಿದ್ದಾನೆ. ನಾನು ಬಹಳ ಬಳಲಿದ್ದೇನೆ, ವೇಗ ತಗ್ಗುತ್ತಿದೆ. ಓದುಗ ಬರುಬರುತ್ತ ನನ್ನ ಬೆನ್ನ ಹಿಂದೆ ತಲುಪಿರುವನು. ನನಗೆ ದಿಗಿಲಾಗುತ್ತಿದೆ. ಅವನು ಬೇಕಂತಲೆ ಈ ವ್ಯೂಹದ ಒಳಗೆ ಎಳೆದುಕೊಂಡು ಬಂದಂತಿದೆ. ವೇಗ ಹೆಚ್ಚಿಸಿಕೊಳ್ಳದಿದ್ದರೆ ಹಿಂದಿನಿಂದ ಬಂದು ಪುನಃ ಬೆನ್ನು ತಟ್ಟುತ್ತಾನೆ, ಉಗುಳುತ್ತಾನೆ. ಹೊಡೆಯುತ್ತಾನೆ. ಅಳಲೋ; ನಾನು ಜೀವನ್ಮರಣ ಓಟ ಕಿತ್ತೆ. ಒಮ್ಮೆ ನಾನು ಅವನ ಬೆನ್ನ ಹಿಂದೆ. ಮಗದೊಮ್ಮೆ ಅವನು ನನ್ನ ಬೆನ್ನ ಹಿಂದೆ.

⌘

# ಬೇಟೆ

**ದೀರ್ಘ ಪ್ರಯಾಣದ ಸಂಕಲ್ಪ ಹೊತ್ತ ವಿದ್ಯಾರ್ಥಿ ನೆತ್ತಿ ಮೇಲೆ ಬಿಸಿಲ ಮಳೆ ಸುರಿಯುವ ಹೊತ್ತಿಗೆ ದಣಿದು ದಟ್ಟಾರಣ್ಯದ ಪಾದಚಾರಿ ಮಾರ್ಗದಲ್ಲಿನ ಅಶ್ವತ್ಥ ಮರದ ನೆರಳಿನಲ್ಲಿ ಕುಳಿತ. ಜೋಳಿಗೆಯನ್ನು ತಲೆಗೆ ಒತ್ತಾಸೆ ಕೊಟ್ಟು ಒಣ ಎಲೆ ಮೆತ್ತೆಯ ಮೇಲೆ ಉರುಳಿಕೊಂಡ. ತರುಣ ನೆಂಬುದೇ ಅವನ ನಿಜ ನಾಮಧೇಯ. ಅಂದಿಗೆ ಸರಿಯಾಗಿ ಮೂವತ್ತೇಳು ದಿವಸಗಳ ಹಿಂದೆ ವಿದ್ಯಾಭ್ಯಾಸ ಮುಗಿಸಿ ಗುರುಕುಲದಿಂದ ಬೀಳ್ಕೊಡುಗೆ ಪಡೆದಿದ್ದ. ನೂರಾರು ಗ್ರಾಮಗಳು, ಹತ್ತಾರು ನಗರಗಳು, ಕೆಲವಾರು ನದಿಗಳನ್ನು ದಾಟಿ ಬಂದಿದ್ದ. ಗುರುಕುಲದ ಇತಿಹಾಸದಲ್ಲಿ ಇವನಂತೆ ಇನ್ನಾರಿದ್ದಿಲ್ಲ ಎಂಬ ಕೀರ್ತಿವಂತನಾಗಿದ್ದ. ಈತನು ಗುರುವರ್ಯರ ನೆಚ್ಚಿನ ಶಿಷ್ಯನಾಗಿದ್ದು ಗುರುಗಳು ಬೀಳ್ಕೊಡುಗೆಯ ಹಿಂದಿನ ರಾತ್ರಿ ತಮ್ಮ ಕುಟೀರಕ್ಕೆ ಆಮಂತ್ರಿಸಿದ್ದರು.**

"ಭಗವಂತನು ಪ್ರತಿಯೊಬ್ಬ ವ್ಯಕ್ತಿಗೆ ವಿಶಿಷ್ಟ ಪಾತ್ರವನ್ನು ಕಲ್ಪಿಸಿರುತ್ತಾನೆ. ವ್ಯಕ್ತಿ ಆಯಾ ಪಾತ್ರಕ್ಕೆ ತಕ್ಕಂತೆ ವರ್ತಿಸಿದಾಗ ಮಾತ್ರ ಅತ್ಯಧಿಕ ಇಳುವರಿ ನೀಡುವವನಾಗುತ್ತಾನೆ. ನೀನು ಇನ್ನೇನೊ ಆಗಬಯಸುತ್ತಿರಬಹುದು. ಆದರೆ ನಾನು ನಿನ್ನಲ್ಲೊಂದು ವಿಶೇಷ ಪಾತ್ರವನ್ನು ಕಾಣುತ್ತಿರುವೆನು. ಇಲ್ಲಿಂದ ಉತ್ತರಕ್ಕೆ ಪ್ರಯಾಣಿಸಿದರೆ ಬಹುದೊಡ್ಡ ಹಿಮಪರ್ವತ ಎದುರಾಗುವುದು. ಅದರಾಚೆಗೆ ಹೊಸ ದೇಶ ಇರುವುದು. ಆ

ದೇಶವು ಏನು ಎಂತು ನಾ ವಿವರಿಸುವುದಿಲ್ಲ. ನೀ ಅಲ್ಲಿ ತಲುಪಿದಾಗ ಸ್ವಯಂ ತಿಳಿಯುವೆ. ಅಲ್ಲಿನ ರಾಜನಿಗೆ ನಾ ಕೊಡುವ ಗಂಟನ್ನು ಮುಟ್ಟಿಸಬೇಕಿದೆ. ಇದನ್ನು ಸಾಧಿಸಿದರೆ ನಿನ್ನ ವಿಶೇಷ ಪಾತ್ರವೇನೆಂಬುದು ನಿನಗೆ ಅರಿವಾಗುವುದು" ಎಂದು ವಿನಂತಿಸಿದ್ದಾಗ ತರುಣನು, "ನಿಮ್ಮ ಕಾಳಜಿಗೆ ಶರಣು. ಸಹಪಾಠಿಗಳು ವಿದ್ಯಾಭ್ಯಾಸ ಮುಗಿದು ಮುಂದೇನು ಎಂದು ತಿಳಿಯದೆ ಕಕ್ಕಾಬಿಕ್ಕಿಯಾಗಿರುವಾಗ ನೀವು ನನಗೆ ಆ ಶ್ರಮವನ್ನು ತಪ್ಪಿಸುತ್ತಿದ್ದೀರಿ. ಇಲ್ಲವೆನ್ನುವೆನೇನು?" ಎನ್ನುತ್ತ ಒಪ್ಪಿಕೊಂಡಿದ್ದನು. ಮಹತ್ತರ ಕಾರ್ಯಸೂಚಿ ಹೆಗಲಿಗೇರಿಸಿಕೊಂಡ ಹೊರೆಯ ಬಗ್ಗೆ ಯೋಚಿಸುತ್ತ ಹೊರಡುವ ಮುನ್ನವೆ ಇನ್ನಿಲ್ಲದಂತೆ ಜ್ವರದಿಂದ ಬಳಲಿದ್ದನು. ಗುರುವರ್ಯರು ನಿಡುಸುಯ್ದು,

"ಅಧೀರನಾಗಬೇಡ, ಹಿಮಪರ್ವತ ತಲುಪುವುದರೊಳಗೆ ನಿನ್ನ ಜ್ವರವು ಮಾಯವಾಗಿ ಚೈತನ್ಯಪುರುಷನಾಗಿರುತ್ತೀಯ" ಎಂದು ಆಶ್ವಾಸನೆ ಇತ್ತಿದ್ದರು.

"ಹುಷಾರು, ಪರ್ವತ ತಟಾಯಿಸುವವರೆಗೆ ಈ ಗಂಟನ್ನು ಬಿಚ್ಚಕೂಡದು" ಎಂಬ ಎಚ್ಚರವನ್ನೂ ಕೊಟ್ಟಿದ್ದರು.

ಮುಂಜಾನೆ ಸೇವಿಸಿದ್ದ ಉಪಹಾರವು ಕರಗಿ ತರುಣನ ಉದರವು ಟಿಪಿ ಟಿಪಿ ಅನ್ನಲಾರಂಭಿಸಿತ್ತು, ಮುಂದಿನ ಹಳ್ಳಿ ಎಷ್ಟು ದೂರವೊ ಏನು ಕತೆಯೊ ಕುಡಿಯಲು ನೀರಾದರೂ ಸಿಗುವುದೆನೊ ಎಂಬ ಹಂಬಲದಿಂದ ಅತ್ತಿತ್ತ ಅವಲೋಕಿಸಿದನು. ಜಲಧಾರೆಯ ಘಮಲು ಸಿಗಲಿಲ್ಲ. ಅಷ್ಟರಲ್ಲಿ ಅರಣ್ಯದ ಹೊಟ್ಟೆಯೊಳಗಿಂದ ಕುಂದಿಲಿಯೊಂದು ಛಂಗನೆ ನೆಗೆದು ರಸ್ತೆ ದಾಟಿ ತರುಣನ ಹಿಂದಿದ್ದ ಮರದ ಬೊಡ್ಡೆಯಲ್ಲಿ ಅವಿತುಕೊಂಡಿತು. ಕುಂದಿಲಿಯನ್ನು ಅಟ್ಟಿಸಿಕೊಂಡು ಬಂದ ಇಬ್ಬರು ಬೇಟೆಗಾರರು ಕಾಡಿನಿಂದ ಹೊರಬಂದರು. ಅವಳಿಗಳು: ಸಬುದ್ಧ, ಪ್ರಬುದ್ಧರೆಂಬ ನಾಮಧೇಯ. ನಗ್ನ ಎದೆ, ಕಚ್ಚೆ ಪಂಚೆ. ತಲೆಗೊಂದು ಭರ್ಜಿ. ನಡುವಯಸ್ಕರು.

"ಹುಡುಗಾ, ಕುಂದಿಲಿ ಬಂತಲ್ಲ, ಎತ್ತ ಹೋಯಿತು ನೋಡಿದೆಯಾ?" ಪ್ರಬುದ್ಧ ತರುಣನನ್ನು ವಿಚಾರಿಸಿದ.

ತರುಣನಿಗೆ ತನ್ನ ಬೆನ್ನ ಹಿಂದಿದ್ದ ಕುಂದಿಲಿಯ ಹೃದಯದ ಬಡಿತ ಅಕ್ಷರಶಃ ಕೇಳಿಸುತ್ತಿತ್ತು. ಇದೇ ವಿಚಾರವಾಗಿ ಹಿಂದೆ ಗುರುವರ್ಯರೊಂದಿಗೆ ಚರ್ಚಿಸಿದ್ದು ನೆನಪಾಯಿತು.

"ಇತರೆ ಜೀವಿಗಳಿಗೆ ಹೋಲಿಸಿದರೆ ಮನುಷ್ಯನಿಗೆ ಅಗಾಧ ಬುದ್ಧಿ ಕರುಣಿಸಿರುವ ಸೃಷ್ಟಿಯು ಅಸಮಾನತೆ, ಅನ್ಯಾಯದ ಪರವಲ್ಲವೇ" ಆತನ ಪ್ರಶ್ನೆಯಾಗಿತ್ತು.

"ನಮ್ಮ ಪರಿಕಲ್ಪನೆಗಳೇ ಅನೈಸರ್ಗಿಕ" ಗುರುವಿನ ಉತ್ತರ.

"ಅನೈಸರ್ಗಿಕವಾಗಿದ್ದರೆ ಏನಾಯಿತು, ನಾವು ಪ್ರತಿಯೊಂದಕ್ಕೂ ನಿಸರ್ಗದ ತತ್ವವನ್ನು ಯಾಕೆ ಶ್ರೇಷ್ಠವೆಂದು ಭಾವಿಸಬೇಕು, ಪ್ರಾಯಶಃ ಸೃಷ್ಟಿ ಮನುಷ್ಯನಲ್ಲಿ ಬುದ್ಧಿ ತುಂಬಿರುವುದು ತನ್ನ ಕಲಾ ಚಿತ್ರಗಳಲ್ಲಿನ ಅಪೂರ್ಣತೆಯನ್ನು ಸರಿಪಡಿಸಲಿಕ್ಕಿರಬಹುದು, ಹೆತ್ತವರಲ್ಲಿನ ಕೊರತೆಯನ್ನು ನೀಗಿಸುವಂತಹ ಮಕ್ಕಳು ಹುಟ್ಟುತ್ತಾರಲ್ಲ ಹಾಗೆ"

ಅಂದು ಗುರುವಿಗೆ ಶಿಷ್ಯನ ಮೇಲೆ ಅಪಾರ ಅಭಿಮಾನ ಮೂಡಿತ್ತು. ಅದೇ ದಿನ ಅವರು ತರುಣನಿಗೆ ಈ ಜವಾಬ್ದಾರಿಯನ್ನು ಹೊರಿಸಲು ನಿಶ್ಚಯಿಸಿದ್ದರು.

ತರುಣ ತಾನು ಯಾವ ಕುಂದಿಲಿಯನ್ನೂ ಕಂಡಿಲ್ಲವೆನ್ನಲು ಮುಂದಾದ, ಮತ್ತೊಂದು ತಾತ್ವಿಕ ಪ್ರಶ್ನೆ ಎದುರಾಯಿತು. ಇಷ್ಟೊಂದು ವಿದ್ವತ್ ಪಡೆದು ದುರ್ಬಲನಂತೆ ಸುಳ್ಳು ನುಡಿಯುವುದೇ?

"ಸತ್ಯ ಮಿಥ್ಯಗಳಲ್ಲಿನ ವ್ಯತ್ಯಾಸವೇನು?" ಗುರುಗಳನ್ನು ಪ್ರಶ್ನಿಸಿದ್ದನು.

"ಸತ್ಯವು ನೈಸರ್ಗಿಕ, ಮಿಥ್ಯ ಮನುಷ್ಯನ ಬೌದ್ಧಿಕ ಅನ್ವೇಷಣೆ"

ಗುರುವಿನ ಉತ್ತರಕ್ಕೆ ಮಾರುಹೋಗಿದ್ದ ತರುಣನ ಮನಸು ಪುನಃ ನಿಸರ್ಗ ತತ್ವದ ಕಡೆಗೆ ವಾಲಿತ್ತು. ಅದೇಕೊ ಇಂದು ಅವನ ಪ್ರಜ್ಞೆ ಹುಯ್ಯಾಡುತ್ತಿದೆ. ಬೇಟೆಗಾರರ ಭರ್ಜಿಗಳಿಂದ ಅಮಾಯಕ ಜೀವವನ್ನು ಉಳಿಸಲು ಅರ್ಥಾತ್ ಪ್ರಕೃತಿಯಲ್ಲಿನ ಊನ ಸರಿಪಡಿಸಲು ಸುಳ್ಳೆಂಬುದು ಮಾನವನ ಅದ್ವಿತೀಯ ಅನ್ವೇಷಣೆಯಾಗಿರಬಹುದೇ? ಪ್ರಾಯಶಃ ಅನ್ವೇಷಣೆಯು ಇಂತಹುದೆ ಸದುದ್ಧೇಶದಿಂದ ಆಗಿದ್ದಿರಬಹುದು, ಕ್ರಮೇಣ ಅದು ದುರ್ಲಾಭಗಳಿಗೆ ಬಳಕೆಯಾಗಿರಬಹುದು ಎಂಬ ಭಾವ ಹುಟ್ಟಿತು. ಆದಾಗ್ಯೂ ಬೇಟೆಗಾರರಿಗೆ ಇಲ್ಲವೆನ್ನಲು ಬಾಯಿ ನಿರಾಕರಿಸಿತು. ಈ ನಿರಾಕರಣೆ ಮನಸಿನ ಒತ್ತಡವೊ ತುಟಿಗಳ ಒತ್ತಡವೋ!, ಅಬ್ಬಬ್ಬ, ನಾಗರೀಕ ಕಲಿಕೆ ನಮ್ಮ ಶರೀರವನ್ನೂ ಮಾರ್ಪಡಿಸಬಲ್ಲುದೇ? ಕತ್ತಿಯಿಂದ ಇರಿಯಲು ಹಿಂಜರಿಯುವ ಕೈಗಳಂತೆ.

"ಬೇಟೆಗಾರರೇ, ಬಲಹೀನ ಕುಂದಿಲಿಯು ನಿಮ್ಮ ಭರ್ಜಿಗಳಿಗೆ ಹೆದರಿ ನನ್ನ ಬೆನ್ನ ಹಿಂದೆ ಅವಿತಿರುವುದು ಸತ್ಯ. ದಯಮಾಡಿ ಅದನ್ನು ಅದರ ಪಾಲಿಗೆ ಬಿಟ್ಟುಬಿಡಿ. ಅದನ್ನು ಹೊಡೆಯಲು ಮುನ್ನುಗ್ಗಿದಿರೊ ನಿಮ್ಮ ಬಾಣಕ್ಕೆ ನಾನು ಎದೆ ಕೊಡುತ್ತೇನೆ" ಎಂದು ಬಹಿರಂಗ ಆರ್ಭಟಿಸಿದನು, ಅಂತರಂಗದಲ್ಲಿ ಭಿನ್ನವಿಸಿದನು. ಬೇಟೆಗಾರರು ಪರಸ್ಪರ ನೋಡಿಕೊಂಡರು.

"ಸಹೃದಯದವರಂತೆ ತೋರುತ್ತಿದ್ದೀರಿ. ನಿಮ್ಮನ್ನು ನೋಯಿಸಿ ನಮ್ಮ ಹಸಿವು ನೀಗಿಸಿಕೊಳ್ಳುವುದು ಸರಿ ಕಾಣುತ್ತಿಲ್ಲ. ಒಪ್ಪೊತ್ತು ತೂಗಿಸಬಲ್ಲೆವು. ನಾಳೆಯೂ ಹೀಗೆ ಹಠ ಹೂಡುವುದಿಲ್ಲ ತಾನೆ", ಎಂದನು ಸಬುದ್ಧ.

“ನಾನು ದೀರ್ಘ ಪ್ರಯಾಣದಲ್ಲಿರುವೆನು. ಇಲ್ಲವಾದರೆ ನಾಳೆಯೂ ಹಠ ಹೂಡುತ್ತಿದ್ದೆ. ಹಸಿವೆ ನೀಗಿಸಲು ನೂರಾರು ಮಾರ್ಗಗಳಿವೆ, ದಯಮಾಡಿ ಆಲೋಚಿಸಿ”.

“ನಾಳೆ ಆಲೋಚಿಸುವ” ಎಂದನು ಪ್ರಬುದ್ಧ. ಅವನಿಗೆ ಸತ್ಯ ಮಿಥ್ಯಗಳ ಘರ್ಷಣೆ ಎದುರಾಗಲಿಲ್ಲ. ಅನುಭವವು ಹೊರೆಯನ್ನು ಕಾಲಕ್ಕೆ ಒಪ್ಪಿಸಿತ್ತು.

ಅವರ ಉತ್ತರದಿಂದ ಸಂತೃಪ್ತನಾದ ತರುಣ ತಾನು ಹೊರಟಿರುವ ದಿಕ್ಕು, ಉದ್ದೇಶ ಇತ್ಯಾದಿಗಳನ್ನು ವಿವರಿಸಿ, ಹಿಮಪರ್ವತ ಇನ್ನೆಷ್ಟು ದೂರವಿರುವುದೆಂದು ಕೇಳಿದ. ತಾವು ಬಹಳ ಸಮೀಪದಲ್ಲಿದ್ದೀರಿ, ಸಂಜೆ ಕಳೆಯುವುದರೊಳಗೆ ತಲುಪಲಿದ್ದೀರಿ ಎಂದರು ಅವರು. ತರುಣನ ಹಸಿವು ಕ್ಷಣಾರ್ಧದಲ್ಲಿ ಮಾಯವಾಯಿತು. “ಎಂಥ ಪ್ರಮಾದ, ಗುರಿ ಸಮೀಪಿಸಿ ವಿಶ್ರಮಿಸುತ್ತಿರುವೆ ಎಂದಾಯಿತು, ಬಹುಶಃ ಬೆನ್ನ ಹಿಂದಿನ ಜೀವದ ಪ್ರಾರ್ಥನೆಯಿದ್ದಿರಬಹುದು. ನಿಮಗೆ ನಮನ, ಈಗಲೇ ಹೊರಟೆ”, ತರುಣ ಜೋಳಿಗೆ ಎತ್ತಿಕೊಂಡು ಹೊರಟ.

“ಮಾನ್ಯರೇ, ಒಬ್ಬರೇ ಹೋಗುತ್ತಿರುವಿರೇನು? ಮುಂದೆ ನಿರ್ಜನ ಪ್ರದೇಶ. ಅರಣ್ಯ ಅಂತ್ಯವಾಗಿ ದುರ್ಗಮ ಪರ್ವತದ ತಪ್ಪಲು ಎದುರಾಗುತ್ತದೆ. ಹಿಮಪ್ರದೇಶ. ಅನ್ನಾಹಾರ ದೊರಕದು. ಮೇಲಾಗಿ ಇರುಳೊತ್ತು ಕ್ರೂರ ಮೃಗಗಳು ಹೊಂಚು ಹಾಕುತ್ತಿರುತ್ತವೆ, ಇಂದು ರಾತ್ರಿ ನಮ್ಮಲ್ಲಿ ಉಳಿದು ಹಸಿವು ದಣಿವು ತಣಿಸಿಕೊಂಡು ನಾಳೆ ಪ್ರಯಾಣಿಸಿದರೆ ಸುಖ” ಸಬುದ್ಧ ಎಚ್ಚರಿಸಿದ.

“ನಮ್ಮ ಗುರಿ ತಲುಪಲು ಎಂದಿಗೂ ನಾವು ಒಬ್ಬರೇ ನಡೆಯಬೇಕಲ್ಲವೇನು? ಮತ್ತು ತುಂಬು ಹೊಟ್ಟೆಯಲ್ಲಿ ಎಷ್ಟು ದೂರ ತಾನೆ ಸಾಗಬಲ್ಲೆವು?” ತರುಣನಿಗೆ ಬೇಟೆಗಾರರೆದುರು ಸಲ್ಲದ ರೂಪಕ ಭಾಷೆಗೆ ಮೊರೆಹೋದೆ ಎಂದು ಲಜ್ಜೆಯಾಯಿತು.

“ನಾವು ಎಂದಿಗೂ ಅತ್ತ ಸುಳಿದಿಲ್ಲ. ಆದಾಗ್ಯೂ ನಿಮ್ಮನ್ನು ಏಕಾಂತ ಬೀಳ್ಕೊಡಲು ಮನಸಾಗುತ್ತಿಲ್ಲ. ನೀವು ಸುರಕ್ಷಿತ ಸ್ಥಳ ತಲುಪುವವರೆಗೆ ನಿಮ್ಮ ಸಂಗಡ ಬರುತ್ತೇವೆ” ಎನ್ನುತ್ತ ಅವಳಿಗಳು ಪ್ರಯಾಣಿಕನೊಂದಿಗೆ ಹೊರಟರು.

***

ಕೆಂಪು ಕಿರಣಗಳು ಕೆನ್ನೆಗೆ ಬಾರಿಸುವ ಹೊತ್ತಿಗೆ ಅವರು ಹಿಮಚ್ಛಾದಿತ ಪ್ರದೇಶದಲ್ಲಿ ಭಾರ ಹೆಜ್ಜೆಗಳನ್ನು ಎತ್ತಿಡುತ್ತಿದ್ದರು. ಅರಣ್ಯವು ಬಹು ಹಿಂದೆ ಸಾಗಿತ್ತು. ಹಿಮಪರ್ವತವು ಕಣ್ಣೆದುರೇ ಇದ್ದರೂ ಕೈಗೆಟುಕುತ್ತಿರಲಿಲ್ಲ.

ತರುಣನು ಮುಂದೆ, ಬೇಟೆಗಾರರು ಹಿಂದೆ. ವಯೋಸಹಜ ಅಂತರವೆಂಬುದು ಎಷ್ಟು ನಿಜವೊ ಮನೋಸಹಜವೆಂಬುದೂ ಅಷ್ಟೇ ನಿಜ. ಏಕಾಂತ ಜಯಿಸಬೇಕಿದ್ದ ಮಾರ್ಗಕ್ಕೆ ಬೇಟೆಗಾರರು ಸಹಾಯದ ನೀರೆರೆದು ಛಲ ಸಾಧನೆಯನ್ನು ದ್ರವೀಕರಿಸುತ್ತಿರುವರೆಂದು ತರುಣನನ್ನು ಬಹಳ ಬಾಧಿಸುತ್ತಿತ್ತು. ಹೆಜ್ಜೆಗಳು ತಂತಾನೆ ಅವಳಿಗಳ ಪಾದಗಳಿಂದ ಅಂತರ ಕಾಯ್ದುಕೊಳ್ಳುತ್ತಿದ್ದವು. ಇರುಳು ಕವಿದಂತೆ, ಹವೆಯಲ್ಲಿ ಅಪಾಯದ ಘಮಲು ಸುಳಿದಂತೆ ಛಲ ಸಾಧನೆಯ ಭಂಗದ ಬಾಧೆಯು ಕ್ರಮೇಣ ಕಡಿಮೆಯಾಗತೊಡಗಿತು. ಇಲ್ಲೆ ಎಲ್ಲೋ ಸಾವಿನ ವಾಸನೆ ಬಡಿಯುತ್ತಿದೆ !

ಹೀಗಿದ್ದೂ ಎನಗಿಂತ ಹಿರಿಯ ಜೀವಗಳನ್ನು, ಹಸಿದ ಹೊಟ್ಟೆಗಳನ್ನು ತನಗಾಗಿ ಎಳೆದೊಯ್ಯುತ್ತಿರುವುದು ಅವನನ್ನು ವೇದನೆಗಿಟ್ಟಿತ್ತು. ಕೇವಲ ಮಾತಿಗಲ್ಲದೆ ಅಂತರಾಳದಿಂದ

“ಇನ್ನು ನೀವು ಹೊರಡಿ, ಬಹಳ ದೂರ ಬಂದಿರುವಿರಿ, ಈಗ ತಿರುಗಿದರೂ ಮನೆಯನ್ನು ತಲುಪಲು ನಡುರಾತ್ರಿಯೆ ಆದೀತು” ಎಂದು ವಿನಂತಿಸಿದ. ಅರಣ್ಯವು ಅದಾಗಲೆ ಕತ್ತಲೆಯಲ್ಲಿ ಕರಗುತ್ತಿತ್ತು.

ಬೇಟೆಗಾರರು ಸಮ್ಮತಿಸಲಿಲ್ಲ. “ಎದುರು ನೋಡಿ, ಪರ್ವತವು ಎಷ್ಟು ದೂರದಲ್ಲಿದೆ; ಭಲೇ ಮಾಯಾವಿ. ಇಷ್ಟು ದಿವಸ ನಮಗೂ ಮಂಕುಬೂದಿ ಎರಚಿತ್ತು. ಗಳಿಗೆ ಗಳಿಗೆಗೂ ಬೆಳಕು ಇಂಗುತ್ತಿದೆ. ನಾವು ನಿರ್ಗಮಿಸಿದರೆ ನಿಮ್ಮನ್ನು ನಡುದಾರಿಯಲ್ಲಿ ಮರಣದ ಬಾಯಿಗೆ ತುತ್ತನ್ನಾಗಿಸಿ ಹೋದಂತೆ” ಸಬುದ್ಧನೆಂದ.

ತರುಣ ನೀವಿನ್ನು ಹೊರಡಿ ಎನ್ನುವುದು, ಬೇಟೆಗಾರರು ನಿರಾಕರಿಸುವುದು ಆಗಾಗ್ಗೆ ಘಟಿಸುತ್ತಲೆ ಇತ್ತು. ಹಗಲು ಮುಳುಗಿ ಇರುಳು ಹುಟ್ಟಿತ್ತು. ಚುಕ್ಕಿ ಚಂದ್ರಮರ ಬೆಳಕಿಗೆ ಹಿಮಾವೃತ ನೆಲವು ಪ್ರತಿಫಲಿಸಿ ಹಿಮಪರ್ವತ ಕರಿಯ ಘೇಂಡಾಮೃಗದಂತೆ ತೋರುತ್ತಿತ್ತು.

“ನೀವು ಈ ಯಮಭಾರದ ಭರ್ಜಿಗಳನ್ನಾದರೂ ತ್ಯಜಿಸಿದರೆ ನಿಮ್ಮ ನಡಿಗೆ ಸುಲಭವಾದೀತೇನೊ”, ತರುಣ ಕಳಕಳಿ ವ್ಯಕ್ತಪಡಿಸಿದ.

“ಭರ್ಜಿಗಳಿಲ್ಲದೆ ನಿಮ್ಮ ರಕ್ಷಣೆ ಹೇಗಾದೀತು, ನಮ್ಮ ರಕ್ಷಣೆ ಹೇಗಾದೀತು, ನಿಮಗೆ ಜೋಳಿಗೆಯೆಂತೊ ನಮಗೆ ಭರ್ಜಿ” ಸಬುದ್ಧನ ಉತ್ತರ.

ಎಂಥ ಮಾರ್ಮಿಕ ನುಡಿ ಎಂದುಕೊಂಡ ತರುಣ. ಅವನ ಜೋಳಿಗೆ ಬರಿದೆ ಭಿಕ್ಷಾಟನೆಯ ಉಗ್ರಾಣವಾಗಿರಲಿಲ್ಲ. ಗುರುವರ್ಯರು ಕೊಟ್ಟಿದ್ದ ಗಂಟು ಭದ್ರವಾಗಿತ್ತು. ಈ ಗಂಟು ತನ್ನ ಮುಂದಾರಿಯನ್ನು ತೆರೆಯುವ ಮಾರ್ಗಸೂಚಿಯಂತೆ. ನೆರೆದೇಶದ ರಾಜನಿಗೆ ತಲುಪಿಸಬೇಕಂತೆ. ಏನಿದ್ದಿರಬಹುದು? ತರುಣ ಯೋಚಿಸಿದ. ಬಹಳ

ತೂಕದ ವಸ್ತುವಾಗಿತ್ತು. ಇವರಿಗೆ ಭರ್ಜಿಯಿದ್ದಂತೆ ನನಗೆ ಇದೇ ಭಾರವಿರಬಹುದೇ?

ಗಂಟಿನೊಂದಿಗೆ ಜೋಳಿಗೆಯಲ್ಲಿ ಇನ್ನೂ ಕೆಲವು ತರುಣನಿಗೆ ಪ್ರಿಯವಾದ ವಸ್ತುಗಳು ಇದ್ದವು. ಬೀಳ್ಕೊಡುಗೆಯ ಸಂದರ್ಭದಲ್ಲಿ ಗುರುವರ್ಯರು ಪ್ರತಿಯೊಬ್ಬ ವಿದ್ಯಾರ್ಥಿಗೆ ಒಂದೊಂದು ಜೊತೆ ಬಟ್ಟೆ ಕೊಟ್ಟಿದ್ದರು. "ಮನುಷ್ಯ ಪ್ರಾಣಿಯಿಂದ ಬೇರ್ಪಡುವುದು ಬಟ್ಟೆಗಳ ಮೂಲಕ" ಎಂದಿದ್ದರು. ಎಲ್ಲರಿಗೂ ಒಂದೊಂದು ನದಿಯ ತಟದಿಂದ ಆಯ್ದ ನಯಸ್ಸಾದ ಕಲ್ಲು ಕೊಟ್ಟಿದ್ದರು. ಕಲ್ಲಿನ ಮೂಲ ರೂಪ, ಅದರ ಪಯಣ, ಮಾರ್ಪಟ್ಟ ಬಗೆ ಇತ್ಯಾದಿ ಕತೆಗಳನ್ನು ಹೇಳಿದ್ದರು. ಹಾಗೆಯೆ ಒಂದೊಂದು ಬಗೆಯ ಹಕ್ಕಿಯ ಪುಕ್ಕ ಕೊಟ್ಟಿದ್ದರು. ಪುಕ್ಕದ ಕನಿಷ್ಠ ಪ್ರಯೋಜನ ತಿಳಿಯಿರಿ, ಅದರ ಗರಿಷ್ಠ ಜೀವನವನ್ನು ಅರಿಯಿರಿ, ಏನಿಲ್ಲದಿದ್ದರೂ ಯಾವ ಹಕ್ಕಿಯದು ಎಂದು ಕಂಡುಹಿಡಿಯಿರಿ ಎಂಬ ಕೆಲಸ ವಹಿಸಿದ್ದರು. ತರುಣನಿಗೆ ಯಾವ ಹಕ್ಕಿಯ ಪುಕ್ಕವೆಂದು ಕಂಡುಹಿಡಿಯಲಾಗಿರಲಿಲ್ಲ. ಕಂದು ಬಣ್ಣದ ಮೃದುವಾದ ನಯಸ್ಸಾದ ರೆಕ್ಕೆಯ ಗರಿ. ಇದರ ಕನಿಷ್ಠ ಪ್ರಯೋಜನವೇನಿದ್ದಿರಬಹುದು? ಸೌಂದರ್ಯವೇ? ಮೃದುತ್ವವೇ? ಹಾರುವ ಶಕ್ತಿಯ ರೂಪಕವೇ? ಕಳಚಿ ಬೀಳುವ ದುರಂತದ ನೆನಕೆಯೇ?

"ಅಣ್ಣತಮ್ಮಂದಿರೇ.."

"ಕ್ಷಮಿಸಿ ನಾವು ಅಣ್ಣತಮ್ಮಂದಿರಲ್ಲ, ಒಟ್ಟಿಗೆ ಹುಟ್ಟಿದವರು"

"ಒಬ್ಬರಾದ ನಂತರ ಒಬ್ಬರು ಹೊರಬಂದಿರುವಿರಿ ತಾನೆ"

"ನಾವು ಗರ್ಭದಲ್ಲಿರುವಾಗಲೆ ನಮ್ಮ ತಾಯಿ ತೀರಿಕೊಂಡರಂತೆ. ವೈದ್ಯರು ಅಮ್ಮನ ದೇಹ ಬಗೆದು ನಮ್ಮನ್ನು ಹೊರತೆಗೆದರಂತೆ. ನಿಮ್ಮ ವಿಷಯ ಹೇಳಿ"

"ಹಾಗಿದ್ದರೂ" ಎಂದು ರಾಗ ತೆಗೆದ ತರುಣನಿಗೆ ಏನೊ ಹೊಳೆದಂತಾಗಿ ಆ ವಿಚಾರವನ್ನು ಅಲ್ಲಿಗೆ ಬಿಟ್ಟು

"ನಿಮಗೊಂದು ವಸ್ತು ತೋರಿಸುತ್ತೇನೆ. ಇದನ್ನು ನಿಮಗೆ ಕೊಟ್ಟರೆ ಯಾವ ರೀತಿಯಲ್ಲಿ ಬಳಸುತ್ತೀರಿ ಹೇಳುವಿರಾ?" ಎಂದು ಜೋಳಿಗೆಯಿಂದ ಪುಕ್ಕವನ್ನು ತೆಗೆದು ತೋರಿಸಿದನು.

"ಮಾನ್ಯರೇ ಕತ್ತಲೆಯಲ್ಲಿ ವಸ್ತುವು ಏನೆಂದು ಗುರುತು ಸಿಗುತ್ತಿಲ್ಲ"

"ಕ್ಷಮಿಸಿ, ಇದೊಂದು ಹಕ್ಕಿಯ ಪುಕ್ಕ, ಕಂದು ಬಣ್ಣದಲ್ಲಿದೆ, ಪುಟ್ಟದಾಗಿದೆ"

"ಪುಕ್ಕವೇ? ಯಾವ ಹಕ್ಕಿಯದೊ ಏನೊ. ಸಾಮಾನ್ಯವಾಗಿ ನಾವು ಕಿವಿಯೊಳಗಿನ ಕುಗ್ಗೆಯನ್ನು ತೆಗೆಯಲು ಪುಕ್ಕವನ್ನು ಬಳಸುತ್ತೇವೆ. ಅದು ಸದುಪಯೋಗದ ಮಾತು.

ಚಟ ಹತ್ತಿದರೆ ಕಿವಿಯು ಮುಲ ಮುಲ ಎಂದಾಗಲೆಲ್ಲ ಒಳಗಿಟ್ಟು ತಿರುವುತ್ತೇವೆ" ಪ್ರಬುದ್ಧ ಬಳಲಿಕೆಯಲ್ಲೂ ತುಸು ನಗು ಮೂಡಿ ನುಡಿದ.

"ಅಷ್ಟೇ ಅಲ್ಲ, ನಮ್ಮಲ್ಲಿನ ಪ್ರಮುಖರು ಶ್ರೇಣಿಗೆ ತಕ್ಕಂತೆ ತಮ್ಮ ಕಿರೀಟಕ್ಕೆ ಸಿಗಿಸಿಕೊಳ್ಳುತ್ತಾರೆ. ನೀವಿನ್ನು ಬ್ರಹ್ಮಚಾರಿ, ಇದು ಎಷ್ಟು ಅರ್ಥವಾಗುತ್ತದೊ ತಿಳಿಯದು, ಶಯನಾಗೃಹದಲ್ಲಿಯೂ ಬಳಸುತ್ತಾರೆ"

ಒಂದು ಹಕ್ಕಿಯ ಪುಕ್ಕದಿಂದ ಇಷ್ಟೆಲ್ಲ ಪ್ರಯೋಜನವುಂಟೇ, ತರುಣ ಅಚ್ಚರಿಗೊಂಡ. ಅವರು ಹರಟೆ ಹೊಡೆಯುತ್ತ ಮೆಲ್ಲಗೆ ಹೆಜ್ಜೆ ಎತ್ತಿಕ್ಕುತ್ತಿರಲು ಹಿಮದಲ್ಲಿ ಹಿಮವಾಗಿ ರಸ್ತೆ ಬದಿ ಹೊಂಚು ಹಾಕಿ ಕಾಯುತ್ತಿದ್ದ ದಢೂತಿ ಹಿಮ ಕರಡಿಯೊಂದು ಮುಂದೆ ಸಾಗುತ್ತಿದ್ದ ತರುಣನ ಮೇಲೆ ಒಮ್ಮೆಲೆ ಹಾರಿ ಕುತ್ತಿಗೆಗೆ ಉಗುರು ನೆಟ್ಟಿತು. ತರುಣ "ಹಾ" ಎಂದು ಚೀರಿಕೊಂಡ. ಅವನ ಕತ್ತಿನಿಂದ ರಕ್ತವು ಬುಳ್ಳನೆ ಹೊರಚಿಮ್ಮಿ ಚೀರುವಿಕೆ ಧಸಕ್ಕನೆ ಇಳಿಯಿತು. ಮಾತಿನ ಲಹರಿಯಲ್ಲಿ ಕಳೆದುಹೋಗಿದ್ದ ಬೇಟೆಗಾರರು ಏನಾಯಿತೊ ಎಂದು ಆಘಾತಗೊಂಡು ಕತ್ತಲೆ ಸೀಳಿ ಮುಂದೆ ನುಗ್ಗಿದಾಗ ಹಿಂಪಾದಗಳ ಮೇಲೆ ನಿಂತಿದ್ದ ಕರಡಿಯ ರುದ್ರಾವತಾರ ಕಂಡಿತು. ಸಹೋದರರು ಇಬ್ಭಾಗಗೊಂಡು ಎರಡೂ ಬದಿಯಿಂದ ಕರಡಿಯ ಶರೀರದೊಳಕ್ಕೆ ಭರ್ಜಿಗಳನ್ನು ಬಲವಾಗಿ ಚುಚ್ಚಿದರು. ಆಯುಧಯುಕ್ತರನ್ನು ನಿರೀಕ್ಷಿಸಿರದ ಕರಡಿಯು ತರುಣನ ಕುತ್ತಿಗೆಯ ಪಟ್ಟು ಬಿಟ್ಟಿತು. ತರುಣ ಹಿಂದೆ ಹಿಂದೆ ತಟ್ಟಾಡುತ್ತ ಚಲಿಸಿ ನೆಲಕ್ಕೆ ಉರುಳಿದ. ರವೆರವೆಯಾಗಿ ಹರಡಿದ್ದ ಹಿಮಯುಕ್ತ ಬೀಳು ಕರಡಿಗಿಂತಲೂ ಹೆಚ್ಚು ಬಾಯಾರಿದ್ದು ತರುಣನ ಕೆಂಪು ನೆತ್ತರ ರುಚಿಯನ್ನು ಹೀರಲಾರಂಭಿಸಿತು. ಬೇಟೆಗಾರರು ಭರ್ಜಿಯನ್ನು ಬಿಡಿಸಿಕೊಂಡು ತರುಣನತ್ತ ಧಾವಿಸಿದರು. ಕರಡಿ ರಕ್ತಮಯ ಪಾದಗಳಿಂದ ರಂಗೋಲಿ ಹಾಕುತ್ತ ಪೇರಿ ಕಿತ್ತಿತು.

ಬೇಟೆಗಾರರ ಬಳಿ ಪಂಚೆ ಹೊರತು ಬೇರೆ ಬಟ್ಟೆ ಇರಲಿಲ್ಲ. ತರುಣನ ಜೋಳಿಗೆಯನ್ನು ತಡಕಾಡಿದರು. ಗುರುವರ್ಯರು ನೀಡಿದ್ದ ಹೊಸ ಅಂಗಿ ಮತ್ತು ಪಂಚೆ ದೊರಕಿದವು. ಪಂಚೆಯನ್ನು ತರುಣನ ಕುತ್ತಿಗೆಗೆ ಬಿಗಿಯಾಗಿ ಕಟ್ಟಿದರು. ಹೆಚ್ಚು ಬಿಗಿದರೆ ಉಸಿರುಗಟ್ಟುವುದು. ಕಡಿಮೆ ಬಿಗಿದರೆ ರಕ್ತ ಸೋರುವುದು. ಇದೆಂಥ ಬಿಕ್ಕಟ್ಟು! ಬಿಗಿತ ಮತ್ತು ಥಂಡಿಯ ಪರಿಣಾಮದಿಂದ ರಕ್ತ ಸ್ರಾವ ಕ್ರಮೇಣ ಹದಕ್ಕೆ ಬಂತು. ತರುಣ ಕಣ್ತೆರೆದ. ಕಣ್ಣಂಚಿನಿಂದ ನೀರು.

"ಮಿತ್ರರೇ, ಹಿಂದಿರುಗಿಯೆಂದು ಆಗಿಂದಲೂ ಕೇಳಿಕೊಂಡಿದ್ದೆ ನಿಜ. ಆದರೀಗ ನಿಮ್ಮ ಮುಂದೆ ವ್ಯತಿರಿಕ್ತ ಬೇಡಿಕೆ ಇಡುತ್ತಿರುವೆ. ದಯಮಾಡಿ ನನ್ನನ್ನು ಪರ್ವತ ದಾಟಿಸಿ ಆಚೆಯ ದೇಶಕ್ಕೆ ತಲುಪಿಸುವಿರಾ? ಒಂದು ಮುಖ್ಯ ಕಾರ್ಯ ಸಾಧಿಸಬೇಕಿದೆ"

“ಈಗಲಾದರೂ ನಮ್ಮ ಮನವಿ ಪರಿಗಣಿಸಿ, ಹಿಂದೆ ಸಾಗೋಣ. ಹೇಗಾದರೂ ಮಾಡಿ ನಿಮ್ಮನ್ನು ಉಳಿಸಿಕೊಳ್ಳುವೆವು. ಚೇತರಿಸಿಕೊಂಡ ನಂತರ ನಿಮ್ಮ ಪ್ರಯಾಣ ಮುಂದುವರೆಸುವಿರಂತೆ” ಪ್ರಬುದ್ಧ ಕಳಕಳಿಯಿಂದ ಬೇಡಿಕೊಂಡ.

“ನನ್ನ ಜೀವ ಈಗಾಗಲೆ ಥಂಡಿ ಹವೆಯಲ್ಲಿ ತೇಲುತ್ತಿದೆ. ಪೂರ್ತಿ ಹಾರಿ ಹೋಗುವ ಮುನ್ನ ಇದೊಂದು ಕಾರ್ಯವನ್ನಾದರೂ ನೆರವೇರಿಸುವ ಬಯಕೆ. ಬದುಕುವ ಸಣ್ಣ ಅವಕಾಶವಿದ್ದಲ್ಲಿ ಮುಂಬರುವ ರಾಜಾಶ್ರಯದಲ್ಲಿ ಜರುಗುವುದು. ದಯಮಾಡಿ ಇಲ್ಲವೆನ್ನಬೇಡಿ”

ಬೇಟೆಗಾರರಿಗೆ ಪ್ರತಿವಾದ ತೋಚಲಿಲ್ಲ. ರಾಜಾಶ್ರಯದಲ್ಲಿ ನುರಿತ ವೈದ್ಯರು ಸಿಗಬಹುದು. ಮತ್ತು ಹಳ್ಳಿಯನ್ನು ತೊರೆದು ಬಹುದೂರ ಬಂದಿರುವೆವು. ಹಳ್ಳಿಗಿಂತ ಆಚೆಗಿನ ದೇಶವೇ ಸಮೀಪವಿರಬಹುದು. ಎಂದು ಯೋಚಿಸಿ ತರುಣನನ್ನು ಹೆಗಲ ಮೇಲೆ ಹೊತ್ತುಕೊಂಡು ಹೊರಟರು. ಭರ್ಜಿಗಳನ್ನು ತ್ಯಜಿಸಿ ಮುಖ್ಯ ಗಂಟಿದ್ದ ಜೋಳಿಗೆಯನ್ನು ಎತ್ತಿಕೊಂಡರು.

***

ಹಾದಿಯುದ್ದಕ್ಕೂ ತರುಣನನ್ನು ಹೆಗಲಿಂದ ಹೆಗಲಿಗೆ ವರ್ಗಾಯಿಸುತ್ತ ಅವರು ಪರ್ವತವನ್ನು ತಲುಪಿದ್ದರು. ಉಲ್ಬಣಗೊಂಡ ಹಸಿವೆ, ಹೆಗಲ ಮೇಲೆ ಅರೆಜೀವದ ತರುಣ, ಬಹುದೂರ ನಡಿಗೆಯ ಬಳಲಿಕೆ. ಪರ್ವತವನ್ನು ಹತ್ತುವುದು ಅಸಾಧ್ಯವೆಂದು ತಪ್ಪಲನ್ನು ಬಳಸಿ ದಾಟುವುದು ಸೂಕ್ತವೆಂದು ಅವರು ಬೆಟ್ಟದ ಪಾರ್ಶ್ವ ಭಾಗವನ್ನು ಏರಲಾರಂಭಿಸಿದರು. ಒಂದು ಹಂತದಲ್ಲಿ ಸಬುದ್ಧ ಕುಸಿದು ಬಿದ್ದನು. ಬಾಯಿಯಿಂದ ಜೊಲ್ಲು ಅನಿಯಂತ್ರಿತವಾಗಿ ಸುರಿಯುತ್ತಿತ್ತು.

“ಹಸಿವೂ.. ಹಸಿವೂ..” ಎಂದು ಅಳುತ್ತಿದ್ದನು.

ಜಗತ್ತಿನ ನಿಯಮದಲ್ಲಿ ಒಬ್ಬನು ಅನಾರೋಗ್ಯದಿಂದಿರುವಾಗ ಇನ್ನೊಬ್ಬನು ಆರೋಗ್ಯದಿಂದಿರಬೇಕು. ಬಹುತೇಕ ಸಂದರ್ಭಗಳಲ್ಲಿ ಇರುತ್ತಾನೆ. ಸಹವರ್ತಿಯು ಸ್ನೇಹಿತನೋ ವೈರಿಯೋ ದ್ವೇಷಿಯೋ ಏನಿದ್ದರೂ ಆರೋಗ್ಯವಂತನು ಅನಾರೋಗ್ಯಪೀಡಿತನ ಶುಷ್ರೂಷೆ ಮಾಡುತ್ತಾನೆ. ಸಕಲಾಂಗಗಳನ್ನು ಕಳೆದುಕೊಂಡ ಸೈನಿಕನ ಸಮೀಪದಲ್ಲಿ ವಿಧಿಯು ಒಂದೆರಡು ಅಂಗ ವಂಚಿತ ಸೈನಿಕನನ್ನಾದರೂ ಬದುಕಿಸಿರುತ್ತದೆ. ಕನಿಷ್ಠ ಸಾಂತ್ವನ ನುಡಿಯಲೆಂದು. ಕೆಲವೇ ಸಂದರ್ಭಗಳಲ್ಲಿ ಜಗತ್ತು ಅತಿಕ್ರೂರಿಯಾಗಿ ವರ್ತಿಸುತ್ತದೆ. ಹಸಿದವನೊಂದಿಗೆ ಮತ್ತೋರ್ವ ಹಸಿದವನನ್ನೇ ಕಟ್ಟಿರುತ್ತದೆ. ಒಂದೇ ಮನೆಯಲ್ಲಿ ಎಲ್ಲರೂ ಉಂಡು ಒಬ್ಬ ಹಸಿದು

ಮಲಗುವ ಸನ್ನಿವೇಶ ಅಪರೂಪ. ಉಂಡರೆ ಎಲ್ಲರ ಉಂಡಿರುತ್ತಾರೆ. ಇಲ್ಲವೇ ಎಲ್ಲರದೂ ಖಾಲಿ.

ಪ್ರಬುದ್ಧ ಸೋದರನಿಗೆ ಯಾವ ಸಾಂತ್ವನವನ್ನೂ ನೀಡದವನಾಗಿದ್ದ. ಅವನಿಗೂ ಉದರ ಸಂಕಟ ತುಂಬಿ ಬರುತ್ತಿತ್ತು. ಸೋದರನೊಂದಿಗೆ ಕುಸಿದು ಕೂತ ಅವನು ಬಳಿ ಚೆಲ್ಲಿದ್ದ ಹಿಮಪುಡಿಯನ್ನು ಕೆರೆದು ಬಾಯಿಗೆ ತುರುಕಿಕೊಂಡನು. ಹಿಮವು ಕರಗಿ ಕಣ್ಣಲ್ಲಿ ನೀರಾಗಿ ಜಿನುಗಿತು. ಸಬುದ್ಧ ಸಹೋದರನನ್ನು ಅನುಕರಿಸಿದನು. ತರುಣನಿಗೂ ತುಸು ಹಿಮವನ್ನು ಒದಗಿಸಿದನು. ಅಷ್ಟರಲ್ಲಿ ಸಮೀಪ ಯಾರೋ ನಾಲ್ಕನೇ ವ್ಯಕ್ತಿ ಉಸಿರಾಡಿದಂತಹ ಅನುಭವ. ಅವರು ತಲೆಯೆತ್ತಿದರು. ಇರುಳಿನ ಅಂಧಲೋಕದಿಂದ ಎರಡು ಹೊಳೆಯುವ ಕಣ್ಣುಗಳು ಹೊರಹೊಮ್ಮಿದವು. ಚತುಷ್ಪಾದಿ, ಹಿಂದೆ ಬೀಳ್ಕೊಟ್ಟಿದ್ದ ಹಿಮಕರಡಿ. ಕೆಂಪು ಕಣಗಳುಳ್ಳ ತುಟಿಗಳು. ಚಪ್ಪಟೆ ಹೊಟ್ಟೆ. ಭರ್ಜಿ ಇರಿತದ ತೂತುಗಳು. ದಯನೀಯ, ಅಷ್ಟೇ ಪ್ರಮಾಣದ ರೋಷ ತುಂಬಿಕೊಂಡ ದೃಷ್ಟಿ. ತೆರೆದು ಕೊಂಡ ಆಕಾಶದಲ್ಲಿ ನಕ್ಷತ್ರರಾಶಿಯು ಮೂಕ ಪ್ರೇಕ್ಷಕ.

***

ತರುಣನನ್ನು ಹೊತ್ತ ಪ್ರಬುದ್ಧ ಮುಂದೆ. ಸಹೋದರ ಹಿಂದೆ. ಸದರಿ ನಾಡಿನ ಒಡೆಯ ಅವರ ಹಿಂದೆ. ನಾಲ್ವರ ಪ್ರಯಾಣ ತೆವಳುವ ವೇಗದಲ್ಲಿ. ಸಮಯ ಮುಂಜಾನೆ ಮೂರಾಗಿತ್ತು. ಅಷ್ಟು ಹೊತ್ತಿಗೆ ಪ್ರಬುದ್ಧನ ಇಂಧನವು ಸಂಪೂರ್ಣ ಖಾಲಿ ಯಾಯಿತು.

ಇನ್ನೊಂದು ಹೆಜ್ಜೆಗೆ ಸತ್ತೇ ಹೋದೇವು ಎಂಬಲ್ಲಿಗೆ ಸಹೋದರರ ದೇಹಕಾಯ ಗಳು ನೆಲಕಚ್ಚಿದವು. ತುಸು ಅಂತರದಲ್ಲಿ ಜೊಲ್ಲು ಸೋರಿಸಿಕೊಂಡು ಕಣ್ಣು ಬಾಯಿ ಬಿಡುತ್ತ ಬರುತ್ತಿದ್ದ ಹಿಮ ಕರಡಿಯೂ ಸಹ. ಇವರ ಬಳಿ ಭರ್ಜಿಗಳಿದ್ದಾವೆಂಬ ಭಯ ಕರಡಿಗೆ. ಮಿಸುಕಾಡಲೂ ತ್ರಾಣವಿಲ್ಲದ ತಮ್ಮ ದೈನ್ಯತೆ ಕರಡಿಗೆ ಗೊತ್ತಾಗಿಬಿಟ್ಟರೆ ಎಂಬ ಭಯ ಸೋದರರಿಗೆ. ಅರೆ ಸತ್ತ ಜೀವಗಳ ಅಂತಿಮ ಉಸಿರಿಗೆ ಕಾದೂ ಕಾದೂ ಬೇಸತ್ತಿದ್ದ ಅಸಹನೆ ಮರಣ ಮೃಗಕ್ಕೆ.

"ಮಾನ್ಯರೇ.. ಮಾನ್ಯರೇ ಕಣ್ಣು ಬಿಡಿ. ದಯಮಾಡಿ ಕ್ಷಮಿಸಿ ಹೊತ್ತುಟ್ಟುವ ಮುಂಚೆ ನಿಮ್ಮನ್ನು ತಲುಪಿಸಬೇಕೆಂದುಕೊಂಡಿದ್ದೆವು. ಇನ್ನಾಗದು. ನೀವು ತಿಳಿಸಿದ ದೇಶವೇ ಕಾಣಿಸದು" ಎನ್ನುತ್ತ ಪ್ರಬುದ್ಧ ತೊಡೆಯ ಮೇಲಿದ್ದ ತರುಣನನ್ನು ಅಲುಗಾಡಿಸಿದ.

ತರುಣನಿಗೆ ಆಗ ತಾನೆ ಮಂಪರಿಂದ ಎಚ್ಚರವಾಗಿತ್ತು. ಆತನ ಜೀವ ರಕ್ತದ ಮೇಲೆ ತೂಗಾಡುತ್ತಿತ್ತೇ ಹೊರತು ಬಳಲಿಕೆಯ ಮೇಲಲ್ಲ. ಎಲ್ಲಿರುವೆನೆಂದು

ಅವಲೋಕಿಸಿದ. ಪಕ್ಕದಲ್ಲಿ "ಹಸಿವೂ ಹಸಿವೂ" ಎಂದು ಕನವರಿಸುತ್ತಿದ್ದ ಸಬುದ್ಧ, ಬಾವುಟದಂತೆ ಒಳಗೆ ಹೊರಗೆ ಹುಯ್ದುಕೊಳ್ಳುತ್ತಿದ್ದ ಆತನ ಉದರ, ಸಮೀಪದಲ್ಲಿ ಹಿಮಕರಡಿ. ಅದರ ಮೂಳೆ ತಡಿಕೆ. ಇವರ್ಯಾರೂ ಇನ್ನು ಒಂದು ಹೆಜ್ಜೆ ಮುಂದಿಡಲಾರರು, ತನಗಿಂತ ಮುಂಚೆ ಇವರೇ ಪ್ರಾಣ ಬಿಟ್ಟಾರು ಎಂಬುದು ಖಚಿತವಾಯಿತು. ಎಂಥ ತಪ್ಪು ಮಾಡಿಬಿಟ್ಟೆ!, ಈ ಗಂಟು, ಈ ಬೇಟೆಗಾರರು, ಈ ಮೃಗ, ತಾನು ಎಲ್ಲವೂ ಅತಂತ್ರ. ಗುರುಗಳು ಯಾಕಾಗಿ ನನ್ನಲ್ಲಿ ವಿಶ್ವಾಸವಿಟ್ಟು ತಮ್ಮ ಅಮೂಲ್ಯ ಗಂಟನ್ನು ಕಳಿಸಿಕೊಟ್ಟರು? ಈ ಬೇಟೆಗಾರರು ಯಾಕೆ ನನಗೆ ಬೆಲೆ ಕೊಟ್ಟು ತಮ್ಮ ಪ್ರಾಣಗಳನ್ನು ಪಣಕ್ಕಿಟ್ಟು ಕುಟುಂಬಗಳನ್ನು ನಿರ್ಲಕ್ಷಿಸಿ ಇಲ್ಲಿಯವರೆಗೆ ಬಂದು ಸಿಕ್ಕಿಹಾಕಿಕೊಂಡರು? ಒಬ್ಬ ಕ್ಷುಲ್ಲಕನಿಗೋಸ್ಕರ! ಈ ಕರಡಿಯಾದರೂ ಯಾಕೆ ಇನ್ನಾವುದೋ ಜೀವಕ್ಕೆ ಹೊಂಚು ಹಾಕಲಿಲ್ಲ? ನಾನು ಎಂದಿನಿಂದ ಇಷ್ಟು ಮುಖ್ಯ ಅಥವಾ ಅಪಾಯಕಾರಿಯಾದೆ? ಯಾರ ಯಾರದೋ ಹಾದಿ ಬದಲಾಯಿಸುವಷ್ಟು. ಜೀವಕ್ಕೆ ಸಂಚಕಾರ ತರುವಷ್ಟು. ಅಂಬೆಗಾಲಿನ ಮನುಷ್ಯ ಹೇಗೆ ಈ ಹಂತಕ್ಕೆ ಮಾರ್ಪಡುತ್ತಾನೆ? ಪ್ರತಿಯೊಬ್ಬನ ಬದುಕಿನಲ್ಲೂ ಈ ಮಿಂಚು ಸುಳಿಯುತ್ತದೋ? ಹ್ಞಾ, ಮಿಂಚಷ್ಟೇ. ಅಗಣಿತ ಆಕಾಶ ಮತ್ತು ಕಾಲ ಪರಿಧಿಯಲ್ಲಿ ಒಂದು ಕ್ಷಣ ಬಂದು ಹೋಗುವ ಮಿಂಚು. ಬೆಳಗಲೂಬಹುದು, ಸುಡಲೂಬಹುದು.

"ನೀವು ಯಾವ ಯಾವ ಪ್ರಾಣಿಗಳನ್ನು ಬೇಟೆಯಾಡುತ್ತೀರ?" ತರುಣ ಪ್ರಬುದ್ಧನನ್ನು ಕೇಳಿದ.

"ಹಸಿವೆಯನ್ನು ನೀಗಿಸುವ ಯಾವುದಾದರೂ ಸರಿ, ಮೊಲ ಕುಂದಿಲಿ ಪಕ್ಷಿಗಳಂಥ ಸಣ್ಣವುಗಳಿಂದ ಹಿಡಿದು ಜಿಂಕೆ ಎಮ್ಮೆ ಕೋಣ ಇತ್ಯಾದಿ ಬೃಹತ್ ಪ್ರಾಣಿಗಳವರೆಗೆ"

"ದೊಡ್ಡ ಪ್ರಾಣಿಗಳು ನಿಮ್ಮ ಹಸಿವೆಯನ್ನು ಮೀರಿದವು ತಾನೆ?"

"ಎಲ್ಲರೂ ತಿಂದು ಮಿಕ್ಕಿದ್ದನ್ನು ನಾಳೆಗೆ ಬೇಟೆ ಸಿಗದ ದಿನಗಳಿಗೆಂದು ಕೂಡಿಡುತ್ತೇವೆ"

"ಹಸಿವೆ ಮೀರಿ ಕೂಡಿಡುವುದು ತಪ್ಪಲ್ಲವೇ?"

"ವೈರಾಗ್ಯದ ಬೋಧನೆಗೆ ಇಳಿದಿದ್ದೀರೇನು?"

"ಜೀವಿಸುವುದಕ್ಕಿಂತ ಮಿಗಿಲಾದ ಬೋಧನೆ ಸಲ್ಲದು. ಎಲ್ಲದರ ಪರಿತ್ಯಾಗ ಮಾಡಿ ಜೋಳಿಗೆ ಹಿಡಿದಿರುವೆ. ಅವತ್ತಿನದು ಅವತ್ತಿಗೆ ಮಾತ್ರ. ಆಹಾರ ದೊರಕದ ದಿವಸ ಹಸಿವೆಯನ್ನು ಅನುಭವಿಸುತ್ತೇನೆ. ಅನುದಿನವೂ ಉದರವು ತುಂಬಿರಬೇಕೆಂಬ ಆಶಯ ಲೋಭಕ್ಕೆ ಸಮಾನ ಎಂಬುದು ನನ್ನ ಗ್ರಹಿಕೆ"

"ಈಗ ತಾನೆ ಗುರುಕುಲದಿಂದ ಹೊರಬಂದಿದ್ದೀರಿ ಎಂದಿರಿ. ಆಸ್ತಿಯನ್ನು ಅನುಭವಿಸದೇ ವಿರಾಗಿಯಾಗಲು ಹೇಗೆ ಸಾಧ್ಯ? ಕಾಮವನ್ನು ಅನುಭವಿಸದೇ ಬ್ರಹ್ಮಚರ್ಯಕ್ಕಿಳಿದಂತೆ"

"ಎಲ್ಲವನ್ನೂ ಅನುಭವಿಸಿದ ನಂತರ ವಿರಾಗಿಯಾದರೆ ಏನು ಪ್ರಯೋಜನ? ಅದು ವೈರಾಗ್ಯ ಎನ್ನುವುದೇ ಅನುಮಾನ. ಮನಸಿಗೆ ವಯಸ್ಸಾಗಿ ಉದ್ಭವಿಸುವ ದಣಿವು ಅದು"

"ನಿಮ್ಮ ಮಾತು ನಿಜ. ಆದರೆ ಏನನ್ನೂ ಅನುಭವಿಸದೆ ಉದ್ಭವಿಸುವ ಭಾವವು ವೈರಾಗ್ಯವೆಂದು ಕರೆಸಿಕೊಳ್ಳುವುದಕ್ಕೆ ಅನರ್ಹ. ಪ್ರವಚನದಿಂದ ಪ್ರೇರಣೆಗೊಂಡು ದಂಡಿಸಿಕೊಂಡಂತೆ. ಅಷ್ಟಕ್ಕೂ ನೀವು ಮಾನಸಿಕ ಲೋಭವನ್ನು ಜೋಳಿಗೆಯಲ್ಲಿಟ್ಟುಕೊಂಡು  ದೈಹಿಕ ವೈರಾಗ್ಯದ ಪ್ರಯಾಣ ಮಾಡುತ್ತಿರುವಿರಿ"

ಸಹೋದರನ ಪ್ರತಿವಾದದಿಂದ ಚೈತನ್ಯಗೊಂಡ ಸಬುದ್ಧ ದನಿಗೂಡಿಸಿದ – "ನಾಲ್ಕು ಹಸಿದ ಹೊಟ್ಟೆಗಳು ತಟಗುಟ್ಟುತ್ತಿರುವಾಗ ನಾಳೆಗೆ ಕೂಡಿಡುವುದು ಲೋಭವೆಂದು ಉಪದೇಶ ಮಾಡುತ್ತಿರುವಿರಿ"

"ಈಗ ವಿಷಯಕ್ಕೆ ಬಂದೆವು. ಇದೇ ದ್ವಂದ್ವದಲ್ಲಿದ್ದೆ. ಈ ಕ್ಷಣಕ್ಕೆ ಇಷ್ಟೊಂದು ಖಾಲಿ ಹೊಟ್ಟೆಗಳಿಂದ ಸುತ್ತುವರಿದು ನಾನು ಉಸಿರಾಡುತ್ತಿರುವುದೇ ಲೋಭವೆನಿಸುತ್ತಿದೆ. ಅನ್ಯಥಾ ಭಾವಿಸಬೇಡಿ. ನನ್ನನ್ನು ಸೇವಿಸಿ. ಹಿಮಕರಡಿಗೂ ಒದಗಿಸಿ. ಉಳಿದದ್ದನ್ನು ಗಂಟುಕಟ್ಟಿಕೊಂಡು.. ಪ್ರಯಾಣ ಮುಂದುವರೆಸಿ. ಜೋಳಿಗೆಯಲ್ಲಿರುವುದನ್ನು ದಾಟಿಸಿಕೊಡಿ"

"ಕಳೆದ ಸಂಜೆ ಕುಂದಿಲಿಗಾಗಿ ಎದೆಯೊಡ್ಡಿ ನಿಂತವರು ನೀವು" ಪ್ರಬುದ್ಧನೆಂದ.

ತರುಣನ ಕಣ್ಣಂಚಿನಿಂದ ಹನಿಯೊಂದು ಜಾರಿತು. ಮೌನ. ನೆನಪುಗಳು.

"ಜೀವನ್ಮರಣ ಸನ್ನಿವೇಶದಲ್ಲಿ ಧರ್ಮವು ಎಷ್ಟು ಕಟ್ಟುನಿಟ್ಟು ಬೇಡುತ್ತದೆ?" ಗುರುವರ್ಯರಿಗೆ ಪ್ರಶ್ನೆ.

"ರಣರಂಗದಲ್ಲಿದ್ದುಕೊಂಡು ಸ್ವಯಂ ಮರಣಕ್ಕೆ ಅಥವಾ ವೈರಿಯ ಹರಣಕ್ಕೆ ಹಿಂಜರಿದು ಹಿಂದೋಡುವುದನ್ನು ಧರ್ಮ ಒಪ್ಪುವುದಿಲ್ಲ"

"ರಣರಂಗ. ಯುದ್ಧವೆಂಬುದೇ ಪ್ರಕೃತಿಯ ವಿರುದ್ಧ ಅಲ್ಲವೇ ಗುರುವರ್ಯ?"

"ಯುದ್ಧ, ಎಂದರೆ ಸಂಘರ್ಷ.  ನೂರಕ್ಕೆ ನೂರರಷ್ಟು  ಪ್ರಕೃತಿದಾಯಕ"

"ಮನುಷ್ಯ ಮನುಷ್ಯನ ಪ್ರಾಣ ತೆಗೆಯುವುದು ತಪ್ಪೇನಲ್ಲ ಎನ್ನುತ್ತೀರಿ?"

"ಘರ್ಷಣೆ ನೈಸರ್ಗಿಕ ಕ್ರಿಯೆ ಎಂದೆನಷ್ಟೆ. ಸರಿ ತಪ್ಪುಗಳ ವ್ಯಾಖ್ಯಾನ ಬೌದ್ಧಿಕ ಕಸರತ್ತು"

ಯುದ್ಧ, ಸ್ವಜಾತಿಯೊಂದಿಗಿನ ಘರ್ಷಣೆ, ಪ್ರಾಣ ಹರಣ ಇವೆಲ್ಲ ಪ್ರಕೃತಿ ನಿಯಮದಡಿಯಲ್ಲಿಯೇ ಬರುವವು ಎಂದಾದರೆ ಹಸಿವೆ, ಅದನ್ನು ಇಂಗಿಸುವುದಕ್ಕಾಗಿ ಸ್ವಜಾತಿ ಭಕ್ಷಣೆ ಕೂಡ. ಹಸಿವೆಯನ್ನು ಹುಟ್ಟುಹಾಕುವವನಿಗೆ ಈ ಪರ್ವತ ಪಾರ್ಶ್ವವು ರಣರಂಗಕ್ಕೆ ಸಮ. ನಾವಿಲ್ಲಿ ಜೀವಕ್ಕಾಗಿ ಹೋರಾಡುತ್ತಿರುವ ಸೈನಿಕರು ಎಂಬ ಎಚ್ಚರವಿರಬೇಕು. ಎಂಬೆಲ್ಲ ಆಲೋಚನೆಗಳು ತರುಣನಲ್ಲಿ ಹುಟ್ಟಿದವು.

ವಾಸ್ತವಕ್ಕೆ ಮರಳಿ ಸಹೋದರರನ್ನು ಉದ್ದೇಶಿಸಿ ಹೇಳಿದ:

"ನಿಮಗೆ ನನ್ನ ಮಾಂಸ ಸೇವನೆಗೆ ಧರ್ಮ ಕರ್ಮಗಳು ಅಡ್ಡಿಯಾಗುತ್ತಿದ್ದಲ್ಲಿ ಹೀಗೆ ಮಾಡಿ. ಗುರುಗಳು ಹೀಗೆಯೆ ಹೇಳಿದ್ದರು, ಜೀವನ್ಮರಣ ಸನ್ನಿವೇಶದಲ್ಲಿ ಧರ್ಮವು ತಂತಾನೆ ಬಾಗುತ್ತದಂತೆ. ಅರ್ಥಾತ್ ದಾರಿ ತೋರಿಸುತ್ತದೆ. ಧರ್ಮಕ್ಕೆ ಅಷ್ಟು ವಿನಯವಿರಬೇಕು. ಬಾಗದ ಧರ್ಮ ಅಹಂಕಾರಿ. ನನ್ನ ಕಳೇಬರವನ್ನು ಹಿಮ ಕರಡಿಗೆ ಒಪ್ಪಿಸಿ, ಅದು ನನ್ನ ಸೇವನೆಯಲ್ಲಿ ತನ್ಮಯವಾಗಿರುವಾಗ ಹೊಂಚು ಹಾಕಿ ಕೊಂದು ಕರಡಿಯನ್ನು ಭಕ್ಷಿಸಿ"

"ನೇರ ಸೇವಿಸಿದರೇನು, ಕರಡಿಯ ಮೂಲಕ ಸೇವಿಸಿದರೇನು. ಅರಣ್ಯವಾಸಿ ಗಳಾದ ನಮಗೆ ಈ ಧರ್ಮಸೂಕ್ಷ್ಮಗಳು ಹೊಳೆಯುವುದಿಲ್ಲ ನೋಡಿ" – ಸಬುದ್ಧನೆಂದ.

ಪ್ರಬುದ್ಧ ಸಹೋದರನ ಅಂತರಂಗವನ್ನು ದಿಟ್ಟಿಸಿದ. ತರುಣನುದ್ಧೇಶಿಸಿ

"ಮಾನ್ಯರೇ, ಭರ್ಜಿ ಇರಿದು ಎಂತಹ ಪ್ರಾಣಿಗಳನ್ನಾದರೂ ಕೊಲ್ಲಬಲ್ಲೆವು, ತೊಡೆಯ ಮೇಲೆ ಮಲಗಿ ಜೀವನ್ಮರಣ ಹೋರಾಟ ನಡೆಸುತ್ತಿರುವವನ ಸಾವಿಗೆ ಕಾಯುವುದು.. ಇದೇನು ಪರೀಕ್ಷೆ ಮಾಡುತ್ತಿರುವಿರೇನು" ಎಂದನು.

ಈ ಹಿಮಕರಡಿಯು ನನ್ನ ಕಳೇಬರದ ನಿರೀಕ್ಷೆಯಲ್ಲಿ ಬೆಟ್ಟ ಹತ್ತಿ ಬಂದಿದೆ. ಈ ಸಹೋದರನು ನನ್ನ ಮರಣಕ್ಕೆ ಕಾಯುವುದು ಅಕ್ಷಮ್ಯವೆಂಬಂತೆ ಹೇಳುತ್ತಿರುವನು. ಹಾಗಿದ್ದಲ್ಲಿ ಮನುಷ್ಯ ಪ್ರಾಣಿ ಮಾತ್ರವಲ್ಲ ತಾನೆ. ಗುರುಗಳೇಕೆ ಪ್ರಕೃತಿಯನ್ನು ಮತ್ತೊಂದು ಧರ್ಮಗ್ರಂಥ ಸಮಾನ ನೋಡುತ್ತಾರೆ?

ತರುಣ ಈ ಸಂದಿಗ್ಧ ಸ್ಥಿತಿಯಿಂದ ಹೊರಬರುವ ಉಪಾಯಗಳನ್ನು ಯೋಚಿಸಿದ. ಸ್ವಯಿಚ್ಛೆಯಿಂದ ಜೀವ ತ್ಯಜಿಸುವುದು ಸೂಕ್ತವೆಂದು ಹೊಳೆಯಿತು. ಸಹೋದರರ ಗಮನ ಸೆಳೆಯದಷ್ಟು ಸೂಕ್ಷ್ಮವಾಗಿ ಉಸಿರುಗಟ್ಟಲು ಪ್ರಯತ್ನಿಸಿದ. ಪ್ರಬಲ ಉಸಿರು ಸಬಲ ಮನೋಶಕ್ತಿಯನ್ನು ಒದ್ದು ಹೊರಬಂದಿತು. ದೇಹವನ್ನು ಹಿಂಡಿಕೊಳ್ಳಲು ಯತ್ನಿಸಿದ. ಕೊರಳ ಪಟ್ಟಿಯಿಂದ ರಕ್ತ ಬುಳ್ಳೆಂದಿತು. ಆ ಪ್ರದೇಶದ ವಾಯುವಿಗೆ ಮಾನವನ ನೆತ್ತರಿನ ಘಮಲು ಅದೇ ಹೊಸತು. ಹಿಮಕರಡಿಯ ಮತ್ತು ಸಬುದ್ಧನ ಹೊಳ್ಳೆಗಳು ವಿಶಿಷ್ಠ ವಾಸನೆಯನ್ನು ಗ್ರಹಿಸಿದವು. ಸೋರಿದ ರಕ್ತ ತೊಡೆ ಮೇಲೆ ಹರಿದು ತಣ್ಣಗೆನಿಸಿ ಪ್ರಬುದ್ಧ ಎಚ್ಚೆತ್ತನು. ಕುತ್ತಿಗೆಗೆ ಕಟ್ಟಿದ್ದ ಪಟ್ಟಿಯನ್ನು ಬಿಗಿ ಮಾಡಿದನು.

ನಸುನಸುಕಿನಲ್ಲಿ ದೂರ ದೇಶದ ರಾಜನಿಗೆ ಆಶ್ರಮದ ಗುರುವರ್ಯನಿಗೆ ಎಂದೂ ಪ್ರತ್ಯಕ್ಷೀಕರಿಸದ ಪ್ರಾಣಿಯೊಂದು ಕನಸಿನಲ್ಲಿ ಕಾಣಿಸಿಕೊಂಡಿತು.

⌘

# ಓಯಾಸಿಸ್

**ಅದೊಂದು ವಿಸ್ತಾರವಾದ ಮರುಭೂಮಿ. ಮರಳಿನ ಸಾಗರ. ಅಲೆಅಲೆಯಂತೆ ದಿಬ್ಬಗಳು. ಹುಯ್ಯುಗುಟ್ಟುವ ಗಾಳಿ. ಅಲ್ಲಿನ ಸರೀಸೃಪಗಳಂತೆಯೆ ಅಲ್ಲಿನ ಮರಳು. ಆಗೊಮ್ಮೆ ಈಗೊಮ್ಮೆ ಮಿಸುಕಾಡುತ್ತವೆ. ಅಲ್ಲೊಂದು ಕಪ್ಪು ಬಣ್ಣದ ರಸ್ತೆ. ಯಾವ ಭಂಗವಿಲ್ಲದೆ ಹೆಬ್ಬಾವಿನಂತೆ ಮಲಗಿದೆ. ಯಾರದೋ ಆಗಮನಕ್ಕೆಂದೆ ಕಾಯುತ್ತಿರುವಂತಿದೆ, ಇಂದು ಬರುತ್ತೇನೆಂದು ತಿಳಿಸಿ, ತಿಂಗಳಾದರೂ ಬಾರದ ಅತಿಥಿಯಂತೆ. ಮರುಭೂಮಿಯಲ್ಲಿ ಪಿಸುನುಡಿಯೂ ರೌರವ.**

ಅಲ್ಲೊಂದು ಗುಡಿಸಲು, ರಸ್ತೆಯ ಮಗ್ಗುಲಲ್ಲಿ. ಇಡಿಯ ದಿಗಂತ ವೃತ್ತದಲ್ಲಿ ಲಂಬಾಕಾರದಲ್ಲಿ ಎದ್ದಿರುವ ಏಕೈಕ ಆಕೃತಿ. ಅದೂ ಸಹ ಯಾರದೊ ನಿರೀಕ್ಷೆಯಲ್ಲಿರುವಂತಿದೆ. ಮರುಭೂಮಿಯನ್ನು ವೀಕ್ಷಿಸಲು ಮೇಲೆ ಸಹಸ್ರಾರು ನಕ್ಷತ್ರಗಳು ನೆರೆದಿವೆ. ಇರುಳೆಂಬುದು ಇಷ್ಟಗಲದ ಇಷ್ಟು ಮೆತ್ತನೆಯ ಹಾಸಿಗೆ ಅಪರೂಪಕ್ಕೆ ಸಿಕ್ಕಿದೆಯಂಬಂತೆ ಮೈಮುರಿದು ಕಾಲು ಚಾಚಿದೆ. ಅಲ್ಲಿ ಗುಡಿಸಲಲ್ಲಿ ಒಲೆಯೊಂದು ಹತ್ತಿಕೊಂಡಿದೆ. ಅದರ ಮೇಲೆ ಸಿಲವಾರ ಪಾತ್ರೆಯಲ್ಲಿ ಸಾರು ಕೊತಕೊತನೆ ಕುದಿಯುತ್ತಿದೆ. ಒಲೆಯ ಎದುರು ಕುಕ್ಕರಗಾಲಿನಲ್ಲಿ ಕೂತಿರುವ ಒಡತಿ ಆಗಾಗ್ಗೆ ಚೌಟಿನಿಂದ ಸಾರನ್ನು ತೆಗೆದು ಅಂಗೈಗೆ ಬಿಟ್ಟುಕೊಂಡು ರುಚಿ

ನೋಡುತ್ತಿದ್ದಾಳೆ. ಖಾಲಿ ತಟ್ಟೆ ಇಟ್ಟುಕೊಂಡು ಕೂತಿರುವ ಪತಿರಾಯ ಮತ್ತು ಮಗರಾಯರ ಕತ್ತುಗಳು ಲಟ್ಟೆನಿಸುವ ಒಡತಿಯ ನಾಲಿಗೆ ಕುದಿಯುತ್ತಿರುವ ಎಸರಿನ ತಾಳಕ್ಕೆ ತಕ್ಕಂತೆ ನಾಟ್ಯಗೈಯ್ಯುತ್ತಿವೆ.

ಕೊನೆಗೂ ಸಾರು ಒಡತಿಯ ಎದುರು ಮಂಡಿಯೂರಿತು. ತಟ್ಟೆಗೆ ಮುದ್ದೆ ಬಿತ್ತು. ಸುಡುಸುಡುವ ಮುದ್ದೆ ಮುರಿದು ಸಾರಿನಲ್ಲಿ ಅದ್ದಿ ತುತ್ತನ್ನು ಗಂಟಲಿಗೆ ಇಳಿಸಿಕೊಂಡವು ಹಸಿದ ಎರಡು ಜೀವಗಳು. ಹೊರಗಿದ್ದ ಕತ್ತಲೆಯ ಶ್ವಾನ ಅವಕಾಶ ಸಿಕ್ಕಾಗಲೆಲ್ಲ ತನ್ನ ನಾಸಿಕದ ನಾಳವನ್ನು ಗರಿಗಳ ಸಂದುಗಳಿಂದ ಒಳ ತೂರಿಸಿ ಒಡತಿಯ ಅದ್ಭುತ ಸಾರನ್ನು ಮೂಸಲು ಪ್ರಯತ್ನಿಸುತ್ತಿತ್ತು. ಒಳಗಿದ್ದ ಸೀಮೆ ಎಣ್ಣೆ ಬುಡ್ಡಿಯ ಬೆಳಕು ಅದನ್ನು 'ಹಚಾ ಹಚಾ' ಎಂದು ಓಡಿಸುತ್ತಿತ್ತು.

"ಒಬ್ಬಾಕೆಯಲ್ಲಿ ಕಾಸು ಇರಲಿಲ್ಲ, ಸುವರ್ಣಗೆಡ್ಡೆ ಕೊಟ್ಟಳು" ಸಾರಿನ ಘಮಲಿನ ರಹಸ್ಯವನ್ನು ಬಿಚ್ಚಿಟ್ಟಳು ಒಡತಿ. ಹೇರ್ಪಿನ್ನು, ಬಾಚಣಿಕೆ, ಬಿಂದಿ, ಚೌಲಿ ಕೂದಲು ವಗೈರೆ ವಗೈರೆಗಳನ್ನು ದೂರ ದೂರದಲ್ಲಿ ಒಂಟಿ ಒಂಟಿಯಾಗಿರುವ ಮನೆಗಳಿಗೆ ಹೊತ್ತೊಯ್ದು ಮಾರುವುದು ಅವಳ ಕಾಯಕ. ಅವಳ ಸರಂಜಾಮಿನ ಬುಟ್ಟಿ ಒಡತಿಗೆ ಕಿವಿಗೊಟ್ಟು ಅಲ್ಲಿ ಮೂಲೆಯಲ್ಲಿ ಕುಳಿತಿತ್ತು,

"ಹೇಗಾಯಿತು ನಿಮ್ಮದು ಇವತ್ತು?", ಒಡತಿ ಪತಿರಾಯನನ್ನು ಕೇಳುತ್ತ ಬಗ್ಗಿ ಪೆನ್ನು ಪುಸ್ತಕ ಎತ್ತಿಕೊಂಡಳು. ನಿತ್ಯ ರಾತ್ರಿ ಊಟದ ನಡುವೆ ನೆಂಚಿಕೊಳ್ಳುವ ಮಾತು ಅದು. ದಿನದಂತ್ಯದಲ್ಲಿ ಲೆಕ್ಕ ಬರೆದಿಡುವ ರೂಢಿ ಅವಳಿಗೆ. ಪುಕ್ಕಟೆ ಮಾತಾದರೂ ಅಲ್ಲೊಂದು ಕಾರ್ಯ ನೆರವೇರಿರಬೇಕು, ಶ್ರಮದ ಗಡಿಯಾರ ನಿಲ್ಲುವಂತಿಲ್ಲ. ಅವರದಾದ ನಂತರ ತನ್ನ ಊಟ, ಆನಂತರ ಪಾತ್ರೆ ತೊಳೆಯುವುದು, ಹಾಸಿಗೆ ಹಾಸುವುದು, ಕೆಲಸ ನೂರೆಂಟು ಇರುವುದು.

"ಮರೆತುಬಿಟ್ಟೆಯೇನೆ, ಇಂದಿನಿಂದ ಸಾಮ್ರಾಜ್ಯ ಮಗರಾಯನದ್ದು" ಎಂದನು ಗಂಡ.

"ಅಯ್ಯೋ ನನ್ನ ಬುದ್ದಿಗಿಷ್ಟು.." ಪೆನ್ನು ಹಿಡಿದ ಕೈಯಿಂದ ತಲೆಗೆ ಸುಮ್ಮನೆ ಚಚ್ಚಿಕೊಂಡ ಅವಳು, "ಕಂದಾ.. ಅಮ್ಮ ಇಂತಹ ಸುದಿನವನ್ನೆ ಮರೆತಿದ್ದಳೆಂದು ನೊಂದುಕೊಬೇಡ. ರೂಢಿಯಿಂದ ಬಂತು. ಮನುಷ್ಯನಿಗೆ ರೂಢಿಯೆಂಬುದು ರಕ್ತ" ಎನ್ನುತ್ತ ಆದ ಪ್ರಮಾದಕ್ಕೆ ಪಶ್ಚಾತ್ತಾಪ ವ್ಯಕ್ತಪಡಿಸಿದಳು.

ಮಗನ ಗಮನ ಫಲಿತಾಂಶದ ವರದಿ ಒಪ್ಪಿಸುವುದರಲ್ಲಿತ್ತು. "ಸ್ವಲ್ಪ ಮಾತ್ರ ಬಂತು ಅಮ್ಮ, ಅಪ್ಪನಷ್ಟಿಲ್ಲ. ಕನಸಿನಲಿ ಕಂಡಷ್ಟೂ ಇಲ್ಲ" ಕೌಮಾರ್ಯದ ಹುಡುಗ, ಮೊದಲ ದಿನದ ಸಂಪಾದನೆ, ಅಗಾಧ ಆಕಾಂಕ್ಷೆ, ಹುರುಪು, ಹುಳಿ. ಬೇಸರದಿಂದ ನುಡಿಯುತ್ತ ತುತ್ತು ನುಂಗಲು ಹಿಂಸೆ ಮಾಡಿಕೊಂಡ.

"ಅಪ್ಪನಂತಾಗಲು ಕಾಲ ಸರೀಬೇಕಲ್ಲ ಮಗ, ಯಾಕೆ ಸಪ್ಪೆ ಆಗ್ತೀ. ಅವರದೂ ಇಷ್ಟೇ ಇತ್ತು ಆ ದಿನ"

ಒಡತಿ ತಟ್ಟೆಗಳಿಗೆ ಹಿಡಿ ಅನ್ನ ಚೂರು ಸಾರು ಬಡಿಸಿ ಲೆಕ್ಕ ಶುದ್ಧ ಮಾಡಲು ತೊಡಗಿಸಿಕೊಂಡಳು. ಅನುತ್ಪಾದಕ ಕೆಲಸವೆಂದು ಗೊತ್ತಿದ್ದರೂ ಅವಳಿಗೆ ಅದು ಇಷ್ಟ. ಅಂಕಿ ಸಂಕಿ ಕೂಡಿ ಕಳೆದು ಅಡ್ಡ ಗೀಟು ಹಾಕಿ ಕೊನೆಗೆ ಇಂತಿಷ್ಟು ಎಂಬ ಹಾಳೆ ಸ್ವಚ್ಛತೆ ಬಯಸುತ್ತಾಳೆ, ಮೊತ್ತ ಎಷ್ಟೇ ಇರಲಿ.

ಅತ್ತ ಕಡೆ ಬುಡ್ಡಿಯ ಬೆಳಕಿಗೂ ಹೊರಗಿನ ಕತ್ತಲಿಗೂ ಸಮರ ಏರ್ಪಟ್ಟಿತ್ತು. ಇರುಳು ಸಮವೀಕ್ಷಕ, ಇವರಿಬ್ಬರ ಕುಸ್ತಿಯ ಅಮಲಿನಲ್ಲಿ ಜೋರಾಗಿ ಉಸಿರಾಡುತ್ತಿತ್ತು. ಆ ಹೊತ್ತಿನಲ್ಲಿ

"ಧಡ್ ಧಡ್", ಯಾರೋ ಕದ ತಟ್ಟಿದರು.

"ಯಾರೂ?"

ಉತ್ತರವಿಲ್ಲ.

ಈ ಹೊತ್ತಲ್ಲದ ಹೊತ್ತಲ್ಲಿ ಯಾರಿರಬಹುದು? ಒಡತಿ ಬುಡ್ಡಿ ಹಿಡಿದು ಎದ್ದಳು. ಬಾಗಿಲಿನ ಸಂದಿಯಲಿ ಇಣುಕಿದಳು. ಹೊರಗೆ ಆಗಂತುಕನ ನೆರಳು.

ಕದ ಇಷ್ಟೇ ತೆರೆದು,

"ಏನಾಗಬೇಕಿತ್ತಪ್ಪ, ಗಾಡಿ ಗೀಡಿ ಪಂಚರೇನು?" ಕೇಳಿದಳು. ಆಗಂತುಕ ತಲೆ ಅಳ್ಳಾಡಿಸಿದ.

"ಕುಡಿಯೋಕೆ ನೀರು ಗೀರು?",

ಊಹ್ಞೂ.

ಒಡತಿ ತಲೆಯನ್ನು ಹೊರಚಾಚಿ ಸುತ್ತಮುತ್ತ ಅವಲೋಕಿಸಿದಳು. ಅವನ ಹೊರತು ಒಂದು ನರಪಿಳ್ಳೆ ವಾಹನ ಗೀಹನ ಏನೊಂದೂ ಇರಲಿಲ್ಲ.

"ಎಲ್ಲಿಂದ ಬಂದೆಯಪ್ಪ? ಎಷ್ಟು ದೂರ ನಡಕೊಂಡು ಬಂದಿದ್ದೀಯ.. ದಾರಿ ಗೀರಿ ತಪ್ಪಿದೇನು?"

ಆಗಂತುಕ ಸುಮ್ಮನೆ ನಿಂತಿದ್ದ. ಬಹಳ ಬಳಲಿದಂತಿದ್ದ.

ಎಲ್ಲಿಂದ ಬಂದಿದೆಯೋ ಯಾರನ್ನು ಅರಸಿ ಬಂದಿದೆಯೋ ಜೀವ, ಪಾಪ ಎಂದುಕೊಂಡಳಾಕೆ.

"ಒಳಗೆ ಬಾಪ್ಪ", ಕರೆದಳು.

ಆತ ಒಳಗೆ ಹೆಜ್ಜೆಯಿಟ್ಟ, ಆಕೆ ಕದ ಮುಚ್ಚಿದ್ದಳು. ತಂದೆ ಮಗನ ಕಡೆ ಅಸಮಾಧಾನದ ನೋಟ ಬೀರಿದ, ಆಡುವಂತಿಲ್ಲ ಅನ್ನುವಂತಿಲ್ಲ, ಯಾರ ಯಾರನ್ನೊ ಹೇಳದೆ ಕೇಳದೆ ಒಳಗೆ ಬಿಟ್ಟುಕೊಳ್ಳುತ್ತಾಳೆ ನಿನ್ನ ಅಮ್ಮ ಎಂದು. ಅತಿಥಿ ಒಳಗೆ ಬರುತಿದ್ದಂತೆಯೇ ಚಕ್ಕಲ ಮಕ್ಕಲ ಹಾಕಿದ್ದ ಬೆಳಕು ಎದ್ದು ಹೋಗಿ ಆಗಂತುಕನನ್ನು ಆಲಂಗಿಸಿ ಬರಮಾಡಿಕೊಂಡಿತು. ಅವನು ಯುವಕನಾಗಿದ್ದ. ಚಿಗುರು ಮೀಸೆ. ಬಿಳಿ ಅಂಗಿ. ಅಡ್ಡ ಗೀಟುಗಳ ಚೌಕಗಳುಳ್ಳ ಪಂಚೆ ಉಟ್ಟಿದ್ದ. ಅಂಗಿ ಜೇಬಿನ ಮೇಲೆ ಗುಲಾಬಿ ಚಿತ್ರ. ಬರಿಗಾಲಿನಲ್ಲಿದ್ದ.

ಸುತ್ತಲಿನ ಸರಹದ್ದಿಗೆ ಆ ಗುಡಿಸಲೊಂದೇ ಲೈಟ್ ಹೌಸು. ಹಗಲಿನಲ್ಲಿ ಚೋಟ ಮೋಟ ದ್ವಿಪಾದಿ ತ್ರಿಪಾದಿ ಚತುಷ್ಪಾದಿಯಾಗಿ ಆಗೊಂದು ಈಗೊಂದು ವಾಹನಗಳು ಹರಿದಾಡುವುದುಂಟು. ಇರುಳಿನಲಿ ಎಂದಾದರೊಮ್ಮೆ ದೀರ್ಘ ಪ್ರಯಾಣದ ಸಹಸ್ರಪದಿ ಲಾರಿಗಳು ಮಾತ್ರ, ಅನಿರೀಕ್ಷಿತ ಹೊತ್ತಿನಲ್ಲಿ ಪ್ರವೇಶಿಸಿದ ಬರಿಗಾಲಿನ ಆಗಂತುಕ ಗುಡಿಸಲಿನ ಮಂದಿಗೆ ಹೊರ ಅಚ್ಚರಿ ಒಳ ಆತಂಕ ಮೂಡಿಸಿದ್ದು ನಿಜ.

ಒಡತಿ ಅವನಿಗೊಂದು ತಟ್ಟೆ ಕೊಟ್ಟು ಚೊಂಬಿನಿಂದ ನೀರು ಬಗ್ಗಿಸಿ ಕೈ ತೊಳೆಸಿದಳು. ಕೊಳೆ ನೀರನ್ನು ಅತ್ತ ಒಗೆದು ಶುದ್ಧ ನೀರಿನಲ್ಲಿ ಜಾಲಿಸಿ ಪುನಃ ಅವನ ಎದುರು ಇಟ್ಟು ಮುದ್ದೆ ಕೈಗೆತ್ತಿಕೊಂಡು

“ಪೂರ್ತಿ ಇಡಲಾ ಮುರುಕು ಇಡಲಾ ಮರಿ?” ಕೇಳಿದಳು.

“ಮುರುಕು ಸಾಕು” ಎಂದನು ಆಗಂತುಕ.

“ಅಷ್ಟು ದೂರ ನಡಕೊಂಡು ಬಂದಿದ್ದೀಯ, ಹಸಕೊಂಡಿದ್ದೀಯ, ನಾಚಿಕೆ ಪಟ್ಟುಕೋಬೇಡ, ಕೇಳಿ ಇಡಿಸಿಕೊಂಡು ಹೊಟ್ಟೆ ತುಂಬ ಉಣ್ಣು” ಎಂದು ಕಾಳಜಿ ಸುರಿಸುತ್ತ ಒಡತಿ ಸಾರು ಬಡಿಸಿದಳು. ಪುನಃ ಲೆಕ್ಕಕ್ಕೆ ಮರಳುವವಳಿದ್ದಳು, ಒಮ್ಮೆ ಅತಿಥಿಯನ್ನು ನಖಶಿಖಾಂತ ವೀಕ್ಷಿಸಿದಳು. ಕೆದರಿದ ತಲೆಗೂದಲು, ಕೂದಲಿನಲ್ಲಿ ತರಗೆಲೆ ಚೂರುಗಳು, ಒರಟು ಮುಖ, ಕ್ರಮೇಣ ತನ್ನ ಶುದ್ಧ ಬಿಳುಪು ಮರೆತಿರುವಂತಹ ಮಾಸಲು ಅಂಗಿ, ಅಂತೆಯೇ ಪಂಚೆ. ಆಕೆಯ ನೇತ್ರಗಳು ಮತ್ತೊಮ್ಮೆ ಗುಲಾಬಿಯತ್ತ ಎಳೆದವು. ಅವು ಹೂಗಳಾಗಿರಲಿಲ್ಲ.. ಕಲೆಗಳು! ನೆತ್ತರ ಕಲೆಗಳು!

ಒಡತಿ, ಸಾಮಾನ್ಯವಾಗಿ ಗಟ್ಟಿಗಿತ್ತಿ, ನಡುಗಿಬಿಟ್ಟಳು. ಎಲ್ಲಿಯಾದರೂ ಬಿದ್ದು ಗಿದ್ದು ಬಂದನೋ? ಯಾವ ಗಾಯವೂ ಆಗಿರುವಂತಿಲ್ಲ. ಮೊದಲಾಗಿ, ಇದು ಅವನ ರಕ್ತವೋ ಇನ್ಯಾರದೋ? ಯಾರನ್ನಾದರೂ ಖೂನಿ ಮಾಡಿ ಬಂದಿರುವನೋ..? ಅದರ ಯೋಚನೆ ಹತ್ತಿದ ಕೂಡಲೆ ಅವಳ ಎದೆ ಝಿಲ್

ಎಂದಿತು. ಧ್ವನಿ ಕಟ್ಟಿತು, ಬಾಯಿ ತೆರೆದರೂ ಉಸಿರು ಹೊರಡುತ್ತಿಲ್ಲ. ಗಂಡ ಹಾಗೂ ಮಗನ ಗಮನ ಸೆಳೆಯಲು ಯತ್ನಿಸಿದಳು, ಅವರು ತಲೆ ತಗ್ಗಿಸಿಕೊಂಡು ಮುದ್ದೆ ಮುರಿಯುವುದರಲ್ಲಿ ತಲ್ಲೀನ. ಸಾರಿನ ಬೋಸಿಯನ್ನು ಚೌಟನ್ನು ಕಟಕಟ ಎನ್ನಿಸುತ್ತ ಗಂಡನ ತಟ್ಟೆಗೆ ಕುಕ್ಕಿದಳು. ಏನಾಯಿತು ಇವಳಿಗೆ, ಆತ ತಲೆ ಎತ್ತಿದ. ಆಕೆ ಕಣ್ಸನ್ನೆ ಮಾಡಿದಳು. ಗಂಡ ಆಗಂತುಕನನ್ನು ಪರಿಶೀಲಿಸಿದ. ಹೌದು, ಅಂಗಿ ಮೇಲೆ ಪಂಚೆ ಮೇಲೆಲ್ಲ ರಕ್ತದ ಕಲೆಗಳುಂಟು.. ಸಣ್ಣಪುಟ್ಟ ಪ್ರಮಾಣದ್ದಲ್ಲವೆಂದು ಸರಳವಾಗಿ ಊಹಿಸಬಹುದಾಗಿತ್ತು. ಒಡೆಯ ತನ್ನ ಮಗನಿಗೂ ತಿವಿದು ಸಂಗತಿ ಮುಟ್ಟಿಸಿದ. ಅವರು ಉಳಿದರ್ಧ ಊಟವನ್ನು ಗಬ ಗಬನೆ ತಿಂದು ಮುಗಿಸಿದರು. ಒಡೆಯ ಊಟದ ನಂತರದ ವಾಯುವಿಹಾರಕ್ಕೆಂಬಂತೆ ಎದ್ದು ಪಂಚೆಗೆ ಕೈ ಒರೆಸಿಕೊಳ್ಳುತ್ತ ಬಾಗಿಲಿನತ್ತ ನಡೆದನು. ಮಗ ಉಂಡಲ್ಲಿಂದಲೇ ಹಿಂದೆ ಸರಿದು ಗೋಡೆಗೆ ಒರಗಿಕೊಂಡನು, ಕೈಗಳು ಬೆನ್ನಿನ ಹಿಂದೆ ಏನನ್ನೋ ತಡಕುತ್ತ. ಹಾರೆಕೋಲು ಕೈತುಂಬ ಸಿಕ್ಕಿತು. ಅತ್ತ ಒಡೆಯ ಪಂಚರಿನ ಟಯರು ಬಿಚ್ಚುವ ರಾಡನ್ನು ಹಿಡಿದು ರೆಡಿಯಾಗಿ ನಿಂತಿದ್ದನು. ಒಡತಿ ಏನೊಂದೂ ಆಡಲಾಗದೆ ಮಾಡಲಾಗದೆ ನಡುಗುತ್ತ ಕುಳಿತಿದ್ದಳು. ಮೂವರು ಮೂರು ದಿಕ್ಕಿನಿಂದ ಸುತ್ತುವರೆದರು.

ಮುದ್ದೆ ಮುರಿಯುತ್ತಿದ್ದ ಆಗಂತುಕನಿಂದ ಥಟ್ಟನೆ ತಟಪಟ ಕಣ್ಣೀರು ಸುರಿಯಲಾರಂಭಿಸಿದವು. ಸರ್ಪಗಮನ ಅವನದು. ಉದುರುತ್ತಿದ್ದ ಹನಿಗಳಿಂದ ಸೊಗಸಾದ ಸಾರು ನೀರಾಗತೊಡಗಿತು. ಸುತ್ತುವರೆದ ಜೀವಗಳ ಆತ್ಮ ಲಜ್ಜೆ ಪಟ್ಟುಕೊಂಡು ತಲೆ ತಗ್ಗಿಸಿದವು. ಏನೇನೋ ಅಂದುಕೊಂಡುಬಿಟ್ಟೆವಲ್ಲ, ಪಾಪ ಎಂದು ಮರುಗಿದವು. ಅಂಗೈಗಳು ಆಯುಧಗಳನ್ನು ಇಳಿಸಿ ಯಥಾಸ್ಥಾನಕ್ಕೆ ಮರಳಿದವು. ಮನುಷ್ಯ ಸಣ್ಣ ಆಕಸ್ಮಿಕಕ್ಕೆ ಹೆದರುವಷ್ಟು ಮುನ್ನೆಚ್ಚರಿಕೆ ಇರುವ ಗಂಡಾಂತರಕ್ಕೆ ಹೆದರುವುದಿಲ್ಲ.

"ಯಾಕಪ್ಪ ಕಣ್ಣೀರು?", ಒಡತಿ ಕೇಳಿದಳು.

ಆತ ಈಗಲೂ ಬಾಯಿ ತೆರೆಯಲಿಲ್ಲ. ಮೈಮೇಲಿನ ರಕ್ತ, ಮೊಗ ಮೇಲಣ ದುಃಖ ಕಲೆತು ಒಡತಿಗೆ ಇದೇ ಇದ್ದಿರಬೇಕೆಂದು ಅನಿಸಿ ವಿಚಾರಿಸಿದಳು, "ನಿನ್ನವರು ಯಾರಾದರೂ ತೀರಿಕೊಂಡರಾ ಹೇಗೆ?",

ಆತ ಹ್ಞೂ ಎಂದು ತಲೆ ಆಡಿಸಿದ. ಅಲ್ಲಿ ಸ್ವಲ್ಪ ಕಾಲ ಮೌನ ಆವರಿಸಿತು. ಲಟಗುಟ್ಟುತ್ತಿದ್ದ ತಟ್ಟೆಗಳು ಸ್ತಬ್ಧಗೊಂಡವು. ಒಡತಿ ಕಾಳಜಿಪೂರ್ವಕವಾಗಿ ಇನ್ನಷ್ಟು ವಿಚಾರಿಸಿದಳು. ಅಂದಿನ ದಿನ ಅದೇ ರಸ್ತೆಯಲ್ಲಿ ಒಂದು ಅಪಘಾತದಲ್ಲಿ ಆಗಂತುಕನ ತಮ್ಮ ಮತ್ತು ಪುಟ್ಟ ತಂಗಿ ತೀರಿಕೊಂಡಿದ್ದರು. ಸದಾ ಸೋಂಬೇರಿಯಾಗಿ ಬಿದ್ದಿರುವ

ರಸ್ತೆಯಲ್ಲೂ ಅಪಘಾತವೇ? ಒಡತಿಗೆ ನಂಬಲಾಗಲಿಲ್ಲ. ತಾನು ಮದುವೆಯಾಗಿ ಬಂದಾಗಿನಿಂದ ಅಂತಹ ಸುದ್ದಿ ಕೇಳಿದ್ದೇ ಇಲ್ಲ. ಇದೇನು ಬಂದು ವಕ್ಕರಿಸಿತಪ್ಪ ನಮ್ಮ ಸೀಮೆಗೆ ಎಂದು ಚಿಂತೆಗೀಡಾದಳು.

"ಹೇಗಾಯಿತು? ಯಾರು ಗುದ್ದಿದ್ದು?"

"ಯಾರೂ ಇಲ್ಲ, ಅವರೇ ಬಿದ್ದದ್ದು"

"ಅದೇ ಅಂದುಕೊಂಡೆ, ಇಲ್ಲಿ ಗುದ್ದಲು ಬರುವವರಾದರೂ ಯಾರು?, ದ್ವಿಪಾದಿಗಳನ್ನು ಜೋಪಾನವಾಗಿ ಓಡಿಸಬೇಕಪ್ಪ, ಯಾವ ಮಹರಾಯ ಕಂಡುಹಿಡಿದನೋ ಅನಿಷ್ಟವನ್ನು, ಎಷ್ಟು ಉಪಕಾರವೋ ಅಷ್ಟೇ ಅಪಾಯಕರ" ಒಡತಿ ಹಣೆಗೆ ಕೈಕೊಟ್ಟು ನಿಡುಸುಯ್ದಳು.

"ಅವನೇನು ಸರ್ಕಸ್ ಮಾಡುತ್ತಿರಲಿಲ್ಲ ಇತರರಂತೆ. ಪುಟ್ಟ ಗಾಡಿ ಅದು. ವ್ಯಾಪಾರದ ಚೀಲಗಳನ್ನು ಹೊರಲು ಹೇಳಿಮಾಡಿಸಿದಂಥದು, ಹಗಲೆಲ್ಲ ವ್ಯಾಪಾರ ಮಾಡಿ ಸಂಜೆ ಮನೆಗೆ ಮರಳುತ್ತಿದ್ದ" ಆಗಂತುಕ ಸ್ವಲ್ಪ ವ್ಯಗ್ರನಾದಂತಿದ್ದ.

"ಸಮಾಧಾನ ಪಟ್ಟುಕೋ ಮರಿ, ವಿಷ ಗಳಿಗೆಗಳು ಹೇಳಿ ಕೇಳಿ ಬರುವುದಿಲ್ಲ. ಏನು ವ್ಯಾಪಾರ ಅಂದೆಯಪ್ಪ ತಮ್ಮನದು?"

ಆಗಂತುಕ ವ್ಯಗ್ರತೆಯಿಂದ ಶಾಂತತೆಗೆ ಮರಳಿದ. "ತಮ್ಮ ಹಳ್ಳಿ ಹಳ್ಳಿಗೆ ತೆರಳಿ ಬೇವು, ಹೊಂಗೆ ಇತ್ಯಾದಿ ಎಣ್ಣೆ ಬೀಜಗಳನ್ನು ಕೊಂಡುಕೊಳ್ಳುತ್ತಿದ್ದ, ಪಟ್ಟಣದ ಗಾಣದಲ್ಲಿ ಮಾರುತ್ತಿದ್ದ. ಆತ ಎಂಥ ಸುಗುಣನೆಂದು ನಿಮಗೆ ಗೊತ್ತೇ, ಆತನಿಗೆ ಬೀಜ ಒದಗಿಸುವ ಗಿರಾಕಿಗಳು ಬಹುತೇಕ ತುಂಡು ಭೂಮಿ ಇಲ್ಲದ ನಿರ್ಗತಿಕರು. ಸರಕಾರಿ ಮರಗಳಿಂದ ಉದುರಿದ ಬೀಜಗಳನ್ನು ಆಯ್ದು ಹೊಟ್ಟೆ ಹೊರೆಯುವರು, ಅಂಥವರಿಗೆ ವಂಚಿಸುವುದು ಮಹಾಪಾಪವೆಂದು ನಂಬಿದ್ದನು. ಬಂಧುಗಳ ಸೇರುಗಳ ತಳ ಅನ್ಯಾಯಕ್ಕಿಂತ ಮಿಗಿಲಾಗಿ ವಕ್ರವಾಗಿದ್ದರೆ ಅವನ ಸೇರುಗಳ ತಳ ನ್ಯಾಯವನ್ನು ಮೀರಿಸುತ್ತಿದ್ದವು. ಅಂಥವನಿಗೆ ವಿಷ ಗಳಿಗೆ ಯಾಕೆ ಹುಡುಕಿಕೊಂಡು ಬರುತ್ತದೆ? ಇವತ್ತೊಂದಿನ ನಾನೂ ಬರುತ್ತೀನಿ ಅಣ್ಣ ಎಂದು ಹೊರಟಿದ್ದಳು ಪುಟ್ಟ ತಂಗಿ.. ಇನ್ನೂ ಒಳಿತು ಕೆಡುಕು ಕಂಡಿರದ ದೇವರ ಮಗಳು.. ವಿಷ ಗಳಿಗೆಗೇನು ಎಳೆ ರಕ್ತದ ರುಚಿಯತ್ತಿರುತ್ತದೆಯೇ?"

ಒಡತಿ ಮಂಕಾದಳು. ಆಗಂತುಕನು ತನ್ನದೇ ಬಂಧು ಅನಿಸುವಷ್ಟು ಹತ್ತಿರದವನಾಗಿ ಕಂಡನು. ಕುಲಬಾಂಧವರನ್ನು ಕಳಕೊಂಡಷ್ಟು ನೊಂದು ಅವನ ಕ್ಲೇಶ ಭಾರಕ್ಕೆ ಹೆಗಲು ಕೊಟ್ಟಳು. ಕೊಡುತ್ತ ಆಗಾಗ್ಗೆ ತನಗೆ ತಾನೆ ಹೇಳಿಕೊಳ್ಳುವ ಸಮಾಧಾನದ ಮಾತನ್ನು ನುಡಿದಳು, "ನ್ಯಾಯವೆಂಬುದು ಮನುಷ್ಯ ಪರಿಭಾವಿಸಿ

ದಂತೆ ಇಲ್ಲಪ್ಪ. ಅದು ಬೇರೇನೆ ಇದೆ, ನಾವು ನರಮಾನವರು ಇಲ್ಲದ ನ್ಯಾಯದ ಕಲ್ಪನೆ ಕಟ್ಟಿಕೊಂಡು ಅದು ಸಿಗಲಿಲ್ಲವೆಂದು ಸದಾ ನರಳುತ್ತಿರುತ್ತೇವೆ. ಇದೇನು ಅನ್ಯಾಯವಾಯಿತು ನಮಗೆ ಎಂದು ಆಘಾತಕ್ಕೊಳಗಾಗುತ್ತೇವೆ. ಸೃಷ್ಟಿಯ ಲೀಲೆ ನಿಜಕ್ಕೂ ಲೀಲೆಯೇ ಸರಿ"

"ಲೀಲೆಯೆಂದು ಬಗೆದು ಸುಮ್ಮನೆ ಕುಳಿತರೆ ಆದೀತೆ? ನಮ್ಮ ನ್ಯಾಯವನ್ನು ನಾವು ಪಡೆಯಲು ಸದಾ ಹೋರಾಡುತ್ತಿರಬೇಕು.." ಎನ್ನುತ್ತ ಆಗಂತುಕ ಸೊಂಟಕ್ಕೆ ಕೈಹಾಕಿದ. ಅಂಗಿಯನ್ನು ಎತ್ತಿ ಪಂಚೆಗೆ ಸಿಗಿಸಿದ್ದ ಚೂರಿಯನ್ನು ಹೊರತೆಗೆದ. ಒಡತಿ ಅವಾಕ್ಕಾದಳು !

"ನೀನು ಏನು ಮಾಡುತ್ತಿರುವೆ?" ಗಾಬರಿಯಿಂದ ಕೇಳಿದಳು.

"ಇಂದು ಘಟಿಸಿದ ಕೊಲೆಗಳಿಗೆ ಮೊಳೆ ಚೆಲ್ಲಿದ ಕಾರಣೀಕರ್ತರು ಈ ಮನೆಯಲ್ಲೆ ಇರುವರು. ಅವರನ್ನು ಹುಡುಕಿಕೊಂಡು ಬಂದಿರುವೆ", ಆಗಂತುಕ ಏಕಾಏಕಿ ಪ್ರತೀಕಾರದ ಧ್ವನಿಗೆ ತಿರುಗಿದ್ದ. ಆತನ ದೃಷ್ಟಿಯಲ್ಲಿ, ದನಿಯಲ್ಲಿ ಹರಿತವಿತ್ತು. ಕೆಲವು ಕ್ಷಣಗಳ ಹಿಂದಿದ್ದ ಕ್ಲೇಶ, ಕ್ಷೋಭೆಗಳು ಮಾಯವಾಗಿದ್ದವು.

ಸ್ತಬ್ಧರಾಗಿ ಆಲಿಸುತ್ತಿದ್ದ ತಂದೆ ಮಗ ಧಿಗ್ಗನೆ ಪರಸ್ಪರ ಮುಖ ನೋಡಿಕೊಂಡರು. ಒಡತಿ ಸಿಟ್ಟು ಬಂದರೆ ಮಹಾಮಾರಿ. "ಏನು ಬೊಗಳುತ್ತಿರುವೆ ನೀನು? ನನ್ನ ಗಂಡ ಮಗ ಅಂಥ ಹೇಯ ಕೃತ್ಯ ಎಸಗುವವರಲ್ಲ ತಿಳಿದುಕೋ, ಮೊದಲು ಜಾಗ ಖಾಲಿ ಮಾಡು ಇಲ್ಲಿಂದ, ನಿನ್ನನ್ನು ಒಳಗೆ ಬಿಟ್ಟುಕೊಂಡಿದ್ದೇ ತಪ್ಪಾಯಿತು. ಸಲ್ಲದವರನ್ನೆಲ್ಲ ಒಳಗೆ ಬಿಟ್ಟುಕೊಳ್ಳುವೆ ಎಂದು ನನ್ನ ಗಂಡ ಯಾವಾಗಲೂ ಹೇಳುತ್ತಿದ್ದುದು ಇಂದು ನಿಜವಾಯಿತು. ಆಹಾ, ತುತ್ತು ಅನ್ನ ಇಟ್ಟಿದ್ದಕ್ಕೆ ಎಂತಹ ಶಾಸ್ತಿ ಮಾಡಲು ಮನಸು ಮಾಡಿದ್ದೀಯ ಮಾರಾಯ." ಎಂದು ಆಗಂತುಕನನ್ನು ಝುಬರಿಸಿದಳು.

ಆಗಂತುಕ ಅವಳ ಸಿಟ್ಟಿನಿಂದ ಚೂರೂ ಪಲ್ಲಟಗೊಳ್ಳಲಿಲ್ಲ, ನಿಶ್ಚಲ ಮನಸ್ಕನಾಗಿ "ನನಗೆ ಬೇಕಿರುವುದು ಅಪರಾಧಿ ಮಾತ್ರ ತಾಯಿ, ನಿರಪರಾಧಿಯನ್ನು ನೀನೆ ಇಟ್ಟುಕೊ. ಸಂಶಯವಿದ್ದಲ್ಲಿ ದೇವರ ಮೇಲೆ ಆಣೆ ಮಾಡಿಸಿ ಪರೀಕ್ಷಿಸಿ ಕಳಿಸಿಕೊಡು" ಎಂದನು ಮೆತ್ತಗೆ.

"ಓಹೋ ನೀ ಯಾವ ಘನಂದಾರಿ ಮನುಷ್ಯ ಎಂದು ನಿನಗಾಗಿ ಆಣೆ ಭಾಷೆ ಮಾಡಿಸಬೇಕು, ಎಷ್ಟು ವರುಷಗಳಿಂದ ನೋಡುತ್ತ ಬಂದಿರುವೆ ಇವರನ್ನು. ನನ್ನ ನಂಬಿಕೆಯೇ ನನ್ನ ದೇವರು. ಒಂದೋ ನೀನು ದುಷ್ಟನಿರುವೆ, ಯಾವುದೋ ಅಚಾತುರ್ಯಕ್ಕೆ ಇನ್ಯಾವುದೋ ಸೇಡು ತೀರಿಸಿಕೊಳ್ಳಲು ಬಂದಿರುವೆ. ಅಥವಾ ಹುಚ್ಚನಿರುವೆ, ನ್ಯಾಯ ಅನ್ಯಾಯಗಳ ಕಾಣಲು ಬಾರದ ಕುರುಡನಿರುವೆ.

ಹೊರಡು ಇಲ್ಲಿಂದ" ಎಂದು ಒಲೆಯಲ್ಲಿದ್ದ ಕೆಂಡದ ಸೌದೆಯನ್ನು ಕೈಗೆತ್ತಿಕೊಂಡು ಝಳಪಿಸಿದಳು. ಅವಳ ಕ್ರೋಧಾಗ್ನಿಗೆ ಗರಿ ಹೊತ್ತ ಗುಡಿಸಲು ಕೊಂಚ ನಲುಗಿತು. ಅಂತೆಯೇ ಆಗಂತುಕನೂ ಕಂಪಿಸಿದ. ಮರು ಮಾತನಾಡದೆ ಹೊರನಡೆದ.

***

ಒಡತಿ ಇನ್ನೂ ಭುಗ ಭುಗ ಅಂತಿದ್ದಳು. ಗಂಡನಿಂದ ಮಗನಿಂದ ಎಂದಿನಂತೆ ಒಂದು ಮಾತಿಲ್ಲ, ಅವರು ಹಾಗೆ, ಒಡತಿ ಆಡುವಾಗ ಮಗುಮ್ಮಾಗಿರುವರು. ಉಂಡ ತಟ್ಟೆಗಳನ್ನು ಎತ್ತಿಟ್ಟು ಇಬ್ಬರಿಗೂ ಹಾಸಿಗೆ ಹಾಸಿಕೊಟ್ಟಳು. ತನಗೆ ಒಂದು ತುತ್ತೂ ಒಳಗೆ ಇಳಿಯುವಂತಿಲ್ಲ ಇಂದು. ಪಾತ್ರೆ ಬೆಳಗುತ್ತ ಅದೇ ಕೆಟ್ಟ ಯೋಚನೆ. ಇದೆಂಥ ಅಪಾದನೆ ಆಯಿತು ನಮ್ಮ ಮೇಲೆ? ಗಂಡನನ್ನು ಬಲ್ಲಳು, ಮಗನನ್ನು ಬಲ್ಲಳು. ಎಂದೂ ಅಗುಳಿನ ಆಸೆಗೆ ಹೀನ ಕೃತ್ಯ ಎಸಗಿದವರಲ್ಲ. ಪೈಸೆ ಪೈಸೆಗೆ ಬಿಸಿಲು ಮಳೆಯೆನ್ನದೆ ಬುಟ್ಟಿ ಹೊತ್ತು ನಾಡೆಲ್ಲ ತಿರುಗುತ್ತೇನೆ. ನಮ್ಮ ಅನ್ನ ನಮ್ಮ ಬೆವರೇ ಹೊರತು ಪರರ ರಕ್ತವಲ್ಲ. ಪಾತ್ರೆ ಬೆಳಗಿ ಎತ್ತಿಟ್ಟು ತಾನೂ ಅಡ್ಡಾದಳು ಒಡತಿ. ಸಧ್ಯ ತೊಲಗಿದನಲ್ಲ ಎಂದು ನಿಡುಸುಯ್ದಳು. ಮಲಗಿದಾಗ ಮತ್ತದೇ ಯೋಚನೆ, ನಿದ್ದೆ ಹತ್ತುತ್ತಿಲ್ಲ. ಸುಮಾರು ಹೊತ್ತು ಸುಮ್ಮನೆ ಉರುಳಾಡುತ್ತಿದ್ದಳು. ಅಪ್ಪಿ ತಪ್ಪಿ ತಿಳಿದೋ ತಿಳಿಯದೆಯೊ ಇವರು ನಿಜಕ್ಕೂ ರಸ್ತೆಗೆ ಮೊಳೆ ಚೆಲ್ಲಿದ್ದರಾ? ಅಪ್ಪನಂತಾಗುವ ಹುಮ್ಮಸ್ಸಿನಲ್ಲಿ ಮಗರಾಯ ಎಡವಿದನಾ? ಮಗನನ್ನು ಬೆಳೆಸುವ ಹುರುಪಿನಲ್ಲಿ ಗಂಡನೇ ಎಡವಿದನಾ? ಇಬ್ಬರೂ ಸೇರಿ ಎಸಗಿಬಿಟ್ಟರಾ? ಒಡತಿ ತಲೆಯಲ್ಲಿ ಆಲೋಚನೆಗಳು ಮೊಟ್ಟೆಯೊಡೆದ ವಿಷಸರ್ಪಗಳ ಮರಿಗಳಂತೆ ಪಿತಗುಡಲಾರಂಭಿಸಿದವು.

ಕ್ಷೋಭೆಯ ಕ್ಷಣಗಳಲ್ಲಿ ಪ್ರಕೃತಿ ಮನುಷ್ಯನೊಂದಿಗೆ ಒಂದುಗೂಡುತ್ತದೆ, ನೆರೆಮನೆಯ ಬಂಧುವಿನಂತೆ. ಅಂದು ಒಡತಿಯೊಂದಿಗೆ ಜೊತೆಯಾದ ಮರಳುಗಾಡು ಚೂರು ಮಿಸುಕಲಿಲ್ಲ. ಸರೀಸೃಪಗಳು ಕಣ್ಣುಮುಚ್ಚಲಿಲ್ಲ. ಮುಂದೆ ಏನೋ ಎಂತೋ ಎಂದು ಕಳವಳಗೊಂಡಿದ್ದ ಇರುಳು ಒಂಟಿಕಾಲಿನಲ್ಲಿ ನಿಂತಿತ್ತು. ಆ ಹೊತ್ತಿನಲ್ಲಿ,

"ಕ್ರಾಕ್ ಕ್ರಾಕ್ ಕ್ರಾಕ್" ಎಂಬ ಶಬ್ದ ಗುಡಿಸಲ ಹೊರಗೆ.

ಅಡ್ಡಾಗಿದ್ದ ಮೂರು ಜೀವಗಳಿಗೆ ಒಮ್ಮೆಲೆ ಪುಕ ಪುಕ ಅನ್ನಲಾರಂಭಿಸಿತು. ಮತ್ತೆ ವಕ್ಕರಿಸಿದನೋ ಇವನು? ಒಡತಿ ಎದ್ದು ಬುಡ್ಡಿ ಹತ್ತಿಸಿ ಬಾಗಿಲ ಬಳಿ ಬಂದು ಇಣುಕಿದಳು. ಅವನೇ.. ಅವನೇ.. ಹೊರಗಿದ್ದಾನೆ.. ಟಾರಿನ ರಸ್ತೆಗೆ ಚೂರಿಯನ್ನು ತಿಕ್ಕಿ ಮಸೆಯುತ್ತಿದ್ದಾನೆ.. ಅರ್ಥಾತ್ ಇನ್ನಷ್ಟು ಹರಿತಗೊಳಿಸುತ್ತಿದ್ದಾನೆ. ನಟ್ಟಿರುಳಿನಲ್ಲಿ

ಬೆಂಕಿ ಕಿಡಿಗಳು ನೂರು ದಿಕ್ಕಿಗೆ ಸಿಡಿಯುತ್ತಿವೆ. ಒಡತಿ ದೃಶ್ಯ ಕಂಡು ಕಂಪಿಸಿದಳು. ಇದು ಸುಮ್ಮನೆ ಬಿಟ್ಟುಹೋಗದ ಜೀವ ಎಂದು ಅರ್ಥವಾಗತೊಡಗಿತು. ಒಳಬಂದು ಗಂಡ ಮಗನನ್ನು ಎಬ್ಬಿಸಿದಳು, ಬುಡ್ಡಿಯನ್ನು ಅವರ ಮುಖಕ್ಕಿಡಿದು ಭಗವಂತನ ಮೇಲೆ ಕೈಯಿಡಿಸಿದಳು, ಅವಳ ಪರವಾಗಿ ದೀಪದ ಬೆಳಕು ಪ್ರಶ್ನೆ ಕೇಳುತ್ತಿತ್ತು.

ಹೌದೋ, ಅಲ್ಲವೋ?

ಇಬ್ಬರಲ್ಲಿ ಒಬ್ಬರೂ ತುಟಿ ಪಿಟಿಕ್ ಅನ್ನಲಿಲ್ಲ.

ಒಡತಿ ಬೆವರತೊಡಗಿದಳು. ಕನಿಷ್ಟ ಯಾರೆಂದು ಒಪ್ಪಿಕೊಳ್ಳಿ ಎಂಬ ಪ್ರಶ್ನೆ ಗಂಟಲಿಗೆ ಬಂತು. ಆದರೆ ತಿಳಿದು ಆಗುವ ವ್ಯತ್ಯಾಸವೇನು ಎಂಬ ಅರಿಕೆ ಮೂಡಿ ನುಂಗಿಕೊಂಡಳು. ಮಗನೋ ಗಂಡನೋ.. ಬಲಿ ಬೇಕಂತೆ ಬಲಿ ಅವನಿಗೆ... ಹೆತ್ತ ಮಗನನ್ನು ಬಲಿ ಕೊಡಬಲ್ಲೆನೇ? ಗಂಡನೇ ಎಸಗಿದ್ದಲ್ಲಿ.. ಬಲಿ ಕೊಡುವೆನೇ? ಲೋಕಕ್ಕೆ ಹೇಗೆ ಅರ್ಥವಾದೀತು ಈ ಸಂಬಂಧ. ನೈತಿಕತೆ ದೃಷ್ಟಿಯಲ್ಲಿ ಗಂಡನಾಗಲಿ ಮಗನಾಗಲಿ ಅಪರಾಧಿ ಅಪರಾಧಿಯೆ, ಬಲಿಗೆ ಅರ್ಹರೇ. ಇದೇ ದೃಷ್ಟಿ ಸಂಬಂಧಗಳಿಗೂ ಅನ್ವಯ ತಾನೆ? ಮಗನೆಂದ ಮಾತ್ರಕ್ಕೆ ರಿಯಾಯಿತಿಯೇ? ಗಂಡನ ಮೇಲೆ ಏಕಿರುವುದಿಲ್ಲ? ಹಾಗೆ ನೋಡಿದರೆ ಕೃತ್ಯವನ್ನು ಮಗ ಎಸಗಿದ್ದಲ್ಲಿ ತನ್ನ ಒಳಿತಿಗಾಗಿ ಮಾಡಿಕೊಂಡಿರುತ್ತಾನೆ. ಅದೇ ತಂದೆ ಎಸಗಿದ್ದಲ್ಲಿ ಮಗನ ಒಳಿತಿಗಾಗಿ ಮಾಡಿರುತ್ತಾನೆ. ಆದರೆ ಮುಖ್ಯ ಯಾವುದಿಲ್ಲಿ.. ಒಡತಿಯ ಆಲೋಚನೆ ಆಗಂತುಕನತ್ತ ತಿರುಗಿತು. ಒಮ್ಮೆಗೆ ಪಾಪ ಎನಿಸಿತು. ಸ್ವಂತ ತಮ್ಮ, ಮುದ್ದು ತಂಗಿ. ಅವನು ಅದಾಗಲೆ ಕಳೆದುಕೊಂಡಿರುವ ವ್ಯಕ್ತಿ. ನಾನಿನ್ನೂ ಕಳೆದುಕೊಳ್ಳಬೇಕಿರುವ ವ್ಯಕ್ತಿ. ಅವನಿಗೆ ಆಯ್ಕೆ ಇರಲಿಲ್ಲ. ನನಗೆ ಆಯ್ಕೆ ಕೊಟ್ಟಿರುವನು. ಇದೆಂತಹ ಸಂದಿಗ್ಧ ಸ್ಥಿತಿ.

ಅವಳು ಇಬ್ಬರನ್ನೂ ಅಲ್ಲಿಯೆ ಬಿಟ್ಟು ದೀಪ ಹಿಡಿದು ಗುಡಿಸಲಿನ ಹೊರಗೆ ಬಂದಳು, ಹೊರಗಿನಿಂದ ಕದ ಹಾಕಿಕೊಂಡಳು. ಆಗಂತುಕ ಗುಡಿಸಲಿಗೆ ಒರಗಿ ಕುಳಿತಿದ್ದನು.

“ಆದದ್ದಾಯಿತು, ಕ್ಷಮಿಸು ಕಂದಾ” ಎಂದು ದಯನೀಯವಾಗಿ ಕೈಮುಗಿದು ನಿಂತಳು.

“ನಾ ಈಗ ಕೆಡುಕಿನ ದುಡುಕಿನ ಆದರ್ಶಗಳ ಹಂಗಿನ ಮನಸ್ಥಿತಿಯಲ್ಲಿಲ್ಲ ತಾಯಿ. ನಷ್ಟವಾಗಿದೆ, ಸರಿದೂಗಿಸಬೇಕು. ಗೊತ್ತಿದೆ ಇದರಿಂದಾಗಿ ನನ್ನವರು ಹಿಂದಿರುಗಿ ಬರುವುದಿಲ್ಲ. ಮತ್ತು ನನ್ನೊಂದಿಗೆ ನಿನ್ನನ್ನೂ ನಷ್ಟಕ್ಕೆ ದೂಡುತ್ತಿರುವೆ. ಆದರೆ ಇದನ್ನು ಮಾಡದೆ ನನಗೆ ವಿಧಿಯಿಲ್ಲ. ಲೋಕದಲ್ಲಿ ಲೆಕ್ಕ ಚುಕ್ತ ಆಗುತ್ತಿರಬೇಕು.

ಇಲ್ಲವಾದರೆ ಒಂದು ಕ್ಷಮೆ ಇನ್ನೊಂದು ಕ್ಷಮೆಗೆ ಬೇರಾಗಿ ಕ್ಷಮೆಗಳ ಪರ್ವತ ಬೆಳೆಯುತ್ತ ಹೋಗುತ್ತದೆ. ಕ್ರಮೇಣ ಅಸಮತೋಲನ ಉಂಟಾಗುತ್ತದೆ. ಮುಂಬರುವ ದಾರಿಹೋಕರಿಗೆ ಅನ್ಯಾಯ ಮಾಡಿದಂತಾಗುತ್ತದೆ"

ಒಡತಿಗೆ ಈತ ಮೊಂಡು ಬಿದ್ದಿರುವ ಎಂಬುದು ಅವನ ಧಾಟಿಯಿಂದ ಸ್ಪಷ್ಟವಾಯಿತು.

"ಹಾಗಾದರೆ ನನ್ನನ್ನೆ ಬಲಿ ತೆಗೆದುಕೋ, ಇದು ಅನುಕಂಪ ಗಿಟ್ಟಿಸಲು ಎಂತಲ್ಲ. ನಿನ್ನ ದಿಟ್ಟತೆ ಸ್ಪಷ್ಟತೆ ನನಗೆ ಅರ್ಥವಾಗಿದೆ. ನಾನೇ ಬಲಿಯಾಗುವೆ"

"ನೀನು ತೀರ ತಿಳಿಯದವಳೇನಲ್ಲ ತಾಯಿ. ನಾನು ಕೇವಲ ಜೀವಗಳ ಚುಕ್ತ ಕೇಳುತ್ತಿಲ್ಲ. ನೀತಿಯ ಲೆಕ್ಕ ಕೇಳುತ್ತಿರುವೆ. ನಿನ್ನನ್ನು ಬಲಿ ತೆಗೆದುಕೊಂಡರೆ ನ್ಯಾಯದ ತಕ್ಕಡಿಯಲ್ಲಿ ಇನ್ನಷ್ಟು ಅಸಮತೋಲನ ಉಂಟಾಗುತ್ತದೆ. ಅಪರಾಧಿಯನ್ನು ಒಪ್ಪಿಸದ ಹೊರತು ನಿನಗೆ ಬೇರೆ ಆಯ್ಕೆಗಳಿಲ್ಲ ತಾಯಿ"

ಒಡತಿಗೆ ತಲೆ ಚಿಟ್ಟು ಹಿಡಿಯಿತು. ನ್ಯಾಯ.. ನ್ಯಾಯ.. ನ್ಯಾಯ.. "ಹಾಗಿದ್ದರೆ ಒಂದು ಕೆಲಸ ಮಾಡು, ನ್ಯಾಯಾಲಯಕ್ಕೆ ಹೋಗಿ ಸಾಕ್ಷಿ ಪುರಾವೆ ಒದಗಿಸಿ ಅಪರಾಧಿಯನ್ನು ಗುರುತಿಸಿ ನೀನೇ ಕರೆದುಕೊಂಡು ಹೋಗು" ಎಂದು ಕೈಚೆಲ್ಲಿದಳು, ಕೋಪಿಷ್ಠಳಾಗಿ.

"ನ್ಯಾಯಾಲಯಗಳಲ್ಲಿ ವಿಶ್ವಾಸ ಕಳೆದುಕೊಂಡು ಎಷ್ಟೋ ವರುಷಗಳು ಆಯಿತು ತಾಯಿ",

"ನಾಲ್ಕಾರು ಜನರನ್ನು ಕಲೆ ಹಾಕು, ಪಂಚಾಯ್ತಿ ಮಾಡು"

"ಹಹ್ಹ, ಜನತಾ ನ್ಯಾಯಾಲಯ. ಅಲ್ಲಿ ನ್ಯಾಯವಿದ್ದಲ್ಲಿ ನಮಗೆ ಕೋರ್ಟು ಕಛೇರಿ ಯಾಕೆ ಬೇಕಿತ್ತು ತಾಯಿ"

"ಮತ್ತಿನ್ನೇನು ಮಾಡು ಅಂತೀಯ. ನಾನಂತೂ ಜಪ್ಪಯ್ಯ ಅಂದರೂ ನಿನ್ನನ್ನು ಒಳಗೆ ಬಿಡಲಾರೆ. ಅವರಲ್ಲಿ ಯಾರೊಬ್ಬನನ್ನೂ ನಿನಗೆ ಬಲಿ ಕೊಡಲಾರೆ" ಒಡತಿ ಕಡ್ಡಿ ಮುರಿದಂತೆ ತನ್ನ ನಿರ್ಧಾರವನ್ನು ಸ್ಪಷ್ಟಪಡಿಸಿದಳು. ಅಂತರಾಳದಲ್ಲಿ ಆಗಂತುಕನಷ್ಟು ಗಟ್ಟಿಯಾಗಲು ಇನ್ನೂ ಪ್ರಯತ್ನ ಮುಂದುವರೆಸಿದ್ದಳು.

"ಪ್ರತಿ ಮನುಷ್ಯನಲ್ಲಿ ಅವನದೇ ಆದ ನ್ಯಾಯಾಲಯವೊಂದು ಇರುತ್ತದೆ. ಅಲ್ಲಿ ಅವನೇ ನ್ಯಾಯಾಧೀಶ. ನನ್ನಲ್ಲಿನ ತೀರ್ಪು ಸ್ಪಷ್ಟಪಡಿಸಿದ್ದೇನೆ, ತಪ್ಪಿತಸ್ಥನಿಗೆ ಶಿಕ್ಷೆ ಆಗಲೇ ಬೇಕು. ನಿಮ್ಮ ನ್ಯಾಯಾಲಯದ ಅಂಗಳಕ್ಕೆ ಬಂದು ಅಂಗಾಲಾಚುತ್ತಿರುವೆನು. ನ್ಯಾಯ ಒದಗಿಸಿ ಎನಗೆ"

ಮತ್ತದೇ ಆಡುತ್ತಾನಲ್ಲ ಇವನು. ನ್ಯಾಯದ ಹೆಂಡ ಕುಡಿದು ಬಂದಿರುವನಾ ಹೇಗೆ? ಒಡತಿಗೆ ಇದೆಂತಹ ಇಕ್ಕಟ್ಟು ಸೃಷ್ಟಿಸಿದ ಅನ್ನಿಸಿತು. ಮುಳ್ಳನ್ನು ಮುಳ್ಳಿನಿಂದಲೇ ತೆಗೆಯಬೇಕು ಎಂಬ ಉಮೇದು ಉಕ್ಕಿತು.

"ಒಬ್ಬ ಮನುಷ್ಯ ಅತಿಯಾಗಿ ನಿಯತ್ತಿನ ಬಗ್ಗೆ ಮಾತನಾಡುತ್ತಿದ್ದಾನೆಂದರೆ, ಅವನ ನಿಯತ್ತಿನ ಬಗ್ಗೆ ನನಗೆ ಸಂಶಯ ಮೂಡುತ್ತದೆ" ಎಂದು ಚುಚ್ಚಿದಳು.

ಅಷ್ಟರಲ್ಲಿ ಒಳಗಿಂದ ಚೀರಿಕೊಂಡ ಧ್ವನಿ ಬಂತು. ಒಡತಿ ಏನಾಯಿತೋ ಎಂದು ಭೀತಳಾಗಿ ಒಳಗೆ ಓಡಿದಳು. ಅಲ್ಲಿ ಅಂದು ರಾತ್ರಿ ತಟ್ಟೆ ಹಾಕಿ ಉಂಡ ಜಾಗದಲ್ಲಿ ರಕ್ತದ ಕೋಡಿ ಹರಿದಿತ್ತು. 'ಅಯ್ಯೋ ಅಯ್ಯೋ ಅಯ್ಯೋ' ಎಂದು ಎದೆ ಒಡೆದುಕೊಂಡಳು ಒಡತಿ. ಒಳಗಿಂದಲೆ

"ಆಯಿತಲ್ಲೋ ಬಲಿ.. ಸಿಕ್ಕಿತಲ್ಲೋ ನಿನಗೆ ನ್ಯಾಯ" ಎಂದು ದುಃಖಾಗ್ನಿಯಿಂದ ಚೀರಿಕೊಂಡಳು.

ಆಗಂತುಕ ಒಡತಿಯ ಕೂಗನ್ನು ಆಲಿಸಿಕೊಂಡನು. ಒಬ್ಬ ಇನ್ನೊಬ್ಬನನ್ನು ಹತ್ಯೆ ಮಾಡಿರುವುದು ಸ್ಪಷ್ಟವಾಯಿತು. ಅಪರಾಧಿಗೆ ತಕ್ಕ ಶಿಕ್ಷೆಯಾಯಿತು ಎಂದು ಬಗೆದು ಚೂರಿಯನ್ನು ಸೊಂಟಕ್ಕೆ ಸಿಗಿಸಿ ಎದ್ದನು.

***

ಬಹಳ ದೂರ ಕ್ರಮಿಸಿದ್ದ ಆಗಂತುಕ. ಬಹಳ ದಣಿದಿದ್ದ. ಕುಡಿಯಲು ನೀರನ್ನು ಹುಡುಕುತ್ತಿದ್ದ. ಮರಳುಗಾಡು ತೊರೆಯುವುದರೊಳಗೆ ನೀರು ಸಿಗದಿದ್ದಲ್ಲಿ ಆತನೂ ಅಲ್ಲೇ ಮಣ್ಣಾಗಲಿದ್ದ. ಹೆಜ್ಜೆಗಳು ಯಮಭಾರವಾಗಿದ್ದವು. ಮರಳು ದಿಬ್ಬಗಳನ್ನು ಹತ್ತಿಳಿಯುತ್ತ ಆಸರೆಯನ್ನು ಅರಸುತ್ತಿದ್ದ. ಬಂದ ದಾರಿಯಲ್ಲಿ ಹಿಂದಿರುಗಿದರೆ ಅಲ್ಲೊಂದು ಗುಡಿಸಲು ಇರುವುದು ಗೊತ್ತಿತ್ತು. ಅಲ್ಲಿ ನೀರು ಅನ್ನಾಹಾರವಿರುವುದೂ ಗೊತ್ತಿತ್ತು. ಹಾಗೆ ರಕ್ತವೂ ಸಹ. ಅವನಿಗೆ ಅದು ಬೇಕಿರಲಿಲ್ಲ. ಅವನು ಕಳಕೊಳ್ಳುವುದು ಏನೂ ಇರಲಿಲ್ಲ. ಗಳಿಸುವುದೂ ಸಹ. ಹಾಗೆ ತೆವಳುತ್ತ ಮುಂದೆ ಸಾಗಿದ. ದೂರದಲ್ಲಿ ಅಲ್ಲೊಂದು ಒಂಟಿ ಮರವಿದ್ದುದು ಕಂಡಿತು. ಮರ ಸಮೀಪಿಸುತ್ತ ಅಲ್ಲೊಬ್ಬ ಮನುಷ್ಯ ಕೂತಿರುವುದು ಗಮನಕ್ಕೆ ಬಂತು. ಇನ್ನಷ್ಟು ಹತ್ತಿರ ಹತ್ತಿರ ಸುಳಿದಾಗ ವಯಸ್ಸಾಗಿದ್ದ, ಗಡ್ಡ ಬಿಟ್ಟಿದ್ದ, ಜುಟ್ಟು ಕಟ್ಟಿದ್ದ.. ಸಂತನಂತಿದ್ದನು.

"ಇಲ್ಲೇನು ಮಾಡುತ್ತಿದ್ದೀ ಅಜ್ಜ?"

"ಇದೊಂದು ಪ್ರಶ್ನೆಯೇ ಮಗೂ?",

"ಪ್ರಶ್ನೆಗಳಲ್ಲದ ಪ್ರಶ್ನೆಗಳನ್ನು ಹೊತ್ತು ತಿರುಗುತ್ತಿದ್ದೇವೆ ಅಜ್ಜ"

"ರಕ್ತ ಹರಿಸಿ ಬಂದಿರುವೆಯಲ್ಲ ಮಗೂ, ಅಲ್ಲಿ ಬಾವಿಯಿದೆ ನೋಡು, ಹೋಗಿ ತೊಳೆದುಕೊಂಡು ಬಾ. ಹುಷಾರು, ಮರುಭೂಮಿಗೆ ಇರುವುದಿದೊಂದೇ ಕುಡಿವ ನೀರಿನ ಚಿಲುಮೆ. ಹೊಂಡು ಮಾಡಬೇಡ.",

ಆಗಂತುಕ ಬಾವಿಯ ಬಳಿ ತೆರಳಿದ. ಅದೊಂದು ಪುಟ್ಟ, ದುಂಡು ಮೊಗದ ಆಳದ ಬಾವಿ. ಅವನು ಬಕೆಟ್ಟನ್ನು ಇಳೆಬಿಟ್ಟು ನೀರು ಸೇದಿಕೊಂಡು ಎತ್ತಿ ಗಂಟಲಿಗೆ ಗಟಗಟನೆ ಸುರಿದುಕೊಂಡ. ಅಂಗಿಯನ್ನು ಬಿಚ್ಚಿ ಮರಕ್ಕೆ ನೇತು ಹಾಕಿ ಕೈಕಾಲು ಮುಖ ತೊಳೆದುಕೊಂಡ. ತಂಪೆನಿಸಿತು. ಸಂತನ ಬಳಿ ಬಂದು ಆಸೀನನಾದ.

"ನಾ ಖೂನಿ ಮಾಡಲಿಲ್ಲ ಅಜ್ಜ"

"ರಕ್ತ ಹರಿಸಿರುವೆ ಎಂದೆನಷ್ಟೆ"

ಆಗಂತುಕ ಜರುಗಿದ ಕತೆಯನ್ನು ಎಳೆಎಳೆಯಾಗಿ ಬಿಚ್ಚಿಟ್ಟ.

"ಇಬ್ಬರಲ್ಲಿ ಒಬ್ಬ ಅಪರಾಧಿ. ನಿರಪರಾಧಿ ಅಪರಾಧಿಯ ಹತ್ಯೆ ಮಾಡಿದ್ದಾನೆ ಎಂದು ಹೇಳುತ್ತಿರುವೆ"

"ಹೌದು"

"ಇನ್ನು ಸಿಕ್ಕಿ ಬೀಳುವೆನೆಂದು ಹೆದರಿ ಅಪರಾಧಿಯೇ ನಿರಪರಾಧಿಯನ್ನು ಕೊಂದಿದ್ದರೆ? ತಾನೇ ನಿರಪರಾಧಿಯೆಂದು ನಿನ್ನ ನಂಬಿಕೆಗೆ ನೀರೆರೆದರೆ?"

ಆಗಂತುಕ ಅವಾಕ್ಕಾದ. ಅದು ಹೇಗೆ ಸಾಧ್ಯ ಎಂದುಕೊಳ್ಳುತ್ತ ಅದೇ ಹೆಚ್ಚಿನ ಸಾಧ್ಯತೆ ಉಂಟು ಎಂದು ಹೊಳೆಯಿತು. ಏನೇ ನ್ಯಾಯ ಪ್ರಜ್ಞೆಯಿದ್ದರೂ ನಿರಪರಾಧಿ ಎಂದಿಗೂ ಕೊಲ್ಲಲಿಕ್ಕೆ ಅಂಜುವವ. ಅಪರಾಧಿ ಎಂದಿಗೂ ಕೊಲ್ಲಲಿಕ್ಕೆ ಹೇಸದವ.

"ಮನುಷ್ಯ ತನ್ನೊಳಗಿನ ನ್ಯಾಯಾಲಯದಲ್ಲೂ ಅಕ್ರಮ ಎಸಗುತ್ತಾನಲ್ಲ ಅಜ್ಜ. ಬೇಸರವಾಗುತ್ತಿದೆ"

ಸಂತ ಮೀಸೆಯಡಿ ನಸುನಕ್ಕ. "ನಮ್ಮ ನ್ಯಾಯದ ಪರಿಕಲ್ಪನೆಯಲ್ಲಿ ಬಹುದೊಡ್ಡ ಹುಳುಕು ಇದೆ ಮಗೂ. ದಿನಾ ಬೆಳಗ್ಗೆ ಹಲ್ಲುಜ್ಜಿಕೊಳ್ಳಬೇಕು ಒಗೆದ ಬಟ್ಟೆ ತೊಡಬೇಕು ಎಂಬೆಲ್ಲ ನಾಗರೀಕ ನಿಯಮ ಹಾಕಿಕೊಂಡಿರುವೆವಲ್ಲ ಅದರಂತೆ ನಮ್ಮ ನ್ಯಾಯದ ಕಲ್ಪನೆ. ಮನುಷ್ಯನಿಗೆ ನ್ಯಾಯಕ್ಕಿಂತ ನಿಸರ್ಗದತ್ತ ಪ್ರೀತಿಯ ಹುಡುಕಾಟ ಮುಖ್ಯವಾಗಬೇಕು"

"ನಮ್ಮ ಪ್ರೀತಿಯ ಪರಿಕಲ್ಪನೆಯೂ ಹುಳುಕಿನದೇ ತಾನೆ ಅಜ್ಜ. ಆರಂಭದಲ್ಲಿಯೆ ಅದು ಪ್ರಾಣಿ ಸಹಜತೆಯನ್ನು ಕಳೆದುಕೊಂಡಿತು, ಒಂಥರಾ ಅತಿ ಮಾನವೀಯ ಸ್ಥಿತಿ ತಲುಪಿದ್ದೇವೆ"

"ನಿಜ ಹುಡುಗ" ಸಂತ ನಿಡುಸುಯ್ದನು.

"ನೀತಿಯಿರದೆ ಪ್ರೀತಿ ಅಸಾಧ್ಯ ಅಜ್ಜ"

"ಪ್ರೀತಿಯಿರದೆ ನೀತಿ ಸಹ ಅಸಾಧ್ಯ ಮಗೂ"

ಅಲ್ಲಿಂದ ಮುಂದಕ್ಕೆ ಇಬ್ಬರಿಗೂ ಚರ್ಚಿಸಬೇಕು ಅನಿಸಲಿಲ್ಲ. ಎರಡೂ ಹಾದಿಗಳು ದಿಢೀರನೆ ನಿಂತಂತೆ ಅನಿಸಿತು. ಸಂತ ಆಗಂತುಕನಿಗೆ ದ್ರಾಕ್ಷಿ ಫಲಾಹಾರಗಳನ್ನು ಮರಳಿನಲ್ಲಿ ಹುದುಗಿಟ್ಟಿದ್ದ ಎರಡು ಕೌಜುಗದ ಮೊಟ್ಟೆಗಳನ್ನು ಕೊಟ್ಟನು. ಮರದ ನೆರಳಿನಲ್ಲಿ ತನ್ನ ಪಂಚೆಬಟ್ಟೆ ಹಾಸಿಕೊಟ್ಟನು. ಆಗಂತುಕ ಮೊಟ್ಟೆ–ಫಲಾಹಾರವನ್ನು ಸೇವಿಸಿ ಇನ್ನೊಮ್ಮೆ ನೀರು ಕುಡಿದು ಪಂಚೆಬಟ್ಟೆ ಮೇಲೆ ಉರುಳಿಕೊಂಡನು. ಮರಳಿನ ಕಾವು ಬೆನ್ನಿಗೆ ಏರಿ ಗಾಢ ನಿದ್ದೆ ಆವರಿಸಿತು. ಸಂಜೆವರೆಗೆ ಮಲಗಿದನು. ಕೆಂಪು ಸೂರ್ಯನು ಇನ್ನೂ ಸಣ್ಣ ಕಿರುಗಣ್ಣಿನಲ್ಲಿ ವೀಕ್ಷಿಸುತ್ತಿರುವಾಗ ಎಚ್ಚರವಾಯಿತು. ಸಂತನಿನ್ನೂ ಮಲಗಿದ್ದನು. ಆಗಂತುಕನಿಗೆ ಮನಸು ತಿಳಿಯಾಗಿರಲಿಲ್ಲ. ಯಾವುದೋ ಅಸಮತೋಲನ ಕಾಡುತ್ತಿತ್ತು. ಎದ್ದು ಬಾವಿ ಬಳಿ ನಡೆದನು, ಹಾರಿದನು.

ಬಾವಿಯಲ್ಲುಂಟಾದ ದಭಾರನೆ ಸದ್ದಿಗೆ ಸಂತ ಎಚ್ಚರಗೊಂಡ. ಪಕ್ಕದಲ್ಲಿ ಆಗಂತುಕ ಇರಲಿಲ್ಲ. ತಕ್ಷಣ ಏನಾಗಿರಬಹುದೆಂಬುದು ಹೊಳೆಯಿತು. ದಡಬಡನೆ ಎದ್ದು ಬಾವಿಯ ಬಳಿ ಓಡಿ ಸೇದುವ ಹಗ್ಗ ಇಳಿ ಬಿಟ್ಟನು. ಬಾವಿಯು ಬಹಳ ಆಳವಿದ್ದುದರಿಂದ ಸಂತನಿಗೆ ನೀರಿನ ಮಟ್ಟದವರೆಗೆ ಕಾಣಿಸುತ್ತಿರಲಿಲ್ಲ. ಒಂದು ಹಂತದ ನಂತರ ಬಾವಿ ತುಂಬ ಕತ್ತಲೆ ಆವರಿಸಿತ್ತು. ಆದರೂ ಕೆಳಗೆ ಯಾರೋ ನೀರಿನಲ್ಲಿ ಕೈಕಾಲು ದಬರಿಸುತ್ತಿರುವ ಸದ್ದು ಕೇಳಿಸುತ್ತಿತ್ತು.

"ಹಿಡ್ಕೊಳೋ ಹಗ್ಗ ಹಿಡ್ಕೊಳೋ..." ಎಂದು ಜೋರಾಗಿ ಕೂಗಿದನು. ಆಗಂತುಕ ದಭದಭನೆ ನೀರು ಬಡಿಯುತ್ತಿದ್ದುದು ಗೊತ್ತಾಗುತ್ತಿತ್ತು. ಆದರೆ ಹಗ್ಗ ಹಿಡಿಯುತ್ತಿರಲಿಲ್ಲ. ಸಂತ ಸಿಟ್ಟು ಅನುಕಂಪಗಳನ್ನು ಒಟ್ಟೊಟ್ಟಿಗೆ ತುಳುಕಿಸುತ್ತ

"ಹಗ್ಗ ಹಿಡ್ಕೊ ಮರೀ, ಬದುಕಬೇಕು ಕಣೋ" ಎಂದು ಇನ್ನೊಮ್ಮೆ ಚೀರಿದನು.

ಆದಾಗ್ಯೂ ಆಗಂತುಕ ಹಿಡಿಯುವಂತೆ ಕಾಣಲಿಲ್ಲ.

"ಪಾಪಿ ಕುಡಿಯುವ ನೀರು ಕಣೋ, ಇರುವುದೊಂದೇ ಬಾವಿ ಕಣೋ" ಎಂದು ಕೂಗಬೇಕೆಂದು ಬಾಯಿಗೆ ಬಂತು.. ಪ್ರೀತಿಯೋ ನೀತಿಯೋ ಎಂದು ಗೊಂದಲಕ್ಕೆ ಬಿದ್ದನು ಸಂತ.

⌘

# ಪ್ರದಕ್ಷಿಣೆ

**ಅವನು ಹುಷ್ಷ್.. ಎಂದು ಉಸಿರು ಬಿಡುತ್ತ ಅವಳ ಮೇಲಿಂದ ಮಗ್ಗುಲಿಗೆ ಉರುಳಿದಾಗ ಸಮಯ ಬೆಳಗ್ಗೆ ನಾಲಕ್ಕು ಗಂಟೆ. ನಸುಕಿನ ಕ್ರಿಯೆ ಯಾರಿಗೆ ತಾನೆ ಇಷ್ಟವಿಲ್ಲ? ನೆಲದ ಮೇಲೆ ತೆಳು ಹಾಸಿಗೆಯನ್ನು ಹಾಸಲಾಗಿದೆ. ಸುತ್ತ ಅರೆಬರೆ ಬಿಚ್ಚಿದ ಬಿಚ್ಚದ ಬಾಕ್ಸುಗಳು, ಬೀರುಗಳು, ಕಟ್ಟು ಸಡಿಲಿಸಿದ ಫ್ರಿಡ್ಜು ವಾಶಿಂಗ್ ಮಶೀನು. ಧೂಳು, ಪೇಪರು ಚೂರು, ಕಸ ಕಡ್ಡಿ. ಎಲ್ಲ ಹರಡಿದ್ದು ಹರಡಿದ್ದಂಗೇ ಇದೆ. ಬೆಳಗ್ಗೆ ಹತ್ತಕ್ಕೆ ಬರುತ್ತೀವೆಂದು ಮಾತು ಕೊಟ್ಟಿದ್ದ ಪ್ಯಾಕರ್ಸ್ ಅಂಡ್ ಮೂವರ್ಸ್ ಬಂದದ್ದು ಸಾಯಂಕಾಲ ಆರು ಗಂಟೆಗೆ. ಲಗೇಜಿನೊಂದಿಗೆ ಹೊಸ ಫ್ಲಾಟ್ ತಲುಪಿದ್ದು ರಾತ್ರಿ ಹನ್ನೊಂದಕ್ಕೆ. ಭಾನುವಾರದ ಸುಗ್ಗಿ ಅವರಿಗೆ. ತಾವೇ ಜೋಡಿಸುತ್ತೇವೆಂದರೂ ಸಾಕಪ್ಪ ಸಾಕು ಎಂದು ಕೈಮುಗಿದು ಸಾಗಹಾಕಿದ್ದರು ಇವರಿಬ್ಬರೂನೆ.**

"ಹಾಲು ಉಕ್ಕಿಸೋದು ಅಂದರೆ ಹೀಗೇನಾ?" ಅವಳದ್ದು ಚೇಷ್ಟೆ ಮಾತು. ಅವನ ಗುಳಿಕೆನ್ನೆ ಗಿಲ್ಲಿ ಪಕ್ಕದಲ್ಲಿದ್ದ ಸಿಗರೇಟು ಹಚ್ಚಿದಳು. ಇನ್ನಾವುದೇ ದಿವಸ ಆಗಿದ್ದರೆ ಅವನು ಸೇದಕೂಡದೆಂದು ಗದರುತ್ತಿದ್ದ. ಇವತ್ತು ದಣಿವಿನ ವಿನಾಯಿತಿ. ಹೊರಗೆ ಹೋಗು ಎಂದ. ಅವಳು ಕೈಗೆ ಸಿಕ್ಕ ಅವನ ಷರಟನ್ನು ಏರಿಸಿಕೊಂಡು ಎದುರಿಗಿದ್ದ ಬಾಲ್ಕನಿಯತ್ತ ನಡೆದಳು. ಅವನು ಅಲ್ಲೇ ಉರುಳಿಕೊಂಡ. ಹೊರಗೆ

ತುಂಬು ಹುಣ್ಣಿಮೆ. ಆಕಾಶಕ್ಕೆ ಬಲ್ಬು ಹಾಕಿದಂತಿದೆ. ಬಾಂದಳದ ಚುಕ್ಕಿ ಗೂಡು ಮಲಗಿದ್ದವನಿಗೂ ತೆರೆದುಕೊಂಡಿದೆ. ಅಲ್ಲಿ ಪೂರ್ವದಲ್ಲಿ ಕನ್ಯಾ ನಕ್ಷತ್ರ ಪುಂಜ. ಸ್ಪೈಕ ಹೊಳೆಯುತ್ತಿದ್ದಾಳೆ. ಇವಳೋ, ಗುಂಡಿಯನ್ನೂ ಹಾಕಿಕೊಳ್ಳದೆ ಬೆಳ್ಮೊಗದವನಿಗೆ ತೆರೆದುಕೊಂಡಿದ್ದಾಳೆ. ಈ ತೆಳು ಗಾಳಿಯ ತುಂಟತನವೂ ನಿಲ್ಲೋದಿಲ್ಲ. ಅಂಗಿಯ ತುದಿಯನ್ನು ಇಷ್ಟೇ ಮೇಲೆತ್ತಿ ಇಣುಕುತ್ತದೆ. ಪ್ರಭೆಯ ಸಲುವಾಗಿ ಹಿಂದಿನಿಂದ ಅವಳ ಆಕಾರ ಸುಸ್ಪಷ್ಟ. ಅವನಿಗೆ ತಾನೂ ಎದ್ದು ಬಾಲ್ಕನಿಗೆ ಹೋಗಬೇಕೆನಿಸಿತು. ಚಂದ್ರ ನೋಡಿ ಓಡಿಹೋದಾನೆಂದು ನಾಚಿಕೆಯಾಯಿತು. ಗಂಡಸಿನ ಪ್ರದರ್ಶನವೇನಿದ್ದರೂ ಕ್ರಿಯೆಯ ಮುನ್ನ ಚಂದ. ತನ್ನದೇ ಕಲ್ಪನೆಯನ್ನು ಮೀರಿಸುತ್ತದೆ. ವಾವ್ ಎನಿಸುವಂತೆ. ಹೆಂಗಸಿನದ್ದು ತದ್ವಿರುದ್ಧ. ಕ್ರಿಯೆಯ ತರುವಾಯ ಶರೀರ ಪ್ರಫುಲ್ಲತೆಯಿಂದ ಅರಳಿರುತ್ತದೆ. ಇನ್ನು ಚಂದಿರನ ಬೆಳಕಿನಲ್ಲಂತೂ ಕೇಳಬೇಕೇ. ಅವ ಕಳ್ಳ, ಸಾಕು ನಾಯಿಯಂತೆ ಮೈಯೆಲ್ಲ ನೆಕ್ಕುತ್ತಿದ್ದಾನೆ.

ಹಿಂದಿನ ರಾತ್ರಿ ಸಾಮಾನು ಸರಂಜಾಮು ಎತ್ತಿ ಇಳಿಸಿ ದಣಿದಿದ್ದ ಇವನಿಗೆ ಬಿಸಿ ನೀರಿನ ಸ್ನಾನದ ನೆನಪಾಗಿ ಮರಗಟ್ಟಿದ ಮೈಯೊಳಗೆ ವಿದ್ಯುತ್ ಹರಿದಂತಾಯಿತು. ಪ್ಯಾಂಟು ಏರಿಸಿಕೊಂಡು ಗೀಸರ್ ಆನ್ ಮಾಡಿ ಅವಳ ಪಕ್ಕ ಬಂದು ನಿಂತ. ಅವಳು ತಿರುಗಿ ಕಂಬಿಗೆ ಒರಗಿ ನಿಂತಳು. ದಮ್ಮಯ್ಯ ಅಂತೀನಿ ಹಾಗೆ ನಿಲ್ಲಬೇಡ, ಬಿದ್ದಗಿದ್ದರೆ? ಎಂದ. ಅಂದರೆ ಅವನಿಗೆ ಎತ್ತರಗಳ ಫೋಬಿಯಾ ಇದೆ ಅಂತ ಅರ್ಥ. ಅವಳು ಪೃಷ್ಟವನ್ನು ಇನ್ನೂ ಸ್ವಲ್ಪ ಕಂಬಿ ಮೇಲೆ ಏರಿಸಿ ಕೂತಳು, ಹೊಗೆ ಬಿಡುತ್ತ. ಹೇಳಿದಷ್ಟೂ ಹೆಚ್ಚು ಮಾಡುತ್ತಾಳೆಂದು ಅವನು ಅವಳಿಂದ ಇನಿತು ದೂರ ಸರಿದು ಕೆಳಗೆ ಬಗ್ಗಿದ. ಇಪ್ಪತ್ತಾರನೇ ಮಹಡಿ ಮೇಲಿದ್ದಾರೆ. ಇಪ್ಪತ್ತಾರೇ ಯಾಕೆ? ಇಪ್ಪತ್ತೈದು, ಇಪ್ಪತ್ತೇಳು, ಇಪ್ಪತ್ತೆಂಟು.. ಯಾವುದಾದರೂ ಆಗಬಹುದಿತ್ತಲ್ಲ. ಇಪ್ಪತ್ತಾರೆಂದರೆ, ಹದಿಮೂರು ಹದಿಮೂರರ ಸೇರಿಕೆ. ಬೆಸ ಬೆಸ ಸೇರಿ ಸಮ. ಹದಿಮೂರನ್ನು ಮುರಿಯಲಾಗದು. ಅದೊಂದು ಅವಿಭಾಜ್ಯ ಸಂಖ್ಯೆ. ಪ್ರತಿಯೊಬ್ಬ ಮನುಷ್ಯನನ್ನು ಪ್ರತಿನಿಧಿಸುತ್ತದೆ. ಆದರೂ ಮಂದಿ ಕದರಿಕೊಂಡ ತಮ್ಮ ಹಣೆ ಬರಹವನ್ನು ಹದಿಮೂರರ ಮೇಲೆ ಎತ್ತಿ ಹಾಕುತ್ತಾರೆ. ಪಾಪ. ಅವರ ಸಣ್ಣತನ ಎಲ್ಲಿಗೆಲ್ಲ ವಿಸ್ತರಿಸಿದೆ ನೋಡಿ. ಯಕಃಶ್ಚಿತ್ ಒಂದು ಸಂಖ್ಯೆ. ಅಲ್ಲಲ್ಲ, ಖಚಿತ ಸಂಖ್ಯೆ. ಯಾವುದೇ ಸಂಖ್ಯೆಯ ಸ್ಥಾನ ಅಚಲ. ಮನುಷ್ಯನಿಗೆ ಬೇಕು ಅಂದರೂ ಬೇಡ ಅಂದರೂ ಅದನ್ನು ಅಲ್ಲಾಡಿಸಲಾಗದು. ಅಳಿಸಲಾಗದು. ಅದು ಇರುತ್ತದೆ, ಅಷ್ಟೇ. ಹೀಗಿದ್ದರೂ ಮನುಷ್ಯ ಅಂತದೊಂದು ಸಂಖ್ಯೆಯನ್ನು ಕೇವಲ ಲೆಕ್ಕದ ದುಡಿಮೆಗೆ ಬಳಸಿಕೊಂಡು ತನ್ನ ಸಡಗರ ಸಂಭ್ರಮಗಳಿಂದ ದೂರ ಇಡುತ್ತಾನಲ್ಲ. ಅಸ್ಪೃಶ್ಯತೆ ಅಂದರೆ ಇದೇ ಅಲ್ಲವಾ.

ಬೇಡ ಬೇಡ ಅಂದರೂ ಇಷ್ಟು ಎತ್ತರದ ಫ್ಲಾಟ್ ಖರೀದಿಗೆ ಅವಳ ಒತ್ತಾಯವೇ ಕಾರಣ. ಕೆಳಗಿದ್ದರೆ ಈ ಹೊತ್ತಲ್ಲಿ ಹೀಗೆ ಬೆತ್ತಲೆ ಮೈಯನ್ನು ಬಯಲಿಗೊಡ್ಡಿ ನಿಲ್ಲಬಹುದಿತ್ತೇ? ಕೆಳ ಮಜಲುಗಳು ಉಸಿರುಗಟ್ಟಿಸುತ್ತವೆ. ಅವಳ ವರಸೆ. ಆದರೆ ಅವನಿಗೆ ಒಂದನೆಯ ಮಜಲೆ ಅತ್ಯಂತ ಪ್ರಶಸ್ತವಾಗಿತ್ತೆನಿಸಿತ್ತು. ಒಂದು ಏಕ ಅನೇಕ ಎಲ್ಲದರ ಪ್ರತೀಕ. ಮೇಲಿದ್ದಂತಿರಬೇಕು. ಕೆಳಗೇನೆ ಇರಬೇಕು. ತಾನು ಸೇಫ್ ಪರ್ಸನ್ ಎಂದು ಆಪಾದಿತನಾಗಿರುವುದು ನಿಜವೋ ಸುಳ್ಳೋ ಇದ್ದರೂ ಅದನ್ನು ಸಂಭ್ರಮಿಸಬೇಕೋ ತಿರಸ್ಕರಿಸಬೇಕೋ ಗೊತ್ತಾಗದು. ಹಾಗೆ ನೋಡಿದರೆ ಅವನಿಗೆ ಅವಳ ಮೇಲೆ ಅಭಿಮಾನ ಇದೆ. ಕೆಳಗಿದ್ದವನ ಮೇಲೆ ಎಳತಂದಿದ್ದಾಳೆ. ತನ್ನ ಭಯ ಓಡಿಸಲು. ಕಳೆದ ರಾತ್ರಿಯೆ ಒಮ್ಮೆ ತಾರಸಿಗೆ ಹೋಗಿ ಒಂದು ಸುತ್ತು ಸುತ್ತಾಡಿ ಬಂದಿದ್ದಾನೆ. ಮೊಟ್ಟ ಮೊದಲ ಬಾರಿಗೆ ಅಷ್ಟು ಎತ್ತರದಿಂದ ನಗರದ ಪಕ್ಷಿನೋಟ ಮನಸ್ಸಿಗೆ ಮುದ ತಂದಿದೆ. ಪ್ರಪಂಚ ಎಷ್ಟು ಸಂಕೀರ್ಣ ಅನ್ನಿಸಿದೆ. ಕೆಳಗಿನ ಕಷ್ಟ ಸುಖಗಳೆಲ್ಲ ನುಣುಪು ನುಣುಪಾಗಿ ಲೋಕವು ಹಿಡಿಯಾಗಿ ದಕ್ಕಿದೆ.

"ನಿನ್ನನ್ನ ಹೀಗೇ ಕೆಳಕ್ಕೆ ತಳ್ಳಿದರೆ ಏನಾಗತ್ತೇ?" ಮಕ್ಕಳಾಟದಂತೆ ಬೆರಳನ್ನು ಬೊಟ್ಟು ಮಾಡಿ ಅವಳು ಅವನ ಬೆನ್ನನ್ನು ಒತ್ತಿದಳು. ಒತ್ತಿದಳಷ್ಟೆ, ತಳ್ಳಲಿಲ್ಲ.

"ಏನಾಗತ್ತೇ.. ತಲೆ ಪುಡಿ ಪುಡಿಯಾಗತ್ತೇ.." ಅವನ ನೇತ್ರಗಳಿನ್ನೂ ಕೆಳಗಿನ ಸಿಮೆಂಟಿನಂಗಳಕ್ಕೆ ಅಂಟಿಕೊಂಡಿದ್ದವು.

"ನಾನೇ ಬಿದ್ದರೆ ಏನಾಗತ್ತೇ?",

"ಯಾರೇ ಬಿದ್ದರೂ ಪುಡಿ ಪುಡಿಯಾಗತ್ತೇ, ನಿನಗಂತಲೇ ಭೂಮಿ ಹತ್ತಿಯಾಗುತ್ತೆ ಅಂದುಕೊಂಡಿದ್ದೀಯೇನು"

"ಆಗಲಿ ಬಿಡು, ನಿನ್ನ ಸಿನಿಮಾಗೆ ಸಬ್‌ಸ್ಟೆನ್ಸ್ ಸಿಗತ್ತೆ."

ಮಕ್ಕಳ ರಾಗ. ತಣ್ಣನೆಯ ಇರಿತ. ಇವಳು ಇತ್ತೀಚೆಗೆ ಈ ವರಸೆ ಶುರುವಚ್ಚಿಕೊಂಡಿದ್ದಾಳೆ. ಯಾವ ಯಾವುದನ್ನೊ ಎಲ್ಲೆಲ್ಲಿಗೋ ಕೊಂಡೊಯ್ದು ಮರ್ಮಕ್ಕೆ ತಾಗಿಸುವುದು ಎಂದು ಮನಸಿನಲೆ ನೊಂದುಕೊಂಡ ಅವನು. ಅಲ್ಲಿರೋದೇ ಬೇಡ ಎಂದು ಬಾತುರೂಮಿಗೆ ನುಗ್ಗಿದ. ಬಿಸಿ ನೀರನ್ನು ತಿರುವಿದ. ಸುಡು ಸುಡು ನೀರು ಕೈ ಸುಟ್ಟಿತು. ತಣ್ಣೀರನ್ನು ತಿರುವಿದ. ನಿಂತ. ನೀರು ತಣ್ಣಗಾಗಿಬಿಟ್ಟಿತ್ತು. ಪುನಃ ಬಿಸಿ ನೀರನ್ನು ತಿರುವಿದ. ಮತ್ತೆ ತಣ್ಣೀರು. ಈ ತಿರುವಿಕೆಗಳ ನಡುವೆ ಪರಿವೆಯೇ ಇರದೆ ಜ್ಯೋತಿರ್ವರ್ಷಗಳನ್ನು ಕಳೆದಿದ್ದ. ಹಾಗೆ ನೋಡಿದರೆ ಇದು ಅವನ ನಿತ್ಯದ ಗೋಳು. ಯಾವತ್ತೂ ಬೆರೆತ ನೀರಿನ ಬಗ್ಗೆ ತೃಪ್ತನಾಗಿಯೆ ಇಲ್ಲ. ಹಾಗಾಗಿ ಎಂದಿನಂತೆ ಎರಡೂ ನಲ್ಲಿಗಳನ್ನು ನಿಲ್ಲಿಸಿ ಚೊಂಬಿನಿಂದ

ನೀರನ್ನೆತ್ತಿಕೊಂಡು ಮೈಮೇಲೆ ಸುರಿದುಕೊಂಡ. ಹಪ್ಹಪ್ಹಾ.. ಸುಡುತ್ತಿದೆ. ಯಾಕಿಂತ ಮಾತು ಆಡುತ್ತಾಳೆ? ಸುಖ ಸಿಗುತ್ತದೇನು? ಒಂದಲ್ಲ ಎರಡಲ್ಲ ಹತ್ತು ವರ್ಷಗಳ ಲಿವಿಂಗ್ ಟುಗೆದರ್. ಮದುವೆ ಆಗೋಣ ಅಂತ ಪುಸಲಾಯಿಸುತ್ತಲೇ ಇದ್ದಾನೆ. ನೀನು ಸಂಜೆ ಮನೆಗೆ ಬಂದಾಗ ಬಾಗಿಲು ತೆಗೆಯೋಕೊಬ್ಬಳು ಬೇಕಲ್ಲವೇ ಎನ್ನುತ್ತ ಚುಚ್ಚುತ್ತಾಳೆ... ಇಪ್ಪತ್ತಾರನೇ ಮಹಡಿಯಿಂದ ಕೆಳಗೆ ಬೀಳುವಾಗ ತಲೆಯ ಬದಲು ಕೈ ಕಾಲು ಕೆಳಗೆ ಮಾಡಿ ಬಿದ್ದರೆ ಹೇಗೆ? ಬೆನ್ನುಮೂಳೆ ಲಟಕ್ಕನೆ ಮುರಿಯಬಹುದು. ಫ್ಲಾಟ್ ತನ್ನ ಹೆಸರಿಗೇನೆ ಇದೆ. ಅವಳು ದುಡ್ಡು ಹಾಕಿಲ್ಲ ಅಂತಲ್ಲ. ಅಪ್ಪ ಅಮ್ಮನಿಗೆ ಏನೆಂದು ಹೇಳುವುದು? ಅದಕ್ಕೆ ಮದುವೆ ಆಗೋಣ ಆದ ಕೂಡಲೆ ಜಂಟಿ ಖಾತೆ ಮಾಡಿಸುತ್ತೀನಿ ಎಂದರೂ ಫ್ಲಾಟ್ ಆಸೆ ತೋರಿಸಿ ತಾಳಿ ಬಿಗಿಯುವ ಹುನ್ನಾರವೇ ಎಂದು ತಿವಿಯುತ್ತಾಳೆ. ಒಟ್ಟಿನಲ್ಲಿ ಇವಳಿಗೆ ಮದುವೆಯಿಷ್ಟವಿಲ್ಲ. ಯಾವತ್ತು ಕೈಕೊಡುತ್ತಾಳೋ. ಇವಳು ಎಷ್ಟೋ ಉತ್ತಮ. ಎಲ್ಲ ಮನೆಯಲ್ಲೆ ಚುಕ್ತ ಮಾಡುತ್ತಾಳೆ. ಅಲ್ಲಿ ಸಬ್ ರಿಜಿಸ್ಟ್ರಾರ್ ಆಫೀಸಲ್ಲಿ ನೋಡಬೇಕಿತ್ತು, ತಾಯಿ ಮಗಳು ಕೂದಲು ಹಿಡಿದು ಜಗ್ಗಾಡುತ್ತಿದ್ದರು. ಅಪ್ಪ ಮಗನಿಗೆ ಮೆಟ್ಟಿನಲ್ಲಿ ಗಟ್ಟಿಸುತ್ತಿದ್ದ. ತಮ್ಮದಂತ ಅನ್ಯೋನ್ಯ ಕುಟುಂಬ ಇನ್ನಿಲ್ಲ ಎಂಬಂತೆ ಗೋಡೆ ಮೇಲೆ ಕೂಡು ಕುಟುಂಬದ ಫೋಟೋ ನೇತುಹಾಕಿಕೊಳ್ಳುವ ಮಂದಿ ಸಬ್ ರಿಜಿಸ್ಟ್ರಾರ್ ಆಫೀಸಿನಲ್ಲಿ  ಅಸೂಯೆ, ಸಂಶಯ, ಕುದಿತ, ಕೊರೆತದಿಂದ ಬೆತ್ತಲಾಗುತ್ತಾರೆ. ಸಂಬಂಧಗಳ ಅಸಲಿ ತಾಕತ್ತು ಅಲ್ಲಿ ಪರೀಕ್ಷೆಗೊಡ್ಡಿಕೊಳ್ಳುತ್ತದೆ.... ಕಾಲು ಕೆಳ ಮಾಡಿ ಬಿದ್ದರೆ ಬೆನ್ನುಮೂಳೆ ಮುರಿಬಹುದು, ತಲೆಯಾದರೆ? ಯಪ್ಪ ಅದೆಷ್ಟು ಹೋಳಾಗಬಹುದು? ತೆಂಗಿನಕಾಯಿ. ಸಣ್ಣವನಿದ್ದಾಗ ಒಡೆದ ಕಾಯಿ ಎಷ್ಟು ಚೂರಾಯಿತು ಎಂಬುದರ ಮೇಲೆ ಗಂಡಸ್ತನ ಮೆರೆಯುತ್ತಿದ್ದುದುಂಟು. ಕಳ್ಳಾರೆ ಪಿಳ್ಳಾರೆಗಳು ಚೆಲ್ಲಾಡಿದ ಚೂರುಗಳನ್ನು ಆಯ್ದುಕೊಳ್ಳುತ್ತಿದ್ದವು. ರಾಮಣ್ಣನ ಮಗ ತಡರಾತ್ರಿ ಕುಡಿದು ಬೈಕಿನಲ್ಲಿ ಬರುವಾಗ ಲಾರಿ ಅವನ ಮೇಲೆ ಹರಿದಿತ್ತು. ಅವೊತ್ತು ರಾಮಣ್ಣ ಹೆಗಲ ಮೇಲಿದ್ದ ವಲಿಬಟ್ಟೇಲಿ ಪುಡಿಪುಡಿಯಾಗಿ ದೂರ ಸಿಡಿದಿದ್ದ ಮಗನ ಮೆದುಳು ಚೂರನ್ನು ಆಯ್ದುಕೊಳ್ಳುತ್ತಿದ್ದರು. ಇಪ್ಪತ್ತೇಳನೆ ಮಹಡಿಯಿಂದ ಬಿದ್ದರೆ ಎಷ್ಟಗಲ ಸಿಡಿಯಬಹುದು? ಆ ಸಮಯದಲ್ಲಿ ನನ್ನ ಬಳಿ ವಲಿಬಟ್ಟೆ ಇರುವುದಿಲ್ಲ. ಪ್ಯಾಂಟು ಶರಟು ಹಾಕಿರುತ್ತೇನೆ. ಟೀ ಶರ್ಟಿಗೆ ಜೇಬಿರುವುದಿಲ್ಲ. ಥತ್ ಈ ಟೀ ಶರ್ಟಿಗೆ ಜೇಬು ಯಾಕೆ ಇರುವುದಿಲ್ಲ. ಯಾಕಂದರೆ ಜೇಬಿದ್ದರೆ ಪೆನ್ನು ಸಿಗಿಸಿಕೊಳ್ತೀಯ. ಸಿಗಿಸಿಕೊಂಡಾಗ ಒಳಗೆ ಕ್ಯಾಪು ಲೂಜಾಗಿ ಉದುರುತ್ತೆ. ಪೆನ್ನಿನ ಮುಳ್ಳು ಅಂಗಿಗೆ ತಟ್ಟುತ್ತೆ. ಹಾಗೆ ಮುಳ್ಳು ಅಂಗಿಗೆ ತಗುಲಿದಾದ ಇಂಕು ನಿಧಾನ ಜಿನಗುತ್ತೆ. ಗೊತ್ತೇ ಆಗಿರಲ್ಲ. ಯಾರೋ ತೋರಿಸುತ್ತಾರೆ; ಹೇ, ಇಂಕಾಗಿದೆ ನೋಡ್ಕೋ. ಯಾರೋ ಎದೆಗೆ ಚೂರಿ ಹಾಕಿರುವಂತೆ, ನೀಲಿ ರಕ್ತ ಚಿಮ್ಮಿರುವಂತೆ

ಕಾಣಿಸುತ್ತದೆ. ಜಾನ್ ಲಾಡ್, ಬಾಲ್ ಪೆನ್ನು ಕಂಡುಹಿಡಿದವ. ಬಾಲ್ ಪೆನ್ ಅದೆಂತಹ ಸರಳ ರೋಚಕ ಅವಿಷ್ಕಾರ. ಹಾಳೆಯ ಮೇಲೆ ತಲೆಯೂರಿ ಮೆಲ್ಲಗೆ ಪೆನ್ನು ಗೀರಿ ನೋಡಿ. ತುದಿಯಲ್ಲಿರುವ ಗುಂಡು ತಿರುಗುವುದು ಕಾಣತ್ತೆ, ಗುಂಡು ಉರುಳುವಾಗ ಉಂಟಾಗುವ ಕಿರ ಕಿರ ಸದ್ದು ಕೇಳಿಸತ್ತೆ. ಸ್ಕೂಲಲ್ಲಿ ಜಾನ್ ಲೌಡ್ ಅಂತ ಓದಿದ್ದೆ, ಮೇಷ್ಟು "ಏನೋ ಲವುಡೆ ಅಂದ್ಯಾ" ಎಂದು ಧಿಗ್ಗನೆ ಮೈಮೇಲೆ ಹರಿದು ಬಂದು. ಇಲ್ಲ ಅವಳಿಗೆ ಫ್ಲಾಟ್ ಮೇಲೂ ಆಸೆಯಿಲ್ಲ. ನನ್ನ ಮೇಲೂ ಆಸೆಯಿಲ್ಲ. ಹತ್ತು ವರ್ಷ ಕಳೆದಿದೆ. ಬೋರಾಗಿರುತ್ತದೆ. ನಿರ್ಗಮನದ ಪೀಠಿಕೆಯ ಮಾತುಗಳನ್ನ ಆಡ್ತಿದಾಳೆ. ನೀನೇ ಹೋಗು ಇಲ್ಲಾ ನಾನೇ ಹೋಗ್ತೀನಿ ಅನ್ನೋದಕ್ಕೆ ಅವಳ ಸುಪ್ತ ಮನಸ್ಸಿಂದ ಉಕ್ಕಿದ ರೂಪಕಗಳು ಅವು. ಆಯಿತಲ್ಲ, ಇಪ್ಪತ್ತಾರನೇ ಫ್ಲಾಟಿಗೆ ತಂದು ಕೂರಿಸಿದ್ದು. ತನ್ನ ಜವಾಬ್ದಾರಿ ಮುಗೀತು ಅಂತ. ಬಹಳ ದಿವಸಗಳಿಂದ ಯೋಜನೆ ನಿರೂಪಿಸಿದ್ದಳು ಅಂತ ಕಾಣುತ್ತೆ. ಜಾಣೆ. ಮಂದಿಗೆ ಅದು ಹೇಗೆ ಇಷ್ಟು ದೂರಾಲೋಚನೆ ಇರುತ್ತದೆ? ಮುಂದೆ ಇಲ್ಲಿಂದ ನಾಲ್ಕನೇ ನಿಲ್ದಾಣದಲ್ಲಿ ಇಳಿದುಕೊಳ್ತೀನಿ ಎಂಬಂತ ಖಚಿತತೆ ಇಟ್ಟುಕೊಂಡು ರೈಲು ಹತ್ತುವ ಇವರೆಲ್ಲಾ. ನಾನು ಯಾಕೆ ರೈಲು ಹತ್ತುತ್ತೇನೆ? ಎಲ್ಲಿಗೆ ಹೋಗಬೇಕಂತ ಹತ್ತುತ್ತೇನೆ? ನಾ ಇಳಿಯಬೇಕಾದ ಸ್ಟೇಶನ್ ಯಾವುದು?

ಬಕೆಟ್ಟಿನ ನೀರು ಖಾಲಿಯಾಗಿದ್ದರಿಂದ ಅವನ ಮೆದುಳಿನ ತಾಂಡವವಕ್ಕೆ ಬ್ರೇಕ್ ಬಿತ್ತು. ಅವಾಗಿಂದ ಬರೀ ನೀರು ಉಯ್ದುಕೊಂಡಿದ್ದಾನೆ. ಸೋಪಚ್ಚಿಲ್ಲ ಏನಿಲ್ಲ. ಒಂದೇ ಸಮನೆ ಉಯ್ದುಕೊಂಡದ್ದರಿಂದ ಉಸಿರು ಕಟ್ಟಿ ಈಗ ಬುಸ ಬುಸ ಅಂತಿದ್ದಾನೆ. ತಳದ ನೀರು ಚೊಂಬಿಗೆ ಸಿಗುತ್ತಿಲ್ಲ. ಬಕೆಟ್ಟನ್ನು ಮೇಲೆತ್ತಿ ಸುರುವಿಕೊಂಡ. ನೆತ್ತಿ ಮೇಲಿಂದ ಹರಿವ ನೀರು ಕಣ್ಣ ಮುಂದೆ ಚಿತ್ತಾರ ಮೂಡಿಸಿತು. ಚಿತ್ತಾರದಲ್ಲಿ ಅವಳ ರೇಖಾಚಿತ್ರ. ಅಪ್ಪಟ ಕಪ್ಪು ಬಿಳುಪಿನ ಗೆರೆಗಳು. ಎದೆಯ ನಡುವೆ ಯೋನಿ. ತೊಡೆಗಳ ನಡುವೆ ಹೃದಯ. ಥಟ್ಟನೆ ಚೂರು ಚೂರಾದ ತೆಂಗಿನ ಹೋಳು. ನಿಜಾರ್ಥದಲ್ಲೇ ಹೇಳಿದಳಾ ಹೇಗೆ? ಕೆಲವು ಸಲ ಮಂದಿ ರೂಪಕವಾಗಿ ಏನೋ ಹೇಳಲು ಹೋಗಿ ನೇರ ಪದಗಳಲ್ಲೇ ಎಲ್ಲ ಉಸುರಿರುತ್ತಾರೆ. ರೂಪಕಗಳಲ್ಲೆ ಅತ್ಯಂತ ಉತ್ಕೃಷ್ಟವಾದ ರೂಪಕ ಅದು. ಇವಳೂ ಹಾಗೆ ಏನೋ ಹೇಳಿದ್ದಿರಬಹುದು. ಎತ್ತರಗಳ ಮೇಲೆ ಮೋಹ ಇರುವವರಿಗೆ ಮೇಲಿಂದ ಜಿಗಿವ ಆಸೆ ಇರುತ್ತದೆ. ಇಲ್ಲದವರಿಗೆ ಭಯ ಇರುತ್ತದೆ. ಅದು ಮನಸ್ಸಿನಲ್ಲುಂಟಾಗುವ ಸೃಜನಶೀಲ ಪ್ರಕ್ರಿಯೆ. ಆಲೋಚನೆಯೆ ಮಜಾ ಕೊಡುತ್ತದೆ. ಅದೆಷ್ಟೋ ಕಲಾವಿದರು ಈ ಮಜಾ ಪಡೆದುಕೊಳ್ಳಲೋಸ್ಕರವೆ ಕಲ್ಪನೆಯನ್ನು ಕ್ರಿಯೆಗೆ ಇಳಿಸಿರುವುದುಂಟು. ಅಂತಿಮ, ಉತ್ಕೃಷ್ಟ, ಉತ್ತುಂಗದ ಅನುಭವಕ್ಕೋಸ್ಕರ. ಆಲೋಚನೆಗಳು ಸಾಲುಸಾಲಾಗಿ ಅಪ್ಪಳಿಸಿ ಅವನ ಮೈ

ಹಾಸಿಗೆ ಹೊದಿಕೆಯ ಹಾಗೆ ಕುಸಿದು ಬಿದ್ದಂತಾಯಿತು. ಇರಲಿಕ್ಕಿಲ್ಲ. ನನ್ನ ಷರಟು ಹಾಕಿಕೊಂಡಿದ್ದಾಳೆ. ತರಕು ತರಕಲಾದ ಷರಟೊಳಗೆ ಅದೆಷ್ಟು ಮೆತ್ತನೆಯ ಮೈ. ಅವಳು ಹಾಗೆಲ್ಲ ಮಾಡೋದಿಲ್ಲ. ನೆಚ್ಚಿಗೆ. ಒಂದು ವೇಳೆ ಷರಟು ಹಾಕಿಕೊಳ್ಳುವುದೆ ಒಟ್ಟಾರೆ ಉದ್ದೇಶದ ಒಂದು ಭಾಗವಾಗಿದ್ದರೆ? ಇನ್ನಷ್ಟು ಕಿಕ್ ಪಡೆಯಲಂತ!. ಆಗಿಂದ ಏನಾದರೂ ಸದ್ದಾಯಿತ? ಮೈಮರೆತು ನೀರಲ್ಲಿ ಮುಳುಗಿದ್ದೆನಲ್ಲ. ಹೀಗೆ ಮೈಮರೆತು ಏನೆಲ್ಲ ಕಳಕೊಂಡಿಲ್ಲ ನಾನು. ಜಾನ್ ಲಾಡ್‌ಗೆ ಬಾಲ್ ಪೆನ್ ನಂತಹ ತಂತ್ರಜ್ಞಾನ ಅದು ಹೇಗೆ ಹೊಳೆಯಿತು? ಗುಂಡನ್ನು ತಿರುಗಿಸುತ್ತ ಅದರ ಸಂದಿಯಿಂದ ಇಂಕನ್ನು ಹರಿಯಬಿಡುವುದು..

ಅವನು ಟವೆಲ್ಲಿಂದ ಮೈ ಒರೆಸಿಕೊಂಡು ಹೊರಗೆ ಬಂದ. ಸಂಶಯ ಭೂತದ ಆಕಾರ ತಳೆದಿತ್ತು. ಎದೆ ಢವಗುಟ್ಟುತ್ತಿತ್ತು. ಬಾಲ್ಕನಿಯತ್ತ ದೃಷ್ಟಿ ಹರಿಸಿದ. ಅಲ್ಲಿ ಅವಳಿಲ್ಲ. ಹಾಸಿಗೆ ಮೇಲೆ? ಅಲ್ಲೂ ಇಲ್ಲ. ಕಂಗಾಲಾಗಿ ತೆಳು ಹಾಸಿಗೆ ಮೇಲೆ ನಿಂತು ಗರ ಗರ ತಿರುಗಿದ. ಇರುವ ಇಬ್ಬರಿಗೆ ನಾಲ್ಕು ಬಾತುರೂಮುಗಳು, ಎಲ್ಲೆಲ್ಲಿದ್ದಾವೆ ಗೊತ್ತಿಲ್ಲ. ಅದೆಷ್ಟಂತ ಹೇಲಬೇಕು ಇವನ್ನು ಸರ್ವೀಸಿನಲ್ಲಿಡಲು. ಓಡಾಡಿದಲ್ಲೆಲ್ಲ ನೀರಿನ ತೊಟ್ಟು. ಬೈತಾಳೆ. ಸರಿಯಾಗಿ ಮೈ ಒರೆಸಿಕೊಂಡು ಬರೋಕ್ಕಾಗಲ್ವ? ಇಲ್ಲಿ ಸ್ವಿಚ್ಚುಗಳು ಎಲ್ಲಿವೆ? ಚಂದ್ರ ಮೂಲೆ ಮೂಲೆ ತಲುಪಲಾರ. ಆತುರದಲ್ಲಿ ಟವೆಲ್ಲು ಉದುರಬೇಕೇ. ಕತ್ತಲೊಳಗೆ ಒಂದು ಬೆತ್ತಲೆ ದೇಹ ಮತ್ತೊಂದು ಬೆತ್ತಲೆ ದೇಹವನ್ನು ಹುಡುಕುತ್ತಿದೆ. ಎಷ್ಟೊಂದು ಕೋಣೆಗಳು ಇಲ್ಲಿ. ಎಲ್ಲೂ ಇಲ್ಲ. ಎತ್ತ ಹೋದಳು? ಮೆಲ್ಲಗೆ ಮೆಲ್ಲಗೆ. ಬಾಲ್ಕನಿಯತ್ತ ಹೆಜ್ಜೆ ಸರಿಸಿದ. ಆಗಿದ್ದ ನಾಚಿಕೆ ಈಗಿಲ್ಲ. ಅನಿವಾರ್ಯತೆ. ಮುಂದೆ ಎದುರಾಗಬಹುದಾದ ದೃಶ್ಯ ಕಣ್ಣಿಗೆ ಕಟ್ಟುತ್ತಿದೆ. ಬಾಲ್ಕನಿ ಹತ್ತಿರ ಬಂದು ಬಗ್ಗಿದ. ಮಬ್ಬು ಮಬ್ಬು. ಸಿಗರೇಟು ತುಂಡೂ? ಈಗ ನಾನು ಸಣ್ಣ ಸಿಗರೇಟು ತುಂಡನ್ನು ಇಪ್ಪತ್ತಾರು ಮಹಡಿ ಕೆಳಗೆ ಹುಡುಕುತ್ತಿದ್ದೇನೆ.

ಡೋರೆಲ್ಲಿದೆ ಅಂತ ಗೊತ್ತಿದೆ. ಲಿಫ್ಟೂ ಗೊತ್ತಿದೆ. ಟವೆಲ್ಲೂ? ಎಲ್ಲಿ ಉದುರಿತು? ಹಾಸಿಗೆ ಬಳಿ ಬಂದು ಹೊದಿಕೆಯನ್ನು ಸುತ್ತಿಕೊಂಡು ಲಿಫ್ಟಿನತ್ತ ದೌಡಾಯಿಸಿದ. ನಲವತ್ತೆರಡನೇ ಫ್ಲೋರಿನಲ್ಲಿದ್ದ ಲಿಫ್ಟು ಇಪ್ಪತ್ತಾರರವರೆಗೆ ಇಳೀಬೇಕು. ಸಮಯ ಹಿಡಿಯತ್ತೆ. ಯಾಕೆ ಕಟ್ಟಡವನ್ನು ನಲವತ್ತೆರಡಕ್ಕೆ ನಿಲ್ಲಿಸಿದರು ಅಥವಾ ನಲವತ್ತೆರಡಕ್ಕೆ ಒಯ್ದರು? ನಲವತ್ತು ನಲವತ್ತೈದು ನಲವತ್ಮೂರು ಯಾಕಿಲ್ಲ? ನಾಲ್ಕರ ಅರ್ಧ ಎರಡು. ನಾಲಕ್ಕು ಮೊದಲು ಎರಡು ನಂತರ. ಏನಾದರೂ ಸಂಬಂಧ? ಸೊನ್ನೆ ಸೇರಿಸಿದರೆ 420 ಆಗುತ್ತದಲ್ಲವೇ? ಲಿಫ್ಟು ಬಂತು. ಸೊನ್ನೆ ಒತ್ತಿದ. ಇರುತ್ತಾಳೆ, ಇರಲಿಕ್ಕಿಲ್ಲ. ಪ್ರಾರ್ಥಿಸಿದರೆ ಇಷ್ಟವಾದದ್ದು ಸಂಭವಿಸುವುದು ಸಾಧ್ಯವೇ? ಅಕಸ್ಮಾತ್ ಹೋಳಾಗಿದ್ದು ಪ್ರಾರ್ಥಿಸಿದರೆ ಜೋಡಿಸಿಕೊಳ್ಳುತ್ತದೆಯೇ?

ಮೊದಲಿದ್ದಂತಾಗುತ್ತದೆಯೇ? ಲಿಫ್ಟು ಇಳಿಯುತ್ತಿದೆ. ಲಿಫ್ಟಿನಿಂದಿಳಿದು ಆ ಜಾಗಕ್ಕೆ ನಡೆದು ಹೋಗುವಾಗ ದಾರಿ ನಡುವೆಯೆ ಕಾಲಿಗೆ ಮೆತ್ತಗೇನಾದರೂ ಸಿಕ್ಕಿಬಿಟ್ಟರೆ, ಪಚಕ್ಕನೆ? ಕಾಲು. ಅಲನ್ ಡೊನಾಲ್ಡ್ ಚೆಂಡನ್ನು ಕಾಲಿಗೆ ಎಸೆದಾಗ ಫ್ಲಿಕ್ ಮಾಡಬೇಕು. ದ್ರಾವಿಡ್ ತರಹ. ಫೈನ್ ಲೆಗ್ ಡೀಪ್ ಇರಲಿಲ್ಲಾಂದರೆ ಬೌಂಡರಿ ಗ್ಯಾರಂಟಿ. ಅಕಸ್ಮಾತ್ ಕೊನೆಯ ಎಸೆತವಾಗಿದ್ದು ಗೆಲ್ಲಲು ಸಿಕ್ಸ್ ಬೇಕಿದ್ದಲ್ಲಿ? ಒಂದು ಹೆಜ್ಜೆ ಮುಂದೆ ಹೋಗಿ ಫುಲ್ ಟಾಸ್ ಮಾಡಿಕೊಂಡು ಸ್ವೀಪ್ ಮಾಡಬೇಕು. ಸ್ವೀಪ್. ಗುಡಿಸುವುದು. ದಿನ ಬೆಳಗಾದರೆ ಮಹಾನಗರ ಪಾಲಿಕೆಯವರು ರಸ್ತೆಯನ್ನು ಕೆರಪರ ಕೆರೆಯುತ್ತ ರಕ್ತಸಿಕ್ತ ನೆಲವನ್ನು ಗುಡಿಸುವುದೂ...

ಅವನು ಕೆಳಗಿಳಿದು ಬಂದಾಗ ತನ್ನ ಫ್ಲೋರು ಯಾವ ದಿಕ್ಕಿಗಿದೆ ಎಂದು ಗೊತ್ತಾಗದೆ ಗಲಿಬಿಲಿಯಾಯಿತು. ತಲೆ ಎತ್ತಿದ, ತಲೆಸುತ್ತು ಬಂತು. ಕಟ್ಟಡದ ತುದಿ ಸೀರೆಗೆ ಮುಳ್ಳು ಎಟ್ಟಿಕೊಂಡಂತೆ ಆಕಾಶಕ್ಕೆ ಎಟ್ಟಿಕೊಂಡಿದೆ. ಎಲ್ಲಿ ನಿಂತಿದ್ದೇನೆ? ಪೂರ್ವ ಯಾವುದು? ನನ್ನ ಫ್ಲಾಟ್ ಯಾವ ದಿಕ್ಕಿನಲ್ಲಿದೆ? ನಾಲಕ್ಕು ಗೋಪುರಗಳು. ಪ್ರತಿಯೊಂದರಲ್ಲೂ ಒಳಮುಖವಾಗಿರುವ ಲಿಫ್ಟು. ಅವನಿಗೆ ಸರಿಯಾಗಿ ಎಲ್ಲಿ ಹುಡುಕಬೇಕೆಂದು ಗೊತ್ತಾಗದೆ ಹೊದಿಕೆ ಸುತ್ತಿಕೊಂಡು ಗೋಪುರಗಳ ಪ್ರದಕ್ಷಿಣೆ ಹಾಕಲು ನಿರ್ಧರಿಸಿ ಒಂದು ಕಡೆಯಿಂದ ನಡಿಗೆ ಆರಂಭಿಸಿದ. ನಡೆಯುತ್ತ ನಡೆಯುತ್ತ ಕತ್ತಲೆಯ ಹಾದಿ ದೃಷ್ಟಿಗೆ ತೆರೆದುಕೊಂಡಂತೆ ಅಲ್ಲಿ ತಾನು ಏನನ್ನು ನಿರೀಕ್ಷಿಸಬೇಕು ಎಂದು ಮನಸ್ಸು ಗೊಂದಲಕ್ಕೆ ಬಿತ್ತು. ಬಸ್ಸಿನ ನಿಲುದಾಣದಲ್ಲಿ ನಿಂತಿರುತ್ತೀರಿ. ಗಂಟೆಯಾದರೂ ಬಸ್ಸು ಬಂದಿಲ್ಲ. ಇನ್ನೇನು ಬರುವ ಹೊತ್ತು. ರಸ್ತೆಯ ದಿಗಂತದಲ್ಲಿ ನಿಮಗೆ ಆಗಾಗ್ಗೆ ಬಸ್ಸಿನ ತಲೆ ಗೋಚರಿಸುತ್ತಲೆ ಇರುತ್ತದೆ. ಇದು ಕಲ್ಪನೆ. ಆದರೆ ಬಸ್ಸು ಕೊನೆಗೂ ಬಂದೇ ಬರುತ್ತದಲ್ಲವೇ. ನೂರು ಕಲ್ಪನೆಗಳ ಚಿತ್ರದಲ್ಲಿ ಕೊನೆಯದ್ದು ವಾಸ್ತವಕ್ಕೆ ತಿರುಗಿಬಿಡುತ್ತದಲ್ಲವೇ. ಈಗ ನಾನು ಏನು ಮಾಡಲಿ? ಪ್ರದಕ್ಷಿಣೆ ಶುರು ಮಾಡಿಬಿಟ್ಟಿದ್ದೇನೆ. ಎಲ್ಲಿ ಯಾವಾಗ ಬಸ್ಸಿನ ತಲೆ ಕಂಡುಬಿಡುವುದೋ ಎಂಬ ಆತಂಕ. ಬಸ್ಸು ಬರುವುದೇ ನಿಜ ಅಂತಿದ್ದಲ್ಲಿ ಮುಂದೆ ತನಗೆ ಕಾದಿರುವುದಾದರೂ ಏನು? ಪ್ರದಕ್ಷಿಣೆಯನ್ನು ನಿಲ್ಲಿಸಿಬಿಡೋಣವೇ. ಇದು ಬದುಕಿನ ಪ್ರದಕ್ಷಿಣೆ. ಸುತ್ತುತ್ತಲೇ ಇರಬೇಕು. ಎಲ್ಲಿ ಯಾವಾಗ ಬೇಕಾದರೂ ಬಸ್ಸು ಪ್ರತ್ಯಕ್ಷವಾಗಬಹುದು.. ಕೆಲವು ಕಾಯುವಿಕೆಗಳಲ್ಲಿ ಬಸ್ಸು ಬರುವುದು ಅಗತ್ಯ. ಆದರೆ ಪ್ರಯಾಣದಲ್ಲೇ ಆಸಕ್ತಿಯಿಲ್ಲದಿದ್ದಲ್ಲಿ, ಅಕಸ್ಮಾತ್ ಯಾವುದೋ ಜಮೀನು ವ್ಯಾಜ್ಯಕ್ಕೆ ಗುದ್ದಾಡಿ ಪೇದೆಗಳು ನಿಮ್ಮನ್ನು ಜೈಲಿಗೆ ಎಳೆದೊಯ್ಯಲು ಊರಿಗೆ ಬಂದಿದ್ದರೆ.. ಬಸ್ಸು ಬಾರದಿರಲಿ ಎಂದೇ ಬಯಸುತ್ತೇವಲ್ಲವೇ? ಇದೊಂದು ಇರುಳು ಕಳೆದು ಬಿಡಲಿ ಎಂದು ಬೇಡುತ್ತೇವಲ್ಲವೇ? ಆದರೆ... ಬಸ್ಸು ಬರುವುದೂ ಬಿಡುವುದೂ ಅವನ

ಕೈಲಿಲ್ಲವಲ್ಲ.. ಡ್ರೈವರು ಅವನಿಗೆ ಫೋನು ಮಾಡಿ ಹೊರಟಿರುವುದಿಲ್ಲವಲ್ಲ.. ಅಥವಾ ಇಂದು ಬರಲಿಕ್ಕಾಗದು ಎಂದು ಹೇಳಿರುವುದಿಲ್ಲವಲ್ಲ, ಅವನು ಪರಿವೆಯಿಲ್ಲದೆ ಗೋಪುರಗಳನ್ನು ಸುತ್ತುತ್ತಲೇ ಇದ್ದ.. ಅನಂತವಾಗಿ.

ಕಟ್ಟಡದ ಒಂದು ಮೂಲೆಯಿಂದ

ಕಮೋಡು ಫ್ಲಷ್ ಆದ ಸದ್ದು..

ತಲೆ ಎತ್ತಿದ.

ಒಂದು, ಎರಡು, ಮೂರು.. ಚಕ್, ಚಕ್ಕನೆ ಲೈಟುಗಳು ಹತ್ತಿಕೊಳ್ಳುತ್ತ ಹೋದವು.

ಗುಳ ಗುಳ ಗುಳ..

ಕಮೋಡುಗಳು ಫ್ಲಷ್ ಆಗುತ್ತ ಹೋದವು.

ಯಾವ ಕೋಣೆ? ಯಾವ ಫ್ಲಾಟು? ಇಷ್ಟೊಂದು ಜನ ಒಮ್ಮೆಲೆ?

⌘

# ಅನಾಹಿತ

**ಆ ವೃದ್ಧರಿಗೆ ಇಂದು ನಿಂತು ಸುಧಾರಿಸಿಕೊಳ್ಳಬೇಕು ಅಂತೇನು ಅನಿಸುತ್ತಿಲ್ಲ, ಒಂದೇ ಸಮನೆ ಮೆಲ್ಲಗೆ ನಡೆಯುತ್ತಿದ್ದಾರೆ. ಕತ್ತಲಾಗುತ್ತಿದೆ, ಇನ್ನೇನು ಸ್ವಲ್ಪ ಹೊತ್ತಿಗೆ ಪಾರ್ಕಿನ ಮೇಲ್ವಿಚಾರಕ ಹನುಮಂತರಾಯಿ ಪೀಪಿ ಊದುತ್ತಾನೆ, "ಹೊರಡಿ ಹೊರಡಿ" ಅನ್ನುತ್ತಾನೆ. ಅಲ್ಲಿ ತನಕ ನಡೆಯುತ್ತಿದ್ದರಾಯಿತು.**

ನಡೆಯುತ್ತ ಯೋಚಿಸುತ್ತಾರೆ, ಈ ಹನುಮಂತಿಗೇನಾಯಿತು? ಮುಂಚೆ ಚನ್ನಾಗಿಯೆ ಇದ್ದನಲ್ಲ. ಎಷ್ಟು ಚನ್ನಾಗಿ ಮಕ್ಕಳ ಜೊತೆ ಆಡುತ್ತ ಎಲ್ಲರನ್ನೂ ನಗಿಸುತ್ತ ತಾನೂ ನಗ ನಗತ ಇರ್ತಿದ್ದ. ಇತ್ತೀಚೆಗೆ ತುಂಬ ಬದಲಾಗಿಬಿಟ್ಟಿದ್ದಾನೆ. ಪಾಪ ಆ ಕಾಲೇಜು ಹುಡುಗ ಹುಡುಗೀರು ಜೊತೆ ಜೊತೆಗೆ ಓಡಾಡಿದರೆ ಉರಿದು ಬೀಳ್ತಾನೆ. ಎದ್ದು ಓಡಿಸ್ತಾನೆ. ಮುಂಚೆ ಹೊತ್ತು ಮೀರಿದರೂ ಇನ್ನೆರಡು ಸುತ್ತು ಓಡಲಿಕ್ಕೆ ಅವಕಾಶ ಮಾಡಿಕೊಡ್ತಿದ್ದ. ಈಗ ಬೆಲ್ ಹೊಡೆಯೂಕೂ ಮುಂಚೇನೆ ಲಾಟಿ ಹಿಡಿದು ಬರ್ತಾನೆ. ಇದ್ದಕ್ಕಿದ್ದಂಗೆ ಯಾವುದೊ ವಿಶೇಷ ಅಧಿಕಾರ ಸಿಕ್ಕ ಹಾಗೆ, ಎಲ್ಲರನ್ನೂ ನಿಯಂತ್ರಿಸಲು ಬಯಸುತ್ತಾನೆ. ಒಂದು ಕಾಲದಲ್ಲಿ ಇಲ್ಲಿಗೆ ಬರುತ್ತಿದ್ದ ಎಲ್ಲ ಮಕ್ಕಳನ್ನು ಎತ್ತಿ ಆಡಿಸುತ್ತಿದ್ದವನು, ಜಾರೂ ಬಂಡಿ ಮೇಲೆ ಕೂರಿಸುತ್ತಿದ್ದವನು. ಉಯ್ಯಾಲೆ ತೂಗಿಸುತ್ತಿದ್ದನು. ಈಗ ಯಾಕೊ ಕೆಲವು ಮಕ್ಕಳನ್ನ ದೂರ ಇಡ್ತಾನೆ.

'ಏನಾಯಿತೋ ಹನ್ಮಂತೀ' ಎಂದು ವಿಚಾರಿಸಿದರೆ ಉರ ಉರ ಉರಿದು ಬೀಳ್ತಾನೆ. ಜನ ಈ ಮಟ್ಟಿಗೆ ವ್ಯಕ್ತಿತ್ವವೇ ಪಲ್ಟಿ ಹೊಡೆಯುವಷ್ಟು ಬದಲಾಗುತ್ತಾರಾ? ಮೂಲ ಗುಣ ಅನ್ನುವುದೇ ಇರುವುದಿಲ್ಲವಾ?

ಕತ್ತಲಾಗೇ ಬಿಟ್ಟಿತು. ಪಾರ್ಕಿನಲ್ಲೀಗ ಸೊಳ್ಳೆಗಳ ಸಾಮ್ರಾಜ್ಯ. ಹನುಮಂತಿ ಗೇಟಿನ ಬಳಿ ಕಾಲು ತುರಿಸುತ್ತ ಕೈಲಿ ಬೀಗದ ಗಟ್ಟಿ ಹಿಡಿದು ಇನ್ನೂ ಬೋಜರಾಜರ ವಾಕಿಂಗು ಯಾಕೆ ಮುಗಿದಿಲ್ಲ ಎಂದು ಚಡಪಡಿಸುತ್ತಿದ್ದ. ಅವರು ಈ ಕಾಲಕ್ಕೆ ಬರುವಂತೆ ಕಾಣಲಿಲ್ಲ. ಅಷ್ಟು ದೊಡ್ಡ ಪಾರ್ಕು ಅದು. "ಮಿನಿ ಫಾರೆಸ್ಟು" ಎಂದೇ ಹೆಸರುವಾಸಿಯಾಗಿದೆ. ನಗರದ ಕಿಡ್ನಿ ಭಾಗದಲ್ಲಿ ಇರುವ ವಿಶಾಲ ಜೀವವೈವಿಧ್ಯ ಉದ್ಯಾನವನಕ್ಕೆ ಹಸಿರು ನ್ಯಾಯಾಲಯದಲ್ಲಿ ಹೂಡಿರುವ ದಾವೆಯೆ ಶ್ರೀರಕ್ಷೆ. ಕೇಸು ಕ್ಲೋಸಾದರೆ ಪಾರ್ಕೂ ಕ್ಲೋಸಾಗುತ್ತದೆ. ಕೆಲವೊಮ್ಮೆ ಬಾಹ್ಯ ಸಮಾಜಕ್ಕಿಂತ ಜೈಲುಗಳೇ ಸುರಕ್ಷಿತ.

ಬೋಜರಾಜರು ತಮ್ಮ ಮೆಲುನಡಿಗೆಯಲ್ಲಿ ಈ ಕೊನೆಯಿಂದ ಆ ಕೊನೆ ತಲುಪಲು ಇನ್ನೂ ಸ್ವಲ್ಪ ಸಮಯ ಹಿಡಿಯುತ್ತದೆ. ಸಾವು ಅವರನ್ನು ಮರೆತಂತಿದೆ. ದೇಹಮಿತಿಯಿಂದ ನಡಿಗೆ ಮೆಲುವಾಗಿರುವುದು ಸರಿ, ಆದರೆ ಮನಃಮಿತಿಯಿಂದ ಅದು ಇವತ್ತು ಮತ್ತೂ ನಿಧಾನಗೊಂಡಿದೆ. ಅನಾರೋಗ್ಯದಿಂದ ಬಳಲುತ್ತಿದ್ದ ಮಡದಿ ಕಳೆದ ತಿಂಗಳು ಸ್ವರ್ಗಸ್ಥರಾಗಿದ್ದರು. ಮಗಳು ಆಸ್ಟ್ರೇಲಿಯಾದಿಂದ ಮಗ ಅಮೇರಿಕಾದಿಂದ ಬಂದು ಹೋಗಿದ್ದರು. ಉಳುಕೊಳ್ತೀವಿ ಅಂದರು, ನೀವೂ ಅಲ್ಲಿಗೇ ಬನ್ನಿ ಅಂತ ಗೋಗರೆದರು. ಬೋಜರಾಜರು ಸಮ್ಮತಿಸಲಿಲ್ಲ. ಮುದಿ ಎತ್ತು ಕರು ಹತ್ತಿರ ಹುಲ್ಲು ತರಿಸಿಕೊಂಡು ತಿನ್ನೋಲ್ಲ. ಮರ ಹಣ್ಣು ಕೊಡತ್ತೆ. ಬೀಜ ಉದುರಿಸುತ್ತೆ. ತನ್ನ ಬೀಜಗಳನ್ನೆ ಪೋಷಿಸುತ್ತ ಕೂರುವುದಿಲ್ಲ. ದೊಡ್ಡವರನ್ನಾಗಿಸಿದ್ದೀವಿ. ನಮ್ಮ ಕರ್ತವ್ಯ. ಇನ್ನು ನಿಮ್ಮ ಅಸ್ತಿತ್ವ ನಿಮ್ಮದು. ಬಾಂಧವ್ಯದ ಕೊಂಡಿಗೇನು ಧಕ್ಕೆಯಿಲ್ಲ. ಮುಂಚಿನಿಂದಲೂ ಗಂಡ-ಹೆಂಡತಿಯರದ್ದು ಒಂದೇ ಮಾತು. ಹೀಗೇ ಬದುಕಿದ್ದರು ಅವರಿಬ್ಬರು. ಕಳೆದ ವರ್ಷ ಡಾರ್ಜೀಲಿಂಗಿನ ಬೆಟ್ಟದ ಮೇಲೆ ನಿಂತು ಕಾಂಚನಜುಂಗಾ ನೋಡುತ್ತ ಮಡದಿ ಭಾವ ತೀವ್ರತೆಗೊಳಗಾಗಿ ಕಾಲು ಜಾರಿ ಉಳುಕಿಸಿಕೊಂಡಿದ್ದಷ್ಟೇ ನೆಪ. ಆನಂತರ ಹಾಸಿಗೆ ಬಿಟ್ಟು ಎದ್ದೇಳಲಿಲ್ಲ. ಇನ್ನು ಮುಂದೆ ಪ್ರತಿ ರಾತ್ರಿ ವಿಸ್ಕಿ ಕುಡಿದು ನಿದ್ದೆ ಬರಿಸಿಕೊಂಡು ತಮ್ಮ ದಿನಗಳನ್ನು ಎಣಿಸುತ್ತ ಕತೆ ಹಾಕಬೇಕು. ತಮ್ಮ ಕಡೆಯ ದಿನಗಳನ್ನು ಹೀಗೆ ವ್ಯಥೆಯಿಂದ ನೂಕುತ್ತ ಸಧ್ಯಕ್ಕೆ ಕಟ್ಟಿದ ಸರಕುಣಿಕೆಗಳನ್ನು ಬಿಚ್ಚಿ ಮೈಯೊಂದು ಕಡೆ ಮನಸ್ಸೊಂದು ಕಡೆ ಮೇಯಲು ಬಿಟ್ಟು ಹನುಮಂತರಾಯಿಯ ಮನಾರೋಗ್ಯದ ಬಗ್ಗೆ ಚಿಂತಿಸುತ್ತ ದಾರಿಗುಂಟ ಸಾಗಿ ಬರುತ್ತಿರುವಾಗ,

"ಹೆಲ್ಲೋ", ಅಲ್ಲೊಂದು ಹೆಣ್ಣಿನ ಧ್ವನಿ.

ಯಾರು ಯಾರದು? ಮೇಯ್ವ ಪಶುಗಳನ್ನು ಗಾಬರಿ ಬೀಳಿಸಿದ್ದು? ಮಬ್ಬಗತ್ತಲಲ್ಲಿ ನಿರ್ಜನ ಪ್ರದೇಶದಲ್ಲಿ ಹೆಂಗಸಿನ ಧ್ವನಿ, ಹೆದರುವಂಥದ್ದೇ. ಸುತ್ತ ಮುತ್ತ ತಿರುಗಿದರೆ ಅಲ್ಲಿ ಯಾರೂ ಇರಲಿಲ್ಲ. ತನ್ನ ಬಿಟ್ಟರೆ ಇಲ್ಲಿರುವುದು ಈ ಹೂ ಗಿಡಗಳ ನಡುವೆ ನಿಂತು ವೃಥಾ ನೀರು ಚೆಲ್ಲುತ್ತಿರುವ ನಿರ್ಜೀವ ಶಿಲಾಬಾಲಿಕೆ. ಕಪ್ಪು ಬಳಪದ ಬೇಲೂರ ಶಿಲಾಬಾಲಿಕೆ ತದ್ರೂಪಿ. ಇವಳೇನಾದರೂ? ಬೋಜರಾಜರಿಗೆ ದಿಗಿಲಾಯಿತು. ಇದೇನಿದು, ವಯಸ್ಸಾಯಿತೆಂದು ಮರುಳಾ? ಸಾಮಾನ್ಯವಾಗಿ ಜನ ಯೌವನದಲ್ಲಿದ್ದಾಗ ವಿಜ್ಞಾನ, ಹಿಪ್ಪೀತನ, ಭಂಗಿತನ, ನಾಸ್ತಿಕತೆ ಇವಕ್ಕೆಲ್ಲ ಮಾರುಹೋಗಿ ದೇವರ ಮೇಲೆ ಎಗರಾಡಿ ಅರಳುಮರಳು ವಯಸ್ಸಿಗೆ ಭಗವಂತನತ್ತ ಮರಳುತ್ತಾರೆ. ಜನಜೀವನದಲ್ಲಿ ರೂಢಿಯಾಗಿರುವ ಆಚರಣೆಗಳಿಗೆಲ್ಲ ಏಕ್ದಂ ಅವರಿಗೆ "ಸೈಂಟಿಫಿಕ್" ಕಾರಣಗಳು ಗೋಚರಿಸಲಾರಂಭಿಸುತ್ತವೆ. ಅಂಥವರು ಶಿಲಾಬಾಲಿಕೆ ಮಾತಾಡುತ್ತದೆ ಎಂದರೆ, ಅದಕ್ಕೂ ಒಂದು ಪುರಾಣದ ಪುರಾವೆ ಕೊಟ್ಟು ಸಾಧ್ಯತೆ ನಿರೂಪಿಸುತ್ತಾರೆ. ಬೋಜರಾಜರು ಹಾಗಲ್ಲ. ಅವರು ಈಗಲೂ ಮೊದಲಿದ್ದಂತೆಯೇ. ಹೇಳಿಕೇಳಿ ಭಾರತೀಯ ವಿಜ್ಞಾನ ಸಂಸ್ಥೆಯ ಮಾಜಿ ವಿಜ್ಞಾನಿ. ಅವರ ಸಂಶೋದನೆಯೆ ಸೃಷ್ಟಿಯ ಮೂಲವನ್ನು ಹುಡುಕುವುದಾಗಿತ್ತು. ಸಾಮಾನ್ಯರು "ನಿಮ್ಮ ಫೀಲ್ಡು ಯಾವುದು ಸರ್?" ಎಂದು ಪ್ರಶ್ನಿಸಿದರೆ "ದೇವರನ್ನು ಹುಡುಕುವುದು" ಎಂದು ತಮಾಷೆ ಮಾಡುತ್ತಿದ್ದರು. ಒಂದರ್ಥದಲ್ಲಿ ಅವರು ಅಂತರಂಗದ ಮಾತನ್ನೆ ಆಡುತ್ತಿದ್ದರು. ಗಣಿತದಲ್ಲಿ ಯಾವುದೇ ಸೂತ್ರವನ್ನು ಸಾಧಿಸುವ ಮುನ್ನ ಕೆಲವು ಎಣಿಕೆಗಳನ್ನು ಮಾಡಿಕೊಳ್ಳಲಾಗುತ್ತದೆ. Let x=y ಎಂದು ಶುರು ಮಾಡಿದಂತೆ. ಅಂತೆಯೆ ಆಧ್ಯಾತ್ಮವು ದೇವರಿದ್ದಾನೆ ಎಂಬ ಎಣಿಕೆಯಿಟ್ಟುಕೊಂಡು ಹುಡುಕಾಟ ನಡೆಸುತ್ತದೆ. ವಿಜ್ಞಾನವು ದೇವರಿಲ್ಲ ಎಂಬ ಎಣಿಕೆಯಿಟ್ಟುಕೊಂಡು ಹುಡುಕಾಟ ಶುರು ಮಾಡುತ್ತದೆ. ಎರಡೂ ಸೃಷ್ಟಿಯ ಮೂಲವನ್ನು ಹುಡುಕುವುದೇ ಆಗಿರುತ್ತದೆ. ಒಂದಕ್ಕೆ ತರ್ಕ ಮೂಲ ಇನ್ನೊಂದಕ್ಕೆ ಭಾವ ಮೂಲ. ತಾನು ಮಾಜಿ ವಿಜ್ಞಾನಿ ಎಂಬುದನ್ನೆ ಮರೆತುಹೋಗಿದ್ದ ಬೋಜರಾಜರಿಗೆ ಕ್ಷಣಾರ್ಧದಲ್ಲಿ ಎಲ್ಲ ಮರುಕಳಿಸಿ ತಲೆ ಜುಮ್ ಎಂದಿತು. ಅದನ್ನು ಸಂಪೂರ್ಣವಾಗಿ ವಯೋಸಹಜ ಮರೆವೆನ್ನಲಾಗುವುದಿಲ್ಲ. ಕಾರಣ ಇನ್ನೂ ನಲವತ್ತೈದರ ಹರೆಯದಲ್ಲಿರುವಾಗಲೆ ಅವರು ಒಂದಿನ ದಿಢೀರನೆ ತಮ್ಮ ಸಂಶೋಧನೆಗೆ ಪೂರ್ಣ ವಿರಾಮವಿಟ್ಟಿದ್ದರು. ಅರ್ಥಾತ್ ಆ ತಂಡವನ್ನು ತ್ಯಜಿಸಿ ನಿವೃತ್ತಿ ಪಡೆದರು. ಯಾರು ಏನು ಮಾಡಿದರೂ ಎಷ್ಟೇ ಪುಸಲಾಯಿಸಿದರೂ ಯಾಕೆಂದು ಬಾಯಿ ಬಿಡಲಿಲ್ಲ. ಯಾವುದೇ ತತ್ವ ಪುರಾಣ ಹೊಡೆಯಲಿಲ್ಲ. ನಿಲ್ಲಿಸಿದರಷ್ಟೆ. ಅದರಾಚೆಗೆ ಮಾತಿಲ್ಲ. ಮನುಷ್ಯ ಯಾವಾಗ

ಏನಾಗುತ್ತಾನೆ ಎಂಬುದನ್ನು ಊಹಿಸಲಾಗದು. ಅದಕ್ಕೆ ಕಾರಣ ಹುಡುಕಲಾಗದು. ಅದನ್ನು ಪ್ರಶ್ನಿಸಲೂಬಾರದು. ಅದೆಲ್ಲ ಜರುಗಿ ಅರ್ಧ ಶತಮಾನವೇ ಉರುಳಿದೆ.

"ಎಲ್ಲಾದರ್ೂ ಇದೇ ಕತಿ ಆಯ್ತಲ್ಲ? ಆ ಸುಪನಾತಿ ಒಬ್ಬೇನಾ ನಿಮಗೆ ಕಾಣೂದು?" ತಗೊಳಪ್ಪ. ಈ ಅಶರೀರ ಧ್ವನಿಗೆ ನನ್ನ ಮೇಲೆ ಸಿಟ್ಟೂ ಬರುತ್ತದೆಯಲ್ಲ. ವಿಚಿತ್ರ. ಬೋಜರಾಜರು ಒಂದನ್ನ ಗಮನಿಸಿದರು, ಅಶರೀರವಾಣಿ ಮಾತಾಡಿದಾಗೆಲ್ಲ ಶಿಲಾಬಾಲಿಕೆಯ ಬಿಂದಿಗೆಯಿಂದ ಹರಿಯುತ್ತಿರುವ ನೀರಿನ ಜುಳ ಜುಳು ನಾದ ನಿಲ್ಲುತ್ತಿತ್ತು. ಎಲಾ ಎಲಾ ಹಾಗಾದರೆ ನೀರೂ?

"ಈಗ ಹೊಳಿತ ನಿಮಗೆ" ವೃದ್ಧರು ಬೆಕ್ಕಸ ಬೆರಗಾದರು. ಜಲಕ್ಕೆ ಜೀವ ಇದೆ ಅನ್ನೋದನ್ನೆ ಜನ ಮರೆತಿರುವಂತಿದೆ.

"ಈ ಕತ್ಲಾಗೆ ಏನ್ ಮಾಡ್ತಿದೀರಿ ಮನೇಗೆ ಹೋಗಂಗಿಲ್ಲೇನು?"

"ಮುದುಕನಿಗೆಂತ ಮನೆಯವ್ವ, ನಮ್ಮ ಹೆಂಗಸರು ಹೋದ ಮೇಲೆ ನಿದ್ದೆ ಬರಂಗಿಲ್ಲ."

"ಐಸ್ಲಗ, ಹಂಗಾರೆ ಬರ್‍ರ‍ಲ ಇಲ್ಲಿ ಮತ್ತೆ." ಜಲವಾಣಿಯ ಹುರುಪಿನ ಮಾತು ಕತ್ತರಿಸಿ ಇದ್ದಕಿದ್ದಂತೆ ಎತ್ತಲೋ ಹೋಯಿತು. ವೃದ್ಧರಿಗೆ ಗೊಂದಲ, ಗಲಿಬಿಲಿ. ಎರಡು ಗಳಿಗೆ ನಂತರ ದನಿ ಪುನಃ ಮತ್ತೆಲ್ಲಿಂದಲೋ ಬಂದು ಮುಂದುವರೆಸಿತು, "ನಿಮಿಗೆ ನಿದ್ದಿ ಬರಂಗಿಲ್ಲ, ನಂಗೆ ನಿದ್ದೇನೆ ಇಲ್ಲ, ಸರೋತು. ನಾ ಮಾಡೂ ಚಾಕರಿ ನೀವು ಮಾಡಿ ನಿಮ್ಮ ಬದಲಿ ನಾ ಹೋಗಿ ಮಕ್ಕೋತೀನಿ".

ಡಾಪ್ಲರ್ ಎಫೆಕ್ಟ್. ಜಲವಾಣಿ ಶಿಲಾಬಾಲಿಕೆಯ ಒಳಹೋದಾಗ ಧ್ವನಿ ಕುಗ್ಗಿ ಹೊರಬಂದಾಗ ಹಿಗ್ಗುತ್ತಿತ್ತು. ಮಜಾ ಇದೆ.

ಬೋಜರಾಜರಿಗೆ ಸಣ್ಣೋಳು ಸಿಕ್ಕಿದಾಳೆ ಲಲ್ಲೆ ಹೊಡೆಯೋಣ ಎಂಬಷ್ಟು ಆಸಕ್ತಿಯೇನಿರಲಿಲ್ಲ. "ಆತು ಬಾರವ್ವ" ಎಂದು ಬಹಳ ಸಂಕ್ಷಿಪ್ತವಾಗಿ ಉತ್ತರಿಸಿದರು. ಜಲವಾಣಿಗೆ ಆಶ್ಚರ್ಯ. ಮುದುಕ ಒಂದೇಟಿಗೆ ಒಪ್ಕೊಂಡು ಬಿಟ್ನಲ್ಲ. ಹ್ಞಾಂ ಸುಮ್ನೆ ಜಗ್ಗಾಡೋದು ಬೇಡ, ಬಿಂಕ ಬಿಗುಮಾನನೆಲ್ಲ ಪ್ರದರ್ಶಿಸಕ್ಕೋದರೆ ಈತ ಅದಕ್ಕೂ "ಆತು ಬಿಡು ನಿನ್ ಕ್ಯಲ್ಸ ನೀನು ಮಾಡ್ಕ" ಅಂದು ಬಿಟ್ಟರೆ? ಸರಿಯಾಗಿ ಕೂತು ವಿಶ್ರಾಂತಿ ತಗೊಂಡು ನಿದ್ದೆ ಮಾಡಿ ಶತಮಾನಗಳು ಉರುಳಿದಂತಾಗಿದೆ. ಹೊರಗೆ ವಿಹರಿಸದೆ ಮನಸ್ಸು ಬರಡಾಗಿದೆ. ಹೀಗೆ ಇಪ್ಪತ್ನಾಲ್ಕು ಗಂಟೆ ಒಂದೇ ಸಮನೆ ಹರಿದು ಮೈಯೆಲ್ಲ ಜಿಗುಟು ಜಿಗುಟಾಗಿದೆ. ಇಲ್ಲಿ ಸಿಕ್ಕಿಹಾಕಿಕೊಂಡು ನನ್ನ ಯೌವನವೆಲ್ಲ ವ್ಯರ್ಥವಾಗಿ ಬದುಕು ನಿರರ್ಥಕವಾಗಿಬಿಟ್ಟಿದೆ. ಇವನು ಹೇಗಿದ್ದರೂ ಮುದುಕ. ಸಾವು ಕಾಯುತ್ತಿರುವವನು. ಇವನನ್ನು ಇಲ್ಲಿ ನೆಟ್ಟು ನಾನು ಸ್ವಚ್ಛಂದಳಾದರೆ

ತಪ್ಪೇನಿಲ್ಲ, ಅಪರಾಧವೇನಲ್ಲ. ನೀರಾಗಿದ್ದೂ ಇಂತಹ ಬಾಳು ಬಾಳೋದಕ್ಕಿಂತ ಮನುಷ್ಯನಾಗಿ ಸ್ವಲ್ಪನಾದರೂ ಸ್ವತಂತ್ರಳಾಗಿ ಬದುಕೋಣ. ಇಲ್ಲಿಂದ ತಪ್ಪಿಸಿಕೊಳ್ಳಲಿಕ್ಕೆ, ನನ್ನ ಬದುಕನ್ನ ರೂಪಿಸಿಕೊಳ್ಳಲಿಕ್ಕೆ ಇದೊಂದೆ ಅವಕಾಶ. ಬಿಡಕೂಡದು.

"ನೋಡಜ್ಜಾ, ಹಿಂಗೆ ಹೇಳ್ತೀನಿ ಅಂದುಕೋಬೇಡ" ಬಿನ್ನಾಣ ಯಾಕೆ ರಾಣಿ, ಆಗಲೆ ನಿರ್ಧರಿಸಿದ್ದಾಯಿತಲ್ಲ, ನೇರ ಹೇಳು ಅಂತಿದೆ ಆಕೆ ಮನಸ್ಸು. "ಆಯ್ತಜ್ಜ. ಒಪ್ಕೊಂಡೆ. ಬಾ ಇಲ್ಲಿ. ಭಾಳಾ ತ್ರಾಸಿನದ್ದೇನಲ್ಲ. ಹಿಂಗ ಬಿಂದಿಗಿಯಿಂದ ನಡು ಕುಣಿಸಿಕೊಂಡು ಕೆಳಗ ಕಲ್ಲಿನ ಮ್ಯಾಲ ಬೀಳೋದು. ರವಷ್ಟೊತ್ತು ಜುಳು ಜುಳು ಅಂತಿರೋದು. ತಿರುಗ ಈ ಸುಪನಾತಿ ಒಳಕ್ಕೋಗಿ ಚೂರು ಕರೆಂಟು ಹೊಡೆಸಿಕೊಂಡು ಮೇಲತ್ತಿ ಮತ್ತ ಬಿಂದಿಗಿಯಿಂದ ಕೆಳಗ ಬೀಳೂದು. ಇಷ್ಟೇ ಕೆಲಸ. ಹೆದರಬ್ಯಾಡ್ರಿ, ಕರೆಂಟು ಹೊಡೆದಿದ್ದು ಗೊತ್ತಾಗೋಂಗೆ ಇಲ್ಲ. ಅಷ್ಟು ನಾಜೂಕು ಇರ್ತದ. ಇಳ್ಳೆಲ್ಲ ಸೊಳ್ಳೆ ಮುತ್ತಿಕ್ತಾವ, ಆದರೆ ನೋವಾಗಂಗಿಲ್ರಿ, ಯಾಕಂದರ ನಮ್ಮ ರಗುತ್‌ಗೂ ನಿಮ್ಮ ರಗುತ್‌ಗೂ ಭಾಳಾ ಬಿಡ್ತದ. ಹಿಂಗೋಗಿ ಒಂದೀಟ ಉಳ್ಯಾಡಿ ಮಕ್ಕೊಂಡು ಬೆಳಗ್ಗೆದ್ದು ಹಂಗ ಬಂದುಬಿಡ್ತೀನಿ. ಅಂದಂಗ ನನ್ನ ನಾಮಧೇಯ ಅನಾಹಿತ ಅಂತಾ, ತಮ್ಮದೂ?"

"ಹೆಸರು ಹಣೆಯಿಂದ ಮಾಸಿ ಹೋಗಿದೆ  ಹುಡುಗಿ. ನೀನು ಸಾವಕಾಶದಿಂದ ಮಲಗಿ ಬಾ. ಪರವಾಗಿಲ್ಲ. ಮನೇಲಿ ಗೆಳೆಯ ಇದಾನೆ. ಅಂದರೆ ನನ್ನ ನಾಯಿ. ಜೋಪಾನ.  ಓಹ್ ಅವನು ನಿನ್ನನ್ನ ನಾನು ಅಂದುಕೊಳ್ತಾನಲ್ವ, ಇನ್ನೆಲ್ಲಿ ಕಚ್ಚುವ ಮಾತು. ಅವನಿಗೆ ಇಟ್ಟು ಹಾಕದು ಮರಿಬ್ಯಾಡ. ಬೆಳಗ್ಗೆ ಎದ್ದ ಮೇಲೆ ವಂದಗಿಂದ ಮಾಡಿಸಿ ಕುಣಿಕೆ ಬಿಚ್ಚಿ ಒಂದೀಟು ಅಡ್ಯಾಡಿಸು. ಅದು ಸರಿ ನಿಂಗೆ ಈ ಹೆಸರು ಇಟ್ಟೋರು ಯಾರು?"

"ಯಾರೋ ಒಬ್ಬ ನಿಮ್ಮಂಗ ಮಾತಿಗೆ ಸಿಕ್ಕಿದ್ದ. ಹೆಸರೂ ಕೊಟ್ಟ. ಆದರೆ ಕಳ್ಳ.." ತಪ್ಪಿಸಿಕೊಂಡುಬಿಟ್ಟ ಅನ್ನೋಕೆ ಹೋಗಿ ನಾಲಿಗೆ ಕಚ್ಚಿಕೊಂಡು "ಸರಿ ಮಾತಾಡ್ಲಿಕ್ಕೆ ಟೈಮಿಲ್ಲ ನಾನಿನ್ನ ಬತ್ತೀನಿ" ಅಂತಂದು ಹೊರಟಳು ಅನಾಹಿತ. ಅಜ್ಜ ನೀರಾದ. ಅವಳು ಅಜ್ಜನಾದಳು. ಅಜ್ಜನಿಂದ ಮನೆಯ ವಿಳಾಸ ಮತ್ತು ಬೀಗದ ಕೈ ಪಡೆದು ಬಿರ ಬಿರನೆ ನಡೆದು ಕತ್ತಲಲ್ಲಿ ಮಾಯವಾದಳು. ಹನುಮಂತಿ "ಎಷ್ಟೊತ್ತಜ್ಜ" ಎಂದು ಗೊಣಗುತ್ತಲೇ ಗೇಟಿಗೆ ಬೀಗ ಹಾಕಿದ.

***

ಅನಾಹಿತಳಿಗೆ ಮನೆಗೆ ಹೋದ ತಕ್ಷಣ ನಿದ್ದೆ ಅಮರಿಕೊಂಡಿತು. ಮೊದಲು ನಿದ್ದೆ ಆಮೇಲೆ ಪಲಾಯನ ಅಂದುಕೊಂಡಳು. ಬಲ್ಬು ಆಫಾಗುವೋಪಾದಿಯಲ್ಲಿ

ನಿದ್ದೆಗೆ ಜಾರಿದವಳು ತಿರುಗ ಕಣ್ಬಿಟ್ಟದ್ದು ಬೆಳಗ್ಗೆ ಹತ್ತು ಗಂಟೆಗೆ. ಜಿಗುಟು ಮೈ ಹತ್ತಿಯ ಹಾಸಿಗೆಗೆ ಒತ್ತಿಕೊಂಡು ಬಿಡಲಾರೆ ಎಂತಿತ್ತು. ಎದ್ದವಳು ಫ್ರಿಜ್ ತೆಗೆದು ಅಜ್ಜನ ಬಾಟಲಿಯಿಂದ ಚೂರು ವಿಸ್ಕಿಯನ್ನು ಮಿಳ್ಳೆಗೆ ಬಗ್ಗಿಸಿಕೊಂಡು ಬಾಯಿ ಮುಕ್ಕಳಿಸಿದಳು. ಬಟ್ಟಲಿನಲ್ಲಿ ಅರ್ಧ ತಿಂದು ಬಿಟ್ಟಿದ್ದ ಕಾರದ ಕಡಲೆ ಬೀಜಗಳನ್ನು ಬಾಯಿಗೆ ಎಸೆದುಕೊಂಡಳು. ಪಾರ್ಕಿನಲ್ಲಿ ಸಿಕ್ಕಿಹಾಕಿಕೊಳ್ಳುವುದಕ್ಕೂ ಮುಂಚೆ ಮನುಷ್ಯರ ಜೊತೆ ಬಹಳಷ್ಟು ಒಡನಾಟ ಇಟ್ಟುಕೊಂಡಿದ್ದರಿಂದ ಅವರ ಜೀವನ ಕ್ರಿಯೆ ಅವಳಿಗೆ ಪರಿಪಾಠವಾಗಿತ್ತು. ಎಷ್ಟೋ ಬಾರಿ ವಿಸ್ಕಿಗೆ ಸಂಗಾತಿಯಾಗಿದ್ದಳು ಕೂಡ. ಅಜ್ಜನದು ಸಿಂಗಲ್ ಬಿಹೆಚ್ಕೆ. ಅಲ್ಲಿಗಾಗಲೇ ಬಹುತೇಕ ವಸ್ತುಗಳನ್ನು ಆತ ವರ್ಜಿಸಿದ್ದ. ಮನೆಯಲ್ಲಿ ಒಬ್ಬನಿಗೆ ಎಷ್ಟು ಬೇಕೋ ಅಷ್ಟು ಮಾತ್ರವೆ ಇತ್ತು. ಒಂದೇ ಹಾಸಿಗೆ, ಒಂದೇ ಹೊದಿಕೆ. ತಟ್ಟೆ, ಮಿಳ್ಳೆ. ಹಿಟ್ಟಿನ ದೆಬ್ಬೆ. ತಪ್ಪಲೆ. ಕೆರೆಬಿಲ್ಲೆ. ಪಂಚೆ. ಶರಟು. ಸರಿಯಾಗಿ ತನಗೆ ಸೇರುವಷ್ಟು ಗಾತ್ರದ ಒಂದೇ ಒಂದು ಹಿಟ್ಟನ್ನು ಕಟ್ಟಿಕೊಳ್ಳುವ ನಾಜೂಕುತನ ಕಲಿತಿದ್ದ. ಅಷ್ಟು ಸಣ್ಣದಿತ್ತು ಮುದ್ದೆ ತಪ್ಪಲೆ. ಟೀವಿ ಇರಲಿಲ್ಲ. ಅಕಸ್ಮಾತ್ ತಟ್ಟೆಲಿದ್ದುದು ತಿನ್ನಲಾಗದಿದ್ದರೆ ಎಸೆಯುವಂತಾಗಬಾರದೆಂದು ಫ್ರಿಜ್ ಹಾಗೆ ಉಳಿಸಿಕೊಂಡಿದ್ದ. ಅನಾಹಿತಳಿಗೆ ನಿಜಕ್ಕೂ ಸ್ವರ್ಗವೆನಿಸಿತು. ಅಜ್ಜ ಸುಖಪುರುಷ ಎಂದುಕೊಂಡಳು. ಮನೆ ತನಗೆ ಹೇಳಿಮಾಡಿಸಿದ ಹಾಗಿದೆ. ಯಾರದೂ ಕಿರಿಕಿರಿ ಇರಲ್ಲ. ಅಜ್ಜ ಫೀಎಫ್ ಗೀಎಫ್ ಅಂತ ಒಂದಷ್ಟು ಉಳಿಸಿರತಾನೆ. ಏನಿಲ್ಲಾಂದರೂ ಒಂದು ಮನೆ ಒಂದು ಕಾರು ಅಂತ ಚೂರು ಪಾರು ಆಸ್ತಿ ಇರತ್ತೆ. ಮೊದಲು ಕಾರಿನ ಟ್ಯಾಂಕ್ ತುಂಬಿಸಿ ಎಲ್ಲಾದರೂ ದೂರ ಡ್ರೈವ್ ಹೋಗಿಬರಬೇಕು ಎಂದು ಯೋಜನೆ ಹಾಕಿಕೊಂಡಳು.

ಅದಾಗಲೆ ಗೆಳೆಯಾ ಎದ್ದು ನಡುಮನೆಯಲ್ಲೆ ಉಚ್ಚೆ ಮಾಡಿ ಸೋಫಾ ಮೇಲೆ ಕೂತಿದ್ದನು. ಅವನಿಗೆ ಗೊತ್ತಾಗಿತ್ತು, ಇದು ಬೋಜರಾಜರಲ್ಲ ಬೇರೆ ಯಾರೋ ಅಂತ. ಯಾಕಂದರೆ ಅದು ನಾಯಿ. ಹಾಗಾಗಿ ಬೋಜರಾಜರ ಶರೀರ ಕಂಡೊಡನೆ ಚಂಗನೆ ಮೇಲೆಗರುವುದು ಮೈ ನೆಕ್ಕುವುದು ಮಾಡಲಿಲ್ಲ. ಅವಳನ್ನೇ ಮಿಕ ಮಿಕ ನೋಡುತ್ತಿತ್ತು. ಗೊತ್ತಾದರೆ ನಾನೇನು ಮಾಡಕ್ಕಾಗುತ್ತೆ, ಅನಾಹಿತಳ ವರಸೆ. ರಾತ್ರಿ ಹಿಟ್ಟನ್ನೆ ನೀರಿನಲ್ಲಿ ನೆನೆಸಿ ಕೈ ಪಿಡಿಸೆ ಮಾಡಿ ನಾಯಿಗೆ ಬಡಿಸಿದಳು. ಗೆಳೆಯ ತಿನ್ನಲಾರಂಭಿಸಿದನು. ಅವನ ಉಚ್ಚೆ ಒರೆಸಲು ಕೋಣೆಗೆ ಬಂದಳು. ಈಗಲೇ ಸ್ವಲ್ಪ ಬಿಡುವಾಗಿ ಗಮನಿಸುತ್ತಿದ್ದಾಳೆ. ಅಜ್ಜಪ್ಪ ಕೋಣೆ ತುಂಬ ಪುಸ್ತಕಗಳನ್ನು ಒಟ್ಟಿಕೊಂಡಿದ್ದ. ಯಾವುದೋ ಪುಸ್ತಕ ಅರ್ಧ ತೆರೆದೇ ಇತ್ತು. ಅಲ್ಲೊಂದು ತೆರೆದ ನೋಟ್ ಬುಕ್, ಪೆನ್ನು. ಅರ್ಧಕ್ಕೆ ನಿಲ್ಲಿಸಿದ ಸಾಲು.

"ಜೇಡದ ಬಲೆಯಲ್ಲಿ ಸಿಕ್ಕಿಹಾಕಿಕೊಂಡ ಹುಳದಂತೆ ಮನುಷ್ಯ ಬದುಕಿನ ಬಲೆಯಲ್ಲಿ ಸಿಕ್ಕಿಹಾಕಿಕೊಂಡಿದ್ದಾನೆ. ಗಂಡು ಹೆಣ್ಣಿನ ಅಹಂ, ಒಕ್ಕಣ್ಣಿಗಳ ಇಸಂ ಮತ ಪಥ ಪ್ರಾಂತ್ಯಗಳ ನೂಲಿನೆಳೆಯಿಂದ ಬಲೆಯನ್ನು ನೇಯ್ದುಕೊಂಡಿದ್ದಾನೆ. ಇಲ್ಲಿ ಅವನೇ ಜೇಡ, ಅವನೇ ಹುಳ. ಅವನಿಗೆ ತಾನು ಈ ಬಲೆಗಳಲ್ಲಿ ಸಿಕ್ಕಿಹಾಕಿಕೊಂಡಿದ್ದೇನೆಂಬ ಅರಿವಿದೆ. ಬಿಡಿಸಿಕೊಳ್ಳುವ ಹಂಬಲವೂ ಇದೆ. ಸ್ವಲ್ಪ ಮಟ್ಟಿಗಿನ ಪ್ರಯತ್ನ ಕೂಡ ಮಾಡಿದ್ದಾನೆ. ಆದರೆ ಅವನಿಗೆ ಗೊತ್ತಿಲ್ಲ, ಇದು ಪರಸ್ಪರ ಸಹಕಾರವಿಲ್ಲದೆ ಸಾಧ್ಯವಿಲ್ಲವೆಂದು. ಮನುಷ್ಯ ಮೂಲತಃ ಪ್ಯಾರನಾಯ್ಡ್. ಅವನು ತನ್ನೆಲ್ಲ ಶಕ್ತಿ ಯುಕ್ತಿಗಳನ್ನು ಇನ್ನೊಬ್ಬರನ್ನ ಸಂಶಯಿಸುವುದರಲ್ಲೇ ಕಳೆಯುತ್ತಾನೆ. ಅಭಾಸವೇನೆಂದರೆ ಈ ಸಂಶಯ ಪ್ರವೃತ್ತಿಯಿಂದಲೇ ಆತ ಒರಂಗುಟಾನ್ ಹಿಂದಿಕ್ಕಿ ಮನುಷ್ಯನಾದದ್ದು. ಈ ಪ್ರವೃತ್ತಿಯೆ ಅವನನ್ನು ಬಾಹ್ಯಾಕಾಶಕ್ಕೆ ಕೊಂಡೊಯ್ದಿರುವುದು. ಸಂಶಯವು ಅವನನ್ನು ಹಿಂದಕ್ಕೂ ಮುಂದಕ್ಕೂ ಏಕಕಾಲಕ್ಕೆ ಜಗ್ಗುತ್ತಿದೆ. ಯಾವಾಗ ಹರಿಯುತ್ತದೋ ಗೊತ್ತಿಲ್ಲ. ಹೀಗೆ ಬಲೆಯಿಂದ ಬಿಡಿಸಿಕೊಳ್ಳುವ ಪ್ರಯತ್ನದಲ್ಲಿ ಸೋತು ತನ್ನ ಸೋಲನ್ನು ಮರೆಮಾಚಲು ತಾನಿರುವ ಬಲೆಗೆ ಆಸ್ಮಿತೆಯ ಹೆಸರು ಕೊಟ್ಟು  ಬಲೆಯಲ್ಲೇ ಉರುಳಾಡುತ್ತ ಕ್ರಮೇಣ ಅಲ್ಲೇ ಸುಖಿಸಲಾರಂಭಿಸಿದ್ದಾನೆ. ದುಃಖವನ್ನು ಮೀರಲಾರದ ಹತಾಶೆಯಿಂದ ಹುಟ್ಟುವ ಸುಖದ ಪರಿ ಇದು. ಎಂತಹ ದುರಂತ ನೋಡಿ,  ಬಿಡಿಸಿಕೊಳ್ಳಬೇಕು ಎಂದು ಆಸೆಯಿಂದ ಹೊರಟು ಬಿಡಿಸಿಕೊಳ್ಳಲಾರದೆ ಬಲೆಯನ್ನೆ ಅಪ್ಪಿ ಮುದ್ದುಮಾಡುವುದು"

ಅನಾಹಿತಳ ತಲೆ ಧಿಂ ಎಂದು ಮಿಳ್ಳೆಗೆ ಇನ್ನೊಂದು ಪೆಗ್ ವಿಸ್ಕಿಯನ್ನು ಸುರಿದುಕೊಂಡಳು. ಮನುಷ್ಯ ಬೇಕೆಂದ ಕಡೆ ಚಲಿಸುತ್ತಾನೆ. ಬೇಕೆಂದ ಕಡೆ ಹಾರುತ್ತಾನೆ. ಇಷ್ಟವಾದ ತಿನಿಸು ತಿನ್ನುತ್ತಾನೆ, ಇಷ್ಟವಾದ ಉಡುಪು ಉಡುತ್ತಾನೆ. ತಾನಾದರೋ ಕೇವಲ ನೀರು. ನನಗೊಂದು ವ್ಯಕ್ತಿತ್ವವಿಲ್ಲ, ನನ್ನದೇ ಆದ ಬದುಕಿಲ್ಲ. ಜಾಗ ಸಿಕ್ಕಲ್ಲಿ ಹರಿಯುತ್ತೇನೆ, ನಿಂತ ನೆಲದ ಆಕಾರ ಪಡೆಯುತ್ತೇನೆ. ಯಾರೋ ಸುಟ್ಟರೆ ಆವಿಯಾಗುತ್ತೇನೆ.. ಫ್ರೀಜರ್‌ನಲ್ಲಿಟ್ಟರೆ ಮಂಜಾಗುತ್ತೇನೆ. ಇಲ್ಲಿ ನೋಡಿದರೆ ಮುದುಕಪ್ಪ ಮನುಷ್ಯ ಬಲೆಯಲ್ಲಿ ಸಿಕ್ಕಿಹಾಕಿಕೊಂಡಿದ್ದಾನೆ ಅಂತಿದಾನೆ. ಹಾಗಾದರೆ ತಾನು ಬಾಣಲೆಯಿಂದ ಬೆಂಕಿಗೆ ಹಾರಿದೆನೇ? ಅಜ್ಜ ಹೇಳುವ ಕಾರಣಕ್ಕೇನೆ ಮನುಷ್ಯ ನನ್ನನ್ನೂ ತಂದು ಮೋಟಾರೊಳಕ್ಕೆ ಸಿಕ್ಕಿಸಿದ್ದನೇ? ಮುದಿಸಮಯದ ಒಂಟಿತನ ಕಳೆಯಲು ನಾಯಿಯನ್ನು ಕಟ್ಟಿಹಾಕಿಕೊಂಡಿದ್ದಾನೆಯೇ ಈತ?  ಮಾನವನೆಂಬ ಪ್ರಾಣಿ ಅದೆಷ್ಟು ಸ್ಯಾಡಿಸ್ಟು.. ಅವಳಿಗೆ ಅಜ್ಜನ ಮೇಲೆ ಪಾಪ ಭಾವವೂ ಕೋಪ ಭಾವವೂ ಒಟ್ಟಿಗೆ ಉಕ್ಕಿತು. ಆತನನ್ನು ಇನ್ನೊಮ್ಮೆ ಕಂಡು ಸಂಶಯಗಳನ್ನು ಬಗೆಹರಿಸಿಕೊಂಡು ವಾಪಸ್ಸು ಬಂದು ದೂರದೂರಿನ ಡ್ರೈವ್‌ಗೆ ಹೋಗೋಣವೆಂದು ನಿಶ್ಚಯಿಸಿ ಬಾಗಿಲೆಳೆದು ಚಪ್ಪಲಿ ಮೆಟ್ಟಿಕೊಂಡು ಪಾರ್ಕಿನತ್ತ ಹೊರಟಳು.

***

ಪಾರ್ಕಿನಲ್ಲಿ ಅವಳು ದೂರದಲ್ಲಿ ನಿಂತು ಅಜ್ಜನನ್ನು ಗಮನಿಸಿದಳು. ತಕ್ಷಣಕ್ಕೆ ಗುರುತು ಸಿಗಲಿಲ್ಲ. ಸ್ವಲ್ಪ ಹತ್ತಿರ ಸರಿದಳು. ಊಹ್ಞೂ, ಅದು ಆತನಂತೆ ಕಾಣಿಸುತ್ತಿಲ್ಲ. ಹಾಗೇ ಹತ್ತಿರ ಹತ್ತಿರ ಸರಿಯುತ್ತ ಶಿಲಾಬಾಲಿಕೆಯ ಎದುರೇ ಬಂದುನಿಂತರೆ, ಅಲ್ಲಿ ಅವನೇ ಇಲ್ಲ.

"ನೋಡುದ್ಯಾ ಹೆಂಗೆ ಕುಣೀತಾವ್ವೆ ಅಂತನ, ಅವಾಗವಾಗ್ಗೆ ನೀರು ಬದ್ಲೂಸು ಅಂತ ಎಷ್ಟು ಸಲ ಹೇಳಿಲ್ಲ ನಿಂಗೆ" ಹನುಮಂತರಾಯಿ ಕಿವಿಗೆ ಮೊಬೈಲ್ ಅಂಟಿಸಿಕೊಂಡು ಯಾರದೊ ಜೊತೆ ಲಾವು ಹೊಡೆಯುತ್ತ ಜೊತೆಜೊತೆಗೆ ವನಪಾಲಕನಾದ ಶಿವುಗೆ ಬೈಯುತ್ತಿದ್ದ. ಹನುಮಂತಿಗೆ ಈ ಫೋನು ಅಚ್ಚುಮೆಚ್ಚು. ಬಿಡೋಂಗೆ ಇಲ್ಲ. ಮುಂಚೆ ಸಣ್ಣ ಫೋನು ಇಟ್ಟುಕೊಂಡಿದ್ದ. ಅದರಲ್ಲಿ ಹಾಡು ಮಾತ್ರ ಬರುತ್ತಿತ್ತು. ವಿಡಿಯೋ ಇಲ್ಲ ಟೀವಿಯಿಲ್ಲ, ಶಿವೂ ಅವನಿಗೆ "ಒಂದು ಸ್ಮಾರ್ಟ್ ಫೋನ್ ಇಕ್ಕಳಹೊ" ಎಂದು ಉಪಾಯ ಕೊಟ್ಟಿದ್ದ. ಕೊಟ್ಟದ್ದು ತನಗೇ ಎರವಾಗುತ್ತದೆ ಎಂದು ಆಗ ಅವನು ಊಹಿಸಿರಲಿಲ್ಲ. ಹಳೆಯ ಫೋನ್ ಇದ್ದಾಗ ಹನುಮಂತಿ ಬಗ್ಗಿ ಎದ್ದು ಶಿವೂ ಜೊತೆ ಕೈಜೋಡಿಸುತ್ತಿದ್ದ. ಮೊಬೈಲು ಅಂಗಿ ಜೇಬಿಂದ ಪುಸಕ್ಕನೆ ಬೀಳುತ್ತಿತ್ತಾದರೂ ಚಿಂತೆಯಿರಲಿಲ್ಲ. ಹೊಸ ಸ್ಮಾರ್ಟ್ ಫೋನ್ ಕೊಂಡಾಗಿಂದ ಅದು ಟಚ್ ಸ್ಕ್ರೀನ್ ಆಗಿರೋದರಿಂದ ಒಮ್ಮೆ ಬೀಳಿಸಿ ಗೀರುಬಾರಾಗಿ ಹೃದಯವೆ ಗೀರಾದಂತೆನಿಸಿ ಕೆಲಸ ಮಾಡುವುದನ್ನೆ ಬಿಟ್ಟ. ಕೈ ಮಣ್ಣಾದರೆ ಟಚ್ ಸ್ಕ್ರೀನ್ ಬಳಸಕ್ಕಾಗಲ್ಲವೆಂದು ಮಣ್ಣಾಗದಷ್ಟು ಹುಷಾರಿ ವಹಿಸುತ್ತಿದ್ದ. ಅವತ್ತಿನಿಂದ ಎಲ್ಲ ಕೆಲಸವೂ ಶಿವು ಮೇಲೆ ಬೀಳಲಾರಂಭಿಸಿತು. ಪಾರ್ಕು ಬೆಳಗ್ಗೆ ಸಂಜೆ ಮೂರು ಮೂರು ಗಂಟೆ ಮಾತ್ರ ತೆರೆಯುವಂತಹ ನಿಯಮ. ಮಿಕ್ಕಂತೆ ಹಗಲೆಲ್ಲ ಹನುಮಂತಿ ಶಿವು ಜೊತೆ ಸೇರಿಕೊಂಡು ವನ ಪಾಲನೆ ವನ ವೀಕ್ಷಣೆಯಲ್ಲಿ ತೊಡಗಿಸಿಕೊಂಡಿರುತ್ತಿದ್ದ. ರೈತನು ಎತ್ತಿನ ಮೈ ಸವರಿದಂತೆ ಕುರುಬನು ಕುರಿ ತುಪ್ಪಟದಲ್ಲಿ ಕೈಯಾಡಿಸಿದಂತೆ ಮರಗಿಡಗಳ ಮೈ ಸವರಿ ಮಾತಾಡಿಸುತ್ತಿದ್ದ. ಅವುಗಳ ಋತುಮಾನ ಅವನ ಋತುಮಾನ ಮಿಳಿತಗೊಂಡಿರುತ್ತಿದ್ದವು. ಫೋನು ಬಂದಾಗಿಂದ ಅವನಿಗೆ ಪುರುಸೊತ್ತೆ ಇಲ್ಲವಾಗಿದೆ. ಅದರಲ್ಲಿ ನಿರಂತರ ಟೀವಿ ಬರುತ್ತದೆ, ದಂಡಿಯಾಗಿ ವಿಡಿಯೋಗಳು ಬರುತ್ತವೆ. ಒಂದನೆ ಕ್ಲಾಸಿನ ಸಹಪಾಠಿಗಳೆಲ್ಲ ಸಿಕ್ಕಿದ್ದಾರೆ. ಯಥೇಚ್ಛವಾಗಿ ಮೆಸೇಜುಗಳು ಫಾರ್ವರ್ಡುಗಳು ಬರಲಾರಂಬಿಸಿ ಎಲ್ಲದಕ್ಕೂ ಪ್ರತಿಸ್ಪಂದಿಸುತ್ತ ಬದುಕು ಬಿಡುವಿಲ್ಲದಂತಾಗಿದೆ.

ದೂರದಿಂದ ಹನುಮಂತಿಯನ್ನು ಆಲಿಸಿದ ಅನಾಹಿತ ಕುಸಿದಳು. ಇಷ್ಟೂ ದಿವಸ ಇಲ್ಲೆ ಇದ್ದು ಇನ್ನೊಂದು ದಿವಸ ಕಾಯ್ದಿದ್ದರೆ ಈ ದಿನ ಅವಳ ಬಿಡುಗಡೆಯ

ದಿನವಾಗಬಹುದೆಂದು ಕನಸು ಮನಸಿನಲ್ಲೂ ಎಣಿಸಿರಲಿಲ್ಲ. ಕಾಯುವುದು ಪ್ರಯೋಜನವಿಲ್ಲವೆಂದು ಅಡ್ಡದಾರಿಗಳನ್ನು ಹಿಡಿದಿದ್ದಳು. ಎಷ್ಟೋ ಮಂದಿಗೆ ಬಲೆ ಬೀಸಿದ್ದಳು. ಸಿಕ್ಕಿಬಿದ್ದ ಏಕೈಕನು ಅಜ್ಜ. ಅಜ್ಜನೇನೋ ಸಿಗೆಬಿದ್ದ ಆದರೆ ಅವನು ಅಂದದ್ದೇನು? ಶಿಲಾಬಾಲಿಕೆಯೊಳಗಿದ್ದ ನನ್ನ ಬದುಕೆ ಮನುಷ್ಯನಿಗಿಂತ ಸಹ್ಯವಾಗಿತ್ತೆನಿಸುತ್ತಿದ್ದೆ. ಇನ್ನೀಗ ಏನು ಮಾಡಲಿ? ಈ ಮುದುಕನಿಗಾದರೂ ನೆಮ್ಮದಿಯ ಸಾವು ಸಿಕ್ಕೀತೇ? ಅವಳಿಗೆ ಬೋಜರಾಜನ ಮುಂದಿನ ಜೀವನಚಕ್ರ ನೆನೆದು ಅಕ್ಷರಶಃ ಗಂಟಲು ಕಟ್ಟಿತು. ಅಜ್ಜಪ್ಪನಿಗೆ ಮುಂದೇನು ಕಾದಿದೆ ಎಂದು ಅವಳಿಗೆ ಚನ್ನಾಗಿ ಗೊತ್ತಿತ್ತು.

***

ಹನುಮಂತಿ ವೃದ್ಧ ಬೋಜರಾಜರನ್ನು ನಗರದ ಮೋರಿಯೊಳಕ್ಕೆ ಬಿಟ್ಟಿದ್ದ. ಅವರು ಇಳಿಜಾರಿನ ಪೈಪಿನಲ್ಲಿ ಸುಯ್ಯನೆ ಜಾರುತ್ತ ಒಂದರಿಂದ ಇನ್ನೊಂದು ಪೈಪಿಗೆ ವರ್ಗಾಯಿಸುತ್ತ ಒಳಚರಂಡಿಯ ಮೂಲಕ ನಗರ-ಪ್ರದಕ್ಷಿಣೆಗಿಳಿದಿದ್ದರು. ಯಾವುದೂ ಅವರ ನಿಯಂತ್ರಣದಲ್ಲಿರಲಿಲ್ಲ. ಹೌದು ಮನುಷ್ಯ ತನ್ನಿಷ್ಟದ ಮೇರೆಗೆ ನಿರ್ದಿಷ್ಟ ದಿಕ್ಕಿನಲ್ಲಿ ಸಾಗುತ್ತಾನೆ. ನೀರಿನದು ಹಾಗಲ್ಲ. ಅದಕ್ಕೆ ಭೂಮಿ ಬೆಂಕಿ ಸೂರ್ಯ ಗಾಳಿ ಇವೇ ಮೊದಲಾದವು ಚಾಲಕರು. ಸಧ್ಯಕ್ಕೆ ಭೂಮಿಯ ಗುರುತ್ವ ತನ್ನನ್ನು ಎಳೆದೊಯ್ಯುತ್ತಿದೆ. ಬೋಜರಾಜರಿಗೆ ಮೊದಮೊದಲು ಇಳಿಜಾರಿನ ಪಯಣ ಮುದ ನೀಡಿದರೂ ಕ್ರಮೇಣ ಕಟು ವಾಸ್ತವವನ್ನು ಎದುರಿಸಲಾರಂಭಿಸಿದರು. ಅಲ್ಲಿ ಜಿರಲೆಯ ಮೊಟ್ಟೆಯೊಡೆದು ಸಾವಿರಾರು ಜಿರಲೆಗಳು ತನ್ನ ಮೈಮೇಲೆ ಹರಿಯಲಾರಂಭಿಸಿದವು. ಇಲಿ ಹೆಗ್ಗಣಗಳು ಎದುರಾದವು. ಗಬ್ಬು ನಾತ. ಕ್ಷೌರಿಕನು ಗಡ್ಡ ಎರೆಯುವಾಗ ಮೂಗಿನ ಹೊಳ್ಳೆಗೆ ಕೈ ಅಡ್ಡ ಇಟ್ಟಾಗಲೂ ಅವರಿಗೆ ಇಷ್ಟು ಹಿಂಸೆಯೆನಿಸಿರಲಿಲ್ಲ. ಹಾಗೇ ಮುಂದೆ ಸಾಗುತ್ತ ಒಂದು ಕಡೆ ದಭೇರನೆ ದೊಡ್ಡ ಪೈಪಿನೊಳಕ್ಕೆ ಬಿದ್ದು ಬಿಟ್ಟರು. ಬಿದ್ದದ್ದು ಕಕ್ಕಸಿನ ಮೋರಿಯೊಳಗೆ. ತನ್ನದೇ ಸಂಘಜೀವಿಗಳ ಅಗಾಧ ಹೇಲು ಉಚ್ಚೆ ಮೈ ಮೇಲೆಲ್ಲ. ಇಷ್ಟೊತ್ತು ಮೊಲದ ನಡಿಗೆ. ಇನ್ನು ಆಮೆ ನಡಿಗೆ. ಆನೆ ಕುದುರೆ ಒಂಟೆ ಜನಸ್ತೋಮದ ನಡುವೆ ಮಹಾರಾಜ ಘನ ಗಾಂಭೀರ್ಯದಿಂದ ಮೆಲ್ಲಗೆ ಜರುಗಿದಂತೆ. ಕಾಂಡೋಮುಗಳು ಅವರ ಕೈಕಾಲುಗಳ ಬೆರಳುಗಳನ್ನು ಸುತ್ತಿಕೊಳ್ಳುತ್ತಿವೆ. ಋತುಸ್ರಾವದ ರಕ್ತ ಮೂಗಿನ ಹೊಳ್ಳೆಗೆ ಏರುತ್ತಿದೆ. ರಾಸಾಯನಿಕ ದ್ರವಾನಿಲಗಳು ಮೈಯನ್ನು ಸುಡುತ್ತಿವೆ. ಜಗತ್ತಿನಲ್ಲಿ ಎಷ್ಟು ಬಗೆಯ ಮಂದಿಯಿರುವರೋ ಅಷ್ಟೂ ಬಗೆಯ ವಿಸರ್ಜನೆಗಳು ಅಲ್ಲಿ ಕದರಿಕೊಂಡಿವೆ. ಪಾಪ ಅವರು ಇದ್ಯಾವುದನ್ನೂ ಎಣಿಸಿರಲಿಲ್ಲ, ಬಯಸಿರಲಿಲ್ಲ. ಇವರುಗಳ ಹೇಲಿನಲ್ಲೆಲ್ಲ ತಾನು ತೇಲಬೇಕಾಗಿದೆಯಲ್ಲ ಇದೆಂತಹ ಕರ್ಮ! ಅದ್ಯಾಕೆ

ಸಾವಿಗೆ ನಾನು ನೆನಪಾಗುತ್ತಿಲ್ಲ? ಬೋಜರಾಜರು ನೊಂದುಕೊಳ್ಳುತ್ತಿರುವಾಗಲೇ ಹೊಳೆದದ್ದು, ಅವರಿಗಿನ್ನು ಸಾವಿಲ್ಲ. ನೀರು ಸಾಯುವುದುಂಟೆ? ರೂಪ ಬದಲಾಗುತ್ತಿರುತ್ತದಷ್ಟೆ. ಯಾರೋ ಸೇಡಿನ ಮೇಲೆ ನನ್ನನ್ನು ಜಿರಂಜೀವಿಯಾಗಿರು ಎಂದು ಶಾಪ ಕೊಟ್ಟು ಕಕ್ಕಸಿನ ಮೋರಿಯೊಳಕ್ಕೆ ಎಸೆದುಬಿಟ್ಟಿದ್ದಾರೆ.

ಮುಂದೆ ಒಂದು ಕಡೆ ಪೈಪು ಕಟ್ಟಿಕೊಂಡಿದ್ದರಿಂದ ಬೋಜರಾಜರ ರಾಜವೇಗಕ್ಕೆ ಬ್ರೇಕ್ ಬಿತ್ತು. ಗುಡಾಣದಂತಹ ಇಷ್ಟು ದೊಡ್ಡ ಪೈಪೂ ಹಿಡಿಸಲಾಗಷ್ಟು ಎರಿಬಿರಿ ತಿಂದು ಹೇಲುತ್ತಾರಲ್ಲ ಜನ ಎಂದುಕೊಂಡರವರು. ಕಟ್ಟಿಕೊಂಡ ಪೈಪಿನಲ್ಲಿ ಒಂದು ಕಡೆ ಸಿಕ್ಕಿಹಾಕಿಕೊಂಡಿದ್ದರಿಂದ ಅವರ ಮೇಲೆ ಮೇಲಿಂದ ಕೆಳಗೆ ಇಳಿದು ಬರುತ್ತಿದ್ದ ರಾಶಿ ರಾಶಿ ಮಲ ಪೇರಿಸಿಕೊಂಡು ಉಸಿರುಗಟ್ಟಿತು. ಮೈ ಚರ್ಮ ತುರಿಸಲಾರಂಭಿಸಿತು. ಗುಳ್ಳೆಗಳು ಏಳುತ್ತಿದ್ದವು. ಕೀವಾಗಿ ಒಡೆದು ಅದರ ಮೇಲೆ ಇನ್ನೊಂದು ಗುಳ್ಳೆ ಏಳುತ್ತಿತ್ತು. ರಾತ್ರಿ ಒಂಭತ್ತು ಗಂಟೆ ಹೊತ್ತಿಗೆ ಯಾರೋ ಮೇಲಿನ ಮುಚ್ಚಳ ತೆಗೆದರು. ತುಸುವೆ ತಂಗಾಳಿ ಒಳತೂರಿ ಬೋಜರಾಜರಿಗೆ ಉಸಿರು ಸಿಕ್ಕಿತು. ಇಬ್ಬರು ವ್ಯಕ್ತಿಗಳು ಹಣೆಗೆ ಬ್ಯಾಟರಿ ಸಿಕ್ಕಿಸಿಕೊಂಡು ಮುಚ್ಚಳದ ಮೂಲಕ ಕಕ್ಕಸಿನೊಳಗೆ ಇಳಿದರು. ಕಂಠಮಟ್ಟ ಕುಡಿದಿದ್ದರು. ತಟ್ಯಾಡುತ್ತ ಕಟ್ಟಿಕೊಂಡಿದ್ದ ಪೈಪನ್ನು ಸಡಿಲಿಸಲಾರಂಭಿಸಿದರು. ಕಾರ್ಯಾಚರಣೆಯು ಯುದ್ಧೋಪಾದಿಯಲ್ಲಿ ಸಾಗಿತ್ತು. ಕೆಲಸ ಮುಗಿಯಲು ಸುಮಾರು ಎರಡು ತಾಸು ಹಿಡಿಯಿತು. ತಮ್ಮ ಮೇಲೆ ಪೇರಿಸಿಕೊಳ್ಳುತ್ತಿದ್ದ ಅಮೇಧ್ಯದ ಹೊರೆಯನ್ನು ಇಳಿಸಿ ತನಗೆ ಉಸಿರಾಡಲು ಆಸ್ಪದ ಮಾಡಿಕೊಟ್ಟ ಆ ಇಬ್ಬರು ಮಹಾನುಭಾವರ ಕಾಲುಗಳನ್ನು ನೆತ್ತಿಗೆ ಸೋಕಿಸಿಕೊಂಡರು ಬೋಜರಾಜರು. ಹಿಂದೆಯಿಂದ ಬಂದ ಒತ್ತಡ ಅವರನ್ನು ಮುಂದೆ ತಳ್ಳಿತು.

ಅವರು ಕೊನೆಗೂ ಒಂದು ನಿಲುದಾಣವನ್ನು ತಲುಪಿದರು. ಅಲ್ಲಿ ಎಲ್ಲವೂ ಕಲಸಿಕೊಂಡಿತ್ತು. ಬಟ್ಟೆ ಒಗೆದದ್ದು, ಪಾತ್ರೆ ತೊಳೆದದ್ದು. ನಗರ ತೊಳೆದದ್ದು. ಬೋಜರಾಜರಿಗೀಗ ಸ್ವಲ್ಪ ವಿಶ್ರಾಂತಿ. ಬದುಕಿನ ವೇಗ ಸೆಕೆಂಡು ನಿಮಿಷ ಗಂಟೆಗಳಿಂದ ದಿನ ವಾರ ತಿಂಗಳುಗಳಿಗೆ ತಿರುಗಿತು. ಸಂಸ್ಕರಣಾ ಘಟಕದ ಯಂತ್ರಗಳು ಅಪಾರ ಕಾಳಜಿಯಿಂದ ಅವರ ಮೈಮೇಲಿನ ಹಿಕ್ಕೆ ಕೊಡವಿ ಗಾಯಗಳಿಗೆ ಔಷಧಿ ಹಚ್ಚಿ ವಾಸಿ ಮಾಡಿ ಮುಖ್ಯಧಾರೆಗೆ ಹರಿಬಿಟ್ಟವು. ಅವರು ಕೆರೆ ತೊರೆ ನದಿಗಳೆಂದು ಅಲೆದು ಡ್ಯಾಂಗಳನ್ನು ಸೇರಿ ಅಲ್ಲಿಂದ ನಗರದ ಟ್ಯಾಂಕುಗಳಿಗೆ ವರ್ಗಾವಣೆಗೊಂಡು ಪಕ್ಷಬೇಧವಿಲ್ಲದೆ ಯಾರಿಗೋ ಕುಡಿಯುವ ನೀರಾಗಿ ಇನ್ನಾರಿಗೋ ಶ್ರಮದ ಬೆವರಾಗಿ ಶುದ್ಧೀಕರಣದ ಘಟಕಗಳ ಹಾದು ವಿಗ್ರಹಗಳ ಮೈತೊಳೆದು ತೀರ್ಥ ರೂಪದಲ್ಲಿ ಸೇರಿ ಮೂತ್ರರೂಪದಲ್ಲಿ ಹೊರಬಂದು ಮತ್ತೆಲ್ಲೋ ಹಸು ಎತ್ತು ಕುರಿ ಕೋಣಗಳ

ಗಂಜಲವಾಗಿ ಮನೆಗೆ ಪ್ರೋಕ್ಷಣೆಯಾಗಿ.. ಒಮ್ಮೆ ಪವಿತ್ರ ಇನ್ನೊಮ್ಮೆ ದರಿದ್ರ, ಹೀಗೆ ಪಾತ್ರ ಬದಲಿಸುತ್ತ ಬೋಜರಾಜರು ಅಲ್ಲಲ್ಲೇ ಗಿರಕಿ ಹೊಡೆಯುವಂತಾಯಿತು.

***

ಬೋಜರಾಜರು ಅಲ್ಲೆ, ಅನಾಹಿತಳು ಇಲ್ಲೆ ಎಂಬಂತೆ ವರುಷಗಳು ಗಾಲಿಬಂಡಿಯಾಗಿ ಉರುಳುತ್ತಿರಲು ಬೋಜರಾಜರಿಗೆ ಒಮ್ಮೆ ಕನಸು ಬಿತ್ತು. ಕನಸಿನಲ್ಲಿ ತಮ್ಮನ್ನು ಕಾಣದೆ ಕಂಗಾಲಾದ ಅನಾಹಿತ ತಾನು ಇಂದು ಮರಳಬಹುದು ನಾಳೆ ಮರಳಬಹುದು ಎಂಬ ಆಸೆಯಿಂದ ದಿನವೂ ಪಾರ್ಕಿಗೆ ನಾಯಿ ಹಿಡಿದುಕೊಂಡು ಬರಲಾರಂಭಿಸಿದಳು. ತಿರುತಿರುಗಿ ಅದೇ ದಾರಿಯಲ್ಲಿ ಓಡಾಡಿದಳು. ಹನುಮಂತರಾಯಿಯನ್ನು ಕಾರಂಜಿಯ ನೀರು ಬದಲಾಯಿಸು ಎಂದು ಪೀಡಿಸತೊಡಗಿದಳು. ಹನುಮಂತಿ ಈ ಮುದ್ಕ ಯಾಕಿಂಗಾಡ್ತಾನೆ ಎಂದು ಗಾಬರಿ ಬಿದ್ದನು. ಅನಾಹಿತಳ ಶರೀರ ದಿನೇ ದಿನೇ ಸಾವನ್ನು ಸಮೀಪಿಸತೊಡಗಿತು. ಈ ದೇಹ ಸತ್ತರೆ ತಾನು ಇಲ್ಲೇ ಆತ ಅಲ್ಲೇ ಎಂಬಂತಾಗಿ ಸಾವಿಲ್ಲದವಳು ಸತ್ತಂತಾಗುತ್ತದೆ. ಸಾವಿದ್ದವನು ಚಿರಂಜೀವಿಯಾಗಿಬಿಡುತ್ತಾನೆ ಎಂದು ಚಿಂತಿಸುತ್ತ ಬೆಳಗಿಂದ ಸಂಜೆ ತನಕ ಪಾರ್ಕಿನ ಗೇಟಿನ ಬಳಿ ಕೂರಲಾರಂಭಿಸಿದಳು. ಒಂದೊಂದು ಸಲ ಮನೆಯ ನಲ್ಲಿಗಳನ್ನೆಲ್ಲ ತಿರುಗಿಸಿ ನೀರು ಖಾಲಿಯಾಗುವವರೆಗೆ ಕಾಯುತ್ತ ಕೂತಳು. ಯಾವ ನಲ್ಲಿಯಿಂದಲಾದರೂ ಅಜ್ಜ ತನ್ನನ್ನು ಹುಡುಕಿಕೊಂಡು ಬರುವನೋ ಎಂಬಾಸೆಗೆ. ಹನುಮಂತಿಗೆ ಅಜ್ಜಪ್ಪ ಹುಚ್ಚನಾಗಿದ್ದಾನೆಂದು ಖಾತ್ರಿಯಾಯಿತು. ಅಜ್ಜಪ್ಪ ಒಂದಿನ ಅಲ್ಲೇ ಶಿಲಾಬಾಲಿಕೆಯ ಬಳಿ ಕುಸಿದು ಬೀಳುತ್ತಾನೆ. ಹನುಮಂತಿಗೆ ಪಾಪ ಅನಿಸುತ್ತದೆ, ಅಜ್ಜಪ್ಪನನ್ನ ಶವಾಗಾರದಲ್ಲಿ ಕಳಿಸಿ ನಾಯಿಯನ್ನ ತಾನು ಸಾಕುತ್ತಾನೆ. ಆಮೇಲೆ ಅಂದುಕೊಳ್ಳುತ್ತಾನೆ, ಅಜ್ಜಪ್ಪ ಯಾಕೋ ಕಲ್ಲಿನ ಹೆಂಗಸನ್ನು ತುಂಬಾ ಹಚ್ಚಿಕೊಂಡಿದ್ದನಲ್ಲ. ಕಳಕೊಂಡ ಪ್ರಿಯತಮೆಯನ್ನು ಈ ಕಲ್ಲಿನಲ್ಲಿ ಕಂಡನೇ? ಅಥವಾ ಹೆಣ್ಣಿನ ಸಾಂಗತ್ಯವಿಲ್ಲದೆ ಕಲ್ಲಿನ ಬಿಂಬ ನೋಡಿ ದ್ರವಿಸುತ್ತಿದ್ದನೇ? ಅಯ್ಯೋ ಪಾಪ. ಈ ನಾಯಿ ನೋಡಿದರೆ ಯಾಕೋ ಆ ಬಾಲಿಕೆಯನ್ನೇ ಮೂಸುತ್ತಿರುವಂತಿದೆಯಲ್ಲಾ. ಅವಳು ಚೆಲ್ಲುವ ನೀರಿನಲ್ಲಿ ಮಜ್ಜನಗೊಳ್ಳುತ್ತಿದ್ದೆಯಲ್ಲಾ. ಹನುಮಂತಿಗೆ ಗೊತ್ತಿಲ್ಲ, ನಿಜವಾದ ಅಜ್ಜಪ್ಪ ಎಷ್ಟೋ ವರುಷಗಳ ನಂತರ ಶಿಲಾಬಾಲಿಕೆಯ ಬಿಂದಿಗೆಗೆ ಮರಳಿದ್ದಾನೆ. ನಾಯಿಗೆ ಅಜ್ಜನ ವಾಸನೆ ಬಡಿಯುತ್ತಿದೆ. ಅನಾಹಿತ ಆಗಲೇ ಬೂದಿಯಾಗಿದ್ದಾಳೆ. ಅಜ್ಜ ಸ್ವಲ್ಪ ತಡವಾಗಿ ಬಂದಿದ್ದಾನೆ. ಆದರೂ ಸ್ವಸ್ಥಾನಕ್ಕೆ ಮರಳಿದ್ದಾನಲ್ಲ, ಅದಷ್ಟೇ ಅವನ ನೆಮ್ಮದಿ. ತನ್ನ ನಾಯಿಯ ಮೈಯನ್ನೆಲ್ಲ ತುಂಬುಗೈಯಿಂದ ಸವರುತ್ತಿದ್ದಾನಲ್ಲ, ಅದೇ ಅವನ ಸುಖ. ನಾಯಿಯು ತನ್ನ ಮೈನೆಲ್ಲ ನೆಕ್ಕುತ್ತಿದೆಯಲ್ಲಾ ಅದೇ

ಹೋರಾಟದ ಸಾರ್ಥಕತೆ. ಹನುಮಂತಿ ನಾಯಿಯ ಸರಪಳಿ ಎಳೆಯುತ್ತಿದ್ದಾನೆ. 'ಕತ್ಲಾತು ಬಾ ಹೋಗನ' ಅಂತಿದ್ದಾನೆ. ನಾಯಿ ಒಲ್ಲೆಯೆಂದು ಜಗ್ಗುತ್ತಿದೆ. ನೀರಿನ ಮಜ್ಜನದಲ್ಲಿ ನೆಗೆನೆಗೆದು ಕುಪ್ಪಳಿಸುತ್ತಿದೆ. ಹನುಮಂತಿ ಈ ನಾಯಿಗೂ ಭ್ರಾಂತಿ ಹಿಡೀತಾ ಎಂದು ಗಾಬರಿಬೀಳುತ್ತಾನೆ. ಈ ಶಿಲಾಬಾಲಿಕೆಯೊಳಗೇನಾದರೂ ಮೋಹಿನಿ ಹೊಕ್ಕಿದ್ದಾಳಾ, ಮೊದಲು ಅಜ್ಜನನ್ನು ನುಂಗಿದಳು, ಈಗ ನಾಯಿಯನ್ನು ಸೆಳೆಯುತ್ತಿದ್ದಾಳೆ, ಹನುಮಂತಿಗೆ ಭಯವಾಗುತ್ತದೆ. ಸಿಟ್ಟೂ ಬರುತ್ತದೆ. ಬಳಪ ಕಲ್ಲಿನ ಹುಡುಗಿಯನ್ನು ಕುಟ್ಟಿ ಕೆಡವುತ್ತಾನೆ. ಒಳಗಿದ್ದ ನೀರು ಚಿಮ್ಮುತ್ತದೆ. ಅವನ ಸ್ಮಾರ್ಟ್ ಫೋನು ನೆನೆಯುತ್ತದೆ.  ಅಜ್ಜ ಫೋನೊಳಗೆ ಸೇರಿಕೊಂಡುಬಿಡುತ್ತಾರೆ. ಮೊಬೈಲ್ ಫೋನಿನ ಚಿಪ್ ಮೇಲೆಲ್ಲ  ಸರಸರಾಂತ ಹರಿದಾಡುತ್ತಾರೆ. ಸರ್ಕ್ಯೂಟಿನ ಜಾಲವು ಅವರನ್ನು ಕಂಗೆಡಿಸುತ್ತದೆ. ಹೊರಗೆ ಹನುಮಂತಿ ಮೊಬೈಲನ್ನು ಕೊಡವುತ್ತಿದ್ದಾನೆ. ಅವನು ಕೊಡವಿದಂತೆಲ್ಲ ಅಜ್ಜ ಮೊಬೈಲ್ ಒಳಗಿನ ಗೋಡೆಗಳಿಗೆ ಬಡಿಬಡಿದು ಛಿದ್ರಗೊಂಡು ಚನ್ನಾಗಿ ಕಾದಿದ್ದ ಚಿಪ್ ಮೇಲೆ ಹರಡಿ ಚಿಪ್ಪನ್ನು ತಣ್ಣಗಾಗಿಸುತ್ತಿದ್ದಾರೆ. ಅದೊಂದು ಕೋಲ್ಡ್ ಮರ್ಡರ್. ಅಜ್ಜನಿಗೇನೋ ನೆಮ್ಮದಿ. ಚಿಪ್ಪಿನ ಕುತ್ತಿಗೆ ಮೇಲೆ ತನ್ನ ತಿಕವೂರಿ ಅದರ ಉಸಿರುಗಟ್ಟಿಸಿ ಕೊರಳ ಕೊನೆಯ ವರಲಿನವರೆಗೆ ಕಾದು ಚೀರಿಕೊಳ್ಳುವನು ಅಜ್ಜ, ಹೋಗು ಹನುಮಂತೀ ಹೋಗು. ನನ್ನ ನಾಯಿಗೆ ಹಿಟ್ಟು ಹಾಕು. ನೀನು ಮೊದಲಿನಂತಾಗು.

***

ಮನುಷ್ಯನ ಕಲ್ಪನೆಗಳು ಸುಂದರ. ಕೂತಿದ್ದಲ್ಲೇ ಇಷ್ಟವಾದವರನ್ನು ಕಲ್ಪಿಸಿಕೊಂಡು ದ್ರವಿಸುತ್ತಾನೆ. ಉತ್ತಮ ಸಮಾಜದ ಕನಸು ಕಾಣುತ್ತಾನೆ. ಆದರೆ ಅವನ ಬದುಕು ಅವನು ಕಲ್ಪಿಸಿಕೊಂಡಷ್ಟು ರೊಮ್ಯಾಂಟಿಕ್ ಇಲ್ಲ.  ಆ ಕಾರಣಕ್ಕಾಗಿಯೇ ಅವನು ಯಾವಾಗಲೂ ಕಲ್ಪನಾಲೋಕದಲ್ಲಿ ವಿಹರಿಸುತ್ತಿರುವುದು. ಆದರೆ ಪ್ರಕೃತಿಯ ಕಲ್ಪನೆಗಳು ಹಾಗಲ್ಲ. ಪ್ರಕೃತಿ ತನಗೆ ಬೇಕಾದ್ದು ಕಲ್ಪಿಸಿಕೊಂಡು ಅದರಂತೆಯೇ ನೈಜ ಚಿತ್ರ ಬಿಡಿಸುತ್ತದೆ. ಆ ಚಿತ್ರದಲ್ಲಿ ಅದೆಷ್ಟು ಸಹಸ್ರ ಬಣ್ಣಗಳು! ಕಲ್ಪಿಸಿಕೊಳ್ಳಲು ಅದಕ್ಕಿರುವ ಸಂಪತ್ತಿಗೆ ಮಿತಿಯೇ ಇಲ್ಲ. ಅದರ ಕಲ್ಪನೆಗಳು ಸಾಕಾರಗೊಂಡದ್ದನ್ನು ಸುತ್ತಮುತ್ತಲಿನ ಈ ಭೂಮ್ಯಾಕಾಶ ಕಾಡುಮೇಡು ನದಿಸಾಗರ ರೂಪದಲ್ಲಿ ನೋಡಿ ನಾವು ಬೆರಗಾಗಬಹುದಷ್ಟೇ. ಬೋಜರಾಜರು ಕಂಡದ್ದು ಕೇವಲ ಹಗಲುಗನಸು. ಅದು ಸಾಕಾರಗೊಳ್ಳದು. ಸಾಕಾರಗೊಳ್ಳಲು ಇದು ಸಿನಿಮಾ ಅಲ್ಲ. ಸಿನಿಮಾದಲ್ಲಿ ಕಲ್ಪನೆಗಳು ಸಾಕಾರಗೊಳ್ಳುತ್ತವೆ ಯಾಕಂದರೆ ಖುದ್ದು ಸಿನಿಮಾ ಕೂಡ ಮನುಷ್ಯನ ಕಲ್ಪನೆಯೇ. ನಮ್ಮ ಬಹುತೇಕ ಕಲ್ಪನೆಗಳು ಸಾಕಾರಗೊಳ್ಳಲು ಪುನಃ ನಾವು ಕಲ್ಪನೆಗಳಿಗೇನೆ ಶರಣಾಗಬೇಕಿರುವುದು ವಿಪರ್ಯಾಸ. ಬೋಜರಾಜರು

ಹನುಮಂತಿಯ ಮೊಬೈಲಿನ ಕೋಲ್ಡ್ ಮರ್ಡರಿನ ಕನಸಿನಿಂದ ಎಚ್ಚರವಾಗಿ ವಾಸ್ತವಕ್ಕೆ ಮರಳಿದಾಗ ಅವರ ಬಾಯಿ ಗಂಟಲೆಲ್ಲ ಕಹಿ ಕಹಿ. ಅವರೊಂದು ಗಾಜಿನ ಲೋಟದಲ್ಲಿದ್ದರು. ಯಾರೋ ಲೋಟದೊಳಗೆ ಮಾತ್ರೆ ಹಾಕಿ ಕಲಕುತ್ತಿದ್ದಾರೆ. ಮಾತ್ರೆ ಕ್ರಮೇಣ ಕರಗುತ್ತಿದೆ. ಬೋಜರಾಜರಿಗೆ ಕಷ್ಟವಾಗುತ್ತಿದೆ. ಮಾತ್ರೆ ಸಂಪೂರ್ಣ ಕರಗಿದ ನಂತರ ಕಲಕಿದವರು ಅವರನ್ನು ಎತ್ತಿ ಗಂಟಲಿಗಿಳಿಸುತ್ತಾರೆ. ಅಲ್ಲಿ ಒಳಗೆ ಬೋಜರಾಜರಿಗೆ ಕಂಡದ್ದೇನು? ಭ್ರೂಣ ಶಿಶು. ಕೆಂಪು ಕೆಂಪಾದ ಮಾಂಸ ಮುದ್ದೆ. ಅರ್ಧ ಬೆಂದ ಮೊಟ್ಟೆ. ಇನ್ನೂ ಸರಿಯಾಗಿ ಕೈ ಕಾಲುಗಳು ಅರಳಿಲ್ಲ. ಬಾಹ್ಯಾಕಾಶದಲ್ಲಿ ಗಗನಯಾತ್ರಿ ತೇಲುವಂತೆ ಗರ್ಭಚೀಲದಲ್ಲಿ ಮಾನವ ಪ್ರತೀಕ ತೇಲುತ್ತಿದೆ. ಬೋಜರಾಜರಿಗೆ ಇದು ಹಿಂದೆಂದೂ ಎದುರಾಗಿರದ ಅನುಭವ. ಅತ್ಯಂತ ಅಪ್ಯಾಯಮಾನ ದೃಶ್ಯ. ಆದರೆ ತನಗೆ ವಹಿಸಿರುವ ಜವಾಬ್ಧಾರಿಯಾದರೂ ಏನು? ಮಾತ್ರೆಯ ಅಂಶವನ್ನು ರಕ್ತದಲ್ಲಿ ಬೆರೆಸುವುದು. ತನ್ಮೂಲಕ ಮೊಟ್ಟೆ ಒಡೆಸುವುದು. ಸೃಷ್ಟಿಯೇ ನಿನ್ನ ಕ್ರೌರ್ಯದ ಕಲೆಗೆ ಶರಣು. ದ್ರವರೂಪದ ಬೋಜರಾಜರಿಗೆ ಸ್ವಯಂ ನಿಯಂತ್ರಣವಿಲ್ಲ, ಅವರು ಸ್ವಯಂಪ್ರೇರಿತ ಏನನ್ನೂ ಮಾಡಲಾರರು.

***

ಆ ರಾತ್ರಿ ಆ ಹೆಂಗಸು ಕಿಟಕಿಯಿಂದ ಆಕಾಶ ನೋಡುತ್ತಿದ್ದಾಳೆ. ಮೇಲೆ ಅಲ್ಲಿ ಚುಕ್ಕಿಲೋಕದಲ್ಲಿ ಎಲ್ಲವೂ ಸೌಖ್ಯವೆಂದು ತೋರುತ್ತದೆ. ಹಾಸಿಗೆ ಮೇಲೆ ಮಲಗಿರುವ ಮಗುವು ಇರುಳು ಪೂರ್ತಿ ಮುನ್ನೂರ ಅರವತ್ತೈದು ಡಿಗ್ರಿ ಸುತ್ತು ಹಾಕಿದಂತೆ ಅಲ್ಲಿ ನಕ್ಷತ್ರ ಮಂಡಲಗಳು ಆಕಾಶದಗಲ ಉರುಳಾಡುತ್ತಿವೆ. ಅವಳು ಬಿಳಿ ಹಾಳೆ ಪೆನ್ನು ಹಿಡಿದು ಪತ್ರ ಬರೆಯಲು ಕೂರುತ್ತಾಳೆ. ಇಂಕು ಪೆನ್ನಿನ ಮುಳ್ಳು ರಭಸವಾಗಿ ಚಲಿಸುತ್ತಿದೆ. ಅದು ಹೊಮ್ಮಿಸುವ ನಾದ ನಿಮಗೆ ಕೇಳಿಸುತ್ತದೆ.

“ಸುಖೀ ಪುರುಷನಷ್ಟೆ ನೈತಿಕತೆಯ ಬಗ್ಗೆ ಉದಾತ್ತನಾಗಿ ಮಾತಾಡಬಲ್ಲ. ನೈತಿಕತೆ ಅವನ ಬತ್ತಳಿಕೆಯಲ್ಲಿರುವ ಪ್ರಖರ ಚಾಕು. ತಾನು ಸುಖಿಯಾಗಿರಲು ಅಸುಖಿಯರನ್ನು ಚುಚ್ಚಲು ಇಟ್ಟುಕೊಂಡಿರುವ ಪ್ರಬಲ ಅಸ್ತ್ರ. ಅವನಲ್ಲಿ ಪ್ರೇಮವಿಲ್ಲ. ಇರುವುದು ಪ್ರೇಮವೆಂಬ ಪರಿಕಲ್ಪನೆ ಮಾತ್ರ. ಅವನು ಧಾರೆಯೆರೆಯುವ ಪ್ರೇಮವೆಲ್ಲ ತನ್ನ ಸುಖದ ಮೇಲೆ ಅವಲಂಬಿತವಾಗಿರುತ್ತದೆ. ಅದನ್ನೇ ಅವನು ಪ್ರೇಮವೆಂದು ನಂಬಿರುತ್ತಾನೆ. ಅವನ ಪ್ರೇಮ ಇಸಕೊಳ್ಳುವುದೆಂದರೆ ಅವನ ಸುಖವನ್ನು ಕಸಿಯುವುದು. ಈ ಪ್ರಕ್ರಿಯೆಯಲ್ಲಿ ಕೊಟ್ಟವನು ಕೊಟ್ಟಷ್ಟು ಪ್ರಮಾಣದಲ್ಲಿ ಬಡವನಾಗುತ್ತಾನೆ. ಕೊಡುವವನ ಪ್ರೇಮ ತನ್ನ ಕೆಳಗಿನವರನ್ನು ಮೇಲೆತ್ತುವ

ಕ್ರಿಯೆಯಂತೆ ತನ್ನ ಭುಜದೆತ್ತರದ ಮಟ್ಟಿಗೆ ಮಾತ್ರ. ಕೆಳಗಿರುವವನು ತನಗಿಂದ ಮೇಲೆ ಏರಿದರೆ ಮೇಲಿದ್ದವನು ತೀವ್ರ ದುಃಖಿಯಾಗುತ್ತಾನೆ. ಸುಖಿಯ ಪ್ರೇಮ ಖನಿಜದಲ್ಲಿ ಭಕ್ತಿಯ ಲವಣಾಂಶವಿರುತ್ತದೆ. ಈ ಲವಣದ ಆಕರದಲ್ಲಿ ಒಂದು ಅಣು ಇನ್ನೊಂದು ಅಣುವನ್ನು ತನ್ನಂತೆಯೇ ಸಮನೆಂದು ಭಾವಿಸುವುದಿಲ್ಲ. ಭಕ್ತಿಯಲ್ಲಿ ನರನು ದೇವರಾಗಿ ದೇವರು ನರನಾಗುವ ಕಲ್ಪನೆಗೆ ಅವಕಾಶವಿಲ್ಲ. ಹೀಗಾಗಿ ಅಸುಖಿಗೆ, ಪ್ರೇಮವಿಹೀನರಿಗೆ ತಮ್ಮ ಹುಡುಕಾಟದಲ್ಲಿ ಕೊನೆಗೂ ಸಿಗುವುದು ಹಗರಣದ ಬದುಕಿನ ಆಶ್ರಯ. ಅವನು ಸುಖಿಯು ಕಟ್ಟಿಸಿರುವ ಜೈಲಿಗೆ ಅರ್ಹನು. ಒಟ್ಟಿನಲ್ಲಿ ಇದ್ದರೆ ನನ್ನ ಕಾಲಸಂಧಿಯಲ್ಲಿರು, ಇಲ್ಲವೇ ತೊಲಗು ಎಂಬಂತೆ. ಹುಟ್ಟುವ ಕೂಸಿಗೆ ಹಣೆಪಟ್ಟಿಗಳನ್ನು ಕಟ್ಟುವ ಈ ಸಮಾಜದಲ್ಲಿ ನಾನು ಹುಟ್ಟಿಸಲಾರೆ, ನೀವೇ ಬದುಕಿಕೊಳ್ಳಿ..."

ಬರೀತ ಬರೀತ ಅವಳ ಕಣ್ಣಿನಲ್ಲಿ ಧಾರಾಕಾರವಾಗಿ ನೀರು ಸುರಿಯುತ್ತದೆ. ಬೋಜರಾಜರು ಹೊರಬರುತ್ತಾರೆ. ಆ ಹೆಣ್ಣಿನ ಕಂಬನಿಯಾಗಿ. ಅದೂ ಅವರಿಗೆ ಮೊದಲು.

ಹೊರಬಂದು ಪತ್ರದ ಮೇಲೆ ಬೀಳುತ್ತಾರೆ, ಹನಿಯಾಗಿ ಹರಡುತ್ತಾರೆ. ಆ ಮೂಲಕ ಅವಳು ಬರೆದದ್ದನ್ನೆಲ್ಲ ಕಲಸುತ್ತಾರೆ. ಅವಳ ದುಃಖ ದುಪ್ಪಟ್ಟಾಗುತ್ತದೆ. ಹಾಳೆಯನ್ನು ಕೆಳಗಿಟ್ಟು ಹಾಸಿಗೆ ಮೇಲೆ ಉರುಳುತ್ತಾಳೆ. ಹಾಗೇ ನಿದ್ದೆಗೆ ಜಾರುತ್ತಾಳೆ. ಬೋಜರಾಜರು ಕಿಟಕಿ ಬಳಿ ಫಡಫಡ ಎನ್ನುವ ಹಾಳೆ ಮೇಲೆ ಆಸೀನರಾಗಿದ್ದಾರೆ. ಗಾಳಿಗೆ ಗೊತ್ತು, ಅರ್ಥವಾಗದ ಪತ್ರ ಅಲ್ಲಿರಕೂಡದೆಂದು. ಎತ್ತಿ ಜೇಬಿನಲ್ಲಿಟ್ಟುಕೊಳ್ಳುತ್ತದೆ. ಬೋಜರಾಜರೀಗ ಗಾಳಿಯ ಅಂಗಿ ಜೇಬಲ್ಲಿದ್ದಾರೆ. ಹಾಗೇ ಹಾರುತ್ತ ಆವಿಯಾಗಿ ಮೇಲೆ ಹೋಗುತ್ತಾರೆ. ಮೇಲೆ ಮೋಡದ ಮೇಲೆ ಕೂತು ಮಾರುತಗಳ ಹಂಗಿನಲ್ಲಿ ದಿಕ್ಕೆಟ್ಟು ಸಾಗುತ್ತಾರೆ. ತಾವೂ ಮೋಡವಾಗಿ ಮಳೆಯಾಗಿ ಸಾಗರದಲ್ಲಿ ಬಿದ್ದು ಅಲೆಯಾಗಿ ದಂಡೆಗೆ ಒಡೆದುಕೊಂಡು ಪುನಃ ಆವಿಯಾಗಿ ಮೋಡ ಮಳೆಯಾಗಿ ಹೀಗೆ ಆಫ್ರಿಕಾ ಅಮೇರಿಕಾ ಯೂರೋಪ್ ಚೈನಾ ಪಾಕಿಸ್ತಾನ ಎಲ್ಲ ಭೂಭಾಗಗಳನ್ನು ಸುತ್ತುತ್ತಾರೆ. ಅಮೇಝಾನ್ ಕಾಡಿನಲ್ಲಿ ಧೊಪ್ಪನೆ ಬಿದ್ದು ನೈಲ್ ನದಿಯಲ್ಲಿ ಮುಳುಗೆದ್ದು ನಯಾಗರ ಜಲಪಾತದಲ್ಲಿ ಬಂಗೀ ಜಂಪ್ ಮಾಡಿ ಯಾರದೋ ಕಣ್ಣೀರಾಗಿ ಇನ್ನಾರದೋ ಬೆವರಾಗಿ ಆರ್ಕಟಿಕ್ ಅಂಟಾರ್ಟಿಕ್ ಸಾಗರಗಳ ಪಾಲಾಗಿ ಹಿಮಸಾಗರದ ಅಂಗವಾಗಿ ಉತ್ತರ ಧ್ರುವದಲ್ಲಿ ಬಂದು ನಿಲ್ಲುತ್ತಾರೆ. ಅಲ್ಲಿ ಹಿಮವಾಗಿ ಶೇಖರಣೆಗೊಂಡು ಮಿಲಿಯಗಟ್ಟಲೆ ವರುಷ ಕೂತಲ್ಲೇ ಕೂರುತ್ತಾರೆ. ಯೋಚಿಸುತ್ತಾರೆ, ನಾನೀಗ ಮೇಲಿದ್ದೀನೋ

ಕೆಳಗಿದ್ದೀನೋ. ಬಾಹ್ಯಾಕಾಶಕ್ಕೆ ಮೇಲು–ಕೆಳಗು ಇಲ್ಲ. ನಾನಿಲ್ಲಿ ಕೂತಿರೋದು ಬೇರೊಂದು ಗ್ರಹಜೀವಿಗೆ ಕೆಳಗಿರುವಂತೆ ತೋರುತ್ತಿರಬಹುದು. ಕಶ್ಮೀರ ಕೆಳಗಿದ್ದು ಕನ್ಯಾಕುಮಾರಿ ಮೇಲಿರಬಹುದು... ಬೋಜರಾಜರು ನಿಡುಸುಯ್ಯುತ್ತಾರೆ. ಈಗ ಅಲ್ಲಿ ತಾನು ಹುಟ್ಟಿದೂರಲ್ಲಿನ್ನೂ ಮನುಷ್ಯನೆಂಬುವನು ಇರುತ್ತಾನೋ? ಹನುಮಂತಿ ಮೊದಲಿನಂತಾದನೋ? ತನ್ನ ನಾಯಿಗೇನಾಯಿತು? ಪಾಪ ಅನಾಹಿತ, ಪಾಪ ಆ ಹೆಂಗಸು..

**(ಅನಾಹಿತ: ಪರ್ಷಿಯನ್ ಭಾಷೆಯಲ್ಲಿ ಇರಾನಿನ ಜಲದೇವತೆಯ ಹೆಸರು)**

⌘

# ಕೆಲವೊಮ್ಮೆ ಹೀಗಾಗಿ ಬಿಡುತ್ತದೆ

**ಕೆಲವೊಮ್ಮೆ ಹೀಗಾಗಿಬಿಡುತ್ತದೆ, ಯಾವುದೊ ಒಂದಿನ ಧಿಗ್ಗನೆ ಎಚ್ಚರವಾದಂತೆ, ಅಲ್ಲಿಯ ತನಕ ಮನದ ಮೂಲೆಯೊಂದು ಕತ್ತಲೆಯಲ್ಲಿದ್ದಂತೆ. ಆಘಾತ, ದಿಗ್ಭ್ರಮೆ, ರೋಮಾಂಚನ, ನಸುನಗು, ಒಬ್ಬೊಬ್ಬರ ಪ್ರತಿಕ್ರಿಯೆಯೂ ಒಂದೊಂದು ಬಗೆಯಿರುತ್ತದೆ. ಪ್ರತಿಕ್ರಿಯೆಯು ಹೇಗಾದರೂ ಇರಲಿ, ಇದು ಘಟಿಸುವುದು ಮುಖ್ಯ. ಅದೆ ಆಗದಿದ್ದಲ್ಲಿ ಬದುಕು ದುರಂತವಾಗುವುದಿಲ್ಲವೆ?**

ಸೋಫಾ ಮೇಲೆ ಉರುಳಿಕೊಂಡು ನಿದ್ದೆಗೆ ಜಾರಿದ್ದ ಭಾಗ್ಯಮ್ಮರು ಎದ್ದು ಸುಮಾರು ಅರ್ಧ ಗಂಟೆ ಕಾಲ ಜೂಗುಡಿಸುತ್ತ ಕುಳಿತಿದ್ದರು. ಏನಿದು, ಯಾಕಿದು, ಮೈ ಪೂರ ಆಲಸ್ಯವಾಗಿದೆಯಲ್ಲ. ಶುಗರ್ ಮಾತ್ರೆಗಳನ್ನು ನಿಯಮಿತವಾಗಿ ತೆಗೆದುಕೊಳ್ಳುತ್ತಿರುವೆನಲ್ಲ. ಪ್ರತಿದಿನ ತಪ್ಪದೆ ಬೆಳಗ್ಗೆ ಸಂಜೆ ಪಾರ್ಕಿನಲ್ಲಿ ವಾಕಿಂಗ್ ಮಾಡುತ್ತೀನಲ್ಲ. ಆಸೆ ಅದುಮಿ, ಹೊಟ್ಟೆ ಕಟ್ಟಿ ಊಟವನ್ನು ಹತೋಟಿಯಲ್ಲಿ ಸೇವಿಸುತ್ತಿರುವೆನಲ್ಲ. ಯಾಕೊ ದೇಹವು ಜಡ್ಡುಗಟ್ಟಿದಂತೆ. ಸೋತಂತೆ. ಮನಸ್ಸು ಪೂರ ಮಬ್ಬು ಮಬ್ಬು. ಸಾಮಾನ್ಯ ಗೃಹಿಣಿಯ ಚಿಂತೆಗಳು ಅವರನ್ನು ಮುತ್ತಿಕೊಂಡಿದ್ದವು.

ಗಡಿಯಾರವನ್ನು ನೋಡಿದರು. ಮಧ್ಯಾಹ್ನ ಹನ್ನೆರಡಾಗಿದೆ. ಅಯ್ಯೊ, ಕಿಟಕಿ ಪರದೆ ತೆರೆಯುವುದನ್ನೆ ಮರೆತಿದ್ದೀನಿ, ಮುಂಚೆಯೆ ತೆಗೆದಿದ್ದರೆ ಇಷ್ಟು ಹೊತ್ತು ನಿದ್ದೆ ಮಾಡುತ್ತಿರಲಿಲ್ಲ ಎಂದು ಪರಿತಪಿಸುತ್ತ ನಡುಮನೆಯ ಕಿಟಕಿಗಳ ಪರದೆಗಳನ್ನು

ಸರಿಸಿದರು, ಬೆಳಕು ಬೆಳಕಿನಷ್ಟೆ ಪ್ರಕಾಶಮಾನವಾಗಿ ಒಳನುಗ್ಗಿ ನಡುಮನೆ ಪೂರ್ತಿ ಆವರಿಸಿದ್ದ ಮಬ್ಬನ್ನು ಸ್ವಚ್ಛಂದ ಗುಡಿಸಿತು. ಜೂಗುಡಿಸುತ್ತಿದ್ದ ಮೋರೆಗೆ ಪ್ರಕಾಶ ಪ್ರೋಕ್ಷಣೆಯಾಗಿ ಅವರ ಆತ್ಮವು ಪುಟಿದೆದ್ದಿತು. ಮೈ ಕಣಕಣಗಳು ಅಲುಗಿದವು. ಒಂದು ಸಣ್ಣ ಕ್ರಿಯೆ. ಜೀವ ಮರಳಲು. ಪ್ರಕೃತಿಯ ಮೋಡಿ ನೋಡಿ, ಬಹಿರಂಗ ಕ್ರಿಯೆಯೊಂದು ಅಂತರಂಗದಲ್ಲಿ ಸಂಚಲನ ಮೂಡಿಸುವುದು. ಭಾಗ್ಯಮ್ಮ ಕಿಟಕಿ ತೆರೆದು ಬಿಸಿಲ ಕೋಲಿನ ವಾಸನೆಗೆ ಮೂಗನ್ನು ಒಡ್ಡಿ "ಆಹ್.." ಎಂದು ಉದ್ಘರಿಸಿದರು, ಬಾಯಾರಿದವರು ನೀರು ಕುಡಿದಷ್ಟು ಸಂತೃಪ್ತಿಯಿಂದ. ಅವರಿಗೆ ಈಗೀಗ ಅನುಭವಕ್ಕೆ ಬರುತ್ತಿದೆ, ಸೇವನೆಯೆಂದರೆ ಕೇವಲ ನೀರು ಅನ್ನ ಆಹಾರವಲ್ಲ. ಗಾಳಿ, ಬಿಸಿಲು, ಛಳಿ, ಬೆಳಕು, ಕತ್ತಲೆ. ಎಲ್ಲವೂ ಸೇವನೆಗೆ ಯೋಗ್ಯವು, ರುಚಿಯಾದುವು ಎಂದು.

ಅವರ ಪತಿ ಗಂಗಾಧರ ಮೀಟಿಂಗ್ ನಿಮಿತ್ತ ಬೆಳಗ್ಗೆ ಐದು ಗಂಟೆಗೆ ದೆಹಲಿಯ ಫ್ಲೈಟು ಹಿಡಿದಿದ್ದರು. ಹಿಂದಿರುಗುವುದು ಮೂರಾಗಬಹುದು, ಆರಾಗಬಹುದು. ಹೆಚ್ಚೆಂದರೆ ಒಂಭತ್ತು. ಎಂದೂ ಅವರು ಮಡದಿಯನ್ನು ಇರುಳು ಒಂಟಿ ಕಳೆಯಲು ಬಿಟ್ಟಿಲ್ಲ. ತಾನಿಲ್ಲದಾಗ ಯಾರಾದರೂ ಕದ ತಟ್ಟಿದರೆ ಸಾಕು ಭಾಗಿ ಕಾಲು ನಡುಗಿಸುತ್ತ ನಿಲ್ಲುತ್ತಾಳೆ ಎಂಬುದನ್ನು ಅವರು ಬಲ್ಲರು. ಭಾಗ್ಯಮ್ಮ ಬೆಳಗ್ಗೆ ಪತಿಯನ್ನು ಎಬ್ಬಿಸಿ ಸ್ನಾನಕ್ಕೆ ಕಳಿಸಿ ತರಾತುರಿಗೆ ತಕ್ಕ ಉಪ್ಪಿಟ್ಟು, ಕಾಫಿ ಮಾಡಿ ಕ್ಯಾಬ್ ಹತ್ತುವವರೆಗೆ ಕಾದು ಮುಖ್ಯದ್ವಾರದ ಅಗುಣಿ ಹಾಕಿ ನಡುಮನೆಯ ಸೋಫಾ ಮೇಲೆ ಉರುಳಿಕೊಂಡಿದ್ದರು. ಹಿಂದಿನ ದಿವಸ ಮಕ್ಕಳು ವಾರಾಂತ್ಯವನ್ನು ಊರಾಚೆಯ ಅಜ್ಜಿ ಮನೆಯಲ್ಲಿ ಕಳೆಯುತ್ತೇವೆ ಎಂದು ರಚ್ಚೆ ಹಿಡಿದು ಹೋಗಿದ್ದರು. ಬಸ್ ಪ್ರಯಾಣ ಮಾಡುವಷ್ಟು ದೊಡ್ಡವರಾಗಿದ್ದಾರೆ ಮಕ್ಕಳು. ತಾವೆ ಹೋಗಿ ಬರುತ್ತಿರುತ್ತಾರೆ. ಮಾವ ಅತ್ತೆಯವರ ವಾಸ ನಗರದ ಹಳೆಯ ಭಾಗದಲ್ಲಿ. ಹಿರಿಯರು ಮುಂಚೆ ನಗರದ ಈ ಭಾಗವನ್ನು "ಊರಾಚೆ" ಎನ್ನುತ್ತಿದ್ದರು. ಈಗ ಮೊಮ್ಮಕ್ಕಳು ಆ ಭಾಗವನ್ನು "ಊರಾಚೆ" ಎಂದು ಕರೆಯುತ್ತಾರೆ.

"ಹಲೋ ಭಾಗ್ಯ ಮೇಮ್?",

"ಯೇಸ್"

"ಮೇಮ್ ನಿಮ್ಮ ಸ್ಪೆಕ್ಸ್ ರೆಡಿಯಾಗಿದೆ, ಬಂದು ಕಲೆಕ್ಟ್ ಮಾಡಿಕೊಳ್ಳಿ".

ಭಾಗ್ಯಮ್ಮ ತವರು ಮನೆ ತೊರೆದಂದಿನಿಂದಲೆ ಭಾಗ್ಯ ಆಗಿದ್ದರು. ಈಗವರು ಇಡಿಯ ಲೋಕಕ್ಕೆ ಭಾಗ್ಯ. ಪತಿಗೆ ಭಾಗಿ. ಆದರೆ ನೀವು ಅವರ ಮನೋಲೋಕ ವನ್ನೊಮ್ಮೆ ಜಾಲಾಡಿದರೆ ತಿಳಿಯುತ್ತದೆ, ಅವರಿಗೆ ತಾವಿನ್ನೂ ಭಾಗ್ಯಮ್ಮನೆ

ಆಗಿರುವರೆಂದು. ಉದಾಹರಣೆಗೆ ಅವರ ಮನಸಲ್ಲಿ ಒಂದು ಸಂಭಾಷಣೆ ಜರುಗುತ್ತಿದ್ದು ಅದರಲ್ಲಿ ಸ್ವಪಾತ್ರವಿದ್ದಲ್ಲಿ ಅದನ್ನು ಅವರು ಭಾಗ್ಯಮ್ಮ ಎಂದೆ ಕರೆಯುತ್ತಿರುತ್ತಾರೆ. ಹೊರಗೆ ಸಾವಿರ ಸಲ ಭಾಗೀ ಎಂದು ಕರೆಸಿಕೊಂಡರೂ ಅದಿನ್ನು ಅಳಿಸಿಲ್ಲ. ಬೆಳೆದು ದೊಡ್ಡವಳಾಗುವವರೆಗೆ ಭಾಗ್ಯಮ್ಮನಾಗಿದ್ದುದರಿಂದಲೊ, ಅಪ್ಪ ಅಮ್ಮ ಈಗಲೂ "ನಮ್ಮ ಭಾಗ್ಯಮ್ಮ" ಎಂದು ಕರೆಯುವುದರಿಂದಲೊ. ಎರಡೂ ಇದ್ದಿರಬಹುದು.

ಅವರು ಸ್ನಾನ ಮಾಡಲೆಂದು ಲಂಗ ಜಾಕೆಟ್ಟನ್ನು ಹಿಡಿದು ಹೊರಟಿದ್ದರು, ಅಷ್ಟರಲ್ಲಿ ಕನ್ನಡಕದ ಅಂಗಡಿಯಿಂದ ಕರೆ ಬಂದಿತ್ತು. ತೋಳನ್ನು ಮೂಸಿದರು, ವಾಸನೆ ಬರುತ್ತಿತ್ತು. ಆದರೆ ಹೊಸ ಕನ್ನಡಕ ಬಾ ಬಾ ಎಂದು ಕರೆಯುತ್ತಿತ್ತು. ಬಟ್ಟೆಗಳನ್ನು ಬಚ್ಚಲಿನಲ್ಲಿ ನೇತು ಹಾಕಿ ಉಟ್ಟ ಸೀರೆಯಲ್ಲಿಯೆ ಹೊರಟುಬಿಟ್ಟರು. ಅವರ ಬಳಿ ವಿದ್ಯುತ್ ಚಾಲಿತ ಮೊಪೆಡ್ ಇದೆ. ವಿಶ್ವಸುಂದರಿಯನ್ನು ಮೀರಿಸುವಷ್ಟು ತೆಳುವಾದ ನಯವಾದ ಮೊಪೆಡ್‌ಗೆ ಮಾಲೀಕೆ ತುಸು ಭಾರವೆ ಸರಿ. ಮೊಪೆಡ್ ರಸ್ತೆಯಲ್ಲಿ ಸದ್ದಿಲ್ಲದೆ ಕ್ಯಾಟ್ ವಾಕ್ ಮಾಡಿದಂತೆ ಚಲಿಸುತ್ತಿದ್ದರೆ ದಾರಿಹೋಕರ ಕಣ್ಣು ಕುಕ್ಕುತ್ತದೆ. ಭಾಗ್ಯಮ್ಮನವರಿಗೆ ಇಷ್ಟು ಮಾತ್ರ ಗಮನ ಸೆಳೆಯುವುದು ಖುಷಿ ಕೊಡುತ್ತದೆ. ತುಸು ಕಮ್ಮಿಯಾದರೆ ಕಹಿ, ತುಸು ಜಾಸ್ತಿಯಾದರೆ ಕಸಿವಿಸಿ.

ಕಪ್ಪು ಬಣ್ಣದ ತುಂಬು ಕಟ್ಟಿನ ಕನ್ನಡಕ, ತುದಿಗಳಲ್ಲಿ ಹೊಳೆಯುವ ಸ್ಟೀಲ್‌ನ ಸಣ್ಣ ಗುಂಡಿಗಳು. ಕಡ್ಡಿಗಳ ಮೇಲೆ ಸಲೂನಿನಲ್ಲಿ ಮಾಡುವ "ಐಬ್ರೋ" ನಷ್ಟೆ ನಾಜೂಕಾದ ಗೆರೆ. ಭಾಗ್ಯಮ್ಮ ಕನ್ನಡಕ ಏರಿಸಿಕೊಂಡು ಅಂಗಡಿಯಿಂದ ಹೊರ ಬಂದಾಗ ಹಿಂದೆಂದೂ ಕಂಡಿರದ ಹೊಸ ಪ್ರಪಂಚ ಗೋಚರಿಸಿತು. ಪಾಯಿಂಟ್ ಐದರಷ್ಟು ಮಯೋಪಿಯ ಎಷ್ಟು ವರುಷಗಳಿಂದಿತ್ತೊ ಗೊತ್ತಿಲ್ಲ. ದೃಷ್ಟಿ ಕ್ರಮೇಣ ಕ್ಷೀಣಿಸಿರುವುದು ಅರಿವಾಗಿರಲೆ ಇಲ್ಲ. ಪತಿಯ ಚೆಕಪ್‌ಗೆಂದು ಬಂದಾಗ ಉಚಿತ ಪರೀಕ್ಷೆಯಿದ್ದುದರಿಂದ ತೋರಿಸಿಕೊಂಡಿದ್ದರು. ಇದೀಗ ಹೊಸ ಲೋಕವೆ ಅವರೆದುರು ತೆರೆದುಕೊಂಡಿತ್ತು. ಮರಗಳು ಜನಗಳು ವಾಹನಗಳು ಸ್ವಚ್ಛಂದ ಕಾಣಿಸುತ್ತಿದ್ದವು. ರಸ್ತೆಯ ಆ ಬದಿಯ ಗೋಡೆಗಳ ಮೇಲಿನ ಅಕ್ಷರಗಳು ಸುಸ್ಪಷ್ಟವಾಗಿದ್ದವು. ಗುರುತಿಸಲು ಮುಂಚೆ ನಾಲ್ಕು ಮುಖಗಳು, ಈಗ ನಲವತ್ತು ಮುಖಗಳು. ಸುತ್ತಲಿನ ಚಿತ್ರಣ, ಅದರ ಆಳ, ಅದರ ಓರೆಕೋರೆ. ಅವರಿಗೀಗ ದೂರದ ಧೂಳಿನ ಕಣಗಳನ್ನು ನೋಡಬಹುದಾಗಿತ್ತು. ಓ ದೇವರೆ, ಅಸ್ಪಷ್ಟ ಜಗತ್ತನ್ನು ಇದು ಹೀಗೆ ಇರುವುದು ಇದಿಷ್ಟೆ ಕಾಣಿಸುವುದು ಎಂದು ಭಾವಿಸಿದ್ದೆನಲ್ಲ, ಈ ಕನ್ನಡಕವನ್ನು ಕಂಡು ಹಿಡಿದವರಾರು? ಅದಕೂ ಮುನ್ನ ಜನ ಏನು ಮಾಡುತ್ತಿದ್ದರು? ಏನೆಲ್ಲ ಕಳೆದುಕೊಂಡಿದ್ದರು?

ಅವರು ಎಷ್ಟು ಮನದುಂಬಿದ್ದರೆಂದರೆ ಯಾವುದನ್ನು ಅನುಭವಿಸಬೇಕು ಯಾವುದನ್ನು ಬಿಡಬೇಕು ಎಂಬುದು ತಿಳಿಯಲಾಗದೆ ಭಾವ ಪರವಶರಾಗಿ

ಅಶ್ರುಗಳು ತಂತಾನೆ ಹೊರಬಂದವು. ಅವರ ಸಂತೋಷಕ್ಕೆ ಹಿಗ್ಗಿಗೆ ದೃಷ್ಟಿ ಎಷ್ಟು ಮಾತ್ರವೊ ಮತ್ತೊಂದು ಸಂಗತಿ ಕೂಡ ಅಷ್ಟೆ ಕಾರಣವಾಗಿತ್ತು, ಅದುವೆ ಕನ್ನಡಕ ಮೂಗಿನ ಮೇಲೆ ಏರುತ್ತಿದ್ದಂತೆ ಅವರ ಮೊಗಭಾವದಲ್ಲಿ ಉಂಟಾಗಿದ್ದ ಬದಲಾವಣೆ. ಪೇಲವ ನಡುವಯಸ್ಕ ಗೃಹಿಣಿಯಂತಿದ್ದ ಅವರಿಗೆ ಏಕ್ದಂ ಶಾಲೆಯ ಪ್ರಾಂಶುಪಾಲೆ ಹಿರಿಯ ವಕೀಲೆ ಅಥವಾ ಕೈತುಂಬ ಕೆಲಸವುಳ್ಳ ವೈದ್ಯೆಗಿರುವ ಸೌಂದರ್ಯ ಗಾಂಭೀರ್ಯ ಒದಗಿಬಿಟ್ಟಿತು. ಗೃಹಿಣಿ ಹೌದು, ನೋಟ ಬೇರೇನೊ. ಉಟ್ಟ ಸೀರೆ ಮೇಲೆ ಒಂದು ಕರಿ ಕೋಟ್ ಅಥವಾ ಬಿಳಿ ಕೋಟ್ ಹಾಕಿಕೊಂಡರೆ ಭಾಗ್ಯಮ್ಮ ಗುರುತು ಸಿಗುವುದು ಕಷ್ಟ ಕಷ್ಟ. ಕಟ್ಟಿದ್ದ ತಲೆಗೂದಲ ಗಂಟನ್ನು ಬಿಚ್ಚಿ ಗಾಡಿಯಲ್ಲಿ ಬರುತ್ತಿದ್ದರೆ ತಂಗಾಳಿಯು ಕೂದಲೊಳಗೆ ಸೇರಿ ಬೆವರನ್ನು ಒರೆಸಿ ತಂಪು ತಂಪು ಕಚಗುಳಿ ಇಡುತ್ತಿತ್ತು, ಕೂದಲನ್ನು ಸ್ವಲ್ಪೇ ಸ್ವಲ್ಪ ಹಾರಿಸುತ್ತಿತ್ತು. ಅತಿಯಾಗಿ ಹಾರಿದರೆ ಅವರಿಗೆ ಕಸಿವಿಸಿ ಎಂದು ಮೊದಲೆ ಹೇಳಿದ್ದೆನಲ್ಲ, ಗಾಡಿಯನ್ನು ಅಷ್ಟು ಮಾತ್ರ ನಿಯಂತ್ರಿಸುತ್ತಿದ್ದರು.

ಸಮಯ ಒಂದು ಗಂಟೆಯಾಗಿತ್ತು. ಸಾಮಾನ್ಯವಾಗಿ ಮೊದಲಾರ್ಧ ಮೀಟಿಂಗ್, ನಂತರ ಲಂಚ್ ಮುಗಿಸಿ ಫ್ಲೈಟ್ ಹತ್ತುತ್ತಿದ್ದ ಪತಿ ಮೂರರಷ್ಟೊತ್ತಿಗೆ ಮನೆ ತಲುಪುತ್ತಿದ್ದರು. ಪತಿಗೆ ಹೇಳಲು ಏನೇನೆಲ್ಲ ಇತ್ತು ಭಾಗ್ಯಮ್ಮನ ಹತ್ತಿರ. ಬೋರೆಂದರೂ ಸರಿ ಇವತ್ತು ರಾತ್ರಿ ಬಿಡದೆ ಕೂರಿಸಿಕೊಂಡು ಉದ್ದ ಕತೆ ಹೊಡೆಯುವುದೆ ಎಂಬ ನಿರ್ಧಾರವಾಗಿತ್ತು. ಸ್ನಾನದ ನೆನಪಾಗಿ ನೇರ ಬಚ್ಚಲಿಗೆ ಹೋದರು. ಗೀಜರ್ ಆನ್ ಮಾಡಿರಲಿಲ್ಲ. ಹುಮ್ಮಸ್ಸು ಇನ್ನೂ ಕಾಯುತ್ತಿತ್ತು. "ಯಾಕಾಗಬಾರದು? ನೋಡೆ ಬಿಡುವ ಒಂದು ಸಲ" ಎಂದು ಯೋಚಿಸಿ ಬಕೆಟ್ಟಿನಲ್ಲಿದ್ದ ತಣ್ಣೀರನ್ನು ಎತ್ತಿ ಸುರಿದುಕೊಂಡು ಥಕ ಥಕ ಕುಣಿದುಬಿಟ್ಟರು. ಇನ್ನಷ್ಟು ಸುರಿದುಕೊಂಡು ಮತ್ತಷ್ಟು ಕುಣಿದರು. ಶರೀರವು ಥಂಡಿಗೆ ಒಗ್ಗಿಕೊಳ್ಳುತ್ತಿದ್ದಂತೆ ಸಲೀಸೆನಿಸಿತು. ಸಾಮಾನ್ಯವಾಗಿ ಬಚ್ಚಲಿನಲ್ಲಿ ತಮ್ಮ ಹೆಣ್ತನವನ್ನು ತಮ್ಮಿಂದಲೆ ಬಚ್ಚಿಟ್ಟುಕೊಂಡು ಕುಳಿತು ಸ್ನಾನ ಮಾಡುವ ಅವರು ಇಂದು ಎದ್ದು ನಿಂತು ಶವರ್ ಆನ್ ಮಾಡಿದರು. ಶವರಿಗೆ ಮುಖ ಕೊಟ್ಟು ಶಿಲೆಯಂತೆ ನಿಂತುಬಿಟ್ಟರು. ನಿಜಕ್ಕೂ ಫ್ರೆಷ್ ಎನಿಸಿತು. ಇಂತಿದ್ದರೂ ತಮ್ಮನ್ನು ತಾವೆ ನೋಡಿಕೊಳ್ಳಲು ಅವರಿಗಿನ್ನೂ ಸಂಕೋಚ. ಹಿಂಜರಿತ.

ಸ್ನಾನ ಮುಗಿಯಿತು, ಕಂಬಿ ಮೇಲೆ ಟವೆಲ್ಲು ಇತ್ತು, ಆದರೆ ಹೊರಗೆ ಯಾರೂ ಇಲ್ಲವೆಂಬ ಭಾವ ಅದೇಕೊ ಇವತ್ತು ಬಹಳ ಬಹಳ ಕಾಡಿ ಟವೆಲ್ಲು ಮರೆತು ಬಂದಿದ್ದರೆ ಎಷ್ಟು ಚಂದಿತ್ತು ಎಂದು ಆಂತರ್ಯ ಒತ್ತಲಾರಂಭಿಸಿತು. ಹಾಗೆ ನಿಂತು ತನ್ನ ಮನೋವೇದನೆಯ ವೈಚಿತ್ರ್ಯವನ್ನು ಮೆಲುಕಲಾರಂಭಿಸಿದರು ಭಾಗ್ಯಮ್ಮ. ವಾವ್, ತನ್ನ ಅನುಕೂಲಕ್ಕೆ ತಕ್ಕಂತೆ ವಾತಾವರಣವು ಮಾರ್ಪಡಬೇಕೆಂದು ಬಯಸುತ್ತಿರುವೆನಲ್ಲ,

ಎಷ್ಟು ಸಲ ಟವೆಲ್ ಮರೆತೆನೆಂದು ವೇದನೆ ಪಟ್ಟಿದ್ದೆ, ಇಂದು ಮರೆತಿದ್ದರೇನೆ ಚಂದಿತ್ತು ಎಂದು ಅನಿಸುತ್ತಿದೆಯಲ್ಲ. ಅವರಿಗೆ ಇನ್ನೊಂದು ಹೊಳೆಯಿತು, ಟವೆಲ್ ಇದ್ದರೇನಂತೆ, ಹೊರಗೆ ನಡೆದು ಒರೆಸಿಕೊಳ್ಳಬಹುದು, ಅರ್ಥಾತ್ ಬದುಕಿನ ಹರಿವಿನ ರೂಲ್ ಬ್ರೇಕ್ ಮಾಡಿ. ಸುಲಭ ತಾನೆ. ಯಾರಿಗಾದರೂ ಲೆಕ್ಕ ಒಪ್ಪಿಸಬೇಕೇನು? ಆದರೂ ಯಾಕೋ ಮನಸು ಒಪ್ಪುತ್ತಿಲ್ಲ. ಹಾಗೆ ಮಾಡುವುದು ಭ್ರಷ್ಟತನವೆನಿಸುತ್ತಿದೆ. ಯಾವುದೇ ಬಯಸಿದ ಬದಲಾವಣೆ ಬದುಕಿನ ಹರಿವಿನ ಅಂಗವಾಗಿರಬೇಕು. ಸಜೀವ ಪ್ರಕ್ರಿಯೆಯಾಗಿರಬೇಕು. ಭಾಗ್ಯಮ್ಮ ಬಚ್ಚಲೊಳಗೆ ಒರೆಸಿಕೊಂಡು ಒಳ ಉಡುಪುಗಳನ್ನು ಧರಿಸಿಕೊಂಡು ಹೊರಗೆ ಬಂದರು.

ಎಂದಿನಂತೆ ಕನ್ನಡಿ ಮುಂದೆ ನಿಂತು ಬೊಟ್ಟು ಇಟ್ಟುಕೊಂಡರು. ಹಸಿ ತಲೆಗೆ ಸಿಂಬೆ ಸುತ್ತಲಾಗಿತ್ತು. "ಕನ್ನಡಕದಲ್ಲಿ ಹೇಗೆ ಕಾಣುವೆ?" ಎಂಬ ಹಂಬಲ ಎದ್ದಿತು. ಕನ್ನಡಕ ಹಾಕಿಕೊಂಡು ಕೈಕಟ್ಟಿ ನಿಂತರು. ಕನ್ನಡಕದ ಮೂಲಕ ತಮ್ಮ ಅರೆಬೆತ್ತಲೆ ದೇಹ ಎಂದೂ ಕಾಣದಷ್ಟು ಸ್ಪಷ್ಟವಾಗಿ ಕಂಡಿತು. ಕತ್ತಿನ ಕೆಳಗೆ ಸಣ್ಣ ಸಣ್ಣ ಕಪ್ಪು ಚುಕ್ಕೆಗಳು. ಪಟ್ಟು ಬಿಟ್ಟಿರುವ ಎದೆ ಮೇಲಿನ ಚರ್ಮ. ನಡುವಿನ ಎರಡೂ ಬದಿ ಬಿಳಿ ಪಟ್ಟೆಗಳು. ಅವರ ಪಾದಗಳು.. ಬಲಿತು ಮೊಂಡಾಗಿವೆ. ಸೋಪಿನಲ್ಲಿ ತೊಳೆದ ಮುಖ ಶುದ್ಧವಾಗಿದೆ. ಆದರೇ ಮನಸು ಸಪ್ಪೆಯಾಯಿತು. ಎದೆಯು ಹಿಂಡಿದಂತೆ. ಆಹ್.. ನನ್ನೆಲ್ಲ ಯೌವನ ಎಲ್ಲಿ ಹೋಯಿತು ಯಾವಾಗ ಕಾಣೆಯಾಯಿತು, ಗೊತ್ತೇ ಆಗಲಿಲ್ಲವಲ್ಲ!

ಅವರಿಗೆ ಟೇಬಲ್ ಮೇಲಿದ್ದ ಯಾವ ಕ್ರೀಮುಗಳನ್ನೂ ಇಂದು ಹಚ್ಚಿಕೊಳ್ಳ ಬೇಕೆನಿಸಲಿಲ್ಲ. ಯಾವ ಪರಿಮಳವನ್ನು ಸೂಸಿಕೊಳ್ಳಬೇಕೆನಿಸಲಿಲ್ಲ. ಎಲ್ಲ ಶುಷ್ಕ ಶುಷ್ಕ.

ತಟ್ಟನೆ ಅವರಿಗೆ ಇನ್ನೆಲ್ಲಿ ಏನೆಲ್ಲ ಕಾಣೆಯಾಗಿದೆ ಎಂದು ನೋಡಬೇಕೆನಿಸಿತು. ಈ ಅರೆ ಸ್ಥಿತಿಗಿಂತ ಕೆಳಗೆ ಅವರೆಂದೂ ಕನ್ನಡಿ ಮುಂದೆ ನಿಂತಿದ್ದಿಲ್ಲ. ಬುದ್ಧಿ ಬೆಳೆದಾಗಿಂದ ಒಳಗೇನಿದೆ ಎಂಬುದರ ಕಲ್ಪನೆಯಿದೆ ಪದರ ಪದರ ಬಿಡಿಸಿ ಕಣ ಕಣವನ್ನು ನೋಡಿದ್ದಿಲ್ಲ. ಆ ಕ್ಷಣದಲ್ಲಿ ಭಾಗ್ಯಮ್ಮನವರಿಗೆ ಮನಸು ಇನ್ನೊಮ್ಮೆ ತುಂಬಿ ಬಂತು. ಅಶ್ರುಧಾರೆ ಹರಿಯಿತು. ಎಲ್ಲ ಕಳಚಿಬಿಟ್ಟು ತಾನಷ್ಟೆ ಉಳಿಯಬೇಕು, ನನ್ನನ್ನು ನಾನೆ ನೋಡಬೇಕು ಎನಿಸಿತು. ಎದೆ ಮೇಲೆ ಟವೆಲ್ ಹಾಕಿಕೊಂಡು ಎಲ್ಲ ಕಿಟಕಿಗಳನ್ನು ಪರದೆಗಳನ್ನು ಮುಚ್ಚಿ ಎಲ್ಲ ಲೈಟುಗಳನ್ನು ಆನ್ ಮಾಡಿ ಪುನಃ ಕನ್ನಡಿ ಮುಂದೆ ನಿಂತರು. ಒಂದೊಂದೆ ಕಳಚಿದರು. ಉಡುಪು, ಲೋಹ, ಬೊಟ್ಟು, ಸಿಂಬೆ. ಸಂಪೂರ್ಣ ನಗ್ನತೆ. ಗರ್ಭದಿಂದ ಜನಿಸಿದ ಹಿಡಿಯಷ್ಟು ದೇಹ ಎಷ್ಟು ದೈತ್ಯವಾಗಿ ಬೆಳೆದು ನಿಂತಿದೆ! ಯಾವ ಯಾವ ಕಾಲದಲ್ಲಿ ಏನೆಲ್ಲ ಆಕಾರಗಳನ್ನು ತಾಳಿದೆ! ಏನೆಲ್ಲ ವಿಕಾರಗಳನ್ನು ತಾಳಿದೆ! ಇನ್ನೆರಡು ಮರಿಜೀವಗಳಿಗೆ ಜನ್ಮ ನೀಡಿದೆ.

ದಾರಿಯಲ್ಲಿ ಎಲ್ಲೋ ಒಂದು ಕಡೆ ಏನನ್ನೋ ಕಳೆದುಕೊಂಡ ಭಾವ. ಅವರಿಗೆ ತಾವಂದುಕೊಂಡದ್ದಕ್ಕಿಂತ ಹೆಚ್ಚು ವಯಸ್ಸಾಗಿತ್ತು. ದೇಹವು ಮನಸಿಗಿಂತ ತುಸು ಮುಂದೆ ಸಾಗಿತ್ತು.

ನೆಲಕ್ಕೆ ಅಂಟಿಕೊಂಡಿದ್ದ ಅವರ ಪಾದಗಳು ತುಸು ಅತ್ತಿತ್ತ ಚಲಿಸಿದವು. ಬಿಗಿದಿದ್ದ ಜೀವ ಸಡಿಲಗೊಂಡಂತೆ ಅನಿಸಿತು. ಯಾಕಾಗಬಾರದು? ಇದ್ದ ಸ್ಥಿತಿಯಲ್ಲಿಯೆ ಅವರಿಗೆ ಮನೆಯ ಟೂರ್ ಮಾಡುವ ಮನಸಾಯಿತು. ಎರಡು ಮಹಡಿಯ ಡೂಪ್ಲೆಕ್ಸ್ ಮನೆ. ಮನೆತುಂಬ ಅಡ್ಡಾಡಲು ಆರಂಭಿಸಿದರು. ಪ್ರತಿಯೊಂದು ಗೋಡೆ ಬಾಗಿಲು ಅಟ್ಟ ವಸ್ತು ಮಬ್ಬುಗತ್ತಲೆಯ ಮೂಲೆ.. ಕನ್ನಡಕದ ಮೂಲಕ ಹೊಸತಾಗಿ ಕಾಣಿಸುತ್ತಿದ್ದವು. ಅವು ಎಂದಿನಿಂದಲೂ ಇದ್ದಂತೆ ನುಣುಪು ನುಣುಪಾಗಿ.. ಇಂದು ನೋಡಲು ಸಾಧ್ಯವಾಗಿತ್ತು. ಅವರಿಗೆ ಪ್ರತಿಯೊಂದನ್ನೂ ಸ್ಪರ್ಷಿಸ ಬೇಕೆಂಬ ಹಂಬಲವಾಗುತ್ತಿತ್ತು. ಅಂಗೈಗಳಿಂದಲ್ಲ, ಅಪರೂಪದ ಅಂಗಗಳಿಂದ. ಪ್ರತಿಯೊಂದು ಗೋಡೆಗೆ ಬಾಗಿಲಿಗೆ ಕಿಟಕಿ ಪರದೆಗೆ ಕ್ಷಣಕಾಲ ಒರಗಿ ನಿಂತು ಮುಂದೆ ಸಾಗುತ್ತಿದ್ದರು. ಅದರಿಂದ ಉಂಟಾಗುತ್ತಿದ್ದ ಸ್ಪರ್ಶದ ಇಂದ್ರಿಯಾನುಭವಗಳಿಂದ ತಮ್ಮನ್ನು ತಾವಿರುವಂತೆಯೆ ಮನೆಯ ಎಲ್ಲ ಮೂಲೆಗಳಿಗೆ ಪರಿಚಯ ಮಾಡಿಸಿಕೊಟ್ಟಂತೆ ಅನಿಸುತ್ತಿತ್ತು. ಅಂದಿನವರೆಗೆ ಇದ್ದ ಪರಿಚಯ ಪರಿಚಯವೇ ಅಲ್ಲವೆಂಬಂತೆ. ಮೆಟ್ಟಿಲಿಳಿದು ಕೆಳಗಿನ ಕೋಣೆಗಳಿಗೆ ಅಡಿಗೆ ಮನೆಗೆ ಭೇಟಿ ಕೊಟ್ಟರು. ಫ್ರಿಡ್ಜ್ ತೆಗೆದು ತಮ್ಮನ್ನು ಫ್ರಿಡ್ಜಿಗೆ ಒಡ್ಡಿಕೊಂಡು ಸುಮ್ಮನೆ ನಿಂತರು, ಬಾಗಿಲು ಅಲರಾಂ ಹೊಡೆಯುವವರೆಗೆ. ತಿಂಡಿ ತಿಂದರು, ಟೀ ಮಾಡಿಕೊಂಡು ಕುಡಿದರು. ಅಡಿಗೆ ಮನೆ, ಡೈನಿಂಗ್ ಟೇಬಲ್ ಎಲ್ಲರಿಗೂ ತಮ್ಮ ಪರಿಚಯ ಮಾಡಿಕೊಟ್ಟರು. ಸಮಯ ಮುಗಿಯುತ್ತ ಬಂದಿತ್ತು. ಪತಿಯು ಹಿಂದಿರುಗುವ ವೇಳೆ.

ಫೋನ್ ಪರಿಶೀಲಿಸಿದಾಗ,

"ಹನಿ, ವಿಲ್ ಕಮ್ ಬೈ ಇವಿನಿಂಗ್ ಫ್ಲೈಟ್" ಎಂಬ ಮೆಸೇಜು ಬಂದಿತ್ತು.

ಭಾಗ್ಯಮ್ಮ ಓಹ್.. ಎಂದು ಉದ್ಘರಿಸಿದರು ನಿರಾಳದಿಂದ. ಇನ್ನಷ್ಟು. ಇನ್ನೇನೊ. ಅಪೂರ್ಣ. ನಡುಮನೆಗೆ ಬಂದು ಸೋಫಾ ಮೇಲೆ ಉರುಳಿದರು, ತಾರಸಿ ನೋಡುತ್ತ. ಅಷ್ಟು ದೊಡ್ಡ ಮನೆ, ಅಷ್ಟು ದೊಡ್ಡ ಹಾಲ್. ಅಷ್ಟಗಲದ ಮೇಲ್ಛಾವಣಿ. ತಾನು ಅಗಾಧವಾದುದ್ದೇನಕ್ಕೊ ತೆರೆದುಕೊಂಡಿದ್ದೇನೆ ಎಂಬ ಆತಂಕದ ಭಾವ ಹುಟ್ಟಿತು. ಹೆದರಿ ಮಗ್ಗುಲ ಮೇಲೆ ಮಲಗಿದರು. ಕೇವಲ ಒಂದು ತಾರಸಿಯನ್ನು ಎದುರಿಸದಾದೆ ಎಂದು ನಿಡುಸುಯ್ದರು. ವಕ್ಷವು ಜೋತು ಬಿದ್ದದ್ದಕ್ಕೆ ಅವರಿಗೆ ಯಾವ ಬೇಸರವೂ ಆಗಲಿಲ್ಲ. ಅದರೊಂದಿಗೆ ಹೊಟ್ಟೆಯೂ ಜೋತು ಸೋಫಾ

ಮುಟ್ಟಿದ್ದರಿಂದ ನಾಚಿಕೆಯಾಯಿತು. ಎಷ್ಟು ಶಿಸ್ತು ಸಂಯಮಗಳಿಂದ ಆಹಾರ ನಿಯಂತ್ರಿಸಿ ವಾಕಿಂಗ್ ಮಾಡಿದರೂ ಇದೊಂದು ಮಾತ್ರ ಅಂಟಿಕೊಂಡ ಶನಿ ಎಂದು ಬೈಯ್ದುಕೊಂಡು ಒತ್ತಿಗೆ ತಲೆದಿಂಬು ಕೊಟ್ಟುಕೊಂಡು ಸಮಾಧಾನಿಸಿಕೊಂಡರು. ರಿಮೋಟ್ ಎತ್ತಿ ಟಿವಿ ಆನ್ ಮಾಡಿ ನೆಟ್‌ಫ್ಲಿಕ್ಸ್ ಹಾಕಿ ಅದ್ಭುತವಾದ ರೋಮ್ಯಾಂಟಿಕ್ ಸಿನಿಮಾ ಹಚ್ಚಿ ನೋಡಲಾರಂಭಿಸಿದರು. ತನ್ನದೇ ವಯಸ್ಸಿನ ನಾಯಕ. ಚಿಕ್ಕ ವಯಸ್ಸಿನ ನಾಯಕಿ. ಅವಳ ವಯಸಿನಲ್ಲಿ ನಾನು ಹೇಗಿದ್ದೆ? ಇಂತಹ ಗಳಿಗೆ ಅವತ್ತೆ ಬಂದಿದ್ದರೆ ಎಷ್ಟು ಚನ್ನಾಗಿರುತ್ತಿತ್ತು. ನೆನಪು ಎಂಬುದಾದರೂ ಉಳಿಯುತ್ತಿತ್ತು. ಅವನು ನಾಯಕ, ನನ್ನ ಮೆಚ್ಚಿನ ನಾಯಕ, ಆಗಿಂದಲೂ ಹಾಗೆ ಇದ್ದಾನೆ. ಇನ್ನೂ ಹತ್ತು ವರ್ಷ ರೋಮ್ಯಾನ್ಸ್ ಮಾಡಬಲ್ಲನೇನೊ.

ದೀರ್ಘಾವಧಿಯ ಕ್ಲಾಸಿಕ್ ಸಿನಿಮಾ. ಎಲ್ಲ ರಸಗಳೂ ತುಂಬಿ ತುಳುಕುತ್ತಿದ್ದವು. ಭಾಗ್ಯಮ್ಮ ವಿಷಾದ ಪಟ್ಟುಕೊಳ್ಳುವಷ್ಟು ಆಳವಾಗಿ ಯೋಚಿಸುವವರಲ್ಲ. ಬದುಕನ್ನು ಹಗುರಗುರಾಗಿ ತಳ್ಳುವವರು. ಪಡೆದಷ್ಟೆ ಸುಖ ಎಂಬಂತಿರುವವರು. ಸಿನಿಮಾ ನೋಡುತ್ತ ಸಮಗ್ರ ರಸಗಳನ್ನು ಆವಾಹಿಸಿಕೊಂಡು ಅನುಭವಿಸಿದರು, ಪುಟ್ಟ ಮಗುವಿನಂತೆ. ನೋಡು ನೋಡುತ್ತ ಅದ್ಯಾವಾಗ ನಿದ್ದೆಗೆ ಜಾರಿದರೊ ಗೊತ್ತಿಲ್ಲ.

***

ಕಣ್ಣು ತೆರೆದಾಗ ಕತ್ತಲೆ ಆವರಿಸಿತ್ತು. ಕರೆಂಟು ಹೋಯಿತೋ ಇರುಳೆ ಕವಿಯಿತೊ? ಬೀದಿ ದೀಪಗಳ ಬೆಳಕು ಬರುತ್ತಿಲ್ಲ; ಎಂದ ಮೇಲೆ ಪರದೆಗಳನ್ನು ತೆರೆದಿಲ್ಲ. ಗಡಿಯಾರ ಕಾಣಿಸದು. ಏನಿದು, ಯಾರೋ ಬೆಡ್ ಶೀಟ್ ಹೊದಿಸಿ ಹೋಗಿದ್ದಾರಲ್ಲ! ಅಯ್ಯೋ ಅವರು ಬಂದುಬಿಟ್ಟರೇ? ಭಾಗ್ಯಮ್ಮ ಬೆಡ್ ಶೀಟನ್ನು ಆಲಂಗಿಸಿ ಮನಸು ತಿಳಿಯಾಗುವವರೆಗೆ ತುಸು ಹೊತ್ತು ಕಾದರು. ಮೊಬೈಲ್ ಎಲ್ಲಿಟ್ಟಿರುವರೋ ಮರೆತುಹೋಗಿದೆ. ಮೆಲ್ಲಗೆ ಎದ್ದು ಹೊದಿಕೆಯೊಂದಿಗೆ ಮೆಟ್ಟಿಲುಗಳನ್ನು ತಡಕಿ ಹತ್ತಲಾರಂಭಿಸಿದರು. ತಮ್ಮ ಕೋಣೆಗೆ ಬಂದರು. ಹೊದಿಕೆಯನ್ನು ಹಾಸಿಗೆ ಮೇಲೆ ಹಾಕಿ ಬಚ್ಚಲಿಗೆ ಹೋದರು. ಒದ್ದೆಯಾಗಿತ್ತು, ಶುಚಿಮಾಡಿಕೊಂಡರು. ಕೋಣೆಗೆ ಮರಳಿ ತಂಬಿಗೆಯಲ್ಲಿದ್ದ ನೀರನ್ನು ಸಾವಧಾನದಿಂದ ಗಂಟಲು ಬಾಯಿಯೆಲ್ಲ ಒದ್ದೆಯಾಗಿ, ಒಳಗೆ ಉದರವೂ ಒಂದು ಕಡೆಯಿಂದ ಒದ್ದೆಯಾಗುವಂತೆ ಕುಡಿದರು. ನೀರು ರುಚಿಯಾಗಿತ್ತು. ಪತಿಯ ಮಗ್ಗುಲನ್ನು ಆವರಿಸಿದರು. ಎಷ್ಟೊಂದು ಹೇಳುವುದಿತ್ತು!

"ಕನ್ನಡಕ ಬಂತು"

"ಹಾಕ್ಕೊಂಡೆ ಮಲಗಿದ್ದಿ, ಚಂದ ಕಾಣ್ತಿದ್ದೆ. ಒಡೆಯದಂತೆ ಜೋಪಾನವಾಗಿಟ್ಟುಕೊ".

⌘

# ಕಣ್ಮಣಿಯ ಅಭಿಲಾಷೆ

ಮೂರು ಪಿಲ್ಲರ್ ಮೊಟ್ಟೆಗಳನ್ನು ಹೆಗಲ ಮೇಲೆ ಹೊತ್ತುಕೊಂಡು ಚಂದ್ರ ರಸ್ತೆ ದಾಟಲು ಕಾಯುತ್ತಿದ್ದ. ಇನ್ನೂ ಸಣ್ಣ ಹುಡುಗ, ರಜೆ ಮುಗಿದರೆ ಐದನೇ ಕ್ಲಾಸಿನ ಮಣೆ ಮೇಲೆ ಕೂರಬೇಕು. ಆವಾಗಿಂದಲೂ ಒಂದೇ ಕೈಯನ್ನು ಒತ್ತಾಸೆಗೆ ಕೊಟ್ಟಿದ್ದರಿಂದ ಕೈ ವಿಪರೀತ ನೋಯುತ್ತಿತ್ತು. ಇನ್ನೊಂದು ಹೆಗಲಿಗೆ ವರ್ಗಾಯಿಸಿದರೆ ತುಸು ನಿರಾಳವಾಗಬಹುದು, ಆದರೆ ಹಾಗೆ ಮಾಡಲು ಪುಕ್ಕಲು. ಅಪ್ಪಿತಪ್ಪಿ ಕೈ ಜಾರಿದರೆ ನೂರಾರು ರುಪಾಯಿ ಬೆಲೆಬಾಳುವ ಮೊಟ್ಟೆಗಳು ನೆಲಕ್ಕಪ್ಪಳಿಸಿ ಕದರಿಕೊಂಡುಬಿಡುತ್ತವೆ. ಹಣ್ಣುಗಳು ಬಿದ್ದರೆ ಆಯ್ದುಕೊಳ್ಳಬಹುದು, ಮೊಟ್ಟೆ? ಅಂತಹ ಎಡವಟ್ಟೇನಾದರೂ ಮಾಡಿದ್ದಲ್ಲಿ ಬೀಳುವ ಒದೆಗಳೆಷ್ಟು? ಈ ಹಿಂದೆ ರುಬ್ಬೊ ಮೆಶೀನಿನ ಮನೆಯಿಂದ ದೋಸೆ ಹಿಟ್ಟಿನ ತಪ್ಪಲೆಯನ್ನು ಎತ್ತಿಕೊಂಡು ಬರುವಾಗ, ರಾಷ್ಟೀಯ ಹೆದ್ದಾರಿಯ ನಡುವಲ್ಲೆ ದಿಗಿಲು ಬಿದ್ದು ತಪ್ಪಲೆಯನ್ನು ದಬ್ಬಾಕಿ ಬೆಳ್ಳಗಿನ ಹಿಟ್ಟು ಕಪ್ಪು ರಸ್ತೆಯ ಮೇಲೆ ಧಾರುಣ ಚಿತ್ತಾರ ಬಿಡಿಸಿದ್ದು ನೆನಪಾಗಿ ಮೈ ಝುಮ್ಮೆಂದಿತು ಅವನಿಗೆ.

ಅವತ್ತು ಸಂತೆಯ ದಿನ. ಇನ್ನು ಸ್ವಲ್ಪ ಹೊತ್ತು ಕಳೆದರೆ ಕತ್ತಲಾಗಿ ಬಿಡುತ್ತದೆ. ಆಗಲೇ ಮಬ್ಬು ಮಬ್ಬು. ಮಂದಿ ಊರ ಕಡೆಗೆ ಹೊರಡುವ ತರಾತುರಿಯಲ್ಲಿದ್ದಾರೆ.

ಗೋಣಿಚೀಲಗಳನ್ನು ಕೊಡವಿ ಗಂಟು ಕಟ್ಟುತ್ತಿದ್ದಾರೆ. ತಟ್ಟೆಗಳನ್ನು ಒಂದರ ಮೇಲೊಂದು ಪೇರಿಸುತ್ತಿದ್ದಾರೆ. ಟಾರ್ಪಲ್ಲುಗಳನ್ನು ಬಿಚ್ಚಿ ಸುತ್ತಿಕ್ಕುತ್ತಿದ್ದಾರೆ. ವಲಿಬಟ್ಟೆಯಿಂದ ಮುಖ ಒರೆಸಿಕೊಳ್ಳುತ್ತಿದ್ದಾರೆ. ಎಲ್ಲೆಂದರಲ್ಲೆ ಕಸ. ಬೀಡಾಡಿ ದನಗಳಿಗೆ ಹಬ್ಬ. ಚಿಂದಿ ಆಯುವ ಹೈಕಳಿಗೆ ಕೈತುಂಬ ಕೆಲಸ. ಬಸ್ಸುಗಳ ಟಾಪು ಫುಲ್ಲು ರಶ್ಶು. ವಾಹನಗಳು ಕಡಿಮೆಯಾದವೇ, ರಸ್ತೆಯ ಅಂಚಿನಲ್ಲಿ ನಿಂತಿದ್ದ ಚಂದ್ರ ಅತ್ತಗೊಮ್ಮೆ ಇತ್ತಗೊಮ್ಮೆ ಕತ್ತು ಉದ್ದ ಮಾಡಿದ. ಎಡಕ್ಕೆ ಪಿಲ್ಲರುಗಳು ಅಡ್ಡ ಇದ್ದದ್ದರಿಂದ ಏನೂ ಕಾಣಿಸಲಿಲ್ಲ. ಬಲಕ್ಕೆ ಉಯ್ಯೋ ಮರ್ರೋ ಎಂದು ಒಂದರ ಹಿಂದೊಂದು ಬರುತ್ತಿದ್ದವು ಲಾರಿಗಳು. ಶಿಲೆಯಂತೆ ಶರೀರವನ್ನು ಅಲುಗಾಡಿಸದೆ ಹಾಗೇ ಹಿಂದೆ ತಿರುಗಿದ. ಸಪ್ತಗಿರಿ 'ಟೇಟ್ರಿನ' ಬೃಹದಾಕಾರದ ವಾಲ್‌ಪೋಸ್ಟು. ಮಾಲಾಶ್ರೀ ಟಿಪ್ ಟಾಪಾದ ಪೋಲೀಸು ಡ್ರೆಸ್ಸಿನಲ್ಲಿ ಬಂದೂಕು ಹಿಡಿದು ವಿಜೃಂಭಿಸುತ್ತಿದ್ದಾಳೆ. ಆಹಾ ಅವಳ ಗತ್ತು ಗೈರತ್ತು. ಕಣ್ಣಿನಲ್ಲಿ ಅದೇನು ರೋಷ. ತುಟಿಗಳಲ್ಲಿ ಅದೇನು ಬಿಗಿತ. ಅದೇನು ಗುಂಡಿಗೆ ಅವಳದ್ದು. ಒಳ್ಳೆ ಪೈಲ್ವಾನ್ ತರ ಇದಾಳೆ. ಒಟ್ಟಿಗೆ ಮೂರ್ನಾಲ್ಕು ಆಳುಗಳನ್ನು ಎತ್ತಿ ನೆಲಕ್ಕೆ ಒಗೆಯುತ್ತಾಳೆ. ಅಂತಹ ಸೀನು ಬಂದಾಗ ಚಂದ್ರ ಟೇಟ್ರಿನ ಕತ್ತಲಲ್ಲೆ ತೊಡೆ ತಟ್ಟುತ್ತಾನೆ. ಮಾಲಾಶ್ರೀ, ದೇವರಾಜ್, ಟೈಗರ್ ಪ್ರಭಾಕರ್, ಶಂಕರ್‌ನಾಗ್.. ರೊಚ್ಚಿಗೆದ್ದು ರೌಡಿಗಳನ್ನು ಸದೆಬಡಿಯುವ ಮಂದಿ, ಇವರೆ ಅವನ ಎದೆಯಲ್ಲಿ ಮನೆ ಮಾಡಿರುವವರು. ಪಿಚ್ಚರನ್ನು ತೆಗೆದು ಹಾಕುವ ಮುನ್ನ ನೋಡಿಬಿಡಬೇಕು. ಇಲ್ಲಾಂದರೆ ಆಮೇಲೆ ಶೃತಿಯ ಅವವೇ ಗೋಳು ಪಿಚ್ಚರುಗಳು ಸಾಲಾಗಿ ಬರುತ್ತವೆ. ಅಮ್ಮ ಒಂದು ಹತ್ತು ಸಲ ತನ್ನನ್ನೂ ಎಳಕ ಬಂದು ಗಾಂಧಿ ಕ್ಲಾಸಿನಲ್ಲಿ ಕೂರಿಸಿ ತೋರಿಸುತ್ತಾಳೆ. ಒಂದೇ ಒಂದು ಸಲ ಬಾಲ್ಕನಿಗೆ ಓಗನ ಎಂದು ಗೋಗರೆದರೆ, ಅಲ್ಲೇನು ಬೇರೆ ಪಿಚ್ಚರ್ ತೋರಿಸ್ತಾರೇನೂ, ಸುಮ್ಮಕ ಕೂಕ ಎಂದು ಗದರಿಸುತ್ತಾಳೆ. ಎಷ್ಟೇ ಪಂಥ ಕಟ್ಟಿಕೊಂಡರೂ ಪ್ರತಿ ಸಲ ಪಿಚ್ಚರು ಅದೇ ಆದರೂ, ಮತ್ತೆ ಮತ್ತೆ ಅಳು ಬರುತ್ತೆ. ಥತ್. ಚಂದ್ರನ ಗೋಳು ಆಕಾಶಕ್ಕೆ ಸೈ.

ಚಂದ್ರ ರಸ್ತೆ ದಾಟಿ ಓಟ್ಲು ತಲುಪಿದ. ಅಲ್ಲಿ ಜನವೋ ಜನ. ಕಿಕ್ಕಿರಿದು ತುಂಬಿದ್ದರು. ಮೂಡಲಗಿರಿಯಪ್ಪನವರು ಹೆಂಚಿನ ಮೇಲೆ ಚರ್ ಚರ್ರನೆ ದೋಸೆ ಹುಯ್ಯುತ್ತಿದ್ದರೆ ಕಮಲಮ್ಮ ತಟ್ಟೆಗಳಿಗೆ ದೋಸೆ ಚಟ್ನಿಗಳನ್ನು ಹಾಕಿ ಗಿರಾಕಿಗಳ ಕೈಯಲ್ಲಿಡುತ್ತಿದ್ದರು. ಜನಕ್ಕೆ ಅಂಡೂರಲೂ ಪುರುಸೊತ್ತಿಲ್ಲ. ಒಂದು ಕೈನಲ್ಲಿ ಸಂತೆ ಸರಕು, ಇನ್ನೊಂದು ಕೈನಲ್ಲಿ ತಟ್ಟೆ. ತಡ ಮಾಡೋಂಗಿಲ್ಲ. ಕಟ್ಟ ಕಡೆಯ ಬಸ್ಸುಗಳು ಘುರ್ ಘುರ್ ಎನಿಸಿಕೊಂಡು ತುದಿಗಾಲಲ್ಲಿ ನಿಂತಿವೆ.

"ಅಲ್ಲಿಳಿಸಿ ಬದುಕ್ ನೋಡಿ ಸಾಮಿ" ಎಂದರು ದೋಸೆ ಹುಯ್ಯುತ್ತಿದ್ದ 'ಸ್ವಾಮಿ'ಗಳು. ಈಗಾಗಲೇ ಹದಿನೇಳೊ ಹದಿನೆಂಟೋ ಸಲ ಇರಬೇಕು,

ಮಾಲೆ ಹಾಕಿಸಿರುವುದು. ಗುರುಸ್ವಾಮಿಯಾಗಿದ್ದಾರೆ. ಮಾಲೆ ಹಾಕಿಸಿದಾಗ ಗಡ್ಡ ಕೆರೆಸುವಂತಿಲ್ಲ. ಹೆಂಗಸು ಮಾಡಿದ ಅಡಿಗೆ ತಿನ್ನುವಂತಿಲ್ಲ. ಮನೆಯೊಳಗೆ ಮಲಗುವಂತಿಲ್ಲ. ಚಪ್ಪಲಿ ಮೆಟ್ಟುವಂತಿಲ್ಲ. ಸ್ವಾಮಿಗಳ ಪಾದಗಳು ಚಪ್ಪಲಿಗಳಷ್ಟೆ ಮೊಂಡಾಗಿವೆ. ಗಡ್ಡ ಪೊದೆಯಂತೆ ಬೆಳೆದಿದೆ. ಮುಂದಿನ ವರುಷ ಚಂದ್ರನಿಗೆ ಮಣಿಕಂಠಸ್ವಾಮಿಯಾಗಬೇಕೆಂಬ ಬುಲಾವು ಬಂದಿದೆ. ಬೆಳಬೆಳಗಿನ ತಣ್ಣೀರು ಸ್ನಾನದ ಭೂತವೊಂದನ್ನು ಬಿಟ್ಟರೆ ಅವನಿಗೆ ಹ್ಞೂ ಅನ್ನಲು ಸಾಕಷ್ಟು ಕಾರಣಗಳಿವೆ. ಬೆಳಗ್ಗೆ ಮಂಡಲಿಯಲ್ಲಿ ಗಂಡಸರೇ ಸೇರಿ ತಯಾರಿಸುವ ಬಗೆಬಗೆಯ ರುಚಿರುಚಿಯ ಭಕ್ಷ್ಯಭೋಜನ. ಸಂಜೆ ಹಣ್ಣು ಹಂಪಲು. ದೂರದೇಶದ ಶಬರಿಮಲೆಯ ಪ್ರವಾಸ. ಅಲ್ಲಿನ ವಿಶಿಷ್ಠ ಪ್ರಸಾದ. ಇದೆಲ್ಲಕ್ಕಿಂತ ಮಿಗಿಲಾಗಿ ಟೇಟ್ರಿನ ಬಾಲ್ಕನಿಯಲ್ಲಿ ನಿದ್ರಾವಾಸ. ಅಂದರೆ ದಿನವೂ ಸೆಕೆಂಡ್ ಶೋ ವೀಕ್ಷಿಸುವ ಸುವರ್ಣಾವಕಾಶ. ಒಂದೇ ಸಮಸ್ಯೆಯಂದರೆ ಶಾಲೆಯಲ್ಲಿ ಎಲ್ಲರೂ ತನ್ನನ್ನು ಸ್ವಾಮಿಯೆಂದು ಕರೆಯಬೇಕಾಗುತ್ತದಲ್ಲ. ಟೀಚರ್ ಏನಂತ ಕರೆವರು ತನ್ನನ್ನು. ಚಂದ್ರಸ್ವಾಮಿಯೆಂದೇ? ಇರಲಿ ಆ ಕಾಲ ಬಂದಾಗ ನೋಡಿದರಾಯಿತು. ಯಾರಾದರೂ ಮೊಟ್ಟೆ ಇಳಿಸುವರೇನೊ ಎಂದು ಕಾದು ಎಲ್ಲರೂ ಬಿಜಿ ಇರುವುದ ಕಂಡು ಅವನು ಬಹಳ ಎಚ್ಚರದಿಂದ ತಾನೆ ಮೊಟ್ಟೆಗಳನ್ನು ಇಳಿಸಿ ಚಿಲ್ಲರೆ ಮರಳಿಸಲು ಜೇಬಿಗೆ ಕೈ ಹಾಕಿದ. ಗಿರಾಕಿಗಳು ತುಂಬಿ ತುಳುಕುತ್ತಿದ್ದರಿಂದ ಸ್ವಾಮಿಗಳ ಗಮನ ಗಿರಾಕಿಗಳನ್ನು ಸತ್ಕರಿಸುವದರಲ್ಲಿತ್ತು. ಚಂದ್ರನಿಗೆ ಮಾಲಾಶ್ರೀ ನೆನಪಾದಳು. ಜೇಬಿನೊಳಗಿನ ಚಿಲ್ಲರೆಯನ್ನು ಸವರುತ್ತ ಸ್ಪರ್ಷ ಸುಖದಲ್ಲಿ ಮುಳುಗೆದ್ದು ತಟ್ಟೆ ಲೋಟ ಎತ್ತುವುದಕ್ಕೆ ಧಾವಿಸಿದ.

***

"ಅಪೋ, ಅಪಾ, ಅಪಾವ್" ಕಣ್ಮಣಿ ತನ್ನ ಅಪ್ಪನನ್ನು ತಿವಿಯುತ್ತಿದ್ದಳು. ಬಸ್ಸಿನ ಕಿಟಕಿ ಪಕ್ಕ ಕುಳಿತು ಅದರ ಥಂಡಿ ಸರಳುಗಳನ್ನು ಹಿಡಿದುಕೊಂಡು ಬೆರಗುಗಣ್ಣಿನಿಂದ "ಸಂತೆಬೈಲನ್ನು" ವೀಕ್ಷಿಸುತ್ತ, "ಈಗ ಹೊರಟೆ ಆಗ ಹೊರಟೆ" ಎಂದು ಡುರ್ ಡುರ್ರನೆ ಸದ್ದು ಮಾಡುತ್ತಿದ್ದ ಬಸ್ಸು ಹೊರಡದೇ ಇರಲೆಂದು ಪ್ರಾರ್ಥಿಸುತ್ತಿದ್ದಳು. ತಳ್ಳೋ ಗಾಡಿಯ ಹೆಂಚಿನ ಮೇಲೆ ಗುಳಗುಳನೆ ನೊರೆಯೇಳಿಸುತ್ತ ಚಟಪಟನೆ ಎಣ್ಣೆ ಸಿಡಿಸುತ್ತ ಸೌರಮಂಡಲದಾಕಾರದಲ್ಲಿ ರೆಡಿಯಾಗುತ್ತಿದ್ದ ದೋಸೆ ಅವಳನ್ನು ಹಿಡಿದು ನಿಲ್ಲಿಸಿತ್ತು.

"ಸುಮ್ಕುರು ಮನ್ತಕೋದಾಗ ಬೆಡ್ಡು ಗುಲ್ಕನ್ನು ಕೊಡುಸ್ತೀನಿ", ಅಪ್ಪ ಮರಿತಿಮ್ಮ ಕಣ್ಮಣಿಯನ್ನು ಸಂತೈಸುತ್ತಿದ್ದ. ಮರಿತಿಮ್ಮನ ಹೆಂಡತಿ ಸಣ್ಣಮ್ಮ, ನಾಮಧೇಯಕ್ಕೆ ನ್ಯಾಯ ಒದಗಿಸಲೇನೋ ಎಂಬಂತೆ ಶರೀರಾಕಾರದಲ್ಲಿ ಸಣ್ಣವಳೇ ಆಗಿದ್ದರೂ,

ಅವಳ ಮನೋಪ್ರಪಂಚವು ಜಗದಗಲ ಹಿಗ್ಗಿ ಕುದಿದು ಕುದಿದು ಈಗಷ್ಟೇ ತಣ್ಣಗಾಗಿ ನಿರ್ಭಾವುಕಳಾಗಿ ಬಸ್ಸಿನ ಎದುರು ಗಾಜನ್ನೆ ದಿಟ್ಟಿಸುತ್ತ ಕುಳಿತಿದ್ದಳು. ಅವಳ ನೋಟಕ್ಕೆ ಗಾಜು ಫಳ್ಳನೆ ಒಡೆಯುವುದರಲ್ಲಿತ್ತು. ಶ್ರಮಕ್ಕೆ, ಪ್ರಾಮಾಣಿಕತೆಗೆ ಬೆಲೆಯುಂಟು ಎಂದು ಧರ್ಮಕರ್ಮಗಳನ್ನು ನಂಬಿ ದುಡಿದು ಬಂದದ್ದನ್ನೆಲ್ಲ ಬೀಜದ ಸಾಲ ಗೊಬ್ಬರದ ಸಾಲವೆಂದು ಮಂಡಿ ಮಾಲೀಕರ ಕೈಲಿ ತುರುಕಿ ಬಾಕಿ ಚುಕ್ತ ಮಾಡಿ ವಾಪಸ್ಸು ಹೊರಟಿದ್ದಳು. ಭಗವಂತನು ಹುಟ್ಟು ಸಾವನ್ನು ಮಾತ್ರ ನಿರ್ಧರಿಸಬಲ್ಲನು. ಸಾಗುವ ಹಾದಿಗೆ ಅವನ ಸಹಾಯವಿಲ್ಲ ಎಂಬ ಅರ್ಥಕ್ಕೆ ಬಂದು ನಿಂತಿದ್ದಳು. ತನ್ನ ಹಣೆ ಬರಹವನ್ನು ನಿರ್ಧರಿಸುತ್ತಿರುವುದು ಈ ಮಂಡಿ, ಮಂಡಿ ಮಾಲೀಕ, ದಲ್ಲಾಳಿ, ಕೊಳ್ಳುವ ಮಾರ್ಕೆಟ್ಟು, ಕೊಳ್ಳದಿದ್ದರೂ ಆಗಾಗ್ಗೆ ತಮ್ಮ ವಿರುದ್ಧವೆ ತೀರ್ಪು ಪ್ರಕಟಿಸುತ್ತಿರುವ ಸಮಾಜ. ಶ್ರಮಕ್ಕೆ ಬೆಲೆ ಕೊಡದ ಲೋಕ ಅದು ಹೇಗೆ ಆರೋಗ್ಯಕರವಾಗಿ ಇದ್ದೀತು, ಅದು ಹೇಗೆ ನೈತಿಕಗಿರಿ ಬಯಸೀತು?

ಬಸ್ಸಿನಲ್ಲಿ ಜನವೋ ಜನ. ಕಾಲಿಕ್ಕಲು ಜಾಗವಿಲ್ಲ. ಉಸಿರಾಡಲು ಆಸ್ಪದವಿಲ್ಲ. ಮಂದಿ ಟವೆಲ್ಲು ಸೆರಗುಗಳನ್ನೆ ಬೀಸಣಿಕೆ ಮಾಡಿಕೊಂಡಿದ್ದರು. "ಎಲಾ ಒಲ್ಡಣಾ" ಎಂದು ಡ್ರೈವರನ್ನು ಬೇಡಿಕೊಳ್ಳುತ್ತಿದ್ದರು. ಅಂಡು ಸುಟ್ಟರೂ ಲೆಕ್ಕಿಸದೆ ಬಾನೆಟ್ಟು ಡ್ಯಾಶ್ ಬೋರ್ಡು ಮೇಲೆಲ್ಲ ವಿರಾಜಮಾನರಾಗಿದ್ದರು. ಡ್ರೈವರು ಅಂತಹ ಇಕ್ಕಟ್ಟಿನಲ್ಲೂ ಬೀಡಿ ಹಚ್ಚಿ ಹೊಗೆ ಬಿಡುತ್ತ ಕರ್ಚೀಫಿನಿಂದ ಕತ್ತಿನ ಸುತ್ತಲಿರುವ ಬೆವರನ್ನು ಒರೆಸಿಕೊಳ್ಳುತ್ತಿದ್ದ. ಕನ್ನಡಿ ನೋಡಲು ಬಿಡ್ರೀ ಎಂದು ಜನರನ್ನು ಗದರುತ್ತಿದ್ದ. ಕಂಡಕ್ಟರು ಜನರನ್ನು ತಳ್ಳಿಕೊಂಡು ಮಂದಿ ಕಾಲುಗಳ ಹೆಚ್ಚಾಗಿ ಹೆಣ್ಣಾಲುಗಳ ಮೇಲೆ ತನ್ನ ಕಾಲೂರಿಕೊಂಡು ಅವರು "ಅಣಾ.." ಎಂದು ಗೋಗರೆದರೂ ಲೆಕ್ಕಿಸದೆ ಟಿಕೆಟ್ಟು ಹರಿದು ಕೊಡುವುದರಲ್ಲಿ ಮಗ್ನನಾಗಿದ್ದ. ಹೆಂಗಸರು "ಮ್ಯಾಲೆ ಕೊಡ್ತಾರೆ" ಎಂದಾಗ ಅವರ ಗುರುತು ಪಡೆದು "ಅರೇಳ್ಳಿ, ದಾನಮ್ಮ, ಬಂದೈತೇನೋ" ಎಂದು ಟಾಪ್ ಮೇಲೆ ಕಲೆಕ್ಷನ್ ಮಾಡುತ್ತಿದ್ದ ಕ್ಲೀನರಿಗೆ ಕೇಳಿಸುವಂತೆ ಚೀರಿಕೊಳ್ಳುತ್ತಿದ್ದ. ಸಂತೆಯ ಕಲರವದಲ್ಲಿ ಎಲ್ಲರೂ ಮಾತಾಡುತ್ತಿರುತ್ತಾರೆ, ಎಲ್ಲಿಯೂ ಕ್ರಾಸ್ ಕನೆಕ್ಟ್ ಆಗುವುದಿಲ್ಲ. ಮನುಷ್ಯನ ಸಂವಹನ ಕ್ರಿಯೆಯು ಸೋಜಿಗದ್ದು. ಒಂದೇ ಗ್ರೌಂಡಿನಲ್ಲಿ ಹತ್ತದಿನ್ನೈದು ತಂಡಗಳು ಒಟ್ಟಿಗೆ ಕ್ರಿಕೆಟ್ ಆಡುತ್ತಾರಲ್ಲ ಹಾಗೆ. ಕೊನೆಗೂ ಬಸ್ಸು ತನ್ನ ಚಕ್ರಗಳನ್ನು ಎರಡು ಸುತ್ತು ಉರುಳಿಸುವ ಮೂಲಕ ತಾನು ಹೊರಡುವ ಕಾಲ ಬಂದೇಬಿಟ್ಟಿತು ಎಂದು ವಿದ್ಯುಕ್ತವಾಗಿ ಘೋಷಿಸಿತು. ಕಣ್ಮಣಿಯ ಎದೆ ಧಸಕ್ಕೆಂದಿತು. "ಅಪ್ಪೋ ಅಪಾ.. ಅಪಾವ್" ಎಂದು ಅಪ್ಪನ ತೊಡೆಯನ್ನು ಜೋರಾಗಿ ತಿವಿಯಲಾರಂಭಿಸಿದಳು. ಮರಿತಿಮ್ಮನಿಗೆ ಏನನ್ನಿಸಿತೋ, "ನಿಲ್ಸಣ, ಸೀಲ ಮರ್ತು ಬಂದಿದಿನಿ. ಇಳಿಬಕು" ಎಂದ. ಡ್ರೈವರಿಗಿಂತ ಮುಂಚೆ ಮಂದಿಯೆ ಸಿಟ್ಟಿಗೆದ್ದರು.

“ಬಸ್ಸು ವಲ್ಡಾಗಲೆ ಗ್ಯಾಪ್ಕ ಬಂತ ಸೀಲದ್ದು” “ಸುಮ್ಮುಕ ಕೂಕ ಒಂದು ಸೀಲ ಓದರೆ ಗಂಟೇನು ಒಡೋಗಲ್ಲ” ಎಂದು ಥರಾವರಿ ಉಗಿಯಲಾರಂಭಿಸಿದರು. ಪಾಪ ಅಲ್ಲಿಗಂಟ ಉಸಿರುಗಟ್ಟಿ ಒಬ್ಬರ ಮೇಲೆ ಒಬ್ಬರು ನಿಂತು ತಾಳ್ಮೆಗೆಟ್ಟಿದ್ದರು. ಇನ್ನೇನು ಬಸ್ಸು ಹೊರಡಲಿದೆ, ಗಾಳಿಯಾಡಲಿದೆ, ಅಷ್ಟರಲ್ಲಿ ಈತನದ್ದೊಂದು. ಎಲ್ಲರೂ ಸೇರಿಕೊಂಡು ಅಪ್ಪನ ಬಾಯಿ ಮುಚ್ಚಿಸಿದ್ದರಿಂದ ಕಣ್ಮಣಿಯ ದುಃಖ ಗಂಟಲಿಗೆ ಬಂತು. ಹೆಂಗೋ ಮಾಡಿ ತಿವಿದೂ ತಿವಿದೂ ಅಪ್ಪನ ಮನ ಕರಗಿಸಿದ್ದಳು, ಇಷ್ಟೊಂದು ಮಂದಿ ಹರಕು ಬಾಯಿಯವರನ್ನ ತಾನೊಬ್ಬ ಸಣ್ಣ ಹುಡುಗಿ ಏನು ಮಾಡಿ ತಾನೆ ಒಪ್ಪಿಸಬಹುದು? “ಅಪ ವಂದಕ್ಕೋಗಬಕೂ” ಎಂದು ಜೋರಾಗಿ ಅಳಲು ಶುರು ಮಾಡಿದಳು. ಹೆಣ್ಣುಡುಗಿ, ಮಂದಿ ಬಗ್ಗಿದರು. ಮಂದಿ ಒಳ್ಳೆಯವರು. “ಸೀಮ್ಯಾಗುಲ್ಲದ ಜನ” ಎಂದು ಗೊಣಗಾಡಿಕೊಂಡು ಜಾಗ ಮಾಡಿಕೊಟ್ಟರು.

***

ಮೈಸೂರು ಮಸಾಲೆ ದೋಸೆಯಂತೆ ಗರಿಗರಿಯಾಗಿರದೆ ಮೆದುವಾದ ಮೃದುವಾದ ಮಡಚಿಟ್ಟ ಕಾಟನ್ನು ಸೀರೆಯಂತಿರುವ ಉಪ ನಗರದ ಮಸಾಲ ದ್ವಾಸೆ. ಬಾಯಲ್ಲಿ ನೀರು ತರಿಸುವ ಕಾಯಿ ಚಟ್ನಿ. ಚಟ್ನಿಯ ರಸ ತಟ್ಟೆಯ ಬದಿಗೆ ಹರಿಯುತ್ತಿದೆ. ಒಂದು ದೋಸೆ. ಸುತ್ತ ಮೂರು ಮಂದಿ.

“ನಂಗೆ ಬ್ಯಾಡಾ, ನೀವು ತಿನ್ನಿ” ಅಂದಳು ಸಣ್ಣಮ್ಮ, ಗೊಗ್ಗರು ದನಿಯನ್ನು ಸರಿಪಡಿಸಿಕೊಳ್ಳುತ್ತ. ವಿಷಾದ ಭರಿತ ಲೋಕದಲ್ಲಿ ಕಳೆದುಹೋಗಿದ್ದವಳ ಎದುರು ಸುಗಂಧ ಭರಿತ ದೋಸೆಯನ್ನು ತಂದಿಡುವುದು ಅದೆಂತಹ ಶಿಕ್ಷೆ. ಮರಿತಿಮ್ಮನಿಗೆ ದೋಸೆಯ ಮೇಲೇನೋ ಆಸೆ. ಆದರೆ ತಿನ್ನಲು ಮನಸ್ಸಾಗುತ್ತಿಲ್ಲ. ಜವಾಬ್ದಾರಿಯ ಅಲಂಕಾರಿಕ ಸ್ಥಾನದಲ್ಲಿರುವವನು. ಕಣ್ಮಣಿ ಅವರಿಬ್ಬರ ಮುಖಗಳನ್ನು ಮಿಕ ಮಿಕ ನೋಡುತ್ತಿದ್ದಾಳೆ. ಅವರು ಅಲುಗಾಡುವಂತೆ ಕಾಣಿಸುತ್ತಿಲ್ಲ. ತವಕ ತಡೆಯದೆ ತೋರುಬೆರಳಿಂದ ದೋಸೆಯನ್ನು ಚುಚ್ಚಿ ನಾಲಿಗೆಗೆ ಸವರಿಕೊಂಡಳು.

“ತಿನ್ನಮಣಿ” ಅಂದನು ತಂದೆ. ಇನ್ನು ತಡೆದುಕೊಳ್ಳಲಾಗದು. ಕಣ್ಮಣಿ ಅತ್ತಿತ್ತ ಸರಿದು ಲಂಗವನ್ನು ಮುದುರಿ ಕೂತ ಭಂಗಿಯನ್ನು ಸರಿಪಡಿಸಿಕೊಂಡು ಎರಡು ಬೆರಳುಗಳಿಂದ ದೋಸೆಯ ಮಧ್ಯಭಾಗವನ್ನು ಕಿತ್ತಳು. ದಟ್ಟ ಅರಿಶಿಣ ಬಣ್ಣದ ನುಣ್ಣನೆಯ ಆಲೂಗಡ್ಡೆ ಪಲ್ಯ ಈರುಳ್ಳಿ ಎಸಳು ಕಪ್ಪು ಸಾಸಿವೆ ಗೋಚರಿಸಿತು. ಮುರಿದ ದೋಸೆಯನ್ನು ಚಟ್ನಿಯಲ್ಲಿ ಅದ್ದಿ ನಾಲಿಗೆ ಮೇಲೆ ಇಟ್ಟುಕೊಂಡಾಗ, ಪ್ರವಾಹೋಪಾದಿಯಲ್ಲಿ ನಾಲಿಗೆ ಸಂದಿಯಿಂದ ಲಾವಾರಸವು ನುಗ್ಗಿ ಬಂತು. ಆಹಾ ಬೆಣ್ಣೆ, ಬೆಣ್ಣೆ. ಚೆನ್ನಾಗಿದೆ. ರುಚಿಯಾಗಿದೆ. ಚಟ್ನಿಯಂತೂ ‘ಲಾವಾರಸ’ವು ಅಬ್ಬಬ್ಬ. ರಸಮಯ.

“ನಿಂತಗೈತಲುವ್ವಾ” ಮರಿತಿಮ್ಮ ಹೆಂಡತಿಯ ಮುಖ ದಿಟ್ಟಿಸಿದ.

“ನಂತಗೆಲ್ಲೈತೇ??” ಸಣ್ಣಮ್ಮ ಹೌಹಾರಿಬಿಟ್ಟಳು. ಇವಳ ಬಳಿ ಒಂದೆರಡು ಬಿಲ್ಲೆಗಳೋ ಪೇಪರಿನ ಎಸಳುಗಳೋ ಇರಬಹುದು ಎಂದು ಆತ ಭಾವಿಸಿದ್ದ. ಅವಳ ಹೌಹಾರುವಿಕೆಗೆ ಹೆದರಿ ತನ್ನ ಜೇಬನ್ನು ಮತ್ತೊಮ್ಮೆ ತಡಕಿದ. ವಾಸ್ತವವನ್ನೂ ಮೀರಿ ಏನಾದರೂ ಇರಬಹುದಲ್ಲವೇ? ಸಣ್ಣ ಹುಡುಗಿಯ ಮೇಲಿನ ಕರುಣೆಯಿಂದಲಾದರೂ ಭಗವಂತ ಹಾರಿ ಬಂದು ಆತನ ಜೇಬಿನ ಮೂಲೆಯಲ್ಲಿ ಎಂದೋ ಮರೆತ ನೋಟಿನಂತೆ ಒಂದೆರಡು ಕಾಸು ಇಟ್ಟು ಹೋಗಬಹುದಲ್ಲವೇ? ಇಡಬಹುದಿತ್ತು, ಭಗವಂತನಿಗೆ ಮನಸ್ಸಿಲ್ಲ. ಮರಿತಿಮ್ಮನ ಜೇಬಿನಲ್ಲಿ ಇದ್ದದ್ದು ಧೂಳು. ಮುರಿದ ಬೀಡಿ, ಬೆಂಕಿ ಕಡ್ಡಿ. ಲೆಕ್ಕದ ರಸೀತಿ. ರಸೀತಿಯ ಮೇಲೆ ಅಸಲು ಬಡ್ಡಿ ಪಾವತಿ ಎಲ್ಲ ಕಳೆದು ಬಾಕಿ ಸೊನ್ನೆಯೆಂಬ ರುಜುವಾತು.

ಹೆಂಡತಿಗೆ “ಇನ್ನೊಂದು ತಡಿ ನೋಡ್ಕ” ಎಂದನಾತ. ಕಣ್ಮಣಿ ಸಮ್ಮೋಹನ ಕ್ಕೊಳಗಾಗಿರುವವಳಂತೆ ದೋಸೆಯಲ್ಲಿ ಮುಳುಗಿದ್ದಳು. ಇದ್ದದ್ದು ಒಂದೇ ದೋಸೆಯಾದರೂ ರಾತ್ರಿ ಪೂರ ಖಾಲಿಯಾಗದಂತೆ ಸವಿಯುವ ಚಾಕಚಕ್ಯತೆ ತೋರಿಸುತ್ತಿದ್ದಳು.

ಸಣ್ಣಮ್ಮ ಸಿಟ್ಟಿಗೆದ್ದು “ಎಲಾ ಆಸಾಮೀ” ಎನ್ನುತ್ತ ಚೌಲಿಯೊಳಗಿದ್ದ ಪರ್ಸನ್ನು ಹೊರತೆಗೆದು ಅದರ ಜಿಪ್ಪು ಬಿಚ್ಚಿ ಖುರ್ಚಿ ಮೇಲೆ “ಇದಗಾ ನೋಡ್ಕಾ” ಎಂದು ಕೊಡವಿದಳು. ಮಡಚಿದ್ದ ಹತ್ತು ರುಪಾಯಿಯ ನೊಂದ ನೋಟು ಉದುರಿತು. ಆ ನೋಟು ಬೇರೊಬ್ಬ ದೇವರಿನ ಎಡೆಗೆಂದು ಸೀಮಿತವಾಗಿತ್ತು. ಇಲ್ಲಿ ಬಳಸುವಂತಿಲ್ಲ. ಕಂಡಕ್ಟರು ಪುಗಸಟ್ಟೆ ಕರೆದುಕೊಂಡು ಹೋಗುವಷ್ಟು ಧಾರಾಳನಲ್ಲ. ಕಾಸು ಕೊಡದಿದ್ದರೆ ಸೊಂಟ ಹಿಸುಕುತ್ತಾನೆ. ಮರಿತಿಮ್ಮ ಬಳಲಿದಂತಾಗಿ ಸುತ್ತ ವೀಕ್ಷಿಸಿದ. ಮೈ ಬೆವರಿತು. ಕಾಲು ನಡುಗಿತು. ಜನ ಒಬ್ಬರಿಗೊಬ್ಬರು ಒತ್ತಿ ನಿಂತು ತಿನ್ನುತ್ತಿದ್ದಾರೆ. ಸ್ವಾಮಿಗಳು ವ್ಯಾಪಾರದಲ್ಲಿ ಮಗ್ನರಾಗಿದ್ದಾರೆ. ಆ ಕಡೆಯಿಂದ ಹುಡುಗ ಲೋಟಕ್ಕೆ ನೀರೊಯ್ದುಕೊಂಡು ಬರುತ್ತಿದ್ದಾನೆ. ಮರಿತಿಮ್ಮ ಹೆಂಡತಿಗೆ ಪರ್ಸನ್ನು ಎತ್ತಿಟ್ಟುಕೊಳ್ಳಲು ಸೂಚಿಸಿದ. ಚಂದ್ರ ಇವರ ಚೇರಿನ ಬಳಿ ಬಂದ, ಖಾಲಿ ಲೋಟ ಕಂಡರೆ ಅವನಿಗೆ ಸಿರಿ. ಚೂರೆ ಜಾಗವಿದ್ದರೂ ನೀರುಯ್ದು ಲೋಟವನ್ನು ತುಂಬಿಸಿಬಿಡುತ್ತಾನೆ. ಕಣ್ಮಣಿ ಎರಡು ಗುಟುಕು ಕುಡಿದು ಇಟ್ಟಿದ್ದ ಲೋಟಕ್ಕೆ ಇನ್ನಷ್ಟು ನೀರು ಉಯ್ದು ತುಂಬಿಸಿ ಅಲ್ಲೆ ಕ್ಷಣ ಕಾಲ ನಿಂತ. ಕಣ್ಮಣಿಗೆ ಈ ಓಟ್ಲಿನಲ್ಲಿ ಲೋಟ ತುಂಬಿದ್ದರೆ ನೀರು ಕುಡಿಯಲೇಬೇಕೆಂಬುದು ನಿಯಮವೇನೋ ಎಂದು ಒತ್ತಡಕ್ಕೊಳಗಾಗಿ ಬಾಯಿಯಲ್ಲಿ ವಿಶ್ರಮಿಸುತ್ತಿದ್ದ ದೋಸೆ ಚೂರನ್ನು ಪಕ್ಕಕ್ಕೆ ವತ್ತಲಿಸಿ ಲೋಟ ಎತ್ತಿ ನೀರು ಕುಡಿಯಲಾರಂಭಿಸಿದಳು. ಚಂದ್ರ ಮುಂದಿನ ಚೇರಿನ ಕಡೆ

ಎರಡು ಹೆಜ್ಜೆ ಎತ್ತಿಟ್ಟು ಹಿಂದಿರುಗಿ ನೋಡಿದ; ಕಣ್ಮಣಿ ಲೋಟ ಇಳಿಸುವವಳಿದ್ದಳು; ಚಂದ್ರ ಮರಳಿ ಬರುವಂತೆ ನಟಿಸಿದಾಗ ಅವಳು ಪುನಃ ಲೋಟವನ್ನು ಬಾಯಿಗೆ ಕಚ್ಚಿಕೊಳ್ಳಲು ಆತ ನಸುನಕ್ಕು ಮುಂದೆ ಸಾಗಿದ.

ದೋಸೆ ಮುಗಿದು ಹೊರಡುವ ಸಮಯ ಬಂತು. ಅಲ್ಲಿಗಾಗಲೇ ಸಂಪೂರ್ಣ ಕತ್ತಲಾಗಿತ್ತು. ಸ್ವಾಮಿಗಳು ಗ್ಯಾಸ್ ಲೈಟು ಹಚ್ಚಿ ಕೋರೈಸುವ ಬೆಳಕಿಗೆ ಕೈಮುಗಿಯುತ್ತಿದ್ದರು. ಕಣ್ಮಣಿ ದೋಸೆ ಮುಗಿಸಿದ್ದಳು. ಬದುಕಿನ ಮಹತ್ತರ ಕನಸೊಂದು ನನಸಾಗಿರುವಷ್ಟು ಸಂತುಷ್ಟಳಾಗಿದ್ದಳು. ಲಂಗ ಎತ್ತಿ ಮೂತಿ ಒರೆಸಿಕೊಂಡು ಎಣ್ಣೆಗೈಯನ್ನು ತಾಯಿಯ ಸೆರಗಿಗೆ ತೀಡಿದಳು. ಮರಿತಿಮ್ಮ, ಸಣ್ಣಮ್ಮ ತಟಗುಟ್ಟುತ್ತಿದ್ದರು. ಜಂಗುಳಿಯಲ್ಲಿ ಎಲ್ಲರೂ ಅವರವರ ಕಾರ್ಯದಲ್ಲಿ ಮಗ್ನರಾಗಿದ್ದರು. ಸುಮ್ಮನೆ ಎದ್ದು ನಡೆದರೆ ಯಾರೂ ಗಮನಿಸುವಂತಹ ಸ್ಥಿತಿ ಅಲ್ಲಿರಲಿಲ್ಲ. ಆದರೂ ಅವರಿಗೆ ಇದೆಲ್ಲ ಹೊಸತು. ಹೇಳಿ ಕೇಳಿ ಹಳ್ಳಿಗರು. ಸುತ್ತ ಪಟ್ಟಣದ ಮಂದಿ. ಸಿಕ್ಕಿಹಾಕಿಕೊಂಡರೆ ಸುಮ್ಮನೆ ಬಿಡುತ್ತಾರೆಯೇ? ಹರಿದು ಮುಕ್ಕುತ್ತಾರೆ. ಮಗಳೆದುರು ಮಾನ ಮರ್ಯಾದೆ ಹರಾಜು ಹಾಕುತ್ತಾರೆ. ದೊಡ್ಡ ದೊಡ್ಡವರೆ ಇರುವಾಗ ಅದೆಂತ ತಾರಾತಿಗಡಿ ಬೇಕಾದರೂ ನಡೆಸಿಬಿಡಬಹುದು. ಮಕ್ಕಳೆದುರು ಲಂಪಟತನ ತೋರಿಸುವುದು ಸುಳ್ಳು ಹೇಳುವುದು ಎಷ್ಟು ಕಷ್ಟ. ಅದೆಷ್ಟು ಹಿಂಸೆ. ಒಂದು ವೇಳೆ ದುಡ್ಡಿಲ್ಲ ಅಂತೇನಾದರೂ ಒಪ್ಪಿಕೊಂಡರೆ? ಅದೇ ವಾಸಿಯೆನಿಸುತ್ತದೆ. ಏನನ್ನುತ್ತಾರೋ ಏನೋ. ನಮ್ಮಂತವರನ್ನು ನಿತ್ಯ ಎಷ್ಟು ನೋಡಿಲ್ಲ ಅವರು? ಅವಮಾನದ ಮಾತು ಆಡದಿರುತ್ತಾರೆಯೇ?

ಮರಿತಿಮ್ಮ ಮಗಳನ್ನೂ ಹೆಂಡತಿಯನ್ನು ಎಬ್ಬಿಸಿ ಹೊರಡಲನುವಾದ, ಹಾಗೇ ಜಾರಿಕೊಳ್ಳಲು. ಸ್ವಾಮಿಯವರು ದೋಸೆ ತಿರುವಿ ಹಾಕುತ್ತ ಅತ್ಯಂತ ಸಹಜ ಧಾಟಿಯಲ್ಲಿ, "ನಿಮ್ಮದೆಲ್ಲಿ?" ಕೇಳಿಬಿಟ್ಟರು. ಬಿಟ್ಟಾರೆ, ವ್ಯಾಪಾರಿಗಳು ಎಂದಮೇಲೆ ಮೈಯೆಲ್ಲ ಕಣ್ಣಿರುತ್ತದೆ. ಮರಿತಿಮ್ಮ ಅಷ್ಟೇ ಸಹಜತೆಯಿಂದ "ಆ ಉಡುಗನ ಕೈಗೆ ಕೊಟ್ಟಿದೀವಿ ಸಾಮೆ" ಅನ್ನುತ್ತ ಟವೆಲ್ಲಿಂದ ಮೂತಿ ಒರೆಸುವಂತೆ ನಟಿಸುತ್ತ ಆ ಮೂಲಕ ಮೋರೆ ಮೇಲಿನ ಅಳುಕನ್ನು ಮರೆಮಾಚುತ್ತ ಮುನ್ನಡೆದ. ಎರಡು ಗಳಿಗೆ ಹಿಂದೆ ಚಂದ್ರ ಮರಿತಿಮ್ಮನ ಮುಂದೆ ಹಾದು ಹೋದ ಪರಿಣಾಮ ಇದು, ಇಲ್ಲಾಂದರೆ ಆತ ನಿಜ ಒಪ್ಪಿಕೊಳ್ಳಲು ಮನಸ್ಸು ಮಾಡಿದ್ದನು. ಚಂದ್ರನು ಇಸಕೊಂಡಿರಬಹುದೆಂದು ಸ್ವಾಮಿಯವರು ಸುಮ್ಮನಾದರು. ಕೆಲವೊಮ್ಮೆ ಜನ ತುಂಬಿರುವಾಗ ಚಂದ್ರನೇ ಕಾಸು ಇಸಕೊಳ್ಳುವುದು ಸಾಮಾನ್ಯವಾಗಿತ್ತು. ವಿಶೇಷವಾಗಿ ತಪ್ಪಿಸಿಕೊಂಡು ಹೋಗುವಂತವರ ಕಡೆಗೆ ಚಂದ್ರ ಕಣ್ಣಿಟ್ಟಿರುತ್ತಿದ್ದ, ಪೋಲೀಸ್‌ಗಿರಿ.

ಚಂದ್ರ ನೀರೊಯ್ಯುತ್ತ ಸ್ವಾಮಿಯವರ ಬಳಿ ಬಂದಾಗ ಸ್ವಾಮಿ ನಿಸ್ಸಂಶಯದಿಂದಲೇ "ಅವರ್ದು ಬಂತಾ ಸ್ವಾಮೇ?" ವಿಚಾರಿಸಿದರು. ಅವರು ಅಂದರೆ ಯಾರು? ಹಾಗೆ ನೋಡಿದರೆ ಇವತ್ತು ಯಾರಿಂದಲೂ ಕಾಸು ಇಸಕೊಂಡಿಲ್ಲವಲ್ಲ. ಚಂದ್ರನ ಎದೆ ಒತ್ತಿತ್ತು. ಏನೋ ಕೆಡುಕಿನ ವಾಸನೆ.

"ಇವತ್ತು ಯಾರ್ತಗೂ ಇಸಕಂಡಿಲ್ಲಣ್ಣ" ತಡಮಾಡಿದರೆ ತನ್ನ ಮೇಲೆಯೆ ಬರುವುದೇನೋ ಎಂಬ ಆತಂಕದಿಂದ ಥಟ್ಟನೆ ಉತ್ತರಿಸಿದ. ಅವನಿಗೆ ಮೂಡಲ ಗಿರಿಯಪ್ಪನವರನ್ನು ಸ್ವಾಮಿ ಎಂದು ಕರೆಯಲು ಸಂಕೋಚ. ಹಾಗಾಗಿ ಅಣ್ಣ ಅಂತಲೇ ಕರೆಯುತ್ತಿದ್ದ. ತನಗೇನೆ ಇಷ್ಟು ಸಂಕೋಚ, ಇನ್ನು ಟೀಚರಿಗೆ ನನ್ನನ್ನು ಸ್ವಾಮಿಯೆನ್ನಲು ಇನ್ನೆಷ್ಟು ಸಂಕೋಚವಾಗಬೇಡ, ಅವನ ಮನಸ್ಸಲ್ಲಿ ಯೋಚನೆ ಹಾದುಹೋಯಿತು.

ಸ್ವಾಮಿಯವರು ತಕ್ಷಣ ಎಚ್ಚೆತ್ತು ಅದಾಗಲೇ ಹೋಟೆಲಿಂದ ನಾಲ್ಕು ಹೆಜ್ಜೆ ದೂರ ಸಾಗಿದ್ದ ಮರಿತಿಮ್ಮನ ಕುಟುಂಬವನ್ನು "ರೀ, ನಿಂತ್ಕಳಿ ಸ್ವಾಮಿ" ಎಂದು ಕೂಗಿ ತಡೆದರು, ಗಡುಸು ದನಿಯಲ್ಲಿ. ಹೆಜ್ಜೆ ಮುಂದೆ ಸಾಗುತ್ತಿದ್ದರೂ ಮರಿತಿಮ್ಮನ ಕಿವಿಯೆಲ್ಲ ಇತ್ತಲೇ ಇತ್ತೆಂದು ವಿಶೇಷವಾಗಿ ಹೇಳಬೇಕಾಗಿಲ್ಲ. ಇನ್ನೇನು ಬಚಾವಾದೆವು ಎಂದುಕೊಂಡಿದ್ದ ಮರಿತಿಮ್ಮ ಹೆದರಿಬಿಟ್ಟ. "ಏನು ಏನು" ಎಂದು ಉಸಿರಿಲ್ಲದ ಉಸಿರಿಂದ ಕೊಸರುತ್ತ ತಿರುಗಿ ಹೋಟೆಲ್ಲಿನ ಬಳಿಗೆ ತೆವಳಿ ಬಂದ. ಮೂಡಲಗಿರಿಯಪ್ಪನವರಿಗೂ ಮರಿತಿಮ್ಮಣ್ಣನ ನಡುವೆಯೂ ವಾದ ವಿವಾದಕ್ಕೇರಲಾರಂಭಿಸಿತು. ಇವನು ಕೊಟ್ಟಿದಿನಿ ಅನ್ನೋಕೆ. ಅವರು ಕೊಟ್ಟಿಲ್ವಂತೆ ಅನ್ನೋಕೆ. ಜನ ಸೇರಲಾರಂಭಿಸಿದರು. ಅವರೆಲ್ಲರೂ ಒತ್ತಿಕೊಂಡು ಬರುತ್ತಿರುವುದು, ತನ್ನತ್ತಲೆ ಅನುಮಾನದ ದೃಷ್ಟಿ ಹರಿಸುತ್ತಿರುವಂತೆ ಭಾಸವಾಗುತ್ತಿರುವುದು, ಮರಿತಿಮ್ಮನಿಗೆ ಬೆವರು ಕಿತ್ತುಕೊಂಡು ಬರಲಾರಂಭಿಸಿತು. ದೇವರೆ ಯಾಕಿಂತ ಶಿಕ್ಷೆ ಕೊಟ್ಟುಬಿಟ್ಟೆ ಎಂದು ಮನಸ್ಸಲ್ಲೆ ಹಳಿಯುತ್ತಿರಲು ಥಟ್ಟನೆ "ಜುಂಜಪ್ನಾಣೆಗೂ ಕೊಟ್ಟಿದೀನಿ ಸಾಮೇ" ಎಂದು ಅದೇ ದೇವರನ್ನು ಸಾಕ್ಷಿಗೆ ಕರೆದುಬಿಟ್ಟ. ಅವನ ಸೃಜನಶೀಲತೆಯು ಈ ಪ್ರಕಾರವಾಗಿ ಒಮ್ಮಿಂದೊಮ್ಮೆಗೆ ಒಂದರಿಂದ ಇನ್ನೊಂದಕ್ಕೆ ಹಾರುತ್ತಿತ್ತು. ಈ ಹಿಂದೆ ಸತ್ಯ ಹೇಳಲು ಮುಂದಾಗಿದ್ದವನು ತತ್ ತಕ್ಷಣ ಮನಸ್ಸು ಬದಲಾಯಿಸಿ ಚಂದ್ರನ ಮೇಲೆ ಹಾಕಿದ್ದೂ ಇದೇ ಕಾರಣಕ್ಕೆ, ಕಣ್ಣ ಮುಂದೆ ಚಂದ್ರ ಹಾದು ಹೋದನೆಂದು. ನಿತ್ಯವೂ ಸುಳ್ಳು ನುಡಿಯುವವರು ಹಾಗೆಲ್ಲ ದಯನೀಯವಾಗಿ ಆಣೆ ಮಾಡುವುದಿಲ್ಲ. ಹಾಗೆಲ್ಲ ಕಾಲು ನಡುಗಿಸುತ್ತ ನಿಲ್ಲುವುದಿಲ್ಲ. ಭಂಡೆದ್ದು ಹೋಗಿರುತ್ತಾರೆ. ಸ್ವಾಮಿಯವರಿಗೆ ಇದೇನು ಹೊಸತಲ್ಲ. ಹಾಗೆ ಬಂಡೆದ್ದವರನ್ನು ವಿಚಾರಣೆ ತನಕ ಕೊಂಡೊಯ್ಯುತ್ತಿರಲಿಲ್ಲ. ಮುಖ ನೋಡಿಯೆ

ಗದರುತ್ತಿದ್ದರು. ಅವರ ಗದರುವಿಕೆಗೆ ಚಂದ್ರನಲ್ಲಿ ಹೇಗೆ ಉಚ್ಚೆ ಕಿತ್ತುಕೊಳ್ಳುತ್ತಿತ್ತೋ ಹಾಗೆ ಆ ಗಿರಾಕಿಗಳಲ್ಲೂ ಕಿತ್ತುಕೊಳ್ಳುತ್ತಿತ್ತು. ಅವರಿಗೆ ಮರಿತಿಮ್ಮನ ಮೇಲಿನ ಸಂಶಯ ದಟ್ಟವಾಯಿತು. ಆದರೂ, ಸುತ್ತ ನೆರೆದಿರುವ ಮಂದಿ, ಲೋಕದ ಕಟೆಕಟೆಯ ಎದುರು ಕೆಲವು ಸೂಕ್ಷ್ಮತೆಗಳನ್ನು ಪಾಲಿಸಬೇಕಾಗುತ್ತದೆ.

"ನಿಜಾ ಹೇಳ್ರೀ ಸ್ವಾಮಿ" ಚಂದ್ರನತ್ತ ದುರುಗುಟ್ಟಿಕೊಂಡು ಪುನಃ ಪ್ರಶ್ನಿಸಿದರು. ಇನ್ನೀಗ ಥರ ಥರ ನಡುಗುವ ಸರತಿ ಚಂದ್ರನದ್ದು.

"ಅಯ್ಯಪ್ಪಾಣೆಗೂ ಇಲ್ಲಾ ಸಾಮೀ" ಎಂದು ಹತಾಶಾ–ಕೋಪದಿಂದ ಕಿರುಚಿಬಿಟ್ಟ ಅವನು. ಎಲಾ ಇವನಾ, ಕೊನೆಗೂ 'ಸ್ವಾಮಿ' ಅಂತ ಬಂದುಬಿಟ್ಟಿತ್ತಲ್ಲ ಬಾಯಿಗೆ !

ನಿಶಬ್ಧ!, ಸಂತೆಯು ಬೇಕಂತಲೇ, ಇವರನ್ನು ಆಲಿಸಲಂತಲೇ ಗಪ್ ಚುಪ್ ಆಗಿಬಿಟ್ಟಿತ್ತು. ಮರಿತಿಮ್ಮ, ಚಂದ್ರ.. ಎರಡು ದುರ್ಬಲ ಹೃದಯಗಳ ನಡುವಿನ ಜಗಳ ಪ್ರಕ್ಷುಬ್ಧ ಸ್ಥಿತಿ ನಿರ್ಮಿಸಿತ್ತು.

ಮರಿತಿಮ್ಮನ ಅಸ್ತ್ರಕ್ಕೆ ಚಂದ್ರನ ಪ್ರತಿ ಅಸ್ತ್ರ ತಕ್ಕನಾಗಿತ್ತು. ಏಕ್ದಂ ಇಬ್ಬರೂನೆ ತಮ್ಮ ತಮ್ಮ ಇಷ್ಟ ದೇವರುಗಳನ್ನು ಕಣಕ್ಕಿಳಿಸಿಬಿಟ್ಟಿದ್ದರು. ಹಾಗಾಗಿ ನೆರೆದಿದ್ದ ಮಂದಿಗೆ ಅಷ್ಟು ಸುಲಭನಾಗಿ ನ್ಯಾಯ ನಿರ್ಣಯ ಮಾಡುವಂತಿರಲಿಲ್ಲ. ನ್ಯಾಯವು ಕ್ಷಣಕ್ಷಣಕ್ಕೂ ಅತ್ತಿಂದಿತ್ತ ವಾಲಾಡುತ್ತಿತ್ತು. ಅಲ್ಲಿ ತನಕ ಮೂಕ ಪ್ರೇಕ್ಷಕರಾಗಿದ್ದ ಜನರು ಈಗ ಒಂದೊಂದೆ ಮಾತು ಉದುರಿಸಲಾರಂಭಿಸಿದರು. ಇನ್ನು ಸ್ವಲ್ಪ ಹೊತ್ತು ಕಳೆದರೆ ತಪ್ಪಿತಸ್ಥನ ಸ್ಥಾನಕ್ಕೆ ನೇಮಕವಾದವನನ್ನು ಬಗ್ಗಿಸಿ ಗುದ್ದಲು ತುದಿಗಾಲಲ್ಲಿ ನಿಂತಿದ್ದರು.

ಮರಿತಿಮ್ಮನಿಗೆ ಪರಿಸ್ಥಿತಿ ಕೈಮೀರುತ್ತಿರುವ ಸುಳಿವು ಸಿಗಲಾರಂಭಿಸಿತು. ಚೂರು ಸಡಿಲ ಬಿಟ್ಟರೂ ಸಾಕು ನಿಜ ಬಯಲಾಗಿ ಒದೆ ಬೀಳುತ್ತವೆ, ಮರ್ಯಾದೆ ಮಣ್ಣು ಪಾಲಾಗುತ್ತದೆ. ತಮ್ಮ ಊರವರು ಇಲ್ಲೇ ಎಲ್ಲೋ ಇದ್ದು ಅವರ ಕಣ್ಣಿಗೆ ಬಿದ್ದರಂತೂ, ಅಷ್ಟೇ ಗತಿ. ತಲೆ ಎತ್ತಿ ತಿರುಗುವಂತಿಲ್ಲ. ಹೆಂಡತಿ ಅದಾಗಲೇ ಸೆರಗಿನಿಂದ ಅರ್ಧ ಮುಖ ಮುಚ್ಚಿಕೊಂಡಿದ್ದಾಳೆ. ಮಗಳು ಅಮ್ಮನ ಕಾಲ ಸಂದಿಯಲ್ಲಿ ತಲೆ ಹುದುಗಿಸಿದ್ದಾಳೆ. ಅವಳಿಗೆಲ್ಲ ಅರ್ಥವಾದಂತಿದೆ.

"ಕೈ ಬಾಯಿ ಸುದ್ದವಾಗಿರೋರನ್ನ ಕೆಲ್ಸುಕ್ಕಿಕ್ಯಬಕು, ಈ ಐನಾತಿ ದುಡ್ಡು ಇಸ್ಕಂಡು ಕೊಟ್ಟೇ ಇಲ್ಲ ಅಂಬದ್ನೋಡು" ಮರಿತಿಮ್ಮ ದಬಾಯಿಸಿದನು. ಪ್ರಬಲವಾದಂತಹ ಕೊನೆಯ ಅಸ್ತ್ರ ಎಸೆದಿದ್ದನು. ಪ್ರಹಸನದಲ್ಲಿ ಯಾರು ಅತ್ಯಂತ ದುರ್ಬಲರಾಗಿ ಕಂಡರೋ ಅವರ ಮೇಲೆ ಆಪಾದನೆಯ ಒತ್ತಡವನ್ನು ಎತ್ತಿ ಹಾಕುವುದು ಆತನ ಇರಾದೆಯಾಗಿತ್ತು. ಸ್ವಾಮಿಯವರಿಗೆ ಮರಿತಿಮ್ಮನ ಈ ವರಸೆಯಿಂದ ಎಲ್ಲರೆದುರು

ಅವಮಾನವಾದಂತಾಯಿತು. ಜನರೆಲ್ಲ ಇತ್ತಲೇ ನೋಡುತ್ತಿದ್ದಾರೆ. ಈ ಹಳ್ಳಿಗನು ಹಣ ಕೊಟ್ಟಿರುವೆ ಅಂತಿದ್ದಾನೆ. ನೋಡಲಿಕ್ಕೆ ಮುಗ್ಧ ಹಳ್ಳಿ ಕುಟುಂಬ. ಹೆಂಡತಿ ಮಕ್ಕಳ ಎದುರು ಸುಳ್ಳು ಹೇಳುವ ದರ್ದು ಯಾಕೆ ಅವನಿಗೆ ಪಾಪ. ಒಮ್ಮೆ ಮಣಿಕಂಠರ ಜೇಬನ್ನು ತಡಕಿಬಿಡೋಣವೇ? ಇಷ್ಟು ಜನರ ಎದುರು? ಅಕಸ್ಮಾತ್ ಹಾಗೆ ಮಾಡಿ ಅವರ ಜೇಬಲ್ಲಿ ಹಣ ಸಿಕ್ಕಿಬಿಟ್ಟರೆ? ಹಾಗಾಗದಿರಲಿ ಅಯ್ಯಪ್ಪನೇ ಹಾಗಾಗದಿರಲಿ ಎಂದು ಪ್ರಾರ್ಥಿಸುತ್ತ ಸತ್ಯವನ್ನೆ ನೆಚ್ಚಿಕೊಂಡು ಚಂದ್ರನ ಜೇಬನ್ನು ಪರೀಕ್ಷಿಸಲು ಅವನತ್ತ ಧಾವಿಸಿದರು.

ಅಲ್ಲಿಯವರೆಗೆ ಪ್ರಕರಣದತ್ತ ತಲೆ ಹಾಕದೆ ಬಗ್ಗಿ ಬಕೆಟ್ಟಿನಲ್ಲಿ ಲಡಲಡನೆ ತಟ್ಟೆ ಲೋಟ ಜಾಲಾಡಿಸುತ್ತಿದ್ದ ಕಮಲಮ್ಮ ಮರಿತಿಮ್ಮನ ಮಾತು ಕೇಳಿಸಿಕೊಂಡು ಕೆರಳಿಬಿಟ್ಟಳು. ಧಿಗ್ಗನೆ ಎದ್ದು ಬಂದು ಮಣಿಕಂಠನತ್ತ ಸಾಗುತ್ತಿದ್ದ ಸ್ವಾಮಿಯವರ ಕೈಗಳನ್ನು ಕಿತ್ತು ಬಿಸುಟಳು. ಸ್ವಾಮಿಯವರಿಗೆ ದಿಗ್ಭ್ರಾಂತಿ!, ಕೊರಳಿನಲ್ಲಿ ಮಾಲೆ ಇರುವಾಗಲೇ ಹೆಂಗಸು ಮುಟ್ಟಿಬಿಟ್ಟಿದ್ದಳು!

"ಯೋ ನಿಂದೇನು ನಾಲ್ಗೆನೋ ಮೆಟ್ಟೋ, ನನ್ನ ಮಗ ಅವ್ನು. ದುಡ್ಡು ನಮ್ತಾಗೆ ಕೊಟ್ರು ಒಂದೆನೆ ಅವನ್ತಾಗೆ ಕೊಟ್ರು ಒಂದೆನೆ. ಒತ್ಕೊಂಡೊಡೋಗಕೆ ಅವನೇನು ಕಳ್ಳ ಅಲ್ಲ" ಎಂದು ಮರಿತಿಮ್ಮನನ್ನು ಝಾಡಿಸಿಬಿಟ್ಟಳು ಕಮಲಮ್ಮ.

ಜನಕ್ಕೆ ಹುಡುಗ ಕೆಲಸಕ್ಕಿಕ್ಕೊಂಡಿರೋನಿರಬಹುದು, ಇಸಕಂಡು ಕೊಟ್ಟಿಲ್ಲ ಅಂತ ಸುಳ್ಳು ಹೇಳುತ್ತಿರಬಹುದು ಎಂದು ತೂಗಾಡುತ್ತಿದ್ದ ಸಂದೇಹವನ್ನು ಕಮಲಮ್ಮ ಏಕ್ದಂ ಕತ್ತರಿಸಿದ್ದಳು. ಸಧ್ಯಕ್ಕೆ ಅವರೇ ಅಲ್ಲವೇ ಅಲ್ಲಿನ ನ್ಯಾಯಾಧೀಶರು. ನ್ಯಾಯಾಧೀಶರ ದೃಷ್ಟಿ ಮರಿತಿಮ್ಮನ ಸಮಸ್ತ ಕುಟುಂಬದತ್ತ ತಿರುಗಿತು. ಕಟಕಟೆಯ ಮೇಲೆ ನಿಂತಿದ್ದ ಮೂವರೂ ಯಾರೊ ಹಗ್ಗದಿಂದ ಕಟ್ಟಿಹಾಕಿರುವಂತೆ ಒಟ್ಟಿಗೆ ಆತು ನಿಂತಿದ್ದರು. ಆತ್ಮಾಭಿಮಾನದಿಂದ ಬಾಳಿ ಬದುಕಿದ್ದಂತವರು. ಯಾರೋ ಎಂದೋ ಪ್ರಯೋಗ ಮಾಡಿದ್ದ ಪದಪುಂಜಗಳನ್ನು ತಾನಿಲ್ಲಿ ಪ್ರಯೋಗಿಸಿ ನಿಭಾಯಿಸಲಾಗದೆ ಮರಿತಿಮ್ಮ ಸೋತಿದ್ದ. ಆಳಿಗೊಂದರಂತೆ ಕಲ್ಲೆಸೆಯುವ ಸರತಿ ಮಂದಿಯದು.

"ತಿಂಬ ಕೂಳಿಗೆ ಕಾಸು ಕೊಡ ಯೋಗ್ಯತೆ ಇಲ್ವ್ಯಾ ನಿಮಿಗೆ"

"ವಟ್ಟಸಿದರೆ ಒಂದು ಲೋಟ ಅಕ್ಕಿ, ಒಂದು ಮೆಣಸಿನಕಾಯಿ ಒಂದಳ್ಳು ಉಪ್ಪು. ಓಟ್ಲಿಗ್ಯಾಕಪ್ಪ ಬರಬೇಕಿತ್ತು"

"ಮುಸುರೆ ತೊಳಯಾಕೆ ಇಟ್ಕಳಿ"

***

“ಅಪ್ಪೋ ಅಪಾ ಅಪಾವ್” ಕಣ್ಮಣಿ ಮರಿತಿಮ್ಮನ ಕೈ ಜಗ್ಗುತ್ತಿದ್ದಳು.

“ಯೇನಮಾ?”, ಮರಿತಿಮ್ಮನ ಮಾತು ಅವನಿಗೇನೆ ಕೇಳಿಸದು.

“ದುಡ್ನ ಕೆಳಗೆ ಬೀಳ್ಸಿದ್ಯಲ್ಲಪಾ!” ಏನೂ? ತಡವಾಗಿಯಾದರೂ ಭಗವಂತ ಹಾರಿ ಬಂದನೇ?

“ಯಾವ?”

ಕಣ್ಮಣಿ ತಾವು ಕೂತಿದ್ದ ಚೇರಿನ ಕೆಳಗೆ ಬಿದ್ದಿದ್ದ ಐವತ್ತು ರುಪಾಯಿ ನೋಟನ್ನು ಎತ್ತಿ ಅಪ್ಪನ ಕೈಗೆ ಕೊಟ್ಟಳು. ಮೋಟಿಯಾದ್ದರಿಂದ ಕತ್ತಲಲ್ಲಿ ಬಿದ್ದಿದ್ದ ಕಾಸು ಮೊದಲು ಕಂಡದ್ದೆ ಅವಳಿಗೆ. ಮರಿತಿಮ್ಮನಿಗೆ ಸಂದೇಹವು ಆಶ್ಚರ್ಯವು ಒಟ್ಟೊಟ್ಟಿಗೆ. ಇದೇನು ಮತ್ತೊಂದು ಪರೀಕ್ಷೆಯಲ್ಲ ತಾನೆ. ತನ್ನದೇಂತ ಎತ್ತಿಕೊಂಡು ಇನ್ಯಾರೋ ಬಂದು ತಲೆಗೆ ಫಟ್ಟನೆ ಹೊಡೆದು “ನೋಡುದ್ಯಾ ನಿಮ್ಮ ಕಳ್ಳತನ ಹೆಂಗೆ ಕಂಡುಹಿಡಿದೆ” ಎಂದುಬಿಟ್ಟರೆ? ಹಾಗೆ ನೋಡಿದರೆ ಕಳೆದುಕೊಳ್ಳಲಿಕ್ಕೆ ಇನ್ನೇನು ಉಳಿದಿದೆ ಎನಿಸಿತು ಅವನಿಗೆ. ಅತ್ಯಂತ ಸಂಕೋಚದಿಂದ “ಅಯ್ಯ ನೋಡಿದ್ಯ ಮಗ, ಕತ್ಲಾಗೆ ಉದುರಿಸಿಬಿಟ್ಟಿದೀನಿ” ಎನ್ನುತ್ತ ಬಗ್ಗಿ ನೋಟನ್ನು ಎತ್ತಿಕೊಂಡು ಸ್ವಾಮಿಯವರ ಕೈಗಿತ್ತ. ಸ್ವಾಮಿಯವರು ಅದನ್ನು ಇಸಕೊಂಡು “ನಾವು ಹೊಟ್ಟೆಪಾಡ್ನೋರೆ ಸ್ವಾಮಿ. ದುಡ್ನ ಕಳಕಂಡು ಉಡುಗನ ಮ್ಯಾಲೆ ಎತ್ತಾಕದು ಎಷ್ಟು ಸರಿ” ಎಂದು ತಮ್ಮ ಅಸಮಾಧಾನ ವ್ಯಕ್ತಪಡಿಸುತ್ತ ಚಿಲ್ಲರೆ ಕೊಟ್ಟರು.

ರಸ್ತೆ ದಾಟಿ ಬಸ್ಟಾಂಡಿನ ಕಡೆ ನಡೆಯುತ್ತ ಕಣ್ಮಣಿಗೆ ಮಾಲಾಶ್ರೀ ಎದುರಾದಳು. ಅವಳ ಗತ್ತು ಗೈರತ್ತು.. ಗುಂಡಿಗೆ. ಅವಳಂತಾಗಬೇಕು, ಅವಳಂತೆ ನಾಲ್ಕಾಳುಗಳನ್ನು ಎತ್ತಿ ಒಗೆಯುವಂತಾಗಬೇಕು ಎಂದೆಲ್ಲ ಮನಸ್ಸಿನಲ್ಲಿ ಅಂದುಕೊಂಡಳು. ಹಾಗೆನೆ ಮಂದಿಯನ್ನು ನೆಲಕ್ಕೆ ಸೆಣೆದಂತೆ ಕಲ್ಪಿಸಿಕೊಂಡಳು. ಆ ಕಲ್ಪನೆಯಲ್ಲಿ ಅಸ್ಪಷ್ಟವಾಗಿ ಮಂಡಿ ಮಾಲೀಕ, ರೇಟು ಕೂಗಿದ ದಲ್ಲಾಳಿ, ಮುಸುರೆ ತೊಳಿಯಾಕೆ ಇಟ್ಕಳಿ ಎಂದವನು.. ಯಾರ್ಯಾರೋ ಕದರಿಕೊಂಡಿದ್ದರು.. ಆ ಕ್ಷಣದಲ್ಲಿ ಚಂದ್ರನ ಎದೆಯಲ್ಲಿದ್ದ ಮಾಲಾಶ್ರೀ ಕಣ್ಮಣಿಯ ಎದೆಗೆ ಸಂಯಮದಿಂದ ನಡೆದು ಹೋದುದು ಪವಾಡವಲ್ಲ, ಆಶ್ಚರ್ಯ ಪಡುವಂಥದಲ್ಲ. ಮಾಲಾಶ್ರೀ ಅತ್ತ ಹೋದಕೂಡಲೆ ಚಂದ್ರ ತನ್ನ ಖಾಲಿ ಜೇಬನ್ನು ಸ್ಪರ್ಷಿಸಿ ಸುಖಿಸಿದ. ಆ ಕ್ಷಣದಲ್ಲಿ ನಮ್ಮ ಮಣಿಕಂಠರಿಗೆ ಐವತ್ತು ರುಪಾಯಿ ಎಲ್ಲಿಂದ ಬಂದಿತು ಎಂದು ಗುರುಸ್ವಾಮಿಗಳು ಮನಸಿನಲ್ಲಿ ಯೋಚಿಸುತ್ತಿದ್ದರು. ಕಣ್ಮಣಿ ಲೋಟಕ್ಕೆ ನೀರುಯ್ದ ಹುಡುಗನನ್ನು ವಂದಿಸಿದಳು.

⌘

# ಇರುಳ ರೆಕ್ಕೆಗಳು

**ಮುದುಕಿ ಕಾಂತಮ್ಮಳಿಗೆ ಭರ್ತಿ ತೊಂಭತ್ತೇಳು ವರ್ಷ ತುಂಬಿದೆ. ಈ ಕಾಲಕ್ಕೆ ಹೋಗುವ ಜೀವವಲ್ಲ ಎನ್ನುತ್ತಾರೆ ಎಲ್ಲರೂ. ಅಂಥಾ ಗಟ್ಟಿಗಿತ್ತಿ. ಬಗ್ಗಿದರೆ ಒಂದಾಳಿನ ಶ್ರಮಕ್ಕೆ ಮೋಸವಿಲ್ಲ. ಆದಾಗ್ಯೂ ಇತ್ತೀಚೆಗೆ ಅದು ಯಾಕೋ ಆಕೆಯ ಎಡಗಣ್ಣು ಅದುರುತ್ತಿದೆ. ಜೈವಿಕ ಯಂತ್ರ ಸನ್ನೆ ಮಾಡುತ್ತಿದೆ. ಅದೇನು ಲಾಕ್ ಡೌನ್ ಪರಿಣಾಮವೇ ? ದಿನಂಪ್ರತಿ ಟಿವಿ ಮಾಧ್ಯಮಗಳಿಂದ ಉಂಟಾಗುತ್ತಿರುವ ಭಯವೇ? ಅರವರತ್ತರ ನಂತರದವರು ಯಾರೂ ಹೊಸ್ತಿಲು ದಾಟಬೇಡಿ, ಹಿರಿಯರನ್ನು ರಕ್ಷಿಸಿ, ವೈರಸ್ಸಿನಿಂದ ಬಚ್ಚಿಡಿ. ತಗುಲಿದರೆ ಉಳಿಯೋಲ್ಲ. ಆಗೀಗ ಟಿವಿ ನೋಡುವ ಮುದುಕಿ ಬೆಚ್ಚಿರುವುದು ನಿಜ.**

ತನಗೋ, ಅರವತ್ತರ ಮೇಲೆ ಮೂವತ್ತೇಳಾಗಿದೆ. ಇನ್ನು ಮೂರು ಕಳೆದರೆ ಶತಕಧಾರಿ. ತಪ್ಪಿದರೆ ಶತಕವಂಚಿತೆ. ಏನೇನೆಲ್ಲ ಎದುರಿಸಿ ಬಂದಿರುವೆ; ಇಳಿಗಾಲದಲ್ಲಿ ಇದೇನು ಬಂದು ವಕ್ಕರಿಸಿತು? ನೆಮ್ಮದಿಯಿಲ್ಲದೆ ಯಾವುದೋ ಆಸ್ಪತ್ರೆಯಲ್ಲಿ ಅನಾಥಳಂತೆ ಪ್ರಾಣ ಬಿಡಬೇಕೆ? ಐದು ಮಕ್ಕಳಿದ್ದಾರೆ. ಎಲ್ಲಾ ಗಂಡೇ. ಮೊಮ್ಮಕ್ಕಳೂ ಇದ್ದಾರೆ, ಎಷ್ಟು, ಲೆಕ್ಕ ಸಿಗುತ್ತಿಲ್ಲ. ಮಕ್ಕಳಿಗೇ ಮೊಮ್ಮಕ್ಕಳಾಗಿರುವಾಗ. ಇಷ್ಟಿದ್ದೂ

ಒಬ್ಬರಿಂದ ಸೋಕಿಸಿಕೊಳ್ಳದೆ ನೀರು ಬಿಡಿಸಿಕೊಳ್ಳದೆ ಯಾರೊ ಅಪರಿಚಿತನಿಂದ ಕರೆಂಟಿಗೆ ದೂಕಿಸಿಕೊಳ್ಳಬೇಕೇ? ಜೆಸಿಬಿಗಳಿಂದ ಗುಂಡಿಗೆ ತಳ್ಳಿಸಿಕೊಳ್ಳಬೇಕೇ?

ಇಷ್ಟಿದ್ದೂ ಎಂದರೆ ಏನು? ಎಷ್ಟಿದೆ? ಮನಸು ವ್ಯಾಕುಲ. ಮರಿಮಕ್ಕಳಿಗೆ ನನ್ನ ಹೆಸರು ತಿಳಿದಿದೆಯೊ ಇಲ್ಲವೊ. ಇಂಥವಳು ಇನ್ನೂ ಬದುಕಿದ್ದಾಳೆ ಎಂಬ ಸಂಗತಿ ಗೊತ್ತಿದ್ದರೆ ಅದೇ ಹೆಚ್ಚು.

ಕಾಂತಮ್ಮ ನಡೂಲ ಮಗನೊಂದಿಗೆ ವಾಸಿಸುತ್ತಿದ್ದಾಳೆ. ಅವನಿಗೆ ನಾಲ್ಕೋ ಆರೋ ಮೊಮ್ಮಕ್ಕಳು. ಕಾಂತಮ್ಮಳು ಎದುರಾದಾಗ ಯಾರನ್ನೋ ನೋಡಿದಂತೆ ನೋಡುತ್ತವೆ. ಅವುಗಳ ಹೆಸರುಗಳನ್ನು ಹೇಳಲು ಆಕೆಯ ನಾಲಿಗೆ ತಿರುಗುವುದಿಲ್ಲ. ಇನ್ನು ನೆನಪಿನ ಮಾತೆಲ್ಲಿ ಎಂದು ಯೋಚಿಸುತ್ತಾಳೆ.

ಅಷ್ಟಕ್ಕೂ ಆ ಮನೆಯಲ್ಲಿ ಇದ್ದವರು ಮೂವರು. ಮುದುಕಿ, ಮಗ, ಸೊಸೆ. ಲೆಕ್ಕದಲ್ಲಿ ಮೂವರೂ ಮುದುಕರೇ. ಮೊಮ್ಮಗಳನ್ನು ದೂರದೂರಿಗೆ ಕೊಡಲಾಗಿದೆ. ಮೊಮ್ಮಗ ಕೇಂದ್ರ ಸರ್ಕಾರಿ ನೌಕರ, ಹೊರರಾಜ್ಯದಲ್ಲಿ ವಾಸ. ಸೊಸೆಗೆ ವಾಯು. ಎರಡೂ ಕಡೆ ವಾಲುತ್ತ ನಡೆಯುತ್ತಾಳೆ. ಮುಖವೆಲ್ಲ ಊದಿಕೊಂಡಿದೆ. ಮಗನಿಗೆ ಚಟಗಳಿಂದ ಅಂಗಗಳೆಲ್ಲ ಸುಟ್ಟಿವೆ. ಎದ್ದರೆ ಕೂರಲಾರನು, ಕೂತರೆ ನಿಲ್ಲಲಾರನು. ನಿಂತರೆ ನಡೆಯಲಾರನು. ಯಾವಾಗಲೂ ಸೋಫಾಗೆ ಅಂಟಿಕೊಂಡಿರುತ್ತಾನೆ. ಅದುವೆ ಆತನ ಹಾಸಿಗೆ. ಒಂದು ಕೈನಲ್ಲಿ ಯಾವಾಗಲೂ ರಿಮೋಟು ಹಿಡಿದಿರುತ್ತಾನೆ. ಟಿವಿ ನಿರಂತರ. ಎಷ್ಟು ಬದಲಿಸಿದರೂ ಅವವೇ ಸುದ್ದಿ ಚಾನೆಲ್‌ಗಳು. ಎಲ್ಲೆಲ್ಲೂ ಮರಣ ಕಹಳೆ. ಮಗ ಸೊಸೆಗೆ ಹೋಲಿಸಿದರೆ ಕಾಂತಮ್ಮಳೇ ಚುಟುಪುಟು. ಎತ್ತರದ ಆಳು. ಸ್ವಲ್ಪವೂ ಗೂನಿಲ್ಲ. ವಯಸಿನಲ್ಲಿ ಚೆಲುವೆಯಿದ್ದಿರಬಹುದು. ಗಂಡ, ಆತ ಸತ್ತು ಅದೆಷ್ಟೋ ವರುಷಗಳಾಗಿವೆ. ಕಡೆಯ ಮಗನ ಮದುವೆಯ ಹಿಂದೋ ಮುಂದೋ, ಆಕೆಗೆ ಸ್ಪಷ್ಟವಿಲ್ಲ.

ಹೀಗಿದ್ದು ಮನೆಯ ಎಲ್ಲ ಕೆಲಸಗಳ ಜವಾಬ್ದಾರಿ ಸೊಸೆಯ ಮೇಲಿದೆ. ಅಡಿಗೆ, ಕಸ, ಮುಸುರೆ, ನೆಲ, ಬಟ್ಟೆ ಇತ್ಯಾದಿ. ಕಾಂತಮ್ಮ ಆಗಾಗ್ಗೆ ಕೈಜೋಡಿಸುತ್ತಾಳೆ. ಬಿಟ್ಟಿ ಬಿದ್ದಿರುವೆ ಎಂದನಿಸಿಕೊಳ್ಳಬಾರದಲ್ಲ. ಹಾಗೆ ನೋಡಿದರೆ ಅದು ಬಹಳ ಪುಟ್ಟ ಮನೆ. ಇಬ್ಬರು ಎದುರು ಬದುರು ಗೋಡೆಗಳಿಗೆ ಒರಗಿ ಕಾಲು ಚಾಚಿದರೆ ತಾಕುತ್ತವೆ. ಮೇಲಿನ ಮನೆಗೆ ಬಾಡಿಗೆದಾರರು ಬರಲಾರರು ಎಂದು ಕೆಳಗಿನದನ್ನು ಬಾಡಿಗೆಗೆ ಬಿಟ್ಟು ಇವರು ಮೊದಲ ಮಹಡಿಯಲ್ಲಿ ವಾಸಿಸುತಿದ್ದಾರೆ. ಇಕ್ಕಟ್ಟು ಮೆಟ್ಟಿಲುಗಳ ಪುಟ್ಟ ಗೂಡು. ಸೊಸೆ ಮಗನಿಂದ ಕದ್ದು ಮುಚ್ಚಿ ಎತ್ತಿಟ್ಟು ಕೂಡಿಟ್ಟ ಹಣದಿಂದ ಕಟ್ಟಿಸಿದ್ದು. ಮಗ ದಂಡಿಯಾಗಿ ದುಡಿದರೂ ಅಷ್ಟೇ ಪೋಲುದಾರ. ಕಾಂತಮ್ಮಳಿಗೆ

ಈ ಮಗನೆಂದರೆ ಅಷ್ಟಕ್ಕಷ್ಟೇ. ಹಿರಿ ಮಗ ತಂದೆಯಿಂದ ಜವಾಬ್ದಾರಿ ಪಡೆದು ಎಲ್ಲರನ್ನೂ ಸಾಕಿದ್ದಾನೆ ಎಂಬ ಗರ್ವ, ಗೌರವ. ಅವನದು ಬಹುಮಹಡಿಯ ಮನೆಯಿದೆ. ಕಿರಿ ಮಗ, ಕಿರಿ ವಯಸಿನಿಂದ ಬಹಳ ಮುದ್ದು. ಐವರಲ್ಲಿ ಏಕೈಕ ತಿಂಗಳ ಸಂಬಳದಾರ. ಶಿಕ್ಷಕನಾಗಿರುವನು. ಸರಕಾರಿ ಅನ್ನ ತಿನ್ನುವ ಮಗ ಎಂಬ ಹಿರಿಮೆ. ಇನ್ನಿಬ್ಬರೂ ಸದಾ ಅಮ್ಮಾ ಅಮ್ಮಾ ಎಂದು ಆತುಕೊಳ್ಳುತ್ತಿದ್ದಂತವರು. ಆಟಕ್ಕುಂಟು ಲೆಕ್ಕಕ್ಕಿಲ್ಲ, ಅಗತ್ಯ ಬಿದ್ದರೆ ಈಗಲೂ ಅಮ್ಮನ ಪಿಂಚಣಿ ಮೇಲೆ ಅವಲಂಬಿತರು. ಇವನೊಬ್ಬನೇ, ಕೋಪಿಷ್ಠ, ಗರ್ವಿಷ್ಠ, ಊರಿಗೆ ಮುಂಚೆ ಭಾಗವಾಗಿ ಹೊರಬಂದನು. ತಾಟಗಿತ್ತಿ ಇವಳೇ ಅದಕ್ಕೆಲ್ಲ ಕಾರಣ. ಚಟಗಳನ್ನು ಹತ್ತಿಸಿಕೊಳ್ಳಲು ಬಿಟ್ಟು ಮಗನನ್ನು ಹಾಳುಗೆಡವಿದಳು. ಕಟ್ಟಿಸಿರಬಹುದು ಮನೆ, ಎತ್ತಿಕೊಂಡದ್ದು ಮಗನ ಜೇಬಿನಿಂದ ತಾನೆ.

ಲಾಕ್‌ಡೌನ್ ಎಂದು ಘೋಷಿಸಿದಾಗ ಸಮಸ್ಯೆ ಎದುರಾಯಿತು. ಇರುವ ಮೂವರಲ್ಲಿ ಯಾರು ಹೊರಹೋಗಲು ತಯಾರಿ? ತರಕಾರಿ, ದಿನಸಿ, ನೀರು, ಮಾತ್ರೆ. ಯಾರೋ ಒಬ್ಬರು ಹೋಗಬೇಕು. ರೂಢಿಯನ್ನೇಕೆ ಮುರಿಯಬೇಕು. ತಿಂಗಳ ಅಂತ್ಯದಲ್ಲಿ ಸೊಸೆಗೆ ಶೀತವಾಗಿ ಶುರುವಾದದ್ದು ಕೆಮ್ಮಾಗಿ ಪರಿಣಮಿಸಿ ಕೋವಿಡ್ ಬಂದೇ ಬಿಟ್ಟಿತು. ಮನೆಯವರನ್ನೆಲ್ಲ ಪರೀಕ್ಷೆಗೆ ಒಳಪಡಿಸಲಾಯಿತು. ಪತಿಯೂ ಪಾಸಿಟಿವ್. ಲ್ಯಾಬೋರೇಟರಿಯವನಿಗೆ ಆಶ್ಚರ್ಯ. ಮುದುಕಿ ನೆಗೆಟಿವ್. ಕಾಂತಮ್ಮ ತನ್ನದನ್ನು ಮಗನದಲ್ಲಿ ಅಕ್ಕ ಪಕ್ಕ ಇಟ್ಟು ಬೆಳಕಿಗೆ ಹಿಡಿದು ಕೂಲಂಕಷ ವೀಕ್ಷಿಸಿದಳು. ಹೌದು, ಏನೊ ವ್ಯತ್ಯಾಸ ಇದೆ. ಎಂದಿನಂತೆ ಗಟ್ಟಿಪಿಂಡ ಎಂದುಕೊಂಡರು ಎಲ್ಲರೂ. ಟೀವಿಯವರಿಗೆ ಸಿಕ್ಕಿದರೆ ಒಂದು ದಿನದ ಶೋ ಮಾಡಬಲ್ಲರು, ನಾವು ಅವಳ ಬಗ್ಗೆ ಏನೆಲ್ಲ ಹೇಳಬಲ್ಲೆವು ಎಂದು ಮೆಲುಕು ಹಾಕಿದರು. ದಿನಕ್ಕೆ ನಾಲ್ಕು ಸಲ ಟೀ ಕುಡಿಯುತ್ತಾಳೆ. ಬೇಜಾರಾದಾಗೆಲ್ಲ ರಾಶಿ ರಾಶಿ ಕಡಲೆ ಕಾಯಿ ಹರಡಿಕೊಂಡು ಸುಲಿದು ತಿನ್ನುತ್ತಾಳೆ. ಲೀಟರುಗಟ್ಟಲೆ ನೀರು ಕುಡಿಯುತ್ತಾಳೆ. ಪ್ರತಿ ಟೀ ಸೇವನೆ ನಡುವೆ ಎಲಡಿಕೆ ಹಾಕುತ್ತಾಳೆ. ಹೊಗೆಸೊಪ್ಪು ಸೇವಿಸುತ್ತಾಳೆ. ಟೆರೇಸಿನ ಮೇಲೆ ಕುಳಿತು ಇರುಳು ಕಾಯುತ್ತಾಳೆ. ನಮ್ಮವೇ ಹಲ್ಲುಗಳು ಅಲಲ ಎನ್ನುತ್ತಿರುವಾಗ ಮಟನ್ನಿನ ತುಂಡನ್ನು ಬಾಯಿಯೊಳಗಿಟ್ಟು ಬೆಲ್ಲದಂತೆ ನುರಿಸುತ್ತಾಳೆ, ಕರಗಿಸುತ್ತಾಳೆ... ಇತ್ಯಾದಿಯಾಗಿ.

ಒಂದು ಮನೆಯಿಂದ ಓಣಿಗೆ ಓಣಿಯನ್ನೆ ಸೀಲ್‌ಡೌನ್ ಮಾಡಿದರು. ನಾಯಿಗಳು ಸಹ ಮೂಲೆ ಸೇರಿಕೊಂಡವು. ಬಹುಶಃ ಇನ್ನು ನಾನು ಹಿಂದಿರುಗಲಾರೆ ಎಂದು ಸೊಸೆ, ಕಟ್ಟಿಸಿದ ಮನೆಯನ್ನು ಮೇಲಿಂದ ಕೆಳಗೆ ನೋಡಿ ಗಳಗಳನೆ ಅತ್ತಳು. ಮಗ ಎಲ್ಲೋ, ಮಗಳು ಇನ್ನೆಲ್ಲೋ. ಸಾಕಿಕೊಟ್ಟ ಮೊಮ್ಮಕ್ಕಳು, ಎರಡು ಇನ್ನೂ

ಕೂಸುಗಳು. ಕಡೆಯ ಸಾರಿ ಒಮ್ಮೆ ಎಲ್ಲರ ಮುಖ ನೋಡಬೇಕು ಎಂಬ ಹಂಬಲ. ಗಂಡನಿಗಾಗಿ, ಮಗನಿಗಾಗಿ, ಮಗಳಿಗಾಗಿ ಇಷ್ಟು ದಿವಸ ಮಾಡಿದ ಉಪವಾಸದ ವ್ರತಗಳು ಈಶ್ವರನನ್ನು ತಲುಪಿದ್ದರೆ ವಾಪಸ್ಸು ಕಳಿಸುವನು. ಆಕೆ ಈಶ್ವರಪ್ರಿಯೆ. ಅಷ್ಟು ಪೂಜಸ್ಥಳಾಗಿದ್ದರೂ ಬಹಳ ಬಹಳ ಹೆದರಿದ್ದಳು. ನಡುಗಿದ್ದಳು.

'ಮಕ್ಕಳು ಬಂದರೂ ಅಷ್ಟೆ, ಮೊಮ್ಮಕ್ಕಳು ಬಂದರೂ ಅಷ್ಟೆ. ಆಸ್ಪತ್ರೆಯಲ್ಲಿ ಒಳಗೆ ಬಿಡಲ್ಲ, ನೀವು ಅರ್ಜೆಂಟರ್ಜೆಂಟು ಹತ್ತಿ, ದಾದಿಯರ ನಿರ್ದಾಕ್ಷಿಣ್ಯ ಕುಟುಕು. ಪೋಲೀಸರು ಜೀಪಿಗೆ ಹತ್ತಿಸಿಕೊಂಡಂತೆ ಆಂಬುಲೆನ್ಸ್ ದಂಪತಿಗಳನ್ನು ಎತ್ತಿಹಾಕಿಕೊಂಡು ಹೊರಟಿತು. ಮಂದಿ ಕದವನ್ನು ಕಿಟಕಿಯನ್ನು ಇಷ್ಟೆ ತೆರೆದು ಕಣ್ದುಂಬಿಕೊಂಡರು. ಕಾಂತಮ್ಮ ಮೆಟ್ಟಿಲ ಮೇಲೆ ನಿಂತು ಎಲ್ಲವನ್ನೂ ವೀಕ್ಷಿಸಿದಳು; ಮೊನ್ನೆ ಮೊನ್ನೆ ತನಕ ಜೀವಂತವಿದ್ದವಳು, ಎಡಗಣ್ಣು ಅದುರುದಾಗಿನಿಂದ, ಕೊರಡಾಗಿದ್ದಳು. ದುಃಖಪಡುವ ಶಕ್ತಿ ಕಳೆದುಕೊಂಡಿದ್ದಳು. ಟೀವಿಯಲ್ಲಿನ ದೃಶ್ಯಕ್ಕಿಂತ ಹೆಚ್ಚೇನು ಆಪ್ತವಾಗಿರಲಿಲ್ಲ, ಮಗ ಸೊಸೆಯರ ನಿರ್ಗಮನ. ಹಿಂದಿರುಗಲಾರರು, ಎಂದುಕೊಂಡಳು. ಮಗನನ್ನು ಮನೆಯಿಂದ ಹೊರಗೆಳೆದುಕೊಂಡು ಬಂದವಳು, ಸ್ಮಶಾನಕ್ಕೂ ಸಂಗಡ ಕಟ್ಟಿಕೊಂಡೇ ಹೋಗುತ್ತಿರುವಳು ಎಂಬ ಮುಳ್ಳು ತಾಗಿದರೂ, ವಿಷ ಮೈ ಮೇಲೆ ಹತ್ತಲಿಲ್ಲ. ಅವನೋ, ಕರುಳ ಸಂಬಂಧ ಬಿಟ್ಟರೆ ಯಾವ ಭಾವನಾತ್ಮಕ ಸಂಬಂಧವೂ ಉಳಿದಿರಲಿಲ್ಲ.

ಮೆಟ್ಟಿಲು ಹತ್ತಿ ಮನೆ ಹೊಕ್ಕ ತಕ್ಷಣ ಮದುಕಿಗೆ ಮನೆ 'ಗೌ' ಎನ್ನಲಾರಂಭಿಸಿತು. ಸೋಫಾ ಖಾಲಿ. ಟೀವಿ ಆಫ್. ಅಡಿಗೆ ಕೋಣೆಯಿಂದ ಕಿಟಪಟ ಇಲ್ಲದೇ ಗಪ್ ಚುಪ್, ನಿಶಬ್ಧ. ಭಗವಂತ, ಬದುಕುವ ಹುಮ್ಮಸ್ಸು ಕ್ಷೀಣಿಸುತ್ತಿರುವಾಗ ಯಾತಕ್ಕಾಗಿ ಈ ಅವಕಾಶ? ಎಡಗಣ್ಣು ಅದುರಿಸಿದ್ದೇಕೆ? ಏನದರ ಅರ್ಥ?

ಕಾಂತಮ್ಮಳಿಗೆ ಒಳಗಿನ ತಳಮಳಗಳು ಒಂದು ಕಡೆಯಾದರೆ, ಹೊರಗಿನವು ಹಲವು. ತನಗಿನ್ನು ನಿತ್ಯದ ಊಟದ ಗತಿ? ಹೇಗೊ ಏನೋ, ತಕ್ಕಮಟ್ಟಿಗೆ ಚಾಕರಿ ಮಾಡುತ್ತಿದ್ದಳು ಸೊಸೆ. ಅವಳೇ ಇಲ್ಲ. ಈ ಆಸ್ಪತ್ರೆಯವರು ಒಂದು ವ್ಯವಸ್ಥೆ ಮಾಡಲಿಲ್ಲ. ಯಾವ ಯಾವುದೊ ಊರಿನಲ್ಲಿ ತರಕಾರಿ ದಿನಸಿಗಳನ್ನು ಮನೆಬಾಗಿಲಿಗೆ ತಂದುಕೊಡುತ್ತಾರಂತೆ. ಚಿಂತಾಕ್ರಾಂತಳಾದವಳಿಗೆ ತಕ್ಷಣ ಎಂದೋ ಮರೆತಿದ್ದ ಪರಿಹಾರ ಹೊಳೆಯಿತು: ಬಿಡು, ಇಲ್ಲೇ ಹತ್ತಿರದಲ್ಲಿ ದೊಡ್ಡವನಿದಾನಲ್ಲ, ಅವನ ಮನೆ ಸೇರಿಕೊಂಡರಾಯಿತು.

ಫೋನು ಮಾಡಿ ಕರೆಸಿಕೊಳ್ಳೋಣವೇ? ಅದೆಲ್ಲ ಯಾಕೆ, ಚೀಟಿ ವ್ಯವಹಾರಸ್ಥ. ಕಲೆಕ್ಷನ್ನಿಗೆ ಹೋಗಿರುತ್ತಾನೆ. ಕಾಂತಮ್ಮ ಅಡಿಗೆ ಮನೆ ಗ್ಯಾಸ್ ಪರೀಕ್ಷಿಸಿ ತಕ್ಕಮಟ್ಟಿಗೆ

ಸ್ವಿಚ್ಚುಗಳನ್ನು ಆಫ್ ಮಾಡಿ, ಒಂದು ಸೀರೆ, ಲಂಗ, ಕುಪ್ಪಸ, ತುಂಡು ಬಟ್ಟೆ, ಗಂಟು ಕಟ್ಟಿಕೊಂಡು ಮನೆಗೆ ಬೀಗ ಹಾಕಿ ಹೊರಟಳು. ಮೆಟ್ಟಿಲು ಇಳಿಯುತ್ತಿದ್ದಂತೆ ಧಿಗ್ಗನೆ ಪ್ರತ್ಯಕ್ಷನಾದ ಪಾಲಿಕೆಯ ಕಾವಲುದಾರ ಅಡ್ಡಗಟ್ಟಿದ.

"ಎಲ್ಲಿಗೆ?"

"ದೊಡ್ಡ ಮಗನ ಮನೆಗೆ"

"ಹತ್ತು ದಿವಸ ಹೋಂ ಕ್ವಾರಂಟೇನಲ್ಲಿರಬೇಕು. ಹೊಸ್ತಿಲು ದಾಟುವಂತಿಲ್ಲ"

"ಹತ್ತು ದಿವಸ ನೀನು ಅಡಿಗೆ ಮಾಡುತ್ತೀಯೇನು? ನನ್ನ ನಿಲ್ಲದ ಕಕ್ಕಸು ತೊಳೆಯುತ್ತೀಯೇನು? ಉಚ್ಚೆ ಹೊದಿಕೆ ಒಗೆದುಕೊಡುತ್ತೀಯೇನು?" ಉತ್ಪ್ರೇಕ್ಷೆ ಸೇರಿಸಿ ಝುಬರಿಸಿಬಿಟ್ಟಳು. ಕಾವಲುಗಾರ ಅಂಜಿದ.

"ನಾನು ಬಿಡಬಹುದು, ಓಣಿಯ ಹೊರಗೆ ಪೋಲೀಸರ ಪಹರೆ ಇದೆ. ರಿಪೋರ್ಟು ತೋರಿಸಿ ಪುಸಲಾಯಿಸಿದರೆ ಬಚಾವಾಗಬಹುದೇನೋ" ಎಂದು ಉಪಾಯ ಹೇಳಿಕೊಟ್ಟನು. ದಿನಪೂರ್ತಿ ಈ ಮನೆ ಕಾಯುವ ಕೆಲಸ ಯಾವನಿಗೆ ಬೇಕು, ಎಂದು ಅವನ ಲೆಕ್ಕಾಚಾರ. ರಿಪೋರ್ಟು ಎಂದಾಕ್ಷಣ ಕಾಂತಮ್ಮ ಪುನಃ ಮೆಟ್ಟಿಲು ಹತ್ತಿ ಬಾಗಿಲು ತೆಗೆದು ರಿಪೋರ್ಟನ್ನು ನಾಲ್ಕು ಸುತ್ತು ಮಡಚಿ ಗಂಟಿನೊಳಗೆ ಸಿಕ್ಕಿಸಿಕೊಂಡು ಪೋಲೀಸು ಎದುರು ಹೇಳಲಿಕ್ಕಿರುವ ಇನ್ನಷ್ಟು ಕತೆ ಕಲ್ಪಿಸಿಕೊಂಡು ಹೊರಟಳು.

ಪೋಲೀಸು ಆಕೆಯನ್ನು ಆಕೆಯ ಗಂಟನ್ನು ರಿಪೋರ್ಟನ್ನು; ಮುಖ್ಯವಾಗಿ ಆಕೆಯ ಹೃದಯವಿದ್ರಾವಕ ಕತೆಯನ್ನು ಕೇಳಿ "ಹೋಗ್ಲಿ ಬಿಡ್ರಿ, ಇಟ್ಕೊಂಡ್ರೆ ನಮಗೆ ತೊಂದರೆ" ಎಂದು ಬಿಟ್ಟರು. ಮುದುಕಿ ನಡೆದೇ ನಡೆದು ದೊಡ್ಡಮಗನ ಮನೆಯ ಅಂಗಳಕ್ಕೆ ಬಂದಳು. ಎಂದೋ ಬಂದ ನೆನಪು. ಮನಸು ಭಾರವಾಯಿತು. ವಾಪಸ್ಸು ಹೋಗಿಬಿಡಲೇ, ಇರುವ ದಿನಸಿಯಲ್ಲಿ ಕತೆ ಹಾಕಿದರಾಯಿತು ಎಂದುಕೊಂಡಳು. ಭಯ! ಹಿರಿ ಸೊಸೆಯ ಭಯ. ಬೆಲ್ ಒತ್ತಿದಾಗ ಬಾಗಿಲು ತೆರೆದದ್ದು ಅದೇ ಭಯ.

"ತಿರಗ ಯಾಕೇ ಬಂದೆ ಇಲ್ಲಿಗೆ ಬೋಸುಡಿ? ಎಷ್ಟು ಸಲ ಹೇಳಿಲ್ಲ ನಿನಗೆ? ಅಗಗಲ ಬಂದರೆ ಬಿಟ್ಟುಕೊಳ್ತಾರೆ ಅಂದ್ಕೊಂಡಿಯೇನು? ಅವರು ಬರೋದ್ಕು ಮುಂಚೆ ಜಾಗ ಖಾಲಿ ಮಾಡಿದರೆ ಸೈ, ಇಲ್ಲಾಂದರೆ ನಾನೆ ಏನಾರ ಮಾಡಬೇಕಾಗ್ತದೆ ನೋಡು" ಸೊಸೆ ಬಾಗಿಲ ಅಗಲ ಇದ್ದಳು.

"......."

ಅದೇ ಮಾತು. ಒಂದು ಪದ ಅತ್ತಿತ್ತ ಇಲ್ಲ. ಗೊತ್ತಿದ್ದೂ ಬಂದೆನಲ್ಲ, ಕಾಂತಮ್ಮಗೆ ಸೊಸೆಯ ಮುಂದಿನ ವಾಕ್ ಸರಣಿಯೂ ಚನ್ನಾಗಿ ನೆನಪಿತ್ತು. ನಿಜ, ಪತಿ ತೀರಿಕೊಂಡ ನಂತರ ಹಿರಿಯವನೇ ಮನೆ ಮುನ್ನಡೆಸಿದ್ದನು. ನಿಜ, ಅವನ ಆಶ್ರಯದಲ್ಲೇ ಹಲವು ವರುಷಗಳನ್ನು ಕಳೆದೆನು. ಎಲ್ಲರೂ ಬೇರೆಯಾಗುವ ತನಕ. ನಿಜ, ನಡೂಲನು ಮದುವೆಯಾದ ಕೆಲವೇ ವರುಷಗಳಲ್ಲಿ ಬೇರೆ ಹೊರಟನು., ಅವನು ಇನ್ನೂ ನನ್ನನ್ನು ನೋಡಿಕೊಳ್ಳಬೇಕಾದ ವರುಷಗಳನ್ನು ತೀರಿಸಿಲ್ಲ; ಅನಿಸುತ್ತದೆ. ಎಷ್ಟು ವರುಷ ಬಾಕಿ? ಗೊತ್ತಿಲ್ಲ. ಇವನಲ್ಲದಿದ್ದರೆ ಹೋಯಿತು. ಸಣ್ಣವನು ಇರುವನಲ್ಲ. ನನ್ನ ರಾಜಕುಮಾರ. ಜಗತ್ತನ್ನು ತಿಳಿದವನು. ಕಿರಿಸೊಸೆಯೂ ಮೇಷ್ಟ್ರು. ಒಳ್ಳೆಯವರು. ಇವನಿಗಿಂತ ಹಣವಂತರು. ಕೈಬಿಡುವುದಿಲ್ಲ. ಎಂದು ಯೋಚಿಸಿದಳು.

ಯಾವುದಕ್ಕೂ ಫೋನು ಮಾಡಿ ಹೋಗುವುದು ಲೇಸು ಎಂಬ ಮುದಿ ಎಚ್ಚರ ಎಚ್ಚರಿಸಿತು.

ಅಷ್ಟರಲ್ಲಿ ಹಿರಿ ಸೊಸೆ ಬಾಗಿಲು ಮುಚ್ಚಿಕೊಂಡಿದ್ದಳು.

ಪಟ್ಟಣದ ಇನ್ನೊಂದು ಕೊನೆಯಲ್ಲಿ ಕಿರಿ ಮಗನ ಮನೆ. ಸುತ್ತಲಿನ ಊರುಗಳ ಸರಕಾರಿ ಶಾಲೆಗಳ ಮೇಷ್ಟ್ರುಗಳು ಸೇರಿಕೊಂಡು ಕಟ್ಟಿಕೊಂಡಿರುವ ವಠಾರ. ಒಂಥರ ಮೇಷ್ಟ್ರು ಜಾತಿಯ ಹಟ್ಟಿ.

ಮುದುಕಿ ಅಂಗಳಕ್ಕೆ ಬಂದು ಗೇಟ್ ಮೆತ್ತಗೆ ಸದ್ದಾಗದಂತೆ ತೆಗೆದಳು. ತಿಳಿದಿದ್ದಳು, ಈ ಮನೆಯಲ್ಲಿ ನಿಶಬ್ಧಕ್ಕೆ ಪ್ರಾಶಸ್ತ್ಯ. ಹಿರಿಮಗನದು ವ್ಯವಹಾರಸ್ಥ ಕುಟುಂಬ. ಅಲ್ಲಿ ಯಾವಾಗಲೂ ಧಂ ಧಂ ಧದಧಂ. ಕಿರಿಮಗನ ಮನೆಯಲ್ಲಿ ಉಸಿರಿಗೂ ಪರ್ಮಿಶನ್ ಬೇಕು, ನಿರ್ಭೀತಿಯಿಂದ ಹರಿಯಲು. ಟೀವಿಯಿಲ್ಲ, ಟೇಪ್ ರೆಕಾರ್ಡರ್ ಇಲ್ಲ. ಪರವಾಗಿಲ್ಲ. ಅದುವೇ ನೆಮ್ಮದಿ. ಮಕ್ಕಳು ಸದಾ ಪುಸ್ತಕದಲ್ಲಿ, ಮಗ ಸೊಸೆ ಪೇಪರು ಕರೆಕ್ಷನ್ನುಗಳಲ್ಲಿ ಮುಳುಗಿರುತ್ತಾರೆ. ಅಂಗಳದಲ್ಲಿ ಬುದ್ಧ ನಸುನಗುತ್ತ ಸ್ವಾಗತಿಸಿದ.

ಅಜ್ಜಿ ಕರೆಗಂಟೆ ಒತ್ತಿದಳು.

ಒಳಗೆ ಎಷ್ಟೊಂದು ನಿಶಬ್ಧ, ಬೆರಗಾದಳು. ಕಿಟಕಿ ಪರದೆ ಸರಿಸಿ ಮೊಮ್ಮಕ್ಕಳು ಕೈ ಬೀಸುವ ದೃಶ್ಯ ಕಣ್ಮುಂದೆ ಸುಳಿಯಿತು. ಕಿಟಕಿಯತ್ತಲೇ ದಿಟ್ಟಿಸಿದಳು. ಎಷ್ಟು ಹೊತ್ತಾದರೂ ಪರದೆ ಸರಿಯಲಿಲ್ಲ. ಮತ್ತೊಮ್ಮೆ ಬೆಲ್ ಒತ್ತಲು ಮುಂದಾಗಿ, ಮಗನಿಗೆ ಗದ್ದಲವೆಂದರೆ ಆಗಿಬರಲ್ಲ, ಅಗಗಲ ಬೆಲ್ ಒತ್ತುತ್ತೀಯಲ್ಲಮ್ಮ ಎಂದು

ಸಿಡುಕುತ್ತಾನೆ. ಒಮ್ಮೆ ಫೋನ್ ಮಾಡಿ ಕಟ್ ಮಾಡಿದರೆ ಕಟ್ ಎಂದು ಅರ್ಥ, ಮತ್ತೆ ರಿಂಗ್ ಮಾಡಬಾರದು ಕ್ಲಾಸಿನಲ್ಲಿರುತ್ತೇನೆ ಎಂದು ಪಾಠ ಮಾಡಿದ್ದಾನೆ.

ಕಾದಳು.

ಕದ ತೆರೆಯಲಿಲ್ಲ. ಅಂಗಳ ವೀಕ್ಷಿಸಿದಳು. ಕಾರು ಇರಲಿಲ್ಲ. ಚಪ್ಪಲಿಗಳೂ ಇರಲಿಲ್ಲ. ಕಣ್ಣಾಲಿಗಳು ನೀರಾದವು. ಗಂಟಲು ಉಕ್ಕಿ ಬಂತು. ಯಾರಾದರೂ ನೋಡಿಯಾರು, ಮಗನ ಬಗ್ಗೆ ತಪ್ಪು ತಿಳಿದಾರು! ಬಾಯಿಗೆ ಸೆರಗು ಕಟ್ಟಿ ಸರಸರನೆ ಹೊರನಡೆದು, ತುಸು ದೂರ ನಡೆದು, ಭೋರ್ಗರೆಯಲು ಯತ್ನಿಸಿದರೆ, ಕಣ್ಣಿಂದ ನೀರು ಬರುತ್ತಿಲ್ಲ. ಬತ್ತಿ ಹೋಗಿವೆ. ಇದೆಂಥ ನಗೆಯಾಟ ನಿನ್ನದು? ಮುದುಕಿ ಕೇಳುತ್ತಾಳೆ. ಆಕಳ ಕರುವಿನ ವಯಸಿನ ಮಕ್ಕಳೇ ಆಸ್ಪತ್ರೆಯಲ್ಲಿರುವಾಗ, ತೊಂಭತ್ತೇಳರ ಮುದುಕಿಯ ಮೇಲೆ ಎಷ್ಟು ತಾನೆ ಗಮನ ಹರಿಸಲು ಸಾಧ್ಯ? ಸೃಷ್ಟಿ ವಾಸ್ತವವಾದಿಯೋ, ಅತಿಸೂಕ್ಷ್ಮವಾದಿಯೋ?

ಒಂದು ನಾಯಿ ಹಂದಿ, ಇರುವೆ ಸಹ ಸುಳಿಯದ ಬೀದಿಗಳಲ್ಲಿ ಮುದುಕಿ ನಡೆದಳು. ಇನ್ನಿಬ್ಬರ ನೆನಪಾಯಿತು. ಮುಂದಿನ ಆಯ್ಕೆಯಾಗಿಯಲ್ಲ, ಅಲ್ಲಿನ ಸೃಜನಶೀಲ ಪ್ರತಿಕ್ರಿಯೆಗಳ ಕಲ್ಪನೆಯಾಗಿ. ಈ ನಡೂಲನ ಹೊರತು ಎಲ್ಲ ಒಟ್ಟಾಗಿದ್ದರು. ಒಟ್ಟಿಗೇ ಭಾಗವಾದರು. ಇವನು ಹೊರನಡೆದ ಮತ್ತು ಅವರು ಭಾಗವಾದ ನಡುವಲ್ಲಿನ ವರುಷಗಳೆಷ್ಟು? ಪ್ರತಿಯೊಬ್ಬರೂ ಆ ವರುಷಗಳನ್ನು ತಮ್ಮ ಲೆಕ್ಕಕ್ಕೆ ಸೇರಿಸಿಕೊಳ್ಳುತ್ತಾರಲ್ಲ? ಭಾಗಿಸಬೇಕಲ್ಲವೇ?.

ಭಾಗಿಸಲೇಬೇಕೆ?

ಹಾಗೆ ಯೋಚಿಸುತ್ತ ನಡೆಯುತ್ತಿರುವಾಗ ಕಾಂತಮ್ಮಳಿಗೆ ಮೋರಿ ಎದುರಾಯಿತು. ಅಲ್ಲಿ ಹಂದಿಗಳು ಉರುಳಾಡುತ್ತಿದ್ದವು. ಹಲವು ಹಂದಿಗಳು. ಎಷ್ಟೊಂದು ಹಂದಿಗಳು. ದೊಡ್ಡ, ದಪ್ಪ, ನಡೂಲ, ಗಂಡು, ಹೆಣ್ಣು, ಹಿರಿಯ ಕರಿಯ ಹಂದಿಗಳು. ಪುಟ್ಟ ಪುಟ್ಟ ಪುಟಾಣಿ ಹಂದಿಗಳು. ಕಪ್ಪು ಕೆಸರಲ್ಲಿ ಕಪ್ಪು ಕಪ್ಪಾದ ಹಂದಿಗಳು. ಸ್ವಚ್ಛಂದವಾಗಿ ಉರುಳಾಡುತ್ತಿವೆ. ಪಟ್ಟಣದ ಕಲ್ಮಶದಲ್ಲಿ. ಅವುಗಳಿಗೆ ಯಾವ ಲಾಕ್ ಡೌನ್ ಇಲ್ಲ. ಸೀಲ್ ಡೌನ್ ಇಲ್ಲ. ಮುದುಕಿಗೆ ಹಂದಿಗಳ ಮೇಲೆ ಅಕ್ಕರೆಯೇನು ಆಗಲಿಲ್ಲ; ಬದಲಾಗಿ ಅವನ್ನು ನೋಡುತ್ತ ಮನಸ್ಸಿನಲ್ಲಿ ವಿಚಿತ್ರ ಶಕ್ತಿಯ ಸಂಚಲನ ಉಂಟಾಯಿತು. ಈಸಬೇಕು ಎಂಬಂಥದ್ದು. ಜೀವಾತ್ಮ ಇರುವವರೆಗೆ ಅದನ್ನು ಸಲಹಬೇಕು ಎಂಬಂಥದ್ದು. ಬಟ್ಟೆಗಂಟಿನಲ್ಲಿ ಪಿಂಚಣಿಯ ಹಣವಿತ್ತು. ಅರ್ಧ ಹೊಸ ನೋಟುಗಳು. ಅರ್ಧ ಹಳೆ ನೋಟುಗಳು. ಒಟ್ಟಿಗೆ ಬದಲಾಯಿಸಿದರೆ

ಎಲ್ಲರಿಗೂ ಕಣ್ಣಾಗುವೆ ಎಂದು ಕಾದು ವಿಫಲಗೊಂಡು ಮುಂದೊಂದಿನ ಎಲ್ಲಿಯಾದರೂ ಇಸಕೊಳ್ಳುವರೇನೊ ಎಂದು ಹಾಗೆ ಉಳಿಸಿಕೊಂಡಿದ್ದಳು.

ಹಣವನ್ನು ಮೋರಿಗೆ ಎಸೆದಳು. ಹಂದಿಗಳ ಮೇಲೆ. ನರಮನುಷ್ಯೆ ತಿನ್ನಲು ಏನೊ ಕೊಡುತ್ತಿದ್ದಾಳೆ ಎಂದು ಭಾವಿಸಿದ ಹಂದಿಗಳು ಮೂತಿಯೆತ್ತಿ, ನಿರಾಶೆಗೊಂಡು ಗುಟುರ್ ಗುಟುರ್ ಎನ್ನುತ್ತ ತಮ್ಮ ಕ್ರೀಡೆಯನ್ನು ಮುಂದುವರೆಸಿದವು.

ಮುದುಕಿ ವಠಾರದ ಮುಂಬಾಗಿಲಿಗೆ ಬಂದಳು. ಪೊಲೀಸರು ಅಡ್ಡಗಟ್ಟಿದರು.

"ಏನು ಆಟ ಆಡ್ತಿದೀಯಾ ನೀನು? ಅಲ್ಲೋಗ್ತೀನಿ ಇಲ್ಲೋಗ್ತೀನಿ, ಇಲ್ಲಿದ್ರೆ ಹೇತ್ಕೋತೀನಿ ತೊಳೆಯೋರಿಲ್ಲ ಎಂದು ಕತೆ ಕಟ್ಟಿ ಇವಾಗೇನು ನಿಮ್ಮಜ್ಜ ಬರ್ತಾನ ತೊಳಿಯೋದಕ್ಕೆ?"

"ಏ ಎಳ್ಕೊಂಡೋಗಿ ಎರಡು ದಿವಸ ಸ್ಟೇಷನ್ನಿನಲ್ಲಿ ಕೂರಿಸಿರೋ. ತಲೆ ನೆಟ್ಟಗೆ ನಿಲ್ತದೆ", ಕಾಂತಮ್ಮಳ ಜೋತುಬಿದ್ದ ಕಿವಿಗಳು ಅಳ್ಳಾಡುತ್ತಿದ್ದವು; ಕ್ರೋಧದಿಂದ.

"ನಂದು ನಾನೇ ತೊಳ್ಕೋತೀನಿ, ತಿಕಾ ಮುಚ್ಕಂಡು ಒಳಹೋಗಲು ಬಿಡಿ, ನಿಮ್ಮ ನಾಲ್ಕು ಕಾಸು ಸಮಯ ಕೇಳೆನು" ಗದ್ಗದಿತ ಗಂಟಲು.

ಕಾಂತಮ್ಮ ಬೀಗ ತೆರೆದು ಒಳಬಂದಳು. ಹೋಗುವಾಗ ಗೌ ಎನ್ನುತ್ತಿದ್ದ ಮನೆ ಗಾಳಿಬೆಳಕಿನಿಂದ ನಳನಳಿಸುತ್ತಿತ್ತು. ತನ್ನ ಮನೆಯೆನಿಸಿತು. ಒಬ್ಬಳೇ. ಹೋಂ ಅಲೋನ್ ಅಟ್ ನೈಂಟಿ ಸೆವೆನ್. ಎಲ್ಲಂದರಲ್ಲೆ ಮಲಗಬಹುದು, ಏನಂದರದನ್ನೆ ತಿನ್ನಬಹುದು, ನಡುಮನೆಯಲ್ಲೆಲ್ಲಾ ಉರುಳಾಡಬಹುದು. ಸ್ಕಾಲೆ ಬಿಚ್ಚಿ ನರ್ತಿಸಬಹುದು; ಆಹ್, ನರ್ತನವೇ! ವಯಸಿನಲ್ಲಿರುವಾಗ ಸುಂದರಿ. ಪತಿಗೆ ಈರ್ಷೆಯಾಗುವಷ್ಟು. ಮಗ  ನ್ಯೂಸ್ ಚಾನೆಲ್ ಹಾಕಿ ಹಾಕಿ ಮರಣ ಕಹಳೆ ಮಾತ್ರ ಕೇಳಿಸಿದ್ದನು. ಮುದುಕಿ ಚಾನೆಲ್ ಚೇಂಜ್ ಮಾಡಿ, ಧೂಂ ಧಡಾಧೂಂ ಹಾಡು ಹಾಕಿದಳು. ಮಗನ ಸೋಫಾ ಮೇಲೆ ಮಲಗಿ ಮೆತ್ತೆಗೆ ತಲೆದಿಂಬು ಕೊಟ್ಟುಕೊಂಡಳು. ಇನ್ನು ಟೀವಿ ರಿಮೋಟು ದಿನಪೂರ್ತಿ ತನ್ನದೇ.  ಮೂಲೆಯಲ್ಲಿ ಭರಪೂರ ಭರವಸೆಯಿತ್ತು, ಮೂಟೆ ಕಡಲೇ ಕಾಯಿ. ನಿಶ್ಚಿಂತೆ.

ಮುದುಕಿ ನಿಜಕ್ಕೂ ಆ ದಿನಗಳನ್ನು ಮನಸಾರೆ ಅನುಭವಿಸಿದಳು. ಸೌಜನ್ಯಕ್ಕೂ ಆಸ್ಪತ್ರೆ ಸೇರಿದವರ ಬಗ್ಗೆ ವಿಚಾರಿಸಲಿಲ್ಲ. ವಿಚಾರ ಮನದ ಪರದೆ ಮೇಲೆ ಹಾದು ಹೋಗುತ್ತಿತ್ತು; ಹಾಯಲು ಬಿಟ್ಟು ಸುಮ್ಮನಾಗುತ್ತಿದ್ದಳು. ಬರಲಾರರು ಎಂಬುದು ಅಸ್ಪಷ್ಟವಾಗಿ ಅಚ್ಚೊತ್ತಿತ್ತು. ಹಿಂದುಮುಂದಿನ ಚಿಂತೆ ಎನಗೇಕೆ. ಸೀಕ್ರೆಟ್ಟಾಗೊಂದು ಒಳ ಆಸೆ ಇಟ್ಟುಕೊಂಡಿದ್ದಳು. ಎಂದಾದರೊಂದು ದಿನ ತಾನು ಆಸ್ಪತ್ರೆ ಹಾಸಿಗೆ ಮೇಲೆ ಮಲಗಿರಬೇಕು. ಮಕ್ಕಳು ಸೊಸೆಯಂದಿರು ಸುತ್ತ ನೆರೆದಿರಬೇಕು. ಕೈಗೆ

ಗ್ಲುಕೋಸು ಚುಚ್ಚಿರಬೇಕು. ಪಕ್ಕದಲ್ಲಿ ಹಣ್ಣು ಹಂಪಲಿರಬೇಕು. ಡಾಕ್ಟರು ನನ್ನ ಕಾಳಜಿ ಮಾಡಬೇಕು. ಭಗವಂತ ಅದು ಯಾಕೊ ಎನಗೆ ಗಟ್ಟಿಪಿಂಡ ಕೊಟ್ಟು ಒಂದು ದಿನವಾದರೂ ಆಸ್ಪತ್ರೆಗೆ ಅಡ್ಮಿಟ್ ಮಾಡುವ ಅವಕಾಶ ಕೊಡದೆ ನಿರಾಸೆಗೊಳಿಸಿದನು. ಬದಲಾಗಿ ಇದೆನೊ ಹೊಸದು ಕೊಟ್ಟಿರುವನು. ಕಾಂತಮ್ಮ ಈಗ, ಮಗ ಸೊಸೆಯ ಹಾಸಿಗೆ ಮೇಲೆ ಮಲಗುತ್ತಿದ್ದಳು. ತನ್ನದಕ್ಕಿಂತ ಮೆತ್ತಗಿತ್ತು. ಅವರ ಬೀರು ತೆರೆದು ಒಂದೊಂದೆ ಸೀರೆ ತೆಗೆದು ಮುಟ್ಟಿ ಸವರಿ ಮಾಡಿದಳು. ಸೊಂದಿ ಸೊಂದಿ ಹುಡುಕಿದಳು. ಮೊಮ್ಮಗನ ಮೊಮ್ಮಗಳ ಒಳಉಡುಪುಗಳನ್ನು ಹಿಡಿದೆತ್ತಿ ನೋಡಿದಳು. ಅವರ ಅಲಂಕಾರಿಕ ವಸ್ತುಗಳನ್ನು ಪರಿವೀಕ್ಷಿಸಿದಳು. ಅಡಿಗೆ ಮನೆಯಲ್ಲಿನ ಡಬ್ಬಿಗಳನ್ನೆಲ್ಲ ತಡಕಿದಳು. ರುಚಿಯಾದ್ದನ್ನೆಲ್ಲ ಮುಕ್ಕಿದ್ದಳು. ಸೊಸೆಯ ಆರ್ಥಿಕ ಅಡಗು ತಾಣಗಳೆಲ್ಲ ಗೋಚರಿಸಿದ್ದವು. ಮುಟ್ಟುವ ಆಸಕ್ತಿ ಕಳೆದುಕೊಂಡಿದ್ದಳು. ಹಿಂದಾಗಿದ್ದರೆ ಚೂರು ಇರಿದು ಎರಡನೆಯವನಿಗೋ ನಾಲ್ಕನೆಯವನಿಗೊ ವರ್ಗಾಯಿಸುತ್ತಿದ್ದಳು. ಸೊಸೆ ಎಂದಿನಂತೆ ಗಂಡನೆಂದು ಭಾವಿಸಿ ನಿಡುಸುಯ್ಯುತ್ತಿದ್ದಳು. ಕಾಂತಮ್ಮ ಹಂಡೆ ಪೂರ್ತಿ ಬಿಸಿನೀರು ಕಾಯಿಸಿ ಸುಸ್ತಾಗುವಷ್ಟು ಸುರಿದುಕೊಂಡಳು. ಇಷ್ಟಿದ್ದೂ ಎಡಗಣ್ಣು ಮಾತ್ರ ಹೊಡೆಯುತ್ತಲೇ ಇತ್ತು.

ಈ ನಡುವೆ ಮುಂಜಾನೆ ಬಾಗಿಲು ತೆರೆದಾಗೆಲ್ಲ ಹೋಟೆಲಿನ ಪೊಟ್ಟಣಗಳು ಎಡತಾಕುತ್ತಿದ್ದವು. ಮೆಡಿಕಲ್ ಶಾಪಿನ ಪೊಟ್ಟಣಗಳು ಇರುತ್ತಿದ್ದವು. ತನ್ನ ಮಾತ್ರೆಗಳು ಯಾರಿಗೆ ಗೊತ್ತಿರುವುದು? ಮುದುಕಿ ಪೊಟ್ಟಣಗಳನ್ನು ಎತ್ತಿ ಏನಿದೆ ಎಂದು ಮೂಸುತ್ತಿದ್ದಳು. ಹಬೆ, ಅನ್ನದ ಗಂಧದ ನಡುವೆ ಯಾವ ಯಾವುದೋ ಚಿರಪರಿಚಿತ ವಾಸನೆ ಅಡರುತ್ತಿತ್ತು. ಮೆಟ್ಟಿಲುಗಳ ಮೇಲೆಯೆ ಬಿಟ್ಟುಬಿಡುತ್ತಿದ್ದಳು. ತನ್ನ ಪ್ರೀತಿಯ ಕಡಲೆಕಾಯಿಗಳು ಸಾಕಿತ್ತು. ಸಾಕಿತ್ತು ಮಾತ್ರವೇ?. ಚಿರಪರಿಚಿತ ವಾಸನೆಗಳು ಒಮ್ಮೆಯಾದರೂ ಕದ ತಟ್ಟಿ ಹೇಗಿದ್ದೀಯಮ್ಮ ಎನ್ನಬಹುದಿತ್ತಲ್ಲವೇ? ಧೈರ್ಯವಿಲ್ಲವೋ ಅಥವಾ ನಿರ್ಲಕ್ಷ್ಯವೋ? ತಾಯಿ ಅಧೀರ ಮಕ್ಕಳನ್ನು ಒಪ್ಪಬಹುದು, ನಿರ್ಲಕ್ಷ್ಯ?

ಆ ಮನೆಯು ಪುಟ್ಟದಾಗಿದ್ದರಿಂದ ಬಚ್ಚಲು ಒಳಗಿದ್ದರೂ ಕಕ್ಕಸಿನ ಕೋಣೆ ಮಾಳಿಗೆಯಲ್ಲಿತ್ತು. ಮುದುಕಿಗೆ ಹತ್ತಿ ಇಳಿಯುವುದು ತೊಂದರೆಯೇನಲ್ಲ. ಕೈಕಾಲುಗಳು ಯಂತ್ರಗಳಂತೆ ಚಲಿಸುತ್ತಿದ್ದವು.

ಕಾಂತಮ್ಮ ಅಂದು ಮುಂಜಾನೆ ಎಂದಿನಂತೆ ಎರಡು ಬೊಗಸೆ ಭರಪೂರ ಕಡಲೆ ಕಾಯಿ ತಿಂದು ಮಿಳ್ಳೆ ನೀರು ಕುಡಿದು, ಕಕ್ಕಸಿಗೆಂದು ಮೇಲೆ ಹೋಗಿದ್ದಳು. ಮುಗಿಸಿಕೊಂಡು ಮೆತ್ತಗೆ ಮೆಟ್ಟಿಲು ಇಳಿಯುತ್ತಿರುವಾಗ ನಿತ್ರಾಣವೆನಿಸಿ ಕುಸಿದು

ಕೂತಳು. ಎದುರು ಹಲವು ದಿನಗಳಿಂದ ಪೇರಿಸಿಕೊಂಡಿದ್ದ ಬೆಳ್ಳಿ ಬಣ್ಣದ ಪೊಟ್ಟಣಗಳು. ಕಣ್ಣು ಮಂಜಾದವು.

***

ಅದೇ ದಿನ ಮಗ ಮತ್ತು ಸೊಸೆಯ ಬಿಡುಗಡೆ. ಮಗ ಆಟೋದಿಂದಿಳಿದು ಡ್ರೈವರಿಗೆ ಚಿಲ್ಲರೆ ತೆಗೆದು ಕೊಡುತ್ತಿದ್ದನು. ಸೊಸೆ ಆ ಕಡೆ ಈ ಕಡೆ ವಾಲಾಡುತ್ತ ಮೆಟ್ಟಿಲು ಹತ್ತಿ ಮೊದಲ ಮಹಡಿಗೆ ಬಂದಳು. ಅತ್ತೆ ಸೆರಗು ಹರಡಿಕೊಂಡು ಮೆಟ್ಟಿಲ ಮೇಲೆ ಕೂತಿದ್ದನ್ನು ಕಂಡು,

"ಯಾಕವ್ವ ಇಲ್ಲಿ ಕೂತಿದ್ದೀಯ" ಎಂದು ಮೈ ದಡವಿದಳು. ಕಿಟಾರನೆ ಕಿರುಚಿದಳು.

ಮೆಟ್ಟಿಲ ಮಗ್ಗುಲಲ್ಲಿದ್ದ ಬಚ್ಚಲಿನ ಕಿಟಕಿಯಿಂದ ಮುದುಕಿಯ ಕೊರಳಿಗೆ ಸೆರಗು ಸುತ್ತಿಕೊಂಡಿತ್ತು.

⌘

# ಭವ್ಯ

**ಮನುಷ್ಯ ಯಾಕೆ ಹುಟ್ಟುತ್ತಾನೆ? ಯಾರ ಇಚ್ಛೆ ಮೇರೆಗೆ? ಬೆಳೆದ ವ್ಯಕ್ತಿ ಪಡೆಯುವ ರೂಪಕ್ಕೆ ಸ್ವಯಂ ಎಷ್ಟು ಕಾರಣ? ಹೆತ್ತವರು ಎಷ್ಟು ಕಾರಣ? ವಿಧಿ/ ದೇವರು/ ಸೃಷ್ಟಿ/ ಕರ್ಮ ಇತ್ಯಾದಿಗಳ ಪಾತ್ರವೆಷ್ಟು? ಸ್ಮೃತಿಯು ಎಳಸಿನಲ್ಲಿರುವಾಗಲೇ ನನ್ನಲ್ಲಿ ಇಂಥ ಪ್ರಶ್ನೆಗಳನ್ನು ಮೂಡಿಸುತ್ತಿದ್ದ ವ್ಯಕ್ತಿಯೊಂದಿಗಿನ ಕತೆಯಿದು.**

ಒಂದಾನೊಂದು ಕಾಲದಲ್ಲಿ 'ನನ್ನಿಂದಲೇ ನೀನು' ಎಂದು ಜರಿದ ಜನ್ಮದಾತನನ್ನು ಝಾಡಿಸಿದ ವ್ಯಕ್ತಿಯೊಬ್ಬ ಹೆಂಡತಿ ಮಕ್ಕಳನ್ನು ಕಟ್ಟಿಕೊಂಡು ನಾಡು ತೊರೆದು ಕಾಡು ಸೇರಿ ಗುಡಿಸಲು ಕಟ್ಟಿಕೊಂಡು ಗುಡ್ಡಗಾಡು ಕಡಿದು ಹಸನು ಮಾಡಿ ಬೀಜ ಬಿತ್ತಿ ನೀರು ಹನಿಸಿ ಬರಡು ನೆಲದಿಂದ ಲಿಲಿ ಪುಟಿಯನ್ನಿನಂತಹ ಮೊಳಕೆ ಸೈನ್ಯ ಚಿಮ್ಮಿಸಿ ಹೊಸ ನಾಡು ಕಟ್ಟಿ ಧರ್ಮ ಮೆರೆದು ಜನತೆಯಿಂದ ಧರ್ಮರಾಯನೆಂದೂ ಮಡದಿಯಿಂದ ಧರ್ಮಗೊಡ್ಡು ಎಂದೂ ಖ್ಯಾತಿ ಕುಖ್ಯಾತಿ ಪಡೆದು ಇನ್ನೇನು ಎಲ್ಲ ಮರುಸ್ಥಾಪನೆಯಾಯಿತು ಎಂಬ ದಿನಕ್ಕೆ ಮುಖ್ಯವಾದದ್ದನ್ನೇ ಕಿತ್ತುಕೊಂಡ ಬದುಕು ತನಗಿರುವ ಕುಖ್ಯಾತಿಯ ಘನತೆ ಮೆರೆದಿದ್ದ. ಆ ವ್ಯಕ್ತಿ ಅಮ್ಮನ ತಂದೆಯಾಗಿದ್ದ ತಾತನವರು. ಈ ಕತೆಯ ಮುಖ್ಯಪಾತ್ರ ಇವರಲ್ಲ. ಇವರ ಮಗ, ಅಮ್ಮನ ಅಣ್ಣನಾದ ಮಾವನವರು. "ಮಾಮ" ಎಂದು ಕರೆಸಿಕೊಳ್ಳುತ್ತಿದ್ದರು. ಈಗವರು ನೆನಪು ಮಾತ್ರ.

ನನ್ನ ಬಾಲ್ಯದ ಮುಖ್ಯ ಭಾಗವನ್ನು ತಾತನ ಮನೆಯಲ್ಲಿ ಕಳೆದಿದ್ದರಿಂದ ನನ್ನ ಮತ್ತು ಅವರ ಸಂಬಂಧ ಕೇವಲ ಹಬ್ಬಹರಿದಿನಗಳ ಭೇಟಿಯಲ್ಲದ ದಿನನಿತ್ಯದ ಒಡನಾಟವಾಗಿತ್ತು. ಬಹಳ ವಿಶೇಷಚೇತನದಿಂದ ಕೂಡಿದ್ದ ವ್ಯಕ್ತಿ.

ತಾತನಿಗೆ ಐದು ಜನ ಹೆಣ್ಣು ಮಕ್ಕಳು, ಮಾಮ ದೊಡ್ಡ ದೊಡ್ಡಮ್ಮನ ನಂತರದವರು. ಒಬ್ಬನೇ ಮಗ. ಭಾರತೀಯ ಕುಟುಂಬ ವ್ಯವಸ್ಥೆಯ ಪ್ರಕಾರ ವಿಜೃಂಭಿತವಾಗಿ ಬಾಳಬೇಕಿದ್ದ ಮನುಷ್ಯ. ಬದಲಾಗಿ ದಾರುಣ ಜೀವನವನ್ನು ಸವೆಸಿ ದುರಂತವನ್ನು ಕಂಡರು. ಇನ್ನೂ ಧಾರುಣವಾಗಬಹುದಾಗಿದ್ದುದರಿಂದ ಸ್ವಲ್ಪದರಲ್ಲಿ ತಪ್ಪಿಸಿಕೊಂಡರೇನೋ, ಅದನ್ನು ಅವರೇ ತೀರ್ಮಾನಿಸಬೇಕು, ಅವರು ಈಗಿಲ್ಲ, ಇದ್ದರೂ ಬಹುಶಃ ಈ ಬಗೆಯ ಪ್ರಶ್ನೆಗಳಿಗೆ ಉತ್ತರಿಸಲಾಗುತ್ತಿರಲಿಲ್ಲ. ಇಂದಿನ ವೈಜ್ಞಾನಿಕ ಪರಿಭಾಷೆಯಲ್ಲಿ ಹೇಳುವುದಾದರೆ ಅವರಿಗೆ ಕಲಿಕಾ ಊನತೆ, ಲರ್ನಿಂಗ್ ಡಿಸ್ಲೆಕ್ಸಿಯ ಇತ್ತು. ನಮ್ಮಲ್ಲಿ ಯಾವಾಗಲೂ ಅವರಿಗೆ ವಿದ್ಯೆ ಹತ್ತಲಿಲ್ಲ ಅಂತ ಮಾತ್ರ ಹೇಳುತ್ತಿದ್ದರು. ವಿದ್ಯೆ ಎಷ್ಟೋ ಜನಕ್ಕೆ ಹತ್ತುವುದಿಲ್ಲ, ಆದಾಗ್ಯೂ ಸಾಮಾನ್ಯ ಜ್ಞಾನವುಳ್ಳವರಾಗಿರುತ್ತಾರೆ. ಮನುಷ್ಯ ಭಾವನೆಗಳ ಸಹಜ ಅಭಿವ್ಯಕ್ತಿ ಹೊಂದಿರುತ್ತಾರೆ. ಮಾಮ ತೀರ ಸಹಜರೂ ಅಲ್ಲ ತೀರ ದಡ್ಡರೂ ಅಲ್ಲ, ಭಾವುಕರೂ ಅಲ್ಲ ನಿರ್ಭಾವುಕರೂ ಅಲ್ಲ ಎಂಬಂತೆ ಬದುಕಿದ್ದರು. ಅದಷ್ಟೇ ಸಮಸ್ಯೆಯಾಗಿದ್ದಿದ್ದರೆ...

ಐದು ಜನ ಹೆಣ್ಮಕ್ಕಳ ನಡುವೆ ಒಬ್ಬೇ ಒಬ್ಬ ಗಂಡು ಮಗ, ಹೆತ್ತವರಲ್ಲಿ ಅಗಾಧ ನಿರೀಕ್ಷೆ, ಮಾಮ ನೋಡಿದರೆ ಹೀಗೆ! ಇನ್ನೊಬ್ಬ ಮಗ ಹುಟ್ಟಿದ್ದನಂತೆ, ತರುಣಾವಸ್ಥೆಯಲ್ಲಿ ಹಾವು ಕಡಿದು ಸತ್ತನಂತೆ. ಸಹಜವಾಗಿ ಆತ ಬುದ್ಧಿವಂತನೇ ಇರುತ್ತಾನೆ. ಸೃಷ್ಟಿಯ ತಿಕ್ಕಲುತನವೇ ಹಾಗಲ್ಲವೇ. ತಾತ ಅಜ್ಜಿ ಸೇರಿದಂತೆ ಎಲ್ಲರೂ ಇಲ್ಲದ ಮತ್ತು ಇರುವ ಮಾಮನನ್ನು ನೆನೆ ನೆನೆದು ದುಃಖಿಸುತ್ತಿದ್ದುದೇ ಆಗಿತ್ತು. “ದೇವರು ಕಾಣುವ ಕಣ್ಣನ್ನು ಕಿತ್ತುಕೊಂಡು ಕುರುಡುಗಣ್ಣನ್ನು ಬಿಟ್ಟಿರುವನು” ಎನ್ನುತ್ತಿದ್ದರು. ಮಾಮನಿಗೆ ಅದು ಕೇಳಿಸುತ್ತಿತ್ತಾದರೂ ತಟ್ಟುತ್ತಿತ್ತೇ? ಅಕಸ್ಮಾತ್ ತಟ್ಟುತ್ತಿರಲಿಲ್ಲವೆಂದಾದರೆ ಅದನ್ನು ಅವರ ಅದೃಷ್ಟವೆಂದು ಬಗೆಯಬೇಕೇ? ಗೊತ್ತಿಲ್ಲ. ಅವರಿಗೆ ತಿಳುವಳಿಕೆ ಕಲಿಸಲು ತಾತ ಬಹಳಾನೆ ಬಡಿಯುತ್ತಿದ್ದರಂತೆ. ಮದುವೆ ವಯಸಿಗೆ ಬಂದರೂ ಅವರಲ್ಲಿ ಕಿಂಚಿತ್ ಬದಲಾವಣೆ ಕಾಣಲಿಲ್ಲವಂತೆ. ಇನ್ನು ಹೊರಗಿನಿಂದ ಹೆಣ್ಣು ತಂದರೆ ಸೊಸೆ ಎಲ್ಲಿ ತಮ್ಮನ್ನೆಲ್ಲ ಕಸಬರಿಕೆ ಮಾಡಿಕೊಂಡುಬಿಡುತ್ತಾಳೋ ಎಂಬ ಭಯ. ಜೊತೆಗೆ ಮಗನಿಗಂತೂ ತಿಳಿಯಲ್ಲ ಸೊಸೆಯೂ ಅಂತವಳೇ ಆದರೆ.. ಇಷ್ಟೆಲ್ಲ ಆಸ್ತಿಪಾಸ್ತಿ ನೋಡಿಕೊಳ್ಳುವವರು ಯಾರು? ಮೊದಲಾಗಿ ಏನೂ ಬರದ ಈತನಿಗೆ ಹೊರಗಿನಿಂದ ಹೆಣ್ಣು ಕೊಡುವವರಾದರೂ ಯಾರು? ಕೊಟ್ಟರೂ ಅಂತಹ ಹೆಣ್ಣು ಹೇಗಿರುತ್ತದೆ?

ಯೋಚಿಸಿ ನಮ್ಮ ದೊಡ್ಡ ದೊಡ್ಡಮ್ಮನ ದೊಡ್ಡ ಮಗಳನ್ನು ತಂದುಕೊಂಡರು. ಬೆಂಗಳೂರಿನ ನಗರದಲ್ಲಿ ಒಂಭತ್ತನೆಯ ತರಗತಿಯಲ್ಲಿ ಓದುತ್ತಿದ್ದಂತಹ ಸುಂದರ ಹುಡುಗಿ. ಮದುವೆ ಮಾಡಿ ಮೂರ್ನಾಲ್ಕು ವರ್ಷಗಳ ನಂತರ ಮನೆಗೆ ಕರಕೊಂಡು ಬಂದರಂತೆ. ಅರ್ಥಾತ್ ದೊಡ್ಡವಳಾದ ಮೇಲೆ ಒಲ್ಲೆ ಎಂದುಬಿಡುತ್ತಾಳೇನೋ ಎಂದು ಅಪ್ರಾಪ್ತ ವೈಸಿನಲ್ಲಿ ತಾಳಿ ಕಟ್ಟಿಸಿದ್ದರು. ಸಂಬಂಧದಲ್ಲಿ ನನಗೆ ಅವರು ಅತ್ತೆಗಿಂತಲೂ ಅಕ್ಕ ಮೊದಲು. ಹಾಗಾಗಿ ಅವರನ್ನು ಅಕ್ಕ ಅಂತಲೇ ಕರೆಯುತ್ತೇನೆ. ನಾನು ತಾತನ ಮನೆ ಸೇರುವಷ್ಟರಲ್ಲಿ ಅವರ ಮದುವೆಯಾಗಿ ಹತ್ತು ವರುಷ ಕಳೆದಿರಬಹುದು. ಎಲ್ಲ ಸಮೃದ್ಧ ಮನೆತನಗಳಲ್ಲೂ ಏನೋ ಒಂದು ಊನ ಇದ್ದೇ ಇರುತ್ತದೆ. ಮಾಡಲು ಕೈಲಾಗದಷ್ಟು ಜಮೀನು. ಮಾಡಿದರೆ ಕೈತುಂಬ ಕೆಲಸ. ಅಕ್ಕ ಅದಾಗಲೇ ಮನೆಗೆ ಹೊಂದಿಕೊಂಡಿದ್ದರು. ತಾತ ಮನೆಯನ್ನಿನ್ನೂ ಮುನ್ನಡೆಸುತ್ತಿದ್ದರು. ಅಲ್ಲಿಗಾಗಲೇ ತಾತ ಮಾಮನಿಗೆ ಬಡಿಯುವುದನ್ನು ಅಕ್ಕ ನಿಲ್ಲಿಸಿದ್ದರು. ಹೆಂಡತಿ ಎದುರಿಗೇ ಗಂಡನಿಗೆ ಹೊಡೆಯುವುದನ್ನು ಯಾರು ತಾನೆ ಸಹಿಸಿಕೊಂಡಿರುತ್ತಾರೆ? ಅಕ್ಕ ಮಾಮನಿಗೆ ಘನತೆಯುಕ್ತ ಬದುಕು ಕಟ್ಟಿಕೊಡಲು ಹೆಣಗುತ್ತಿದ್ದರು. ತಾತನಿಗೂ ವೈಸಾಗುತ್ತಿತ್ತು. ಸ್ಥಿತ್ಯಂತರದ ಕಾಲ. ಅಕ್ಕನ ಬದುಕು ನೆನೆದರೆ ಪಾಪ ಅನಿಸುತ್ತದೆ. ಮದುವೆಯಾಗಿ ಅಷ್ಟು ವರ್ಷಗಳಾಗಿತ್ತು, ಮಕ್ಕಳೇ ಆಗಿರಲಿಲ್ಲ. ಅಜ್ಜಿಯ ಮನಸಿನಲ್ಲಿ ಮಾಮನಿಗೆ ಇನ್ನೊಂದು ಮದುವೆ ಮಾಡುವ ಆಲೋಚನೆಯೂ ಸುಳಿದಿತ್ತು! ತಾಳಿ ಕಟ್ಟಿದರೆ ಮಕ್ಕಳಾಗುತ್ತವೆ ಎಂದು ಭಾವಿಸಿದ್ದ ನನಗೆ ಶಾಲಾ ಸಹಪಾಠಿ "ನಿಮ್ಮ ಮಾಮನಿಗೆ ಲವ್ ಮಾಡದು ಹೆಂಗೆ ಗೊತ್ತಿಲ್ಲ" ಎಂದು ತನ್ನ ಅಗಾಧ ಜ್ಞಾನವನ್ನು ಹಂಚಿಕೊಂಡು ದಿಗ್ಭ್ರಮೆ ಮೂಡಿಸಿದ್ದನು. ಹಾಗಂದರೇನು?, "ಅದೇನೋ, ಸಿನಿಮಾಗಳಲ್ಲಿ ಹೀರೋ ಹೀರೋಯಿನ್ನು ಇಷ್ಟ ಪಡ್ತಾರಲ್ಲ ಹಾಗೆ"..

ಪ್ರಪಂಚವನ್ನು ಗ್ರಹಿಸುವ ಹಂತದ ನನ್ನ ಬಾಲ್ಯ ಶುರುವಾಗಿದ್ದು ಅಲ್ಲಿಂದ. ನನಗಿದೆಲ್ಲ ಹೊಳೆಯುತ್ತಿರುವುದು ಈಗ. ಆಗೆಲ್ಲ ನಮ್ಮ ಪ್ರಕಾರ ಮಾಮ ಚೆನ್ನಾಗೆ ಇದ್ದರು, ದೈನಂದಿನ ವ್ಯವಸಾಯದ ಕೆಲಸಗಳಲ್ಲಿ ಮೈಮುರಿದು ದುಡಿಯುತ್ತಿದ್ದರು. ಹೊಟ್ಟೆತುಂಬ ಉಣ್ಣುತ್ತಿದ್ದರು. ಗಡತ್ತಾಗಿ ನಿದ್ರೆ ಹೊಡೆಯುತ್ತಿದ್ದರು. ಮಾನವ ಪ್ರಾಣಿಯ ಮೂಲಭೂತ ನಡುವಳಿಕೆಗಳಲ್ಲೇನು ವ್ಯತ್ಯಾಸವಿದ್ದಂತೆ ತೋರುತ್ತಿರಲಿಲ್ಲ. ಆದರೆ ಮನುಷ್ಯ ಭಾವನೆ ಅಂತ ಯೋಚಿಸಿದಾಗ ಅವರು ತುಸು ಭಿನ್ನವಾಗಿ ವರ್ತಿಸುತ್ತಿದ್ದುದುಂಟು. ಕೆಲವೊಮ್ಮೆ ಗಾಡಿಗೆ ವಿಪರೀತ ಕಡಲೆ ಬಳ್ಳಿಯನ್ನೋ ಗೊಬ್ಬರವನ್ನೋ ತುಂಬಿ, ಎತ್ತುಗಳು ಹಳ್ಳವನ್ನು ದಾಟಲಾಗದೇ ಏದುತ್ತಿರುವಾಗ ಅವುಗಳಿಗೆ "ದನಕ್ಕೆ ಬಡಿದಂಗೆ" ಬಡಿದು "ಸಾಯಿಸಿ ಬಿಡ್ತೀಯಲ್ಲೋ ಮೂಕ

ಪ್ರಾಣಿಗಳನ್ನ" ಎಂದು ತಾತನಿಂದ ಬೈಸಿಕೊಳ್ಳುತ್ತಿದ್ದರು. ಆಗೆಲ್ಲ ನಾನು ಗಾಡಿಯ ಲಗೇಜಿನ ಮೇಲೆ ಕೂತಿರುತ್ತಿದ್ದೆ, ಸವಾರಿಯ ಮಜಾ ಪಡೆಯಲು! ಮಾಮ ಬಹುಶಃ ಹಿಂದೆ ತನಗೆ ಬಿದ್ದ ಒದೆಗಳನ್ನು ಯಥಾವತ್ತಾಗಿ ಎತ್ತುಗಳಿಗೆ ಸಾಗಹಾಕುತ್ತಿದ್ದರು ಅನಿಸುತ್ತದೆ. ಎತ್ತುಗಳನ್ನು ಗೊಂದಿಗೆಗೆ ಕಟ್ಟಿಹಾಕಿ ಮೇವು ಹಾಕುವಾಗ ಹಿಡಿತ ಮಾಡಿ ತಿರುಗ ಕೋಪಕ್ಕೆ ಗುರಿಯಾಗುತ್ತಿದ್ದರು. ಅವರು ಮನೆಯಲ್ಲಿ ಇನ್ನೊಂದು ಮೂಕ ಎತ್ತಿನಂತೆ ಇದ್ದರು ಎಂದರೆ ಅತಿಶಯೋಕ್ತಿಯೇನಲ್ಲ. ಮೂಕ ಅಂದರೆ ಮಾತಾಡುತ್ತಿರಲಿಲ್ಲ ಅಂತಲ್ಲ, ದಡಬಡನೆ ಹೊ ಹ್ಹೋ ಹೋ ಎಂದು ಜೋರುದನಿಯಲ್ಲಿ ತಾತನ ಮೇಲೆ ರೋಪು ಹಾಕುತ್ತಿದ್ದರು ಎನ್ನಿ, ಆಗೆಲ್ಲ ತಾತ ಅಕ್ಕನಿಗೆ ಅಂತಿದ್ದುಂಟು, ನೀನು ಬಂದು ಅವನಿಗೆ ಸಲಿಗೆ ಕೊಟ್ಟುಬಿಟ್ಟೆ ಎಂದು.

ಅವರಿಗೆ ದುಡ್ಡನ್ನು ಎಣಿಸಲು ಬರುತ್ತಿರಲಿಲ್ಲ. ಅಕ್ಕ ಹೊರಗಿನ ಎಲ್ಲ ವ್ಯವಹಾರಗಳಿಗೂ ಹೋಗಲು ಆಗುತ್ತಿರಲಿಲ್ಲ. ಮಿಲ್ಲಿಗೆ ಸಂತೆಗೆ ಕಳಿಸುವಾಗ ರೂಪಾಯಿ ಕಾಯನ್ನುಗಳನ್ನು ಮಾಮನಿಂದ ಮುಟ್ಟಿಸಿ ಸವರಿಸಿ ಉಂಟಾಗುವ ವಿಭಿನ್ನ ಅನುಭವಗಳ ಮೇಲೆ ಇದಕ್ಕೆ ಇಷ್ಟು ಬೆಲೆ, ಇಂಥ ವಸ್ತುವಿಗೆ ಇಷ್ಟು ಕಾಯನ್ನುಗಳನ್ನು ಕೊಡಬೇಕು ಎಂದು ತಿದಿಯೊತ್ತಿ ಕಳಿಸುತ್ತಿದ್ದರು. ಆಗೆಲ್ಲ ಮಾಮ ಬಹಳ ಎಚ್ಚರವಾಗಿರುತ್ತಿದ್ದರು. ಏನೇ ಹೇಳಿದರೂ ಬಹಳ ಭಯಭಕ್ತಿಯಿಂದ ಎಲ್ಲವನ್ನೂ ಆಲಿಸಿ ಶಿರಸಾವಹಿಸಿ ಪಾಲಿಸುತ್ತಿದ್ದರು. ತನಗೆ ತಿಳಿಯಲ್ಲವೆಂದೂ ಹೊರಗಿನವರು ಮೋಸ ಮಾಡುತ್ತಾರೆಂದೂ ಅವರಿಗೆ ವಿಪರೀತ ಭಯವಿತ್ತು. ಅಂತೆಯೇ ಹಾಲನ್ನು ಡೈರಿಗೆ ಹಾಕಲು ಕಳಿಸುವಾಗ ಅಳತೆ ಮಾಪನಗಳು ಯಾವುದು ಎಷ್ಟೆಷ್ಟು ಎಂಬ ಬಗ್ಗೆ ಸಾಧ್ಯವಾದಷ್ಟೂ ಶಿಕ್ಷಣ ಕೊಡಲಾಗುತ್ತಿತ್ತು. ಹಾಗಿದ್ದೂ ವಾಪಸ್ಸು ಬಂದಾಗ ಕಡಿಮೆ ಲೀಟರು ಬರೆದು ಕಳಿಸಿದ್ದಾರೆಂದು ನೀನು ಸರಿಯಾಗಿ ಗಮನಿಸಿಲ್ಲವಲ್ಲೋ ಎಂದು ಉಗಿಸಿಕೊಳ್ಳುತ್ತಿದ್ದರು. ಅದು ಅವರಿಗೆ ಸ್ವಲ್ಪ ಕಷ್ಟದ ವಿದ್ಯೆಯಾಗಿತ್ತು. ಎಲ್ಲಾ ಗೊತ್ತಿರುವವರಿಗೇನೆ ಮೋಸ ಮಾಡುವ ಜಗತ್ತು ಇದು, ಇನ್ನು ಪಾಪ..

ತಾತನ ಮನೆ ಅತ್ಯಂತ ಶಿಸ್ತಿನ ಮನೆಯಾಗಿತ್ತು. ಅಲ್ಲಿ ವರುಷದಲ್ಲಿ ಬರುವ ಎಲ್ಲ ಹಬ್ಬಗಳ ಆಚರಣೆಯಾಗುತ್ತಿತ್ತು. ದೊಡ್ಡ ಹಬ್ಬಗಳಲ್ಲಿ ಹೆಣ್ಣು ಮಕ್ಕಳೂ ಮೊಮ್ಮಕ್ಕಳೂ ಅಳಿಯಂದಿರೂ ಸೇರುತ್ತಿದ್ದರು. ವಾರ ವಾರ "ಶನಿವಾರ" ಮಾಡುತ್ತಿದ್ದರು. ತಾತ ಊರಿನ ಮುಖ್ಯಭಾಗದಲ್ಲಿ ಅಶ್ವತ್ಥ ಕಟ್ಟೆ ಕಟ್ಟಿಸಿದ್ದರು. ಒಂದು ಅರಳಿ ಮರ, ಒಂದು ಬೇವಿನ ಮರ. ನಡುವೆ ರಾಮ ಲಕ್ಷ್ಮಣ ಸೀತಾಂಜನೇಯರ ಗುಡಿ. ಶನಿವಾರ ಅಂದರೆ ನೆಲ ಒಲೆ ತೊಳೆಯುವುದು, ಸ್ನಾನ ಮಾಡುವುದು, "ಕತೆ" ಓದುವುದು, ಅಶ್ವತ್ಥ ಕಟ್ಟೆಯ ಪೂಜೆ, ತೋಟದಲ್ಲಿನ ತಾವರೆ ಮರಕ್ಕೆ ಪೂಜೆ, ಗೋವಿಂದ

ಕೂಗುವುದು, ಊರಿನೋರಿಗೆಲ್ಲ ಪ್ರಸಾದ ಹಂಚುವುದು ಇತ್ಯಾದಿ. ಮಾಮ ಈ ಎಲ್ಲ ಕಾರ್ಯಗಳಲ್ಲಿ ಪಾಲ್ಗೊಳ್ಳುತ್ತಿದ್ದರು. ಅವರೇ ಮುನ್ನಲೆಯಲ್ಲಿರುತ್ತಿದ್ದರು. ಅವರು ಪೂಜೆ ಮಾಡುವಾಗ ಅವರಲ್ಲಿನ ಭಾವ ಎಂಥದು ಎಂದು ನನಗೆ ಆಗಲೂ ಸೋಜಿಗ, ಈಗಲೂ ಸೋಜಿಗ. ಅಂದರೆ ಅವರ ಭಕ್ತಿಯೆಂಥದು ಎಂದು. ತಾತ ಬೈಯುತ್ತಿದ್ದರು, ಸುಮ್ಮನೆ ಎಮ್ಮೆ ಮೇಲೆ ಮಳೆ ಸುರಿದಂಗೆ ಮಾಡ್ತಾನೆ ಅಂತ. ಅಂದರೆ ಅದೆಲ್ಲ ಯಾಂತ್ರಿಕವಾಗಿತ್ತೋ ಮಾಮನಿಗೆ? ತುಟಿಗಳು ಮಣ ಮಣ ಅಂತಿದ್ದವಲ್ಲ ಅದೇನದು? ಅವರಿಗೆ ರಾಮ ಯಾರು ಕೃಷ್ಣ ಯಾರು ಅಸಲಿಗೆ ದೇವರೆಂದರೇನು ಎಂಬುದೂ ಗೊತ್ತಿರಲಿಲ್ಲವೆಂದು ನನ್ನ ಅನಿಸಿಕೆ. ಅಜ್ಜಿ ತಾತನ ಅಷ್ಟೊಂದು ಪೂಜೆ ಪುನಸ್ಕಾರಕ್ಕೆ ಯಾವ ದೇವರೂ ಕಿವಿ ಕೊಡಲಿಲ್ಲವೆಂಬುದು ನೋವಿನ ಸಂಗತಿ.

ಮಾಮನ ದೈವ ಪರಿಕಲ್ಪನೆ ಹೇಗೆ ಶೂನ್ಯವಾಗಿತ್ತೋ ಅಂತೆಯೆ ದೆವ್ವ ಪರಿಕಲ್ಪನೆಯೂ ಶೂನ್ಯವಾಗಿತ್ತು. ನಡುರಾತ್ರಿ ಕತ್ತಲೆಯಲ್ಲಿ ತೋಟಕ್ಕೆ ನೀರು ಹಾಯಿಸುತ್ತಿದ್ದರು. ಎಲ್ಲಿಯಾದರೂ ಸರ ಸರ ಸದ್ದಾದರೆ ಹೆದರುತ್ತಿರಲಿಲ್ಲ, ಬದಲಾಗಿ ಮಗ್ಗುಲಲ್ಲಿದ್ದ ಕವಣೆಗೆ ಕಲ್ಲು ಸೇರಿಸಿ ಬೀಸುತ್ತಿದ್ದರು. ದಶರಥನ ಹಾಗೆ. ಒಮ್ಮೆ ಕಲ್ಲು ಒಂದು ಕರಡಿಯ ಅಂಡಿಗೆ ಬಿದ್ದು ಅದು ಧೊಪ್ಪೆಂದು ಕೆಳಗೆ ಬಿದ್ದು ನೋವಿನಿಂದ ಅರಚುತ್ತ ತಪ್ಪಿಸಿಕೊಂಡು ಓಡಿಹೋಗಿತ್ತು, ಬಿದ್ದು ಉಂಟು ಮಾಡಿದ ಗುಳಿಯಲ್ಲಿ ಉದುರಿದ ಚುಚ್ಚು ಕೂದಲುಗಳಿಂದ ನಮಗೆ ಅದು ಕರಡಿಯೆಂದು ಗೊತ್ತಾಗಿದ್ದುದು. ಮನೆಯಲ್ಲೊಂದು ನಾಯಿಯಿತ್ತು. ರಾಜ ಎಂದು ಅದರ ಹೆಸರು. ಅವನೊಂಥರ ಮನೆಗೆ ಹಿರಿಯ, ಮಾರ್ಗದರ್ಶಿ. ಬೀದಿ ನಾಯಿಗಳ ತಂಟೆಗೆ ಹೋಗದ, ಹೇಲು ಮೂಸದ, ಮನೆ ಕಾಯುವ ಇಲ್ಲವೇ ಹೊಲ ಕಾಯುವ, ಇಲ್ಲವೇ ಮನೆ ಮಂದಿಗೆ ಜೊತೆಯಾಗುವ, ಊರಿಗೇ ಮರ್ಯಾದಸ್ಥನೆಂದು ಹೆಸರುವಾಸಿಯಾಗಿದ್ದ ಕಪ್ಪು ನಾಯಿ 'ರಾಜ'. ಹಗಲಾಗಲೀ ಇರುಳಾಗಲೀ ರಾಜ ನಮಗೆ ನಿರಂತರ ಸಂಗಾತಿಯಾಗಿರುತ್ತಿದ್ದನು. ಓಟವೂ ಅಲ್ಲದ ನಡಿಗೆಯೂ ಅಲ್ಲದ ಒಂದು ಗತ್ತಿನ ಲಯದಲ್ಲಿ ಚಲಿಸುತ್ತಿದ್ದನು. ರಾತ್ರಿ ಭರ್ತಿ ಮುದ್ದೆ ಹೊಡೆದು ಮಜ್ಜಿಗೆ ಕುಡಿದು ಹೆಗಲ ಮೇಲೆ ಕಂಬಳಿ, ಒಂದು ಕೈನಲ್ಲಿ ಬೆತ್ತ ಇನ್ನೊಂದು ಕೈನಲ್ಲಿ "ಬ್ಯಾಟರಿ" ಹಿಡಿದು ಹೊರಟರೆ, ದಟ್ಟ ಕತ್ತಲಲ್ಲಿ ರಾಜ ಮುಂದೆ ನಾನು ನಡುವೆ ಮಾಮ ಹಿಂದೆ. ನಮ್ಮ ಪ್ರಯಾಣವು ಮಂಚಿಕೆ ಕಡೆಗೆ. ಕಡಲೆ ಬಳ್ಳಿಗಳಿಗೆ ಗುಣಿಯಿಡುವ ಹಂದಿ ಕಾಯಲು, ತೆಂಗಿನಕಾಯಿ ಕಳ್ಳರನ್ನು ಹಿಡಿಯಲು "ಸೆಲ್ಲು ಡೌನಾಗುತ್ತದೆಂದು" ಅಮವಾಸ್ಯೆಯಲ್ಲೂ ಬ್ಯಾಟರಿ ಹೊತ್ತಿಸುತ್ತಿರಲಿಲ್ಲ ಪುಣ್ಯಾತ್ಮ. ಅವರಿಗೆ ಲೆಕ್ಕ ಬರದಿದ್ದರೂ ಯಾವ ಗೊನೆಯಲ್ಲಿ ಎಷ್ಟು ಕಾಯಿ ಕಾಣೆಯಾಗಿದೆ

ಎಂದು ಗೊತ್ತಾಗುತ್ತಿತ್ತು, ಚಿತ್ರಸ್ಮರಣಾ ಶಕ್ತಿ ಇತ್ತೆನಿಸುತ್ತದೆ. ಒಂದೆರಡು ಕಾಯಿ ಹೋದರೂ ಚಿಂತೆಯಿಲ್ಲ ಅಮವಾಸ್ಯೆ ಇರುಳಲ್ಲಿ ಹೋಗಬೇಡವೋ ಎಂದು ಅಜ್ಜಿ ತಾತ ಗೋಗರೆದರೂ ಕೇಳದೆ ಹೊರಟುಬಿಡುತ್ತಿದ್ದರು. ಅಂತಹ ದಿವಸ ನಮಗೂ ಹೊರಹೋಗುವ ಅವಕಾಶವಿರುತ್ತಿರಲಿಲ್ಲ. ಕೆಲವೊಮ್ಮೆ ರಾಜನೂ ಬೇಸತ್ತು ಮನೆಗೆ ಬಂದು ಇಟ್ಟುಂಡು ಅಂಗಳದಲ್ಲಿ ಗೋಣಿಚೀಲದ ಮೇಲೆ ಮುದುರಿಬಿಡುತ್ತಿದ್ದ. ಆಗೆಲ್ಲ ಹೊಲದಲ್ಲಿ ಮಾಮ ಒಬ್ಬರೇ ಇರುತ್ತಿದ್ದರು, "ದೆವ್ವದ ಹಾಗೆ". ಅವರಿಗೆ ಅಮವಾಸ್ಯೆ ಹುಣ್ಣಿಮೆಗಳ ನಡುವೆ ಬೆಳಕೊಂದು ಬಿಟ್ಟು ಇನ್ಯಾವ ಅಂತರ ಕಾಣಿಸುತ್ತಿರಲಿಲ್ಲ.

ನಮ್ಮೂರಿನ ಶಾಲೆಗೂ ಅಲ್ಲಿನ ಶಿಕ್ಷಕರಿಗೂ ನಮ್ಮ ಮನೆಗೂ ಒಂದು ಬಗೆಯ ಅನ್ಯೋನ್ಯ ಸಂಬಂಧ ಇತ್ತು. ತಾತ ಶಾಲೆ ಕಟ್ಟಿಸಲು ಜಮೀನು ದಾನ ಮಾಡಿದ್ದರು. ಶಾಲೆಯ ಮುಖ್ಯ ದಿನಾಚರಣೆಗಳಿಗೆ ಗಣ್ಯ ಅತಿಥಿಯಾಗಿರುತ್ತಿದ್ದರು. ಅಲ್ಲಿನ ಒಬ್ಬ ಶಿಕ್ಷಕಿಗೆ ಮಜ್ಜಿಗೆಯಂದರೆ ಪ್ರಾಣ. ಘಮಘಮ ಸಾರೆಂದರೆ ಬಲು ಇಷ್ಟ. ಒಂದು ಬತ್ತಿ ಸ್ಟವ್ ಇಟ್ಟುಕೊಂಡು ಟೀ ಮಾಡಿಕೊಳ್ಳಲು ಹಾಲು ತರಿಸಿಕೊಳ್ಳುತ್ತಿದ್ದರು. ಅದೆಲ್ಲವೂ ನಮ್ಮ ಮನೆಯಿಂದ ನಿತ್ಯ ಸರಬರಾಜಾಗುತ್ತಿತ್ತು. ಅವರು ವರ್ಗಾವಣೆಯಾದ ಬಳಿಕ ಇನ್ನೊಬ್ಬ ಶಿಕ್ಷಕಿ ಬಂದರು. ಅವರಿಗೆ ಹೂಗಳೆಂದರೆ ಪ್ರಾಣ. ನಮ್ಮ ಮನೆಯ ಕಾಂಪೋಂಡಿನಲ್ಲಿ ದುಂಡು ಮಲ್ಲಿಗೆ, ದಾಸವಾಳ ಇತ್ಯಾದಿ ಹೂಗಳಿದ್ದವು. ಅಕ್ಕ ಅವನ್ನು ಬಿಡಿಸಿ ಯಾರಿಂದಲಾದರೂ ಟೀಚರಿಗೆ ತಲುಪಿಸುತ್ತಿದ್ದರು. ಒಮ್ಮೆ ಮಾಮನ ಕೈಲಿ ಕಳಿಸಿದ್ದರು. ಆಗ ನಾನು ತರಗತಿಯ ಮಣೆಯ ಮೇಲೆ ಕೂತಿದ್ದೆ. ಟೀಚರು ಟೇಬಲ್ಲಿನ ಮೇಲೆ ಕೂತಿದ್ದರು, ಮಾಮ ಬಡಬಡನೆ (ಅವರದು ದೊಡ್ಡ ಕಾಲು) ಬಂದರು, ದಾಸವಾಳವನ್ನು ಟೇಬಲ್ಲಿನ ಮೇಲಿಟ್ಟರು, ತಿರುಗಿ ಹಾಗೇ ಬಡಬಡನೆ ಹೋಗಿಬಿಟ್ಟರು. ಅಷ್ಟೂ ಸಮಯ ಅವರ ಕಣ್ಣು ನೆಲ ನೋಡುತ್ತಿತ್ತು. ಕೈ ತಲೆ ಕೆರೆದುಕೊಳ್ಳುತ್ತಿತ್ತು. ಟೀಚರು ಮಾಮ ಬಂದ ವೇಗಕ್ಕೆ ಮೊದಲು ಗಾಬರಿ ಬಿದ್ದು ಹೂ ಇಸಕೊಂಡು ತಲೆಗೆ ಮುಡಿಯುತ್ತ ಥ್ಯಾಂಕ್ಸ್ ಹೇಳಲು ತಲೆಯೆತ್ತಿದ್ದರೆ ವ್ಯಕ್ತಿ ಮಾಯ! ಮನುಷ್ಯ ಸಹಜ ನಾಚಿಕೆ ಸಂಕೋಚಗಳೆಲ್ಲ ಮಾಮನಿಗೂ ಇತ್ತೆನಲು ನನಗಿರುವ ಸಾಕ್ಷಿಯಿದು.

ಕಾಲಾನಂತರ ಅವರಿಗೆ ಕೊನೆಗೂ ಒಂದು ಗಂಡು ಮಗು ಹುಟ್ಟಿತು. ಅದು ಮನೆಮಂದಿ ಬಂಧು-ಬಳಗಕ್ಕೆಲ್ಲ ಅತೀವ ಸಂತಸದ ಗಳಿಗೆ. ಅಂತೂ ಇಂತೂ ದೇವರು ಕಣ್ಣುಬಿಟ್ಟ ಎನ್ನುತ್ತಿದ್ದರು. ಆ ಹೊತ್ತಿಗೆ ನಾನಾಗಲೇ ದೂರದ ವಸತಿ ಶಾಲೆ ಸೇರಿದ್ದೆ. ಅಮ್ಮ ಸಂಭ್ರಮವನ್ನು ಹಂಚಿಕೊಳ್ಳಲೆಂದು ಸುದ್ದಿಯನ್ನು ಹೊತ್ತು ನನ್ನ ಕರೆದೊಯ್ಯಲು ಬಂದಿದ್ದರು. ತೊಟ್ಟಿಲ ಸಂಭ್ರಮದಲ್ಲಿ ಭಾಗಿಯಾಗಿದ್ದೆ.

ಮಾಮನ ಸಂಭ್ರಮ ನನ್ನ ಸ್ಮೃತಿಯಲ್ಲಿ ಉಳಿದಿಲ್ಲ. ಬಹುಶಃ ಉಳಿದವರ ಸಂಭ್ರಮದ ನಡುವೆ ಅವರಿಗೆ ಅಲ್ಲಿ ಜಾಗವೇ ಇರಲಿಲ್ಲವೆನಿಸುತ್ತದೆ. ಅದೂ ಇದೂ ಸಾಮಾನು ಹೊಂದಿಸಿಕೊಡುವುದರಲ್ಲಿ ತಲ್ಲೀನರಾಗಿದ್ದ ನೆನಪು. ಅವರು ಫೋಟೋಗಳಲ್ಲಿ ಕಾಣಿಸಿಕೊಂಡಿದ್ದೂ ಕಡಿಮೆ. ಆದರೆ ತೋಟದಲ್ಲಿ ಒಂಟಿಯಿರುವಾಗಲೆಲ್ಲ ನನ್ನೊಂದಿಗೆ ಹೇಳುತ್ತಿದ್ದುದು ಒಂದೇ ಮಾತು, 'ನೀವೆಲ್ಲ ನನ್ನ ಮಗನನ್ನು ಚನ್ನಾಗಿ ನೋಡಿಕೊಳ್ಳಬೇಕ್ರಪ್ಪೋ,... ಅವನ ಇದ್ಯಾಭ್ಯಾಸಕ್ಕೆ ಎಲ್ಲ ಅನುಕೂಲ ಮಾಡಿಕೊಡಬೇಕಪ್ಪೋ.. ಸ್ಯಾನೆ ಖರ್ಚಾಗುತ್ತದಂತೆ ಪರವಾಗಿಲ್ಲ.. ಒಟ್ಟಿನಲ್ಲಿ ಅವನು ಸಂದಾಕೆ ಓದಿ ದೊಡ್ಡ ಆಫೀಸರಾಗಬೇಕಪ್ಪೋ..' ಎಂದು. ಅದಾಗಲೇ ಶೈಕ್ಷಣಿಕವಾಗಿ ಮುಂದೆ ಎಂದು ಹೆಸರಾಗಿದ್ದರಿಂದ ಅವರ ಹಿಂದಿಂದೆ ಪುಟ್ಟ ಪುಟ್ಟ ಹೆಜ್ಜೆ ಇಟ್ಟು ಓಡಾಡುತ್ತಿದ್ದವನು ಅವರ ದೃಷ್ಟಿಯಲ್ಲಿ ಕೆಲವೇ ವರ್ಷಗಳಲ್ಲಿ ದೊಡ್ಡವನಾಗಿಬಿಟ್ಟಿದ್ದೆ.

ಇದೆಲ್ಲ ಈಗಿನ ಮಧುರ ಭಾವನೆ. ಅವರೊಂದಿಗೆ ವಾಸಿಸುವಾಗ ನಮಗೆ ಅವರ ಮೇಲೆ ಸ್ವಲ್ಪ ಬೇಸರ ಇತ್ತು. ಅವರಿಗೆ ಬೆಂಗಳೂರಿಂದ ಬರುವ ಅಕ್ಕನ ಬಳಗದ ಮೇಲೆ ಹೆಚ್ಚು ಅಕ್ಕರೆ. ಅವರ ದೇಖರೀಖೆ ಚನ್ನಾಗಿ ನಡೆಸುತ್ತಿದ್ದರು. ಬಿಸ್ಲೇರಿ ಬಾಟಲಿನಲ್ಲಿ ಎಳನೀರು ತುಂಬಿಸಿ ಕೊಡುತ್ತಿದ್ದರು. ಉಳಿದ ನಾಲ್ವರು ಅವರ ಮಕ್ಕಳ ಬಗ್ಗೆಯಿದ್ದ ಆಸ್ಥೆ ತುಸು ಕಡಿಮೆಯೆ. ಅದೆಲ್ಲ ಮಡದಿ ಮೇಲಿನ ಪ್ರೀತಿಯೆಂಬುದೂ ನಮಗೆ ಗೊತ್ತಾಗುತ್ತಿತ್ತು. ಆದರೂ ಅವರ ಅಂತಃಕರಣ ಕೆಲವೊಮ್ಮೆ ವಿಶಿಷ್ಟವಾಗಿ ತುಡಿಯುತ್ತಿತ್ತು. ಒಮ್ಮೆ ಏನಾಯಿತೆಂದರೆ.. ನಾನು ಊರಿನ ಹುಡುಗರೊಂದಿಗೆ ಸೇರಿ ಹರಿಸೇವೆಯ ಆಟವಾಡುತ್ತಿದ್ದೆ. ಕಲ್ಲು ಮಣ್ಣುಗಳನ್ನು ಕಲಸಿ ಸಣ್ಣ ಮನೆ ಕಟ್ಟುವುದು, ತೆಂಗಿನ ಪೀಸೆಯಿಂದ ಮಾಳಿಗೆ ಇಡುವುದು. ಅದರೊಳಗೆ ಮೂರು ಕಲ್ಲುಗಳನ್ನು ದೇವರಂತೆ ಕೂರಿಸುವುದು. ಪುಟ್ಟ ಒಲೆ ಜೋಡಿಸಿ ಕುಂಬಾರರ ಹಾವುಗೆಯಿಂದ ಒಡೆದ ಕುಡಿಕೆಗಳನ್ನು ತಂದು ಹಿಡಿ ಅಕ್ಕಿ ಸುರಿದು ಅನ್ನ ಬೇಯಿಸಿ, ತೋಟದೊಳಗಿನ ಟಮಾಟ ಬದನೇಕಾಯಿ ಮೆಣಸಿನಕಾಯಿ ಕಿತ್ತು ಕೆಂಡದಲ್ಲಿ ಸುಟ್ಟು ಕಿವುಚಿ ಸಾರು ಮಾಡಿ ಮುತ್ತುಗದೆಲೆ ಮುಂದೆ ಎಲ್ಲರನ್ನೂ ಕೂರಿಸಿ ಒಂದೊಂದೇ ತುತ್ತು ಅನ್ನ ಬಡಿಸಿ ಆಡುವ "ಹರಿಸೇವೆ" ಆಟವದು. ಪೂಜೆಯ ಹೊತ್ತಿಗೆ ಶಿವ ಎಂಬುವವನು (ಅವನು ಈಗಿಲ್ಲ, ಈಜಾಡಲು ಹೋಗಿ ನೀರುಪಾಲಾದ) ದೇವರಿಗೆ ಎಡೆಯಿಡಬೇಕಲ್ಲ ಎಂಬ ಸಮಸ್ಯೆಯನ್ನು ಎದುರಿಟ್ಟನು. ಎಲ್ಲರಿಗೂ ಹೌದೆನಿಸಿತು. ಎಡೆಯೆಂದರೆ ಮಾಮೂಲಿ ಅನ್ನ ಸಾರು ಆಗದು, ವಿಶೇಷ ತಿಂಡಿಯಾಗಿರಬೇಕು. ಅಂಗಡಿಯಿಂದ ತಿನಿಸು ತಂದು ಎಡೆಯಿಡುವುದು ಎಂದು ನಿಶ್ಚಯವಾಯಿತು. ಸರಿ ಅದಕ್ಕೆ ದುಡ್ಡು? ಎಲ್ಲರ ಚಿತ್ತ ನನ್ನತ್ತ. ಹೋಗಿ ನಿಮ್ಮ ತಾತನ ಜೇಬಿಂದ ನಾಕಾಣೆ ತಾ ಎಂದು ಐಡಿಯಾ ಕೊಟ್ಟರು. ಅದೂ ಇದೂ ಯೋಚಿಸಿ ದೇವರಿಗಲ್ಲವೇ ರಕ್ಷಿಸುತ್ತಾನೆಂದು

ಬಗೆದು ಓಡಿಹೋಗಿ ತಾತನ ಕೋಟಿನಿಂದ ನಾಕಾಣೆ ತಂದುಕೊಟ್ಟೆ. ಹರಿಸೇವೆ ಸಾಂಗವಾಗಿ ಜರುಗಿತು. ಎಡೆ ಎಲ್ಲರ ನಾಲಿಗೆ ಸವರಿತು. ಸಂಜೆ ಮನೆಯಲ್ಲಿ ತಾತ "ನನ್ನ ನಾಕಾಣೆ" ಎಲ್ಲಿಗೋಯಿತು ಎಂದು ಗದರಿಕೊಂಡರು. ಹಣಕಾಸಿನ ವಿಚಾರದಲ್ಲಿ ಕಟ್ಟುನಿಟ್ಟಿನ ಸಂಸಾರವದು. ನಾಕಾಣೆಯಲ್ಲ ನಾಕು ಪೈಸೆಯೂ ಲೆಕ್ಕಕ್ಕೆ ಸಿಗುತ್ತಿತ್ತು. ಯಾರೂ ಯಾವುದಕ್ಕೂ ಬಳಸಿಲ್ಲವೆಂದಾದರೆ ಎಲ್ಲಿ ಹೋಯಿತು? ಅಕ್ಕ ಬರಲು ತಗೊಂಡು ಬಂದರು. ನನಗೆ ತೊಡೆ ನಡುಗಲಾರಂಭಿಸಿದವು. ಮನೆತುಂಬ ಅಟ್ಟಾಡಿಸಿಕೊಂಡು ಬಿಗಿಯಲಾರಂಭಿಸಿದರು. ಸಾಮಾನ್ಯವಾಗಿ ಪರ ವಹಿಸುತ್ತಿದ್ದ ಅಜ್ಜಿ (ಮೊಮ್ಮಗನೆಂಬ ಪ್ರೀತಿಯೂ ಸೊಸೆ ಮೇಲಿನ..) ಅವತ್ತು ಸುಮ್ಮನಿದ್ದರು, ಕಳ್ಳತನದ ಪರ ವಹಿಸುವುದೆಂತ? ಏನಾದರೂ ವಹಿಸಿದ ಕೆಲಸ ಸರಿ ಮಾಡಿಲ್ಲದಾಗ, ತಾತ್ಸಾರದಿಂದ ಅಡ್ಡಾದಿಡ್ಡಿ ಮಾಡಿದ್ದಾಗ ಆಗಾಗ್ಗೆ ನನಗೆ ಪೂಜೆಯಾಗುತ್ತಿದ್ದುದುಂಟು. ಅವತ್ತು ಹಿತ್ತಲಿನ ಕಾಂಪೋಂಡಿನ ತನಕ ಓಡಿದ್ದೆ. ಅಲ್ಲಿಗೂ ಬಿಡದೆ ಬಂದಿದ್ದರು ಅಕ್ಕ. ಅದೆಲ್ಲಿದ್ದರೋ ಮಾಮ ಆಗ ತಾನೆ ದನ ಹೊಡೆದುಕೊಂಡು ಹಿತ್ತಲಿನ ಗೇಟು ತೆಗೆದು ಪ್ರತ್ಯಕ್ಷರಾದರು. ನನ್ನ ಜೀವ ಮರಳಿತು. ಓಡಿ ಹೋಗಿ ಅವರ ತೊಡೆ ಸಂದಿಯಲ್ಲಿ ಹುದುಗಿದೆ. ಮಾಮ, "ಸುಮ್ಕಿರಣೆ, ಸಣ್ಣುಡುಗನ್ನ ಯಾಕೆ ಹಂಗೆ ಬಡಿತಿ" ಎಂದು ಬಿಡಿಸಿದರು. ಇದು ಆಗಾಗ್ಗೆ ಪುನ ರಾವರ್ತನೆಯಾಗುತ್ತಿದ್ದಂತಹ ಘಟನೆ. ಅಕ್ಕ ತನ್ನ ದುರ್ದೈವದ ಸಿಟ್ಟನ್ನೆಲ್ಲ ನಮ್ಮ ಮೇಲೆ ತೀರಿಸಿಕೊಳ್ಳುತ್ತಿದ್ದರು. ಚನ್ನಾಗಿ ಬಾರಿಸುತ್ತಿದ್ದರು. ಆಗೆಲ್ಲ ನನ್ನ ಕಣ್ಣುಗಳು ಮಾಮನನ್ನೇ ಹುಡುಕುತ್ತಿದ್ದವು. ಆ ದಿನ ಹಿತ್ತಲಿನ ಕಾಂಪೋಂಡಿನ ತನಕ ಓಡಿದ್ದೂ ಅದೇ ಕಾರಣಕ್ಕೆ. ಅದೃಷ್ಟ ಚನ್ನಾಗಿದ್ದರೆ ಮಾಮ ಪ್ರತ್ಯಕ್ಷರಾಗುತ್ತಿದ್ದರು, ಇಲ್ಲಾಂದರೆ ಇಲ್ಲ. ಪ್ರತ್ಯಕ್ಷರಾದಾಗೆಲ್ಲ ನಾನು ಅವರ ಮಡಿಲಲ್ಲಿ ಹುದುಗುವುದು, ಅವರು ಅಕ್ಕನ ಕೈಲಿಂದ ಬರಲು ಕಿತ್ತುಕೊಳ್ಳುವುದು. ನಂತರ ತೋಟಕ್ಕೆ ಕರೆದೊಯ್ದು ಎಳನೀರು ಕುಡಿಸಿ ಸಮಾಧಾನ ಪಡಿಸುವುದು. ಜೀವಮಾನದಲ್ಲೆ ಕಳ್ಳತನವೆಂದೇನಾದರೂ ಮಾಡಿದ್ದರೆ ಆ ನಾಕಾಣೆ. ಅದೇ ಮೊದಲು ಅದೇ ಕೊನೆ. ಇಂದಿಗೂ ಬಿಡದೆ ಹಿಂಸಿಸುತ್ತಿದೆ ಅದು. ನನ್ನ ನಾಸ್ತಿಕತೆಯ ಪಾಯಗಲ್ಲುಗಳಲ್ಲಿ ಈ ಘಟನೆಯೂ ಒಂದು ಎಂದು ಬಿಡಿಸಿ ಹೇಳಬೇಕಿಲ್ಲ.

ನಾನು ವಿದ್ಯಾಭ್ಯಾಸದ ಸಲುವಾಗಿ ಹೊರಗೆ ಬಂದನೋ ಆಮೇಲೆ ಅತ್ತ ಹೋಗುವುದು ಕಡಿಮೆಯಾಯಿತು. ರಜಾ ದಿನಗಳಲ್ಲಿ ಒಂದು ಸುತ್ತು ಎಲ್ಲ ಊರುಗಳನ್ನು ಸುತ್ತಿ ಎಲ್ಲ ಬಂಧುಗಳನ್ನು ಮಾತನಾಡಿಸಿ ಬರುವುದು ವಾಡಿಕೆಯಾಯಿತು. ತಾತನಿಗೆ ಅಜ್ಜಿಗೆ ವಯಸ್ಸಾಗಿ ಮೂಲೆ ಹಿಡಿದರು. ಒಂದು ಮಟ್ಟಿಗೆ ಮಾಮನಿಗೂ ವೈಸಾಗಿತ್ತು. ರಾಜನಿಗೂ ಕೂಡ! ಒಂದು ಕಾಲದಲ್ಲಿ ಉಗ್ರ

ಕೋಪಿಷ್ಠನಾಗಿದ್ದು ದಂಡಂ ದಶಗುಣಂ ಎಂಬುದನ್ನೇ ವೇದವಾಕ್ಯ ಮಾಡಿಕೊಂಡು ಇತರರೊಂದಿಗೆ ವ್ಯವಹರಿಸುತ್ತಿದ್ದ ತಾತ ಇಳಿಗಾಲದಲ್ಲಿ ಮಂಡಿಗಳಿಗೆ ವಾಯು ತಗುಲಿ ಹಟ್ಟಿಯಿಂದ ಹಿತ್ತಲಿನವರೆಗೆ ಅಕ್ಷರಶಃ ಕೈ ಊರಿಕೊಂಡು ಎಳೆ ಮಕ್ಕಳಂತೆ ದೇಕುವ ಹೀನಾಯ ಸ್ಥಿತಿಗೆ ತಲುಪಿದ್ದು ನೋಡಿದಾಗೆಲ್ಲ ಏನು ಜನ್ಮವಪ್ಪ ಇದು ಎನಿಸಿಬಿಡುತ್ತಿತ್ತು. ಊರಿಗೂರೇ ಅವರ ಮೇಲೆ ಮರುಕ ಪಡುತ್ತಿತ್ತಾದರೂ ಮಾಮ ಕಲ್ಲಿನಂತಿರುತ್ತಿದ್ದರಲ್ಲ ಯಾಕೆ? ತಿಳಿದೋ ತಿಳಿಯದೆಯೋ?

ಕಾರ್ಯ ಕಾರಣ ಕರ್ಮ ಸಿದ್ಧಾಂತ ಇತ್ಯಾದಿಗಳು ಕೆಲವೊಮ್ಮೆ ಗೊಂದಲ ಮೂಡಿಸಿಬಿಡುತ್ತವೆ. ಅವಕ್ಕೆ ನಿರ್ದಿಷ್ಟ ನಡಾವಳಿಕೆ ಎಂಬುದೇ ಇರಲ್ಲ. ತಾತ ಹಾಸಿಗೆ ಹಿಡಿದು ಕೆಲ ಕಾಲ ಕಳೆದಿತ್ತಷ್ಟೆ. ಒಮ್ಮೆ ಊರಿಗೆ ಹೋದಾಗ ಮಾಮ "ಯಾಕೋ ಕೈ ಸ್ವಾಧೀನ ಬತ್ತಿಲ್ಲ ಅಪಯ" ಎಂದು ನೋವು ತೋಡಿಕೊಂಡರು. ಕೈಯಾಡುತ್ತಿತ್ತು, ಅದರಿಂದ ಏನನ್ನೂ ಎತ್ತಲು ಇಳಿಸಲು ಬರುತ್ತಿರಲಿಲ್ಲ. ಅದಾದ ಮುಂದಿನ ವರ್ಷಕ್ಕೆ ಆ ಕೈ ಸಂಪೂರ್ಣ ನಿಷ್ಕ್ರಿಯಗೊಂಡಿತು. ತನ್ನದಲ್ಲದ ವಸ್ತು ದೇಹಕ್ಕೆ ಜೋತುಬಿದ್ದಂತೆ. ಇನ್ನೊಂದು ವರ್ಷಕ್ಕೆ ಇನ್ನೊಂದು ಕೈ ಬಿತ್ತು. ಇನ್ನೆರಡು ವರ್ಷಕ್ಕೆ ಮಾತೇ ಬಿದ್ಹೋಯ್ತು. ಪ್ರತಿ ವಾರ್ಷಿಕ ರಜೆಗೆ ಹೋದಾಗಲೆಲ್ಲ ಒಂದೊಂದು ಮಜಲು. ಗೆದ್ದಲು ಹಿಡಿದ ಮರ ಹಂತಹಂತವಾಗಿ ಕುಸಿದಂತೆ. ಕೊನೆಗೊಂದು ದಿವಸ ತಂದೆಯ ಪಕ್ಕ ಮಗನಿಗೂ ಹಾಸಿಗೆ ಹಾಸಬೇಕಾಯಿತು. ತಂದೆ ಕನಿಷ್ಠ ದೇಕುತ್ತಿದ್ದರು. ಮಾಮ ಮಲಗಿದ್ದಲ್ಲಿಂದ ಏಳಲಾಗದೆ ಬೆನ್ನಿನಲ್ಲಿ ಕುರ ಎದ್ದವು. ಹಾಸಿಗೆ ಮೇಲೆಯೆ ಹೇಲುಚ್ಚೆಯೆಲ್ಲ. ಅಕ್ಕ ಸತತ ಹತ್ತು ವರುಷ ತಾತನ ಗಂಡನ ಹೇಲುಚ್ಚೆ ಬಾಚಿಹಾಕುತ್ತ ಕಳೆದರು. ಅಜ್ಜಿ ಇರುವೆ ಗೂಡುಗಳಿಗೆ ಅಕ್ಕಿ ಕಾಳು ಸುರಿಯುವುದನ್ನು ನಿಲ್ಲಿಸಿಬಿಟ್ಟರು. ಎರಡೆರಡು ವರುಷಗಳ ಅಂತರದಲ್ಲಿ ತಾತ ಹೋದರು, ಅಜ್ಜಿ ಹೋದರು, ಮಾಮನೂ ಹೋದರು. ಇವರ ನಡುವೆ ರಾಜ ಯಾವಾಗ ಹೋದನೆಂದು ನೆನಪಾಗುತ್ತಿಲ್ಲ. ಅವನಂತೂ ತೀರ ಮುದುಕನಾಗಿದ್ದ. ನಾಯಿಗಳು ತಮ್ಮ ಸಾವು ಸನಿಹವಾಗುತ್ತಿದ್ದಂತೆ ಒಡೆಯನನ್ನು ತೊರೆದು ಏಕಾಂತ ಹೊರಟುಬಿಡುತ್ತಾವಂತೆ. ಪ್ರಾಣಿಗಳಿಗೂ ಸನ್ಯಾಸಾಶ್ರಮ ಎಂಬುದಿದೆಯಲ್ಲ. ಅಥವಾ ಅವುಗಳಿಂದಲೇ ನಾವು ಕಲಿತಿದ್ದೆ? ರಾಜ ಮೂಲೆ ಬಿದ್ದವನು ಒಂದಿನ ಇದ್ದಕ್ಕಿದ್ದಂತೆ ಎದ್ದು ಹೋದನಂತೆ. ಎತ್ತ ಹೋಗಿ ಪ್ರಾಣ ತ್ಯಜಿಸಿದನೆಂದು ಹುಡುಕಿದರಂತೆ. ಕಳೇಬರವೂ ಸಿಕ್ಕಲಿಲ್ಲವಂತೆ. ಅಲ್ಲಿಗಾಗಲೆ ಅಕ್ಕ ಮಗನನ್ನು ವಿದ್ಯಾಭ್ಯಾಸಕ್ಕೆಂದು ಬೆಂಗಳೂರು ಸೇರಿಸಿದ್ದರು. ಏಕಾಏಕಿ ಮನೆ ಬಿಕೋ ಅನ್ನಲಾರಂಭಿಸಿತು! ತುಂಬಿ ತುಳುಕುತಿದ್ದ ಮನೆಯಲ್ಲಿ ಅಕ್ಕ ಒಬ್ಬರೇ! ಬಂದುಹೋಗುತ್ತಿದ್ದ ಮೊಮ್ಮಕ್ಕಳೆಲ್ಲ ಉದ್ಯೋಗ ಮದುವೆ ಮಕ್ಕಳಲ್ಲಿ ನಿರತರಾಗಿ ಹೆಣ್ಮಕ್ಕಳು ಅವರೂ ಮುದುಕಿಯರಾಗಿ,

ಮನೆಗೆ ಬರುವವರು ವಿರಳವಾಗಿ, ಆಕೆ ಅದೆಷ್ಟು ಒಂಟಿತನ ಅನುಭವಿಸಿರಬೇಡ! "ನೀವಾದ್ರೂ ಅವಗವಾಗ ಬಂದುಹೋಗ್ರೋ" ಎನ್ನುತ್ತಿದ್ದರು.

ದುರಂತಗಳನ್ನಷ್ಟೇ ಪೋಣಿಸಿದಾಗ ಹುಟ್ಟುವ ಕತೆಯಿದು. ಇದು ಕತೆಯೇ ಹೌದು, ಯಾಕಂದರೆ ಒಂದು ಗಳಿಗೆಯಲ್ಲಿ ಬಂದು ಹೋಗುವ ಪಾತ್ರ ನಾನು, ಮಿಕ್ಕಂತೆ ಒಂದು ಮನೆಯ ಅರ್ಧ ಶತಮಾನದ ಕಥಾನಕವನ್ನು ನನಗೆ ಕಂಡಂತೆ ಹೇಳಿದ್ದೇನೆ. ಕೇವಲ ಭವ್ಯ ಕ್ಷಣಗಳನ್ನು ಜೋಡಿಸಿದ್ದರೆ ದೊಡ್ಡರಂಗೇಗೌಡರು ಮತ್ತು ಕರಿರಂಗೇಗೌಡರು ಹೇಗೆ ಶೂನ್ಯದಿಂದ ಒಂದು ಮನೆಯನ್ನು ಕಟ್ಟಿ ಬಾಳಿದರು ಎಂಬ ಕತೆ ಹುಟ್ಟುತ್ತದೆ. ಮಹರ್ಷಿ ಟಾಲ್‌ಸ್ಟಾಯ್‌ರ ಖ್ಯಾತ ಸಾಲುಗಳು ನೆನಪಾಗುತ್ತಿವೆ. All happy families are alike; each unhappy family is unhappy in its own way ಎಂದು. ಟಾಲ್‌ಸ್ಟಾಯ್ ಈ ಸಾಲುಗಳ ಮೂಲಕ ಜಗತ್ತಿನ ಎಲ್ಲ ಕುಟುಂಬಗಳನ್ನು ಸುಖಿ-ಅಸುಖಿಯರನ್ನಾಗಿ ವಿಂಗಡಿಸಿಬಿಟ್ಟಿದ್ದಾರೆ. ಬಹುಶಃ ಅವರು ಹೀಗೆ ಹೇಳಬೇಕಿತ್ತು. All families are happy in similar ways, unhappy in their own ways ಎಂದು.

⌘

# ಪಾದಗಳು

ಪಶ್ಚಿಮದತ್ತ ಹೊರಡುವ ಬಹುತೇಕ ಫ್ಲೈಟುಗಳು ಮುಂಜಾನೆ ಎರಡರಿಂದ ನಾಲ್ಕಕ್ಕಿದ್ದು ಅದರಲ್ಲೂ ಮುಖ್ಯವಾಗಿ, ಅಲ್ಲಿ ಇಳಿಯುತ್ತಿದ್ದಂತೆ ಸ್ನಾನ ಮಾಡಿ ತಿಂಡಿ ತಿಂದು ಆಫೀಸಿಗೆ ಹೊರಡಲು ಅನುಕೂಲವಾಗುವಂತಿರುವ ಬೆಳಗಿನ ಮೂರರ ಫ್ಲೈಟುಗಳನ್ನು ನಾನು ಅತಿಯಾಗಿ ದ್ವೇಷಿಸಿಬಿಡುತ್ತಿದ್ದೆ, ನನ್ನ ಜೀವ ಅವುಗಳ ಕೈಲಿ ಇರದೇ ಹೋಗಿದ್ದಲ್ಲಿ. ಜಗತ್ತಿನಲ್ಲಿ ನನ್ನಂತ ನಿದ್ದೆಪೋತರು ಇನ್ನೆಲ್ಲೂ ಇರಲಾರರು, ನಿದ್ರಾಸ್ಪರ್ಧೆಯೆಂಬುದಿದ್ದರೆ ದೇಶಕ್ಕೆ ಅದೆಷ್ಟು ಒಲಂಪಿಕ್ ಗೋಲ್ಡ್ ಮೆಡಲ್ಲುಗಳನ್ನು ತಂದುಕೊಡುತ್ತಿದ್ದೆನೊ ಏನೊ. ಇದಕ್ಕೇನು ಏಜ್ ಬಾರೇ ರಿಟಾಯರ್ಮೆಂಟೇ. ವೃದ್ಧಾಶ್ರಮದಲ್ಲೂ ಇಷ್ಟೇ ತೀಕ್ಷ್ಣ ಪ್ರತಿಭಾ ಪಟುವಾಗಿರುತ್ತೇನೆ ಎಂಬ ಅಚಲವಾದ ನಂಬಿಕೆಯಿದೆ, ಇತ್ತು. ಅಂದಹಾಗೆ ಮನಶಾಸ್ತ್ರಜ್ಞರು ಹೇಳ್ತಾರೆ, ಇದು ಸೋಂಬೇರಿತನ ಹೊರತಾಗಿ ಮನಸಿನ ದಣಿವಿನ ಫಲವೂ ಇರಬಹುದೆಂದು. ಬೇರೆಯವರಿಗಿದ್ದಿರಬಹುದು ನನಗಂತೂ ನಿದ್ದೆಯೆಂದರೆ ಪಂಚಪ್ರಾಣ. ಎಕ್ಸಾಮ್ ಟೈಮಿನಲ್ಲೂ ಭರ್ತಿ ಹತ್ತು ಗಂಟೆ ನಿದ್ದೆ ಹೊಡೆಯುತ್ತಿದ್ದೆ.

ಆದರೇನು ಮಾಡುವುದು, ಪ್ರತಿ ಸಲವೂ ಪೈಲಟ್ ಭೂಪ ಮುಂಜಾನೆ ಮೂರು ಗಂಟೆಗೆ ಸರಿಯಾಗಿ ಜೊಲ್ಲು ಒರೆಸಿಕೊಂಡು ಸೀಟಿನ ಮೇಲೆ ಆಸೀನನಾಗಿರುತ್ತಾನೆ.

ಗಾಜಿನ ಮೂಲಕ ನನ್ನ ಅವನ ದೃಷ್ಟಿ ಸಂಧಿಸುತ್ತವೆ. ನನಗನ್ನಿಸಿದಂತೆ ಪ್ರತಿಯೊಬ್ಬ ಪ್ರಯಾಣಿಕನೂ ಪೈಲಟ್ಟಿನೊಂದಿಗೆ ದೃಷ್ಟಿ ಕೂಡಿಸಲು ಬಯಸುತ್ತಾನೆ. ಸುರಕ್ಷಿತವಾಗಿ ಗಮ್ಯ ಮುಟ್ಟಿಸು ಭಗವಂತಾ ಎಂಬ ಪ್ರಾರ್ಥನೆಯೊಂದಿಗೆ. ಬಹುಶಃ ಪೈಲಟ್ಟಿಗೆ ಇದು ಸರ್ವೇ ಸಾಮಾನ್ಯವಾಗಿರುತ್ತದೆ. ವೃತ್ತಿ ಆರಂಭದಲ್ಲಿರುವ ಎಮೋಶನಲ್ ಜೋಶ್ ಈಗ ಇರಲಿಕ್ಕಿಲ್ಲ. ಆದ್ದರಿಂದ ಭಗವಂತನಿಗೂ ವೃತ್ತಿ ಬೇಸರ ಕಾಡಿದಾಗ ಅಥವಾ ತೂಕಡಿಸಿದಾಗ ಜಗತ್ತಿನಲ್ಲಿ ಅನಾಹುತಗಳು ಸಂಭವಿಸುತ್ತಿರುತ್ತವೆ.

ಈ ನಿದಿರಾ ಖಾಯಿಲೆಗೆ ಹೆದರಿ ಸಾಮಾನ್ಯವಾಗಿ ನಾನು ಹನ್ನೆರಡು ಗಂಟೆಗೆ ಚೆಕಿನ್ ಆಗಿಬಿಡುತ್ತೇನೆ. ಪೂರ್ತಿ ಮೂರು ಗಂಟೆ ಬೋರ್ಡಿಂಗ್ ಗೇಟ್ ಬಳಿ ಕಾಯುತ್ತೇನೆ. ಸಿಗರೇಟು ಸೇದಿಕೊಂಡು ಎದ್ದಿರುವ ಮನಸಾಗುತ್ತದೆ. ಏರ್ಪೋರ್ಟಿನ ಅಂಗಡಿಗಳಲ್ಲಿ ಒಂದು ಕೇಳಿದರೆ ಖಂಡುಗ ಎತ್ತಿ ಕೊಡುತ್ತಾರೆ. ಒಂದು ಸಿಗರೇಟಿನ ವ್ಯಕ್ತಿ ನಾನು. ಡಬ್ಬಗಟ್ಟಲೆ ಸೇದುವವನಲ್ಲ. ಮನಸೂ ಇಲ್ಲ, ದೇಹವೂ ಒಪ್ಪಲ್ಲ. ಯಾರಿಗೂ ಹೇಳಬೇಡಿ, ಭಗವಂತ ಎಲ್ಲರ ಶ್ವಾಸಕೋಶದಲ್ಲೂ ಒಂದೊಂದು ಲಕ್ಷ್ಮೀ ಪಟಾಕಿ ಇಟ್ಟು ಕಳಿಸಿದ್ದಾನೆ. ಒಂದನ್ನು ಹತ್ತಿಸಿ ಅದು ಚುರಚುರ ಎನ್ನುತ್ತ ಶ್ವಾಸಕೋಶ ತಲುಪುವುದರೊಳಗೆ ಉರಿಸಿಬಿಡಬೇಕು, ಅಥವಾ ಆರಿಸಿಬಿಡಬೇಕು, ಇಲ್ಲಾಂದರೆ ಪಟಾಕಿ ಢಂ ಎಂದುಬಿಡುತ್ತದೆ.

ನನ್ನ ನಿದಿರೆಯ ಕತೆ ಕೇಳಿಬಿಟ್ಟರೆ ನೀವು ಏನನ್ನುತ್ತೀರೊ. ಎರಡು ನಿಮಿಷದ ನಿದ್ದೆಗೆ ಎಂಭತ್ತು ಸಾವಿರ ರುಪಾಯಿ ಕಳೆದುಕೊಂಡಿದ್ದೇನೆ. ಇನ್ನೊಂದು ಚೂರು ಎಂದು ಮಲಗಿ ಏರ್ಪೋರ್ಟಿಗೆ ತಡವಾಗಿ ಹೋಗಿ ಬಿಲ್ ಕುಲ್ ಒಳಗೆ ಬಿಡಲ್ಲ ಎಂದು ತಳ್ಳಿಸಿಕೊಂಡು. ಕಳ್ಳ ನನ್ನ ಮಕ್ಕಳು. ಕಡೆ ಗಳಿಗೆಯಲ್ಲಿ ಯಾವನಿಂದಲೊ ಒಂದಕ್ಕೆ ನಾಲ್ಕರಷ್ಟು ಇಸಕೊಂಡು ಟಿಕೆಟ್ಟನ್ನು ಮಾರಿಕೊಂಡಿರುತ್ತಾರೆ. ನಿಮಗೊಂದು ಬಿಟ್ಟಿ ಸಲಹೆ. ಎಂದಿಗೂ ನಿಮ್ಮ ಮೊಬೈಲ್ ಆಪ್‌ಗಳೊಂದಿಗೆ ನಿಮ್ಮ ಲೊಕೇಶನ್ ಶೇರ್ ಮಾಡಬೇಡಿ. ಯಾರಿಗ್ಗೊತ್ತು, ಈ ಆಪ್‌ಗಳು ಏರ್ಲೈನ್ ಕಂಪನಿಗಳಿಗೆ ಡೇಟಾ ಮಾರಿಕೊಂಡಿದ್ದು ಕಂಪನಿಗಳು ಯಾವ ಯಾವ ಪ್ರಯಾಣಿಕ ಸಮಯಕ್ಕೆ ಸರಿಯಾಗಿ ಬರಲಾರನು ಎಂದು ಖಚಿತಪಡಿಸಿಕೊಂಡು ಕ್ಯೂನಲ್ಲಿರುವ ಮತ್ತೋರ್ವ ಪ್ರಯಾಣಿಕನಿಗೆ ಸಲೀಸಲಾಗಿ ದುಬಾರಿ ರೇಟಿಗೆ ಮಾರಿಬಿಡಬಹುದಲ್ಲ ? ಟೇಕಾಫ್ ಆಗಲು ಇನ್ನು ಮುಕ್ಕಾಲು ಗಂಟೆ ಬಾಕಿ ಎನ್ನುವಾಗ ನಿಮ್ಮ ಲೊಕೇಶನ್ನು ಬಿಟಿಎಮ್ ಲೇಔಟಿನಲ್ಲಿ ಸರಿದಾಡುತ್ತಿದ್ದರೆ ಮುಗೀತಲ್ಲ ಜೀವನ.

ಇರುಳೊತ್ತಿನಲ್ಲಿ ಬೋರ್ಡಿಂಗ್ ಗೇಟ್ ಬಳಿ ಕಾಲ ತಳ್ಳುವಷ್ಟು ತ್ರಾಸದ ಕೆಲಸ ಮತ್ತೊಂದಿಲ್ಲ. ಉದ್ದುದ್ದ ಅಡ್ಡಡ್ಡ ಮಲಗುವ ಹೋರಾಟಗಳೆಲ್ಲ ವ್ಯರ್ಥ. ಮನಸಿನ ಮೂಲೇಲಿ ಯಾರೂ ಎಬ್ಬಿಸದೆ ಇಲ್ಲಿಂದಲೂ ಬಿಟ್ಟು ಹೋದರೆ ಎಂಬ ಮಕ್ಕಳ

ಆತಂಕ. ಸಹಪ್ರಯಾಣಿಕರು ಕೂತ ಭಂಗಿಯಲ್ಲೆ ಗೊರಕೆ ಹೊಡೆಯುತ್ತಿದ್ದರೆ ಹೊಟ್ಟೆ ಉರಿಯುತ್ತದೆ. ಒಂದು ಟ್ರಿಕ್ ಇದೆ, ನಿದ್ದೆ ಹತ್ತಲಾರದ ವೃದ್ಧರು ಕಂಡುಬಂದರೆ ಉರಿಮುಖದವರಾಗಿರದಿದ್ದರೆ ಮೆಲ್ಲಗೆ ಸನಿಹ ಸರಿದು ಮಾತಿಗಿಳಿಸಿ ಗೆಳೆತನ ಸಾಧಿಸಿ ಹೊರಡುವ ಮುನ್ನ ಎಚ್ಚರಿಸುವ ವಿಶ್ವಾಸ ಮೂಡಿದಾಗ ನಿದ್ದೆಗೆ ಜಾರಿಬಿಡುವುದು. ತುಂಬ ಸಲ ಇದು ಕೆಲಸ ಮಾಡಿದೆ ಅನ್ನಿ. ಆದರೂ ಹೇಳಲೇಬೇಕು, ಒಮ್ಮೆ ಏನಾಯಿತೆಂದರೆ, ಹೀಗೆ ಒಬ್ಬ ಸಹಪ್ರಯಾಣಿಕ ಹಿರಿಯರ ಆಶೀರ್ವಾದ ಪಡೆದು ಮಲಗಿ ಗಾಢ ನಿದ್ದೆಗೆ ಜಾರಿ ಯಾವುದೋ ಗಳಿಗೆಯಲ್ಲಿ ಯಾರೋ ಕೂಗಿದಂತಾಗಿ ಎಚ್ಚರವಾಗಿ ಸುತ್ತ ನೋಡುತ್ತೇನೆ, ಒಂದು ನರಪಿಳ್ಳೆಯಿಲ್ಲ! ಕೂಗುತ್ತಿದ್ದುದು ಇನ್ಯಾರೂ ಅಲ್ಲ, ಮೈಕ್ ಸೆಟ್ಟು! ಪುಂಖಾನುಪುಂಖವಾಗಿ ನಮ್ಮ ಪೂರ್ತಿ ನಾಮಧೇಯವನ್ನು ಇಡಿಯ ಏರ್ಪೋರ್ಟಿಗೆ ಕೇಳಿಸುವಂತೆ ಅನೌನ್ಸ್ ಮಾಡುವುದು ಎಷ್ಟು ಮುಜುಗರದ ಸಂಗತಿ ಗೊತ್ತೇ. ಅವತ್ತು ಮುಜುಗರದ ಮನೆ ಹಾಳಾಗ ಸಧ್ಯ ಇನ್ನೂ ವಿಮಾನ ಹಾರಿಲ್ಲವಲ್ಲ ಎಂದು ನಿರಾಳನಾಗಿ ಎದ್ದೆನೊ ಬಿದ್ದೆನೊ ಎಂದು ಓಡಿ ಹೋಗಿ ಸಂಬಂಧಪಟ್ಟ ಏರ್ಲೈನಿನ ಹುಡುಗಿಯೆದುರು ಮೈಕಿನಲ್ಲಿ ಕರೆಸಿಕೊಳ್ಳುತ್ತಿರುವ ಮಹಾಪುರುಷನು ನಾನೆ ಎಂಬು ಬಿನ್ನವಿಸಿಕೊಂಡಾಗ ಪುಣ್ಯಾತ್‌ಗಿತ್ತಿ ರೆಟ್ಟೆ ಹಿಡಿದುಕೊಂಡು ಪ್ರಿನ್ಸಿಪಾಲ್ ರೂಮಿಗೆ ಎಳೆದುಕೊಂಡು ಹೋದಂತೆ ದರದರನೆ ಎಳೆದೊಯ್ದಿದ್ದಳು. ಅವಳಿಗಿಂತ ಆ ಮುದುಕನ ಮೇಲೆ ಬಂದ ಸಿಟ್ಟು ಅಷ್ಟಿಷ್ಟಲ್ಲ. ಪ್ಲೇನಿನಲ್ಲಿ ಕೂತಿರುವವರಿಗೆಲ್ಲ ಕೇಳಿಸುವಂತೆ ಹೀನಾಮಾನ ಬೈಯಬೇಕೆಂದು ನಿರ್ಧರಿಸಿ ಸಧ್ಯಕ್ಕೆ ಹಲ್ಲು ಕಚ್ಚಿಕೊಂಡು ಕೂತು ವಿಮಾನ ಮುಂಬೈ ಮೂಲಕ ಅರಬೀ ಸಮುದ್ರ ವಲಯ ಪ್ರವೇಶಿದಾಗ ಎದ್ದು ಒಂದು ಕಡೆಯಿಂದ ಆತನನ್ನು ಹುಡುಕಿದ್ದೆ. ಆಸಾಮಿ ಪತ್ತೆಯೇ ಇಲ್ಲ! ಇನ್ನೊಂದು ಸಲ ಹಿಂದಿನಿಂದ ಹುಡುಕಿದೆ. ಈ ಸಲ ಸಿಕ್ಕಿಹಾಕಿಕೊಂಡ, ಬಾತ್ ರೂಮಿಗೆ ಹೋಗಿದ್ದನೆನಿಸುತ್ತದೆ, ಕೈ ಒರೆಸಿಕೊಳ್ತಿದ್ದ. ಗಟ್ಟಿ ಬೈಗುಳಕ್ಕೆ ಉತ್ತಮ ಪಾಯವೆಂಬಂತೆ ಆತನನ್ನೇ ಗುರಾಯಿಸುತ್ತ ನಿಂತೆ. ಗಗನಸಖಿ ಎರಡು ಮೂರು ಸಲ ಕಣ್ಸನ್ನೆ ಮಾಡಿದ್ದಳು, ಹೋಗಿ ಕೂತ್ಕೊಳಿ ಎಂಬ ಹಳದಿ ಸಿಗ್ನಲ್ಲು. ನಾನು ಇನ್ನಷ್ಟು ನೋಡಿದೆ. ಆತನೂ ಇನ್ನಷ್ಟು ನೋಡಿದ.

ಕೊನೆಗೆ,

"ಯಾರು ನೀವು? ಮುಂಚೆ ಎಲ್ಲಾದರೂ ಪರಿಚಯವಾ?" ಅಂದುಬಿಡೋದೆ! ಮಾನ್ಯ ಹಿರಿಯರಿಗೆ ಮರೆಗುಳಿ ಕಾಯಿಲೆಯೆಂದು ಪಕ್ಕದಲ್ಲಿದ್ದ ಪತ್ನಿಯ ಉವಾಚ. ತಲೆ ತಲೆ ಚಚ್ಚಿಕೊಳ್ತ ನನ್ನ ಸೀಟಿಗೆ ತೆರಳಿ ಟ್ರಿಕ್ ಪುಸ್ತಕ ತೆಗೆದು "ಟ್ರಿಕ್ ಬಳಸುವ ಮುನ್ನ ವಹಿಸಬೇಕಾದ ಎಚ್ಚರಿಕೆಗಳು (precautions)" ಪಟ್ಟಿಯನ್ನು ತಿದ್ದಿದೆ.

ಇದೆಲ್ಲ ಹಳೆಯ ಕತೆ. ಇತ್ತೀಚೆಗೆ ಏನಾಯಿತೆಂದರೆ ಆ ಘಟನೆಯ ನಂತರ ನನ್ನ ನಿದ್ರಾ ಪ್ರಕೃತಿಯೆ ತಳಕಂಬಳಕ ಆಗಿಬಿಟ್ಟಿತು. ಮೊನ್ನೆ ಹೀಗೆ ಬೋರ್ಡಿಂಗ್ ಗೇಟಿನಲ್ಲಿ ಜೂಗುಡಿಸುತ್ತ ಕುಳಿತಿದ್ದೆ. ಸಹಪ್ರಯಾಣಿಕ, ಸುಮಾರು ನಲವತ್ತರ ಆಸುಪಾಸಿನವ, ತನ್ನ ಬ್ಯಾಗಿನೊಂದಿಗೆ ಬಂದು ಮಗ್ಗುಲಲ್ಲಿ ಆಸೀನರಾದರು. ಸೂಟ್, ಟೈ, ಬ್ರೀಫ್ ಕೇಸ್‌ಗಳ ಮೂಲಕ ಬಿಸಿನೆಸ್ ಮ್ಯಾನಿನಂತೆ ಕಾಣುತಿದ್ದರು. ಎಣ್ಣೆ ಹಚ್ಚಿದಂತ ಕೂದಲುಗಳನ್ನು ಮಗ್ಗುಲಿಗೆ ಬಾಚಿದ್ದರು. ಕೂರುತ್ತಿದ್ದಂತೆ ನನ್ನೆಡೆ ವಿಚಿತ್ರವಾಗಿ ನೋಡಿದರು. ಅವರು ಹಾಗೆ ನೋಡಿದ್ದರಲ್ಲಿ ಆಶ್ಚರ್ಯವಿಲ್ಲ. ಕಾರಣ ನನ್ನ ಕಣ್ಣುಗಳಿಗೆ ಎರಡು ಪ್ಲಾಸ್ಟಿಕ್ ಕಡ್ಡಿಗಳನ್ನು ಸಿಗಿಸಿಕೊಂಡಿದ್ದೆ, ರೆಪ್ಪೆಗಳು ಒಂದರ ಮೇಲೊಂದು ಒರಗಿ ಸುಖನಿದ್ರೆಗೆ ಜಾರುವುದನ್ನು ತಪ್ಪಿಸಲು. ಆತ ಇವನ್ಯಾರೊ ವಿಚಿತ್ರ ಪ್ರಾಣಿಯಿರಬೇಕೆಂದು ಭಾವಿಸಿರಲಿಕ್ಕೂ ಸಾಕು. ಅದು ಹಾಗಲ್ಲ ಸರ್ ಹೀಗೆ, ಎಂದು ಇಷ್ಟು ಹೊತ್ತು ನಿಮ್ಮ ಬಳಿ ಹೇಳಿದ ಕಷ್ಟ ನಷ್ಟವನ್ನೆಲ್ಲ ಆತನೊಂದಿಗೆ ಹಂಚಿಕೊಂಡೆ.

ಆತ ನಸುನಗುತ್ತ "ಅದು ಲಕ್ಷ್ಮೀ ಪಟಾಕಿನೆ ಅಂತ ಹೇಗೆ ಹೇಳ್ತೀರಾ? ಆನೆ ಪಟಾಕಿ ಇರಬಹುದಲ್ಲವಾ?" ಅಂದುಬಿಡೋದೆ. ಅಷ್ಟು ಸುಂದರವಾದ ಆರೋಗ್ಯಕರ ಭಯ ಕಟ್ಟಿಕೊಂಡಿರುವುದನ್ನು ತಮಾಷೆ ಮಾಡುತ್ತಾರಲ್ಲ ಇವರು? ಇರಲಿ, ಆವರಿಗೆ ನನ್ನ ಕತೆ ಕೇಳಿ ಪಾಪ ಅನಿಸಿರಬೇಕು, ಪರವಾಗಿಲ್ಲ ಮಲಕ್ಕೊಳ್ಳಿ, ಎಬ್ಬಿಸುವೆ ಎಂದು ಅಭಯ ಹಸ್ತ ನೀಡಿದರು. ಅಲ್ಲಾ ಯಾರಾದರೂ ಹೀಗೆ ಧಾರುಣ ಕತೆ ಕೇಳಿಸಿಕೊಂಡು, ಓಹೋ ಹೌದಾ ಎನ್ನುತ್ತ ಸುಮ್ಮನಿರಲು ಸಾಧ್ಯವಾ, ಹೊಟ್ಟೆ ಹಸಿತಿದೆ ಎಂದರೆ ಬನ್ನಿ ಊಟ ಮಾಡಿ ಎಂದು ಕರೆಯದೆ ಇರುವ ಸಂಸ್ಕೃತಿಯಾ ನಮ್ಮದು? ಇರುತ್ತಾರೆ ಲಕ್ಷಕ್ಕೆ ಒಬ್ಬರು. ಹೆಚ್ಚಾಗಿ ಏರ್ಪೋರ್ಟಿನಲ್ಲೆ ಸಿಗುವ ಇಂಥವರು ಜೇಬು ತುಂಬ ಸಿಗರೇಟು ಪ್ಯಾಕು ಇಟ್ಟುಕೊಂಡು, "ಥೋ ಹಾಳಾದ್ದು ಒಂದು ಸಿಗರೇಟು ಸಿಗ್ತಿಲ್ಲವಲ್ಲಾ" ಎಂದು ಕೇಳಿಸಿಕೊಂಡೂ ಕೇಳದವರಂತೆ ಸುಮ್ಮನೆ ಇರುತ್ತಾರೆ. ನಮ್ಮ ಮೇಲಿನ ಕಾಳಜಿಯೆಂದು ಸುಳ್ಳೆ ಭಾವಿಸಿ ಸಮಾಧಾನ ಮಾಡಿಕೊಳ್ಳಬೇಕು. ಇವರು ಅವರಾಗಿರಲಿಲ್ಲ ಬಿಡಿ. ನಂಬಿಕಸ್ಥನಂತಿದ್ದರು. ಅವರ ಆಶ್ವಾಸನೆ ಮೇರೆಗೆ ಮಲಗಲು ಪ್ರಯತ್ನಿಸಿದೆ. ಜಪ್ಪಯ್ಯ ಅಂದರೂ ನಿದ್ದೆ ಹತ್ತಲಿಲ್ಲ. ಆತನನ್ನು ನೋಡಿದರೆ ನಿದ್ದೆಯೆಂಬುದೇ ಗೊತ್ತಿರದಂತಿದ್ದ, ನಸುನಸುಕಿನಲ್ಲೆ ಫ್ರೆಶ್ಶಾಗಿ ತಿಂಡಿ ತಿಂದು ಕೂತ ಮುಖಭಾವ. ಸಮೀಪ ಬಂದು ಇವನೇನು ತನ್ನ ಖಾಯಿಲೆ ನನಗೆ ಹತ್ತಿಸಿದನಾ ಎಂದು ನನಗೆ ಹೊಸ ಬಗೆಯ ದುಗುಡ. ಹಿಂದಿನ ಕಾಲದವರು ಹೇಳ್ತಾರಲ್ಲ, ನಮ್ಮ ಕೈಬೆರಳುಗಳು ಕಾಲುಬೆರಳುಗಳು ಮತ್ತು ಹಣೆ ಟ್ರಾನ್ಸೀವರ್ ತರಹ ಕೆಲಸ ಮಾಡುತ್ತವೆಂದು. ಕಾಸ್ಮಿಕ್ ಕಿರಣಗಳನ್ನು ಸೂಸುತ್ತವೆಂದು. ಈ

ಟೆಕ್ನಾಲಜಿ ಸಲುವಾಗಿಯೆ ಭಾರತೀಯ ಸಂಸ್ಕೃತಿಯಲ್ಲಿ ಆಶೀರ್ವಾದ ಕೊಡುವ ತಗೊಳ್ಳುವ ಪದ್ದತಿಯಿದ್ದು ಹಣೆ ಮುಟ್ಟಿಸಿ ಕಾಲಿಗೆ ಬೀಳುವುದು, ತಲೆ ಮುಟ್ಟಿಸಿ ಆಶೀರ್ವಾದ ಮಾಡುವುದು ಇತ್ಯಾದಿ ಇರುವುದೆಂದು.

ಹಾಗೆ ನಮ್ಮ ಸಹಪ್ರಯಾಣಿಕ ಬಾಸು ನಮ್ಮನ್ನು ಸ್ಪರ್ಶಿಸಿ ಕಾಸ್ಮಿಕ್ ಕಿರಣಗಳ ಮೂಲಕ ತನ್ನ ಇನ್ಸೋಮೆನಿಯಾ ಕಾಯಿಲೆಯನ್ನು ನನ್ನೊಂದಿಗೂ ಹಂಚಿಕೊಂಡರಾ ಹೇಗೆ ಎಂದು ನನಗೆ ದಿಗಿಲಾಯಿತು. ಆಗಿದ್ದಿಷ್ಟೇ, ಮನುಷ್ಯ ತೀರ ನಂಬಿಕಸ್ಥರಂತಿರುವವರನ್ನು ನಂಬಲು ಕಷ್ಟ ಪಡುತ್ತಾನೆ. ಆತನನ್ನು ನೋಡ್ತ ನೋಡ್ತ ಎಲ್ಲಿ ಯಾಮಾರಿಸಿ ಎದ್ದು ಹೋಗಿಬಿಡ್ತಾನೊ ಎಂಬ ಭಯದಿಂದ ನಿದ್ದೆಯೆ ಬರದಂತಾಗಿತ್ತು. ಎದ್ದು ಕುಳಿತೆ.

“ಯಾಕಪ್ಪ ಮಲಗಲ್ವಾ?”

“ನಿದ್ದೆ ಹೋಯ್ತು ಸರ್”

“ನನ್ನನ್ನೂ ಅನುಮಾನಿಸ್ತಿದೀಯಾ?”

“ಹಾಗೇನಿಲ್ಲ ಸರ್”

“ಮಗನಂತಿದ್ದೀಯ, ಬಿಟ್ಟು ಹೋಗಲ್ಲ ಮಲಕ್ಕೊ”

“ನನಗೆ ಇಪ್ಪತ್ತಾರು ವೈಸು ಸರ್” ಎಂದೆ.

ಆತ ಉತ್ತರಿಸಲಿಲ್ಲ. ಯಾರಾದರೂ ಸಂಭಾಷಣೆಯನ್ನು ಇಷ್ಟಕ್ಕೆ ಮೊಟಕು ಗೊಳ್ಳಿಸಬಹುದೇ? ಹತ್ತು ನಿಮಿಷ ಕತೆ ಇಪ್ಪತ್ತು ನಿಮಿಷ ಜಾಹೀರಾತು ತೋರಿಸಿ ಸ್ವಾರಸ್ಯಕರ ಡಯಲಾಗಿಗೆ ಪ್ರತ್ಯುತ್ತರ ಹೇಳಿಸದೆ, ಢಣ್ ಢಣ್ ಎನಿಸುವ ಧಾರವಾಹಿಯಂತೆ.

ಮತ್ತೆ ಏನೋ ನೆನೆಸಿಕೊಂಡವನಂತೆ ಬ್ಯಾಗೊಳಗಿನ ಡಬ್ಬಿಯನ್ನು ತೆಗೆದು ಮುಚ್ಚಳ ಬಿಚ್ಚುತ್ತ ಅಯ್ಯೋ ತಿನ್ನೊದನ್ನೆ ಮರೆತುಬಿಟ್ಟಿದ್ದೆ ಎಂಬಂತೆ ನಟಿಸುತ್ತ ಸ್ವಲ್ಪ ಹಿಂಜರಿಕೆಯಿಂದ

“ಒಂದು ಸ್ಪೂನು ತಗೊಳಿ ಸರ್” ಎಂದೆ. ಹಚ್ಚ ಅರಿಶಿಣ, ಕರಿಬೇವು ಸಾಸಿವೆ, ಹಸಿ ಮೆಣಸಿನ ಕಾಯಿ ಚೂರುಗಳು, ಈರುಳ್ಳಿ ಎಸಳು. ವಿಶ್ವ ಸುಂದರಿಯಂತೆ ಕಂಗೊಳಿಸುತ್ತಿತ್ತು ಚಿತ್ರಾನ್ನ. ನನ್ನ ಫೇವರಿಟ್ಟು, ನಮ್ಮ ಮನೆಯ ಚಿತ್ರಾನ್ನದ ಖದರ್ರೆ ಬೇರೆ, ಅಮ್ಮನ ಪ್ರಸಾದ. ತಿರುಗಿಯೂ ನೋಡದೆ ಬೇಡ ಅಂದು ಬಿಡೋದೆ? ಡಬ್ಬಿ ತೆಗೆದ ಪಾಪಕ್ಕೆ ಸ್ವಲ್ಪ ತಿಂದು ಮುಚ್ಚಿಟ್ಟೆ.

"ನೀವು ಮಲ್ಕೊಳಿ ಸರ್, ನಾನು ಎಬ್ಬಿಸಿ ಕರಕೊಂಡು ಹೋಗ್ತೇನೆ", ಎಂದು ಹೊಸ ಆಫರ್ ಕೊಟ್ಟೆ.

ಆ ಕ್ಷಣದಲ್ಲಿ ಅವನು ಮಿನರಲ್ ವಾಟರು ಕುಡಿಯುತ್ತಿದ್ದ. ಬಾಯಲ್ಲಿರುವ ನೀರನ್ನು ಗುಳುಗುಳ ಎನಿಸಿ ನುಂಗಿ

"ನನಗೆ ನಿದ್ದೆ ಬರಲ್ಲ" ಎಂದ.

ತುಸು ವ್ಯಂಗ್ಯದಿಂದ "ತಂದೆಯಂತಿದೀರ, ಬಿಟ್ಟು ಹೋಗಲ್ಲ, ಮಲಕ್ಕೊಳಿ ಸರ್", ಎಂದುಬಿಟ್ಟೆ. ನಡುರಾತ್ರಿ ಒಂದು ಗಂಟೆಗೆ ಯಾರನ್ನಾದರೂ ಹೀಗೆ ಕಿಚಾಯಿಸಬಹುದಾಗಿತ್ತಾ?

"Did you understand what I said?" ಆತ ಸಿಡುಕಿನಿಂದ ಉತ್ತರಿಸಿದ.

ಏನಂದ ಅಂಥದು, ನೆನಪಿಸಿಕೊಂಡೆ. ಬರ್ತಿಲ್ಲ ಅಂದನೋ ಬರಲ್ಲ ಅಂದನೋ? ಟಿಪಿಕಲ್ ಭಾಷಾ ಸಮಸ್ಯೆ. ಅರ್ಧ ವಾಕ್ಯ ಕೇಳಿಸಿಕೊಂಡು ಇನ್ನರ್ಧ ನಾವೇ ಬಿಟ್ಟ ಸ್ಥಾನ ತುಂಬಿಕೊಳ್ಳುತ್ತೇವೆ. ಶಾಲೆಯಲ್ಲೆ ಕಲಿಸಿರುತ್ತಾರಲ್ಲ ಹಾಗೆ.

"ಬರಲ್ಲ ಅಂದರಾ ಸರ್?"

ಆತ ಇದ್ದಕ್ಕಿದ್ದಂತೆ ರೇಜಿಗೆದ್ದ. ನನ್ನತ್ತ ತಿರುಗಿ "ಎಷ್ಟು ತಲೆಹರಟೆ ಮಾಡ್ತೀಯಯ್ಯ" ಎಂದು ಕೋಪದಿಂದ ನುಡಿದು ಅರ್ಥಕ್ಕೆ ಕೋಪ ಮತ್ತು ಮಾತು ಎರಡನ್ನೂ ತುಂಡರಿಸಿದ. ಇದು ಬೇಕಿತ್ತಾ, ನಡುರಾತ್ರಿಯಲ್ಲಿ ಯಾವನಿಂದಲೊ ಅನ್ನಿಸಿಕೊಳ್ಳೋದು? ಅಷ್ಟಕ್ಕೂ ಇವನ್ಯಾರು ಇಷ್ಟೆಲ್ಲ ನನ್ನನ್ನು ಜಡ್ಜ್ ಮಾಡೋದಕ್ಕೆ? ಏಕ್ದಂ ತಲೆಹರಟೆಕೋರ ಎಂದುಬಿಟ್ಟನಲ್ಲ.

ನಾ ಎದ್ದು ರೆಸ್ಟ್ ರೂಮಿಗೆ ನಡೆದೆ. ಕಾರ್ಯ ಮುಗಿಸಿ ಕೈತೊಳೆದುಕೊಂಡು ಹೊರಬಂದೆ. ಅಲ್ಲಿ ಒಬ್ಬ ಸ್ವಚ್ಛತಾಗಾರ ನಮಸ್ಕರಿಸಿ ಕೈಯೊಡ್ಡಿದ. ಕೊಡಬೇಕೊ ಬೇಡವೋ ಎಂಬ ದ್ವಂದ್ವಕ್ಕೆ ಬಿದ್ದೆ. ಕನಿಷ್ಟ ಇದನ್ನಾದರೂ ಹಿಂದಿರುಗಿಸಬೇಕೆಂದು ಅನಿಸಿ ಆತನಿಗೆ ನಮಸ್ಕರಿಸಿದೆ. ಸ್ಮೋಕಿಂಗ್ ಝೋನಿನಲ್ಲಿ ಸಹಪ್ರಯಾಣಿಕ ಕಂಡ. Although I smoke, I hate smokers. ಜಗತ್ತಿನಲ್ಲಿ ರೇಶನ್ನಿನಂತೆ ಒಬ್ಬನಿಗೆ ದಿನಕ್ಕೊಂದೆ ಸಿಗರೇಟು ಸಿಗುವಂತಿರಬೇಕು ಎಂಬ ಆಂತರ್ಯದ ಬಯಕೆ ನನ್ನದು. ನನ್ನ ದಿನದ ಕೋಟಾ ಅದಾಗಲೆ ಮುಗಿದಿತ್ತು. ಇವನ ಕಣ್ಣಿಗೆ ಬೀಳದಿರಬೇಕು ಎಂದು ನಿರ್ಧರಿಸಿದೆ. ಸಾರ್ವಜನಿಕ ದೃಷ್ಟಿಯಿಂದ ತಪ್ಪಿಸಿಕೊಳ್ಳಲು ಇದ್ದೇ ಇದೆಯಲ್ಲ ಈ ಶತಮಾನದ ಅತ್ಯದ್ಭುತ ಅಸ್ತ್ರ, ಮೊಬೈಲ್. ಅದನ್ನು ಕುಕ್ಕುತ್ತಾ ಹೊರಬಂದೆ, ಮಗಂದು ಹ್ಯಾಬಿಟ್ ಮೇಕರ್ ಆಪು ಒಂದು ಗಂಟೆ ಹಿಂದೆಯೆ "ನೀವು ಈ

ದಿನವನ್ನು ಯಶಸ್ವಿಯಾಗಿ ಬದುಕಿದ್ದೀರಿ, ಹೊಸ ದಿನ ನಿಮಗಾಗಿ ವಿಶೇಷ ಸ್ವಾಗತ ಕೋರುತ್ತಿದೆ, you can smoke again, tada! ನಿಮ್ಮ ಜೀವನಯಾತ್ರೆ ಚೈತನ್ಯದಿಂದ ಕೂಡಿರಲಿ" ಎಂದು ನೋಟಿಫಿಕೇಶನ್ ಕಳಿಸಿತ್ತು.

ಥತ್ ತೇರಿಕೆ. ಅದನ್ನು ಇನ್ಸ್ಟಾಲ್ ಮಾಡಿಕೊಂಡಿದ್ದು ಯಾತಕ್ಕೊ, ಅದು ಮಾಡುತ್ತಿರುವುದು ಇನ್ನೇನೊ.

ನನ್ನ ಹೆಜ್ಜೆಗಳು ನೂರೆಂಭತ್ತು ಡಿಗ್ರಿ ತಿರುಗಲಾರಂಭಿಸಿದವು. ಪಾಪ ಮೆಡುಲ್ಲಾ ಅಬ್ಲಾಂಗೇಟದ ಸುಪರ್ಧಿಯಲ್ಲಿರುವ ಯಕಃಶ್ಚಿತ್ ಪಾದಗಳು. ವಿಕಲಚೇತನರ ಪಾರ್ಕಿಂಗ್ ಜಾಗದಂತಿದ್ದ ಆ ಕೋಣೆ ಪ್ರವೇಶಿಸಿದೆ. ಸುತ್ತ ಹೊಗೆ. ಆಮ್ಲಜನಕಕ್ಕೆ ಪ್ರವೇಶ ನಿಶಿದ್ಧ. ಅವನು ಬೆರಳ ತುದಿಯಲ್ಲಿ ಸಿಗರೇಟು ಸಿಕ್ಕಿಸಿಕೊಂಡು ಕರೆದ, ತುಂಬ ಬೇಸರದ ದನಿಯಲ್ಲಿ "ಸಾರಿ ಮೇಟ್" ಎಂದ. ಅವನ ಸಾರಿ ಹೇಗಿತ್ತೆಂದರೆ ಅದಕ್ಕಾಗಿಯೆ ದಮ್ಮು ಎಳೆಯುತ್ತಿರುವಂತೆ, ಕರಗಿಬಿಟ್ಟೆ. "ಏನೋ ಬೇಜಾರಿನಲ್ಲಿ ಅಂದೆ, ಮನಸಿಗೆ ಹಚ್ಚಿಕೊಳ್ಳಬೇಡ" ಎಂದು ಮತ್ತಷ್ಟು ಸಮಜಾಯಿಷಿ ಕೊಟ್ಟೆ. ತುಂಬ ನೋವಿನಲ್ಲಿದ್ದಂತೆ ಕಂಡಿತು.

"ನೋಡಿ ನೀವು ಏನಂದುಕೊಳ್ತೀರೊ ಗೊತ್ತಿಲ್ಲ, ಮನುಷ್ಯ ಸುಖವನ್ನಾಗಲಿ ದುಃಖವನ್ನಾಗಲಿ ಸಾರ್ವಜನಿಕವಾಗಿ ಹಂಚಿಕೊಳ್ಳಬಾರದು. ಜಗತ್ತಿಗೆ ಅದನ್ನು ಅರಗಿಸಿಕೊಳ್ಳಲು ಕಷ್ಟವಾಗುತ್ತದೆ. ಪಾಪದ್ದು ಅದು, ಖುದ್ದು ಹಿಂಸೆ ಅನುಭವಿಸುತ್ತಿರುತ್ತದೆ. ಬಳಿ ಹೋಗಿ ನಿಮ್ಮ ಸುಖ ಹಂಚಿಕೊಂಡಿರೋ, ಅದಕ್ಕೆ ಇನ್ನಷ್ಟು ಹಿಂಸೆಯಾಗಿ ಕರುಬುತ್ತದೆ. ದುಃಖ ಹಂಚಿಕೊಂಡಿರೋ, ನಿಮ್ಮ ಕಣ್ಣೀರಿನ ಚೊಂಬನ್ನು ತನ್ನ ಕಡಲಿಗೆ ಬಗ್ಗಿಸಿಕೊಂಡು ಪಾದಗಳಿಂದ ಗಲಗಲ ಎನ್ನಿಸಿ ಎರಚಾಟವಾಡುವುದಕ್ಕೆ ಆರಂಭಿಸುತ್ತದೆ. ಈ ಅಫಿಡವಿಟ್ಟಿನೊಂದಿಗೆ ಒಂದು ಮಾತು. ಹಾಗೇನಾದರೂ ಹಂಚಿಕೊಳ್ಳಬಯಸಿದರೆ ತೀರ ಅಪರಿಚಿತ, ಮತ್ತೆಂದೂ ಸಿಗದವರೊಂದಿಗೆ ಹಂಚಿಕೊಳ್ಳಿ, ಸಮಾಧಾನವಾಗುತ್ತದೆ" ಎಂದೆ. ಮಾಡಬಾರದು ಎಂದು ಹೇಳುತ್ತಲೇ ಮಾಡುವಂತೆ ಪ್ರೇರೇಪಿಸುವ ಈ ಬೌದ್ಧಿಕ ಚಾಣಾಕ್ಷತೆ ಸಮಯಕ್ಕೆ ಸರಿಯಾಗಿ ಅದೆಲ್ಲಿಂದ ಒದಗಿ ಬರುತ್ತದೊ ಕಾಣೆ.

ಆತ ಚುರ್ರನೆ ಸೇದುತ್ತ ನನ್ನನ್ನು ತೀಕ್ಷ್ಣವಾಗಿ ನೋಡಿದ. ಸ್ಮೋಕರ್‌ಗಳು ಮಾತು ಮಾತಾಡ್ತ ಹೊಗೆ ಬಿಡ್ತಾರಲ್ಲ, ಒಂದಷ್ಟು ಮಾತಾಡಿ ತಿರುಗ ಹೊಗೆ ಬಿಡ್ತಾರಲ್ಲ, ಅದೆಲ್ಲ ಹೇಗೆ ಸಾಧ್ಯ? ನನಗಂತೂ ಮ್ಯಾಜಿಕ್‌ನಂತೆ ಕಾಣುತ್ತದೆ. ಈತನೂ ಹಾಗೆ ಮಾಂತ್ರಿಕತೆ ಪ್ರದರ್ಶಿಸುತ್ತ "ನಿನ್ನ ವೈಸಿಗೆ ಇದನ್ನೆಲ್ಲ ಮಾತಾಡ್ತೀಯ ಎಂದರೆ, ಅದರಲ್ಲಿ ಅಪ್ರಾಮಾಣಿಕತೆಯ ಅಂಶವಿದೆ ಎಂದರ್ಥ".

ಬಾಯಿಂದ ಬರುತ್ತಿದ್ದ ಹೊಗೆ, ಮಾತಿನಲ್ಲಿದ್ದ ಬೆಂಕಿ, ನನ್ನನ್ನು ಇರಿದಿದ್ದು ನಿಜ. ಕಿರಾತಕನಂತೆ ಕಂಡ ಅವನು. ಮರು ಇರಿಯುವ ಸರದಿ ನನ್ನದು.

"ಹಾಗಾದರೆ ಇದನ್ನೆಲ್ಲ ಮಾತಾಡಲಿಕ್ಕೆ ಯಾವ ವಯಸು ಮುಟ್ಟಬೇಕು ಸರ್?",

"I meant age of life, not of body".

ತತ್ ತಕ್ಷಣ ಪ್ರತ್ಯುತ್ತರಿಸುವ ನನ್ನ ಕಲೆ ಕೈಕೊಟ್ಟಿತು.

ಆತ ಟೇಬಲ್ ನೋಡುತ್ತ ನಿಂತಿದ್ದ. ಏನನ್ನೋ ನೆನಪಿಸಿಕೊಳ್ಳುತ್ತಿರುವವನಂತೆ ಬಹಳ ಹೊತ್ತು ಕಾಯಿಸಿದ.

"I had a son like you. ನಿನಗಿಂತ ಸ್ವಲ್ಪ ಚಿಕ್ಕೋನು. ಒಳ್ಳೆಯದು ಎಂದರೇನು ಗೊತ್ತಿರದಷ್ಟು ಒಳ್ಳೆಯ ಹುಡುಗ. And I lost him"

ನನಗೆ ಪರಿಚಿತರೊಂದಿಗಿಂತ ಅಪರಿಚಿತರೊಂದಿಗೆ ಮಾತಾಡುವುದು ಇಷ್ಟ, ಸುಲಭ. ಬಸ್ಟಾಂಡು ರೈಲ್ವೆ ಸ್ಟೇಶನ್ನು ಏರ್ಪೋರ್ಟು ಮಾರ್ಕೆಟ್ಟು ಎಲ್ಲೆ ಹೋಗಲಿ, ಅಪರಿಚಿತರೊಂದಿಗೆ ಮಾತಿಗೆ ಇಳಿಯುತ್ತೇನೆ. ಬಹಳ ಆಸಕ್ತಿದಾಯಕ ಕತೆಗಳು ಹೊರಬರುತ್ತವೆ. ಆ ಕತೆಗಳು ಬಹಳ ಸಹಜವಾಗಿ ಗತಕಾಲದ ಸ್ಮರಣೆಯಂತೆ ಹೇಳುವವನಿಗೇನೆ ತನ್ನ ಇತಿಹಾಸ ಹಂಚಿಕೊಳ್ಳುವ ಹುಮ್ಮಸ್ಸಿರುವಂತೆ ಮೂಡಿ ಬರುತ್ತದೆ. ಆದರೆ ಈತನ ದನಿಯಲ್ಲಿ ಆ ಲಹರಿ ಕಾಣಿಸಲಿಲ್ಲ. ಬೆರಳಿಟ್ಟು ವಾಂತಿ ಮಾಡಿಕೊಂಡಷ್ಟು ಹಿಂಸೆಯ ದನಿಯದು, ಗಂಟಲಿನ ಏರಿಳಿತದ ಮೂಲಕ ಬಹಿರಂಗವಾಗಿ ತೋರುತ್ತಿತ್ತು.

"ಕ್ಷಮಿಸಿ, ಹೇಗೆ ಏನು ಎತ್ತ?" ಎಂದು ಎಲ್ಲ ಪ್ರಶ್ನೆಗಳನ್ನು ಒಟ್ಟಿಗೆ ಸೇರಿಸಿ ತೂರಿದೆ. ಆತ ಮತ್ತೊಮ್ಮೆ ದೀರ್ಘ ಬಿಡುವು ಪಡೆದು ಮುಂದುವರೆಸಿದ.

"ಅದೊಂದು ಬೇಸಗೆಯ ರಾತ್ರಿ. ನಾವೆಲ್ಲ ಮಂಚದ ಮೇಲೆ ಮಲಗಿದ್ದೆವು. ನಾನು ನನ್ನ ಹೆಂಡತಿ, ಮಗಳು. ಅವನಿನ್ನೂ ಬಂದಿರಲ್ಲ. ಒಂದ್ಹೊತ್ತಿನಲ್ಲಿ ವಿಪರೀತ ಸೆಕೆಯಾಗಿ ಎದ್ದೆ. ಫ್ಯಾನು ಆಫ್ ಆಗಿತ್ತು. ಕತ್ತಲೆ. ಕರೆಂಟು ಹೋಗಿರಬಹುದೇನೊ ಎಂದುಕೊಂಡೆ. ಸ್ವಿಚ್ ಬೋರ್ಡಿನಿಂದ ಕೆಂಪು ಬೆಳಕು ಬರುತ್ತಿತ್ತು. ಕೂತಲ್ಲಿಂದಲೆ ಜಂಗಿಸಿ ಲೈಟ್ ಆನ್ ಮಾಡಿದೆ. ನನ್ನ ಮುಖಕ್ಕೆ ಅವನ ಪಾದ ಬಡಿದವು"

"ಏನೂ?" ಎನ್ನಲು ಹೋಗಿ ನುಂಗಿಕೊಂಡೆ. ಅವನೇ ಮುಂದುವರೆಸಿದ,

"ಸ್ವಲ್ಪ ಹೊತ್ತು ಹಾಗೆ ಇದ್ದು ಮೆಲ್ಲಗೆ ಮಂಚದಿಂದಿಳಿದು ಅಡಿಗೆ ಮನೆಗೆ ಧಾವಿಸಿ ನೀರು ಕುಡಿದೆ"

“ನಿಮ್ಮವರನ್ನು ಎಬ್ಬಿಸಲಿಲ್ಲ?”,

“I dind’t want to. ಅವರಿಬ್ಬರು ಆ ದೃಶ್ಯವನ್ನು ನೋಡುವುದು ನನಗೆ ಬೇಕಿರಲಿಲ್ಲ”

“ಮುಂದೆ?” ಎಂದೆ, ಕೇಳಲೋ ಬೇಡವೋ ಎಂಬ ಹಿಂಜರಿಕೆಯಿಂದ.

“ನೀರು ಕುಡಿದು ಚಾಕು ಎತ್ತಿಕೊಂಡು ಮಂಚ ಹತ್ತಿ ಅವನನ್ನು ಹೆಗಲ ಮೇಲೆ ಹಾಕಿಕೊಂಡು ಸೀರೆ ಬಟ್ಟೆ ಕತ್ತರಿಸಿ ನಿಧಾನಕ್ಕೆ ಇಳಿಸಿ ಹಾಸಿಗೆ ಮೇಲೆ ನಿದ್ರಾ ಸ್ಥಿತಿಯಲ್ಲಿ ಮಲಗಿಸಿದೆ. ಹೆಂಡತಿಯನ್ನು ಎಬ್ಬಿಸಿ ಕೋಣೆಯಿಂದ ಹೊರಗೊಯ್ದು ವಿಷಯ ತಿಳಿಸಿದೆ, ಮುಂದಿನದ್ದೆಲ್ಲ ಜಗತ್ತಿಗೆ ಗೊತ್ತಿರುವಂಥದ್ದು”

“ಹಾಗಂದರೇನರ್ಥ?”

“ಎಲ್ಲರಿಗೂ ವಿಷಯ ಮುಟ್ಟಿಸಿದೆವು ಅಂತ, ಮಗಳನ್ನು ಎಬ್ಬಿಸಲಿಲ್ಲ. ಮುಂಜಾನೆ ಹೂವಿನ ಹಾರ, ಶವಾಗಾರ, ಬಂಧು ಬಳಗ ಎಲ್ಲ ಬಂದರು. ಹೊತ್ತುಕೊಂಡು ಹೋದರು. ಮಣ್ಣು ಮಾಡಿದರು. ಹಾರ್ಟ್ ಅಟ್ಯಾಕ್ ಎಂದು ತಿಳಿಸಿದೆವು. ಯಾರೂ ಮುತುವರ್ಜಿಯಿಂದ ವಿಚಾರಿಸಲಿಲ್ಲ. ಮಾವನವರು ಇಲಾಖೆಯಲ್ಲಿದ್ದರು. ಕೇಸ್ ಕೂಡ ಆಗಲಿಲ್ಲ”

“ಮಗ ಅಂತೀರಿ ಆತನ ಸಾವಿಗೆ ಕಾರಣ ತಿಳಿದುಕೊಳ್ಳುವ ಆಸಕ್ತಿಯೇ ಇರಲಿಲ್ಲವಾ?” ಆಶ್ಚರ್ಯವಾಯಿತು.

“ಈಗ ಅನಿಸುತ್ತಿದೆ, ಕೇಸ್ ಹಾಕಿಸಿ ತನಿಖೆ ಮಾಡಿಸಬೇಕಿತ್ತು ಅಂತ. ಆಗ ಇರಲಿಲ್ಲ. ನಾನೇ ಕಾರಣನೇನೋ ಎಂದು ನನಗೆ ಅಳುಕು. ಅವಳೇ ಕಾರಣವೇನೋ ಎಂದು ಅವಳಿಗೆ ಅಳುಕು. ಹೇಗೆ, ಗೊತ್ತಿಲ್ಲ. ನಮ್ಮದು ಸಾರ್ವಜನಿಕವಾಗಿ ಗುರುತಿಸಿ ಕೊಂಡಿದ್ದಂತಹ ಕುಟುಂಬಗಳು. ಎಲ್ಲರೂ ಒಂದಲ್ಲ ಒಂದು ಅಧಿಕಾರದಲ್ಲಿದ್ದವರು. ನನಗೆ ಅವನು ಎತ್ತರದ ವ್ಯಕ್ತಿ ಅನಿಸಿಕೊಳ್ಳಬೇಕು ಎಂಬ ಹಂಬಲವಿತ್ತು. ಅವಳಿಗೆ, ಅವಳದ್ದು ಸೀದಾಸಾದಾ ಆಸೆಗಳು. ಮಗ ಕ್ರಿಕೆಟರ್ ಆಗಬೇಕು, ಮಗಳು ತಾರೆಯಾಗಬೇಕು ಎಂದು. ಆೃಕ್ಚುವಲಿ ಅವಳ ಆಸೆಗಳಲ್ಲೆ ಸ್ವಲ್ಪ ಪ್ಯೂರಿಟಿ ಇತ್ತು. ಆಗಲಿಕ್ಕೆ ಬೇಕಾದ ಎಲ್ಲ ಅನುಕೂಲಗಳಿದ್ದವು, ಆದರೆ ಅವನು ತುಂಬ ಸಾಧಾರಣ ವ್ಯಕ್ತಿಯಾಗಿದ್ದ. ಓದಿನಲ್ಲಿ ಕ್ರೀಡೆಯಲ್ಲಿ ನಡೆನುಡಿಗಳಲ್ಲಿ. ಯಾವುದೇ ಅಬ್ಬರಗಳಿಲ್ಲದ ತಿಳಿಸಾರಿನಂತೆ. ಹಾಗಾಗಿ ಅವನ ಪಾಡಿಗೆ ಅವನು ಇದ್ದ, ಕಾಲೇಜಿಗೆ ಹೋಗುತ್ತಿದ್ದ, ಗೆಳೆಯರೊಂದಿಗೆ ಆಡುತ್ತಿದ್ದ, ಮನೆಗೆ ಬಂದರೆ ತಂಗಿಯನ್ನು ಆಟವಾಡಿಸಿಕೊಂಡು ನಗನಗತಾನೆ ಇರ್ತಿದ್ದ. ನಮ್ಮಂತವರ ಮನೆಗಳಲ್ಲಿ ಹೇಗೆಂದರೆ ತಮ್ಮಂತೆಯೆ ಮಕ್ಕಳೂ ಸಹ ದೊಡ್ಡ ಮಟ್ಟದ ಹೆಸರು ಮಾಡಬೇಕೆಂಬ ಆಸೆಯಿರುತ್ತದೆ, ಆದರೆ

ಅದೇ ಸಮಯದಲ್ಲಿ ಇಂಥವರು ಮಕ್ಕಳು ಜೂಜು ಮೋಜು ಎನ್ನುತ್ತ ಪಾತಾಳ ಕಂಡರು ಎಂಬಂತಾಗದೆ ಸಾಧಾರಣವಾಗಿ ಬದುಕಿದ್ದರೂ ನಮಗೆ ಸಹ್ಯವೆ. ಈ ಅರ್ಥದಲ್ಲಿ ಅವನು ನಮಗೆ ತುಂಬ ಒಳ್ಳೆಯವನು ಎನಿಸಿದ್ದ, but If he was a topper or at least a failure, he would have got a better attention. ಅದೇ ಅವನ ಕೇಸಲ್ಲೂ ಆಯ್ತು ಎಂದುಕೊಂಡೆವು. ನಮಗೆ ಆಸೆಗಳಿದ್ದವು ನಿಜ, ಎಂದೂ ಒತ್ತಡ ಹಾಕಿರಲಿಲ್ಲ"

ಆತನ ಸ್ಮೋಕಿಂಗ್ ಮುಗಿದಿತ್ತು. ನಮಗೆ ಈ ಸಂಭಾಷಣೆಯನ್ನು ಹೊರಗೆ ಹೊತ್ತುಕೊಂಡು ಹೋಗುವುದು ಇಷ್ಟವಿರಲಿಲ್ಲ. ಅಲ್ಲೇ ನಿಂತೆವು. ಧೂಪ ಕುಡಿಯುತ್ತ.

"ಮನೆಯೇ ಕಾರಣ ಅಂತೀರಿ?"

"ಬಹುಶಃ ನಾನು ಗಿಲ್ಟ್ ಇಂದ ಉತ್ಪ್ರೇಕ್ಷೆ ಮಾಡಿಕೊಂಡು ಹೇಳ್ತಿದೀನಿ ಅನಿಸುತ್ತದೆ. ಹಿಂದಿನ ದಿನದವರೆಗೆ ನಮ್ಮ ಮನೆಯಲ್ಲಿ ಎಲ್ಲವೂ ಸರಿಯೇ ಇತ್ತು. ಸುಮಾರು ತಿಂಗಳುಗಳ ನಂತರ ಅವನ ಗರ್ಲ್ ಫ್ರೆಂಡ್ ಕಾಗದ ಬರೆದಿದ್ದಳು, 'ನಾನೆ ಇದ್ದಿರಬಹುದು ಅಂಕಲ್' ಎಂದು, ಅವಿವರವಾಗಿ. ಹಾಗೆ ಒಂದಿನ ಮಾತು ಮಾತಾಡ್ತ ಅವನ ಸ್ನೇಹಿತನೊಬ್ಬ ಹಣಕಾಸಿನ ವಿಚಾರದಲ್ಲಿ ಮೋಸ ಮಾಡಿದ್ದನಂತೆ ಎಂಬ ಮಾಹಿತಿ ಸಿಕ್ಕಿತು. ಘಟನೆ ರಾತ್ರಿ ಕಾಲೇಜಿನಿಂದ ನೈಟ್ ಸ್ಟಡಿ ಮುಗಿಸಿಕೊಂಡು ಬಂದಿದ್ದಾನೆ. ಮಧ್ಯದಲ್ಲಿ ಯಾರಾದರೂ ಏನಾದರೂ ಅಂದರಾ ಗೊತ್ತಿಲ್ಲ, ಆಗೆಲ್ಲ ಸಿಸಿಟಿವಿಗಳು ಇರಲಿಲ್ಲ. ಮುಖ್ಯವಾಗಿ ನಮ್ಮಲ್ಲಿ ಅದು ಸೂಯಿಸೈಡ್ ಎಂದು ಎಲ್ಲರಿಗೂ ಗೊತ್ತಿತ್ತು. ಯಾರಿಗೂ ಅದು ಪ್ರಚಾರವಾಗುವುದು ಇಷ್ಟವಿರಲಿಲ್ಲ. ಹೋಗೋದು ಹೋಗಿದ್ದಾನೆ, ತನಿಖೆ ಮಾಡಿಸಿದರೆ ವಾಪಸ್ಸು ಬರುತ್ತಾನಾ ಅಂತ. Collectively we buried him. "Died out of heart attack", on his death certificate".

"ಅದು ಹೇಗೆ ಸರ್? ಅರ್ಥನೇ ಆಗ್ತಿಲ್ಲ. ಸೂಯಿಸೈಡ್ ಅಂತೀರಿ. ಕಾರಣ ಗೊತ್ತಿಲ್ಲ ಅಂತೀರಿ. ತಿಳಕೊಳ್ಳೋಕೂ ಪ್ರಯತ್ನ ಮಾಡಿಲ್ಲ. ಏನಾದರೂ ಖಾಯಿಲೆ ಗೀಯಿಲೆ?" ಎಂದು ಕೇಳಿದೆ, ಹೀಗೆ ಅನುಮಾನಿಸಿ, ಅವಮಾನಿಸಿ ಪ್ರಶ್ನಿಸಬಾರದಿತ್ತು ಅನಿಸಿತು. ನನ್ನ ಪುಣ್ಯಕ್ಕೆ ಆತ ಸಿಟ್ಟು ಮಾಡಿಕೊಳ್ಳಲಿಲ್ಲ. ಬದಲಾಗಿ ನನ್ನ ಪಶ್ಚಾತ್ತಾಪವನ್ನು ಆತನೇ ಕಡಿಮೆ ಮಾಡಿದ.

"I just don't know. Sometimes I feel he was destined"

ನನಗೆ ಶಾಕ್ ಆಯಿತು, "ತಂದೆಯಾಗಿ ಏನು ಅಂತ ಮಾತಾಡ್ತೀರ ಸರ್?"

"ನೀನು ಅದನ್ನು ಹೇಗೆ ಪರಿಭಾವಿಸಿದೆಯೊ ಗೊತ್ತಿಲ್ಲ. ನಾ ಹೇಳಿದ್ದು ಅವನಿಗೆ ಅದು ಆಗಬೇಕಾಗಿತ್ತು ಎಂದಲ್ಲ. ಯಾರಿಂದಲೂ ತಡೆಯಲು ಆಗ್ತಿರಲಿಲ್ಲವೇನೊ ಎಂದು. ಅಫ್‌ಕೋರ್ಸ್ ನಾವು ಏನಾದರೂ ಮಾಡಬಹುದಿತ್ತು. ಆದರೆ ಅದು ಘಟಿಸುವವರೆಗೆ ಎಲ್ಲವೂ ಸರಿಯೆ ಇತ್ತು. ತಪ್ಪಿಸಲು ಸೂಕ್ಷ್ಮಾತಿಸೂಕ್ಷ್ಮಗಳನ್ನು ಗಮನಿಸುವಷ್ಟು ನಾವು ಅಸಾಮಾನ್ಯರಾಗಿರಬೇಕಿತ್ತೇನೊ. ಈಗ ನೆನಪಿಸಿಕೊಂಡರೆ ಅವನಿಂದ ಎಷ್ಟೋ ಸೂಚನೆಗಳು ಬಂದಿದ್ದವು ಅನಿಸುತ್ತದೆ. ಅದು ಘಟಿಸಿದ್ದಕ್ಕೆ ಹಾಗನಿಸುತ್ತಿದೆ, ಇಲ್ಲದೇ ಹೋಗಿದ್ದರೆ? ಜಗತ್ತು ಒಂದು ಸಂಗತಿಯನ್ನಾಗಲಿ ವ್ಯಕ್ತಿಯನ್ನಾಗಲಿ ಘಟನೆ ಮೇಲೆ ಜಡ್ಜ್ ಮಾಡುತ್ತದಲ್ಲ ಅದು ಹೇಗೆ? ಮ್ಯಾಚ್ ಗೆದ್ದರೆ ಕ್ಯಾಚ್ ಬಿಟ್ಟಿದ್ದೆ ಒಳ್ಳೆಯದಾಯ್ತು ಅಂತ, ಸೋತರೆ ಬಿಟ್ಟಿದ್ದಕ್ಕೆ ಸೋತಿದ್ದು ಅಂತ, why do we criminalize people based on accidental events, that too someone who is already at the loss?"

ಈತ ಏನು ಮಾತಾಡ್ತಿದಾನೆ? "ಆತ್ಮಹತ್ಯೆ ಆಕ್ಸಿಡೆಂಟ್ ಅಲ್ಲ ಸರ್. ನೀವು ಹೇಳಿದಿರಲ್ಲ, ನಾವೆಲ್ಲ ಸೇರಿ ಹೂತುಹಾಕಿದೆವು ಅಂತ. ಅದು ಆ ಪೈಕಿ, ಅಂದಹಾಗೆ ನಿಯಮದ ಪ್ರಕಾರ ಮೊದಲು ಜನ ನೀವೆ ಅಪರಾಧಿಯೆಂದು ದೂಷಿಸಬೇಕು, ಆನಂತರ ಹೌದು ನಾನೇ ಅಪರಾಧಿಯೆಂದು ನೀವು ಗೋಳಾಡಬೇಕು, ಆನಂತರ ಜನ ಪರಸ್ಪರ why do we criminalize people ಅಂತ ನಿಮಗೆ ಸಮಾಧಾನ ಮಾಡಬೇಕು, ಇಲ್ಲಿ ನೋಡಿದರೆ ಎಲ್ಲಕ್ಕಿಂತ ಮುಂಚೆ ನೀವೇ ಸಮಾಧಾನ ಮಾಡ್ಕೊಂಡ್ಬಿಟಿದೀರ" ಒಳಗಿದ್ದ ನಗುವನ್ನು ಒತ್ತಿಕೊಂಡೆ.

"ತಪ್ಪು ಅಂತೀಯಾ?"

"ಪ್ರೊಸೀಜರ್ ಫಾಲೋ ಮಾಡಬೇಕು ಸರ್, ಆಗಲೇ ಜನಕ್ಕೆ ನೆಮ್ಮದಿ"

ಆತ ಸಿಟ್ಟಿನಿಂದ "ಯಾರೀ ಜನ, ನನಗೂ ಅವರಿಗೂ ಏನು ಸಂಬಂಧ?, Do I know them ? Do I talk about them? I don't want to follow any procedure." ಎಂದು ರೇಗಿದ.

ಅವನು ಸಾವರಿಸಿಕೊಳ್ಳಲೆಂದು ನಾನೇ ಬಿಡುವು ಕೊಟ್ಟೆ. ಆತ ಅಗಗಲ ಮಾತಿನ ನಡುವೆ ಬಿಡುವು ತೆಗೆದುಕೊಳ್ಳುತ್ತಿದ್ದು ನೆನಪುಗಳನ್ನು ಆಲೋಚನೆಗಳನ್ನು ಕ್ರೋಢೀಕರಿಸಿಕೊಳ್ಳಲು ಎಂದು ಗೊತ್ತಾಗಿತ್ತು. ಬಿಸಿನೆಸ್ ಮನುಷ್ಯನೇ ಇದ್ದಿರಬೇಕು. ಹರಟೆಗಳಲ್ಲಿನಂತೆ ಎದ್ವಾ ತದ್ವಾ ಆಡದೆ ಮೀಟಿಂಗ್‌ನಲ್ಲಿ ವರದಿ ಮತ್ತು ಯೋಜನೆಗಳನ್ನು ತೆರೆದಿಟ್ಟಂತೆ ಬಹಳ ನಿಧಾನವಾಗಿ ಮಾತಾಡುತ್ತಿದ್ದನು. ಬಹಳ ಹೊತ್ತಿನ ನಂತರ

"Philosophically every incident is an accident", ಎಂದ. ಯಾಕೆ ಹಾಗಂದ? ಬಹುಶಃ ನಾನು ಆತ್ಮಹತ್ಯೆ ಆಕ್ಸಿಡೆಂಟ್ ಅಲ್ಲ ಎಂದದ್ದು ಅವನನ್ನು ಇರಿದಿರಬೇಕು.

"Philosophically every accident is also an incident sir, ಪ್ರತಿಯೊಬ್ಬ ಕೊಲೆಗಾರನಿಗೂ ಸಮರ್ಥನೀಯ ಕಾರಣವಿರುತ್ತದೆ. ಆ ರೀತಿ ನೀವು ಸಮಾಧಾನ ಮಾಡಿಕೊಳ್ತಿದೀರ" ಎಂದೆ. ಅರ್ಥಕ್ಕೋಸ್ಕರ ಹೇಳಿದೆನಾ, ಪ್ರಾಸಕ್ಕೋಸ್ಕರ ಹೇಳಿದೆನಾ? ಗೊತ್ತಿಲ್ಲ.

"ನಾನು ಡಿಫೆಂಡ್ ಮಾಡಿಕೊಳ್ತಿಲ್ಲ. ನಮ್ಮ ಪಾಲಿನ ಪಶ್ಚಾತ್ತಾಪ ನಾವು ಅನುಭವಿಸಿದ್ದೇವೆ. ನಾನು ನಮ್ಮ ಮನೆಯವರು, ಅವನ ಗರ್ಲ್‌ಫ್ರೆಂಡ್, ದುಡ್ಡು ಇಸಕೊಂಡ ಸ್ನೇಹಿತ.. ಎಲ್ಲರೂ. ಯಾರ ಪಾಲು ಹೆಚ್ಚು ಎನ್ನುವುದಿಲ್ಲಿ ಅತಾರ್ಕಿಕ. ಅವರವರ ಅಂತರಂಗಕ್ಕೆ ಬಿಟ್ಟಿದ್ದು. ಬಹುಶಃ ಯಾರು ನಾನಲ್ಲವೆಂದು ಭಾವಿಸಿದ್ದಾರೊ ಅವರದೇ ಜಾಸ್ತಿ ಪಾಲು. ಒಂದು ಘಟನೆ ಕೇವಲ ಅದರ ಹಿಂದಿನ ಘಟನೆಯ ಸಲುವಾಗಿ ಜರುಗುತ್ತದೊ ಅಥವಾ ಹಿಂದಿನ ಅನೇಕಾನೇಕ ಘಟನೆಗಳ ಸಲುವಾಗಿ ಜರುಗುತ್ತದೊ ಎಂಬುದು ಚರ್ಚಾಸ್ಪದ. ಕನಿಷ್ಟ ಲಾಗರಿತ್ಮಿಕ್ ಆಗಿಯಾದರೂ ಇರುತ್ತದೆ ಎಂಬುದನ್ನು ಒಪ್ಪುತ್ತೇನೆ. ಕೆಲವು ಸಲ ಮುಂದಿನ ಘಟನೆಗೋಸ್ಕರವೆ ಜರುಗಿರಬಹುದು. ಆ ದೃಷ್ಟಿಯಲ್ಲಿ ಆತ್ಮಹತ್ಯೆಗೆ ಒಬ್ಬ ನಿರ್ದಿಷ್ಟ ವ್ಯಕ್ತಿ, ನಿರ್ದಿಷ್ಟ ಕಾರಣ ಇರುತ್ತದೆ ಎಂದು ನನಗೆ ಅನಿಸುವುದಿಲ್ಲ",

"ಮುಂದಿನ ಘಟನೆಗೋಸ್ಕರ?"

"ಹಾ, ಅದು ಜರುಗದೇ ಇದ್ದಲ್ಲಿ ಮುಂದಿನ ಘಟನೆ ಭಿನ್ನವಾಗಿರುತ್ತದಲ್ಲ, ಟೈಮನ್ನು ಸರಳ ರೇಖೆಯ ಬದಲು ವೃತ್ತದಂತೆ ಪರಿಭಾವಿಸಿ ನೋಡು"

ಆತ ಬಹುಶಃ ತನ್ನ ಆಲೋಚನೆ, ಮತ್ತು ಇನ್ನೂ ಮದುವೆ ಮಕ್ಕಳು ಕಂಡಿರದ ನನ್ನಂಥ ಎಳಸನಿಗೆ ಅರ್ಥ ಮಾಡಿಸಬೇಕಾದ ದರ್ದಿನ ನಡುವೆ ತೂಗಾಡುತ್ತಿದ್ದ ನೆನಿಸುತ್ತದೆ. ಚರ್ಚೆಗಿಂತ ನೇರ ಗುಂಡು ಹಾರಿಸುವುದೇ ಉತ್ತಮವೆಂದುಕೊಂಡು,

"ಒಬ್ಬಾನೊಬ್ಬ ಮಹಾನ್ ನಿರ್ದೇಶಕ ಆತ್ಮಹತ್ಯೆಯೆಂಬುದು ನಿರ್ದಿಷ್ಟ ಪ್ರತೀಕಾರಕ್ಕಾಗಿಯೂ ಜರುಗಬಹುದು ಅಂತಾನೆ ಸರ್" ಎಂದೆ.

"I can't deny that. ಮನುಷ್ಯ ಯಾವ ಕಾರಣಕ್ಕೆ ಆತ್ಮಹತ್ಯೆ ಮಾಡಿಕೊಂಡರೂ ಅದು ರಿವೇಂಜೇ ಆಗಿರುತ್ತದೆ"

"ಯಾಕೆ ಹಾಗಂತೀರ?"

"ಮಗಳು ಎಂದೆನಲ್ಲ, ಅವನು ಸತ್ತಾಗ ಅವಳಿನ್ನೂ ಚಿಕ್ಕವಳು. ಶವದ ಜೊತೆ ಕೂರಿಸುವುದು ಬೇಡವೆಂದು ಮುಂದೆ ಕೂರಿಸಿದ್ದೆವು. ಲಾರಿಯಂತಹ ಆ ಒರಟು ವಾಹನದಲ್ಲಿ ಮೊದಲ ಬಾರಿಗೆ ಮುಂದೆ ಕೂತಿರುವ ರೋಮಾಂಚನ ಅವಳಿಗೆ. ಜೊತೆಗೆ ಡ್ರೈವರನ್ನು ಪುಸಲಾಯಿಸಿ ಹಾರ್ನ್ ಮಾಡುವ ಸಿರಿ. ಅದರ ಹಾರ್ನ್ ಹಂಗಿತ್ತು. ಯಾರಾದರೂ ಶವ ಹೊರುವ ವಾಹನಕ್ಕೆ ಅಂಥದು ಹಾಕಿಸಿಕೊಳ್ತಾರಾ? ಅಥವಾ ಸದಾ ಶವಗಳೊಂದಿಗೆ ಒಡನಾಡಿ ಬೇಸತ್ತಿದ್ದನೇನೋ ಡ್ರೈವರ್. ಮನೆಯಿಂದ ಘಾಟ್ ತನಕ ದಾರಿಯುದ್ದಕ್ಕೂ ಕಿಳಿಕಿಳಿ ಹಾರ್ನ್ ಹೊಡೆಯುತ್ತಿದ್ದಳು ಅವಳು, ಸಾವಿನ ಘನತೆಗೆ ಕಪಾಳಕ್ಕೆ ಹೊಡೆದಂತಿತ್ತು ಅದು. ಅಷ್ಟೊಂದು ಬಂಧು ಬಳಗ ಬಂದಿದ್ದರು, ವೆಹಿಕಲ್‌ಗೆ ಹೂನಾರ ಹಾಕಿ ಸಿಂಗಾರ ಮಾಡಿದ್ದರು, ಅವಳಿಗೆ ನಾವೆಲ್ಲ ಯಾವುದೋ ಸಂಭ್ರಮಕ್ಕೆ ಸೇರಿಕೊಂಡಿದ್ದೇವೆ ಎನಿಸಿರಬೇಕು. ಬಂದವರೆಲ್ಲರೂ ಅವಳನ್ನು ವಿಶೇಷವಾಗಿ ಮುದ್ದಿಸುತ್ತಿದ್ದರು. ಎಷ್ಟು ಖುಷಿಯಾಗಿದ್ದಳು ಗೊತ್ತ"

"ಅಷ್ಟು ದೊಡ್ಡ ಮಗ, ಅಷ್ಟು ಚಿಕ್ಕ ಮಗಳು?"

ಆತ ಮತ್ತೊಮ್ಮೆ ಬಿಡುವು ತಗೊಂಡ.

"ಅದಕ್ಕೊಂದು ಹಿನ್ನೆಲೆ ಇದೆ. ನನ್ನ ಮಗ ನಮ್ಮ ಮದುವೆಗೂ ಮುಂಚೆ ಹುಟ್ಟಿದವನು. ನನ್ನ ಭಾವಿ ಪತ್ನಿ ರಸ್ತೆ ಆಚೆ ಬದಿಯ ವಿಲ್ಲಾದಲ್ಲಿದ್ದಳು. ನಮ್ಮ ರಸ್ತೆಯೇ ಹಾಗಿತ್ತು, ವಿಧಾನಸೌಧಕ್ಕಾಗಲಿ ಎಲೆಕ್ಟ್ರಾನಿಕ್ ಸಿಟಿಗಾಗಲಿ, ಆಸ್ಪತ್ರೆಗಾಗಲಿ, ಪೋಲೀಸ್ ಸ್ಟೇಶನ್ನಿಗಾಗಲಿ, ಹೋಗುವ ಪ್ರಮೇಯವೇ ಇರುತ್ತಿರಲಿಲ್ಲ. ಎಲ್ಲ ಕೆಲಸಗಳು ಅಲ್ಲಿಯೆ ಆಗುತ್ತಿದ್ದವು. ಹಿರಿಯ ನ್ಯಾಯಾಧೀಶರೂ ಅಲ್ಲಿದ್ದರು, ನಮ್ಮ ರಾಜ ಪುರೋಹಿತರೂ ಅಲ್ಲಿದ್ದರು. ಅಷ್ಟು ವಿಸ್ತಾರವಾದ ರಸ್ತೆ. ಸುಮಾರು ಜನಕ್ಕೆ ಅದು ಸಾರ್ವಜನಿಕ ರಸ್ತೆಯೆಂಬುದೇ ಗೊತ್ತಿರಲಿಲ್ಲ. ಬ್ಯಾರಿಕೇಡ್ ಹಾಕಿಸಿ ಖಾಸಗಿ ರಸ್ತೆ ಮಾಡಿಕೊಂಡಿದ್ದೆವು. ಅಲ್ಲಿನ ಬೃಹತ್ ಮರಗಳು, ಉದುರಿದ ಎಲೆಗಳು, ವಸಂತದ ಹೂಗಳು, ಒಂದು ಕಣ ಧೂಳಿರದ ಫುಟ್‌ಪಾತ್ ಯುರೋಪಿನ ಬೀದಿಗಳನ್ನು ನೆನಪಿಸುತ್ತಿದ್ದವು. ಪ್ರತಿ ಕುಟುಂಬ ಮೂರು, ಅಮ್ಮಮ್ಮ ಅಂದರೆ ನಾಲ್ಕು ಜೆನರೇಶನ್ ಆ ರಸ್ತೆಯಲ್ಲಿ ಬಾಳುತ್ತಿತ್ತು. ನನ್ನದು ಎರಡನೆಯ ಜೆನರೇಶನ್. ಇವಳು ನಾನು, ನಮ್ಮ ಇತರ ಸ್ನೇಹಿತರು, ನಮ್ಮದೆಲ್ಲ ಒಂದು ಗ್ಯಾಂಗಿತ್ತು. ಒಟ್ಟಿಗೆ ಕಾಲೇಜಿಗೆ ಹೋಗಿ ಬರ್ತಿದ್ದೆವು. ಒಂದಿನ ಅವಳು ತನ್ನ ಬಾಕ್ಸಿನಿಂದ ನನಗೆ ಚಿತ್ರಾನ್ನ ತಿನ್ನಿಸುತ್ತಿದ್ದಳು, ಸಿಕ್ಕಿಬಿದ್ದೆವು. ಅದೇನು ಅಂತಹ ಮಹಾ ಅಪರಾಧ ಅಲ್ಲವಲ್ಲ? ಆದರೆ ನಾವು ಹಾಗೆ ಚಿತ್ರಾನ್ನ ತಿಂತಿದ್ದು ಮರೆಯಲ್ಲಿ. ಅಲ್ಲಿಗಾಗಲೆ ಮಗನ ಜೀವಾಂಕುರವಾಗಿತ್ತು. ಏನೇನೋ ಗಲಾಟೆ, ಗೊಂದಲ. ಎಲ್ಲವೂ ಮುಸಿ

ಮುಸಿ. ಇವಳು ಮಗು ಬೇಕೇಬೇಕೆಂದು ಹಠ ಹಿಡಿದು ಕೂತಿದ್ದಳು. ಅವಳಿಗೆ ಬೇಕಲ್ಲ ಎಂದು ನಾನು ಅವಳೊಂದಿಗೆ ಇದ್ದೆ. ತುಂಬಾ ಕಾಲ ಎಳೆಯಿತು. ಕೊನೆಗೆ ಮಗುವನ್ನು ಮಡಿಲಲ್ಲಿಟ್ಟುಕೊಂಡು ಹಸೆಮಣೆ ಏರಿದ್ದೆವು. ಆಮೇಲೆ ಕಾಲೇಜು ಮುಗಿಸಿ ಉದ್ಯೋಗ ಗಳಿಸಿ ಬಿಡುವಾದಾಗ ಮಗಳು ಹುಟ್ಟಿದ್ದು. ಯಾಕೆ Destined ಅಂದೆ ಗೊತ್ತಾ, because of that street. "

"ಓ ಹಾಗೆ" ನನಗೆ ಏನು ಅರ್ಥವಾಯಿತೊ ಗೊತ್ತಿಲ್ಲ, ಅಸ್ಪಷ್ಟವಾಗಿ ಯಾವುದೋ ನಿರ್ದಿಷ್ಟ ಕಾರಣ ಕೊಟ್ಟಂತಿತ್ತು ಅವರ ಉತ್ತರ. ವೈಸ್‌ಮೆನ್ ಅನಿಸಿಕೊಂಡವರು ಹೀಗೆ ಮಾತನಾಡುವುದು.

"ಅವಳು ಅವನಿಗಿಂತ ತುಂಬ ಚಿಕ್ಕೋಳು ಅಂದನಲ್ಲಾ, ಆದ್ದರಿಂದ ಅವರೆಂದೂ ಅಣ್ಣ ತಂಗಿಯರಂತೆ ಜಗಳಾಡಿದ್ದೆ ಇಲ್ಲ. ತಾನೇ ತಂದೆಯೇನೋ ತಾನೇ ತಾಯಿಯೇನೋ ಎಂಬಂತೆ ಜೋಪಾನ ಮಾಡುತ್ತಿದ್ದ. ಆಡುತ್ತಿದ್ದ. ಆಡಿಸುತ್ತಿದ್ದ. ತುಂಬ ಹಚ್ಚಿಕೊಂಡಿದ್ದರು. But on his death day she was so happy, for reason she was not responsible. ಅಣ್ಣ ಡೆಲ್ಲಿಯ ಮಾಮನ ಮನೆಗೆ ಹೋಗಿದ್ದಾನೆ, ವಾರ ಆಗುತ್ತೆ ಬರೋದು ಎಂದು ಹೇಳಿದ್ದೆವು. ವಾರ ಆಯಿತು ತಿಂಗಳಾಯಿತು, ವರುಷವಾಯಿತು, ಅವನು ಬರುವಂತಿರಲಿಲ್ಲ. ಇವಳೂ ಕೇಳಿ ಕೇಳಿ ಕೇಳುವುದನ್ನೆ ನಿಲ್ಲಿಸಿಬಿಟ್ಟಳು. ಸಧ್ಯ ಮರೆತಳು ಎಂದು ನಾವು ಸಮಾಧಾನ ಪಟ್ಟೆವು. ಅವಳು ಎಂದಿಗೂ ಮರೆತಿರಲೇ ಇಲ್ಲ. ಕೇಳುವುದನ್ನು ನಿಲ್ಲಿಸಿದಳಷ್ಟೆ. She lost her life."

"ಅವಳೂ ಸಹ?"

"ಹಾಗಲ್ಲ. ಅವಳ ಜೀವ ಅವನಲ್ಲಿತ್ತು. ಅದು ಹೋಯಿತು ಅಂದೆ"

"ಹೆದರಿಸಿಬಿಟ್ರಲ್ಲ ಸರ್, ಒಳ್ಳೆ ಪಾದ್ರಿ ತರಹ ಮಾತಾಡ್ತೀರ"

"Probably yes, it's spiritual. But m not talking about spirits. ಪ್ರತಿ ಮನುಷ್ಯನಲ್ಲಿ ಮನಸು ಮತ್ತು ಜೀವ ಎಂಬ ಎರಡು ಭಾಗ ಇರುತ್ತವೆ. ಮನಸು ನಮ್ಮಲ್ಲೆ ಇರುತ್ತದೆ ನಮ್ಮ ಜೀವವನ್ನು ಇನ್ಯಾರಲ್ಲೋ ಇಟ್ಟಿರುತ್ತೇವೆ. ಮತ್ತು ಇನ್ಯಾರೊ ನಮ್ಮೊಳಗೆ ಜೀವವನ್ನು ಇಟ್ಟಿರುತ್ತಾರೆ. ಇದು ಪರಸ್ಪರ ಎಂತಾಗುವುದು ಅಪರೂಪದಲ್ಲಿ ಅಪರೂಪ. ಹಾಗಿದ್ದಲ್ಲಿ ಅಂಥವರು ಬಹಳ ವಿಶೇಷ, ಅದೃಷ್ಟವಂತರು. ಜಗತ್ತಿನಲ್ಲಿ ಪ್ರತಿಯೊಬ್ಬರ ಜೀವ ಇನ್ನೊಬ್ಬರ ಹಂದರದಲ್ಲೆ ರಕ್ಷಣೆ ಪಡೆದಿರುತ್ತದೆ. ನಾವು ನಮ್ಮನ್ನೆ ಹತ್ಯೆಗೈದಾಗ ವಾಸ್ತವದಲ್ಲಿ ಇನ್ನೊಬ್ಬರ ಜೀವವನ್ನು ಕೊಂಡೊಯ್ದಿರುತ್ತೇವೆ, ನಮ್ಮದನ್ನು ಇಲ್ಲೇ ಬಿಟ್ಟು",

ಸ್ವಲ್ಪ ಗೊಂದಲವಾಗಿ "ನಾವು ಮನಸ್ಸನ್ನು ಅಲ್ವಾ ಸರ್ ಕೊಡೋದು, ಜೀವವನ್ನಲ್ಲ" ಎಂದು ಕೇಳಿದೆ.

"ನೀನು ಭಾಷೆಯಿಂದ ಅರ್ಥ ಹುಟ್ಟಿಸಿಕೊಳ್ತಿದೀಯ, ನಾನು ಅರ್ಥದಿಂದ ಭಾಷೆ ವಿವರಿಸ್ತಿದೀನಿ. You are talking about love life between a man and woman. ನಾ ಹೇಳ್ತಿರೋದು ಬೇರೆ. ಅಲ್ಲಿಯೂ ನೀನು ಮನಸ್ಸನ್ನು ಕೊಟ್ಟಿರಲ್ಲ. ಅದು ಕೊಡುವಂತಹ ವಸ್ತುವಲ್ಲ. ಅಮ್ಮನಿಗೆ ಮನಸ್ಸು ಕೊಟ್ಟೆ ಎಂದು ಯಾರಾದರೂ ಹೇಳಿದ್ದುಂಟಾ? ಮನಸನ್ನು semi biological ಎಂದರೆ ಬಹುಶಃ ನಿನಗೆ ಬೇಗ ಅರ್ಥವಾಗುತ್ತದೆ ಅಲ್ಲವಾ? ಹಾಗೆ ಜೀವಾನೂ semi biological. ನಾವು ಹುಟ್ಟುವಾಗ ಹೊಸ ಜೀವ ಸೃಷ್ಟಿಯಾಗುತ್ತದಲ್ಲ ಅದು ಹೇಗೆ? ಮಾಂಸ ಮುದ್ದೆಯಲ್ಲಿ ಜೀವ ತುಂಬುವವರು ಯಾರು? ಸತ್ತಾಗ ಮಾಂಸ ಮುದ್ದೆ ಇಲ್ಲೇ ಇರುತ್ತದೆ, ಮತ್ತೆ ಇಲ್ಲವಾಗಿದ್ದು ಏನು? ದೇಹ ಸತ್ತೋಯ್ತಾ ಜೀವ ಸತ್ತೋಯ್ತಾ"

ಇದು ಎಲ್ಲಿಗೆ ಹೋಗ್ತಿದೆ ಅಂತ ನನಗೆ ಸುಳಿವು ಸಿಕ್ಕಿತು, "ಅದು ಬಿಡಿ ನಿಲ್ಲದ ವಾದ. ಮಗಳಿಗೇನಾಯಿತು ಹೇಳಿ?" ಕೇಳಿದೆ.

"ಏನೂ ಆಗಿಲ್ಲ. ನಾರ್ಮಲ್ಲಾಗೆ ಇದಾಳೆ. ಬಟ್ ಅದಾದಂದಿನಿಂದ ಅವಳು ಅವಳಲ್ಲ, ಬೇರೆ. ಆ ಬೇರೆ ಅನ್ನೋದಕ್ಕೆ ಜೀವವೇ ಇಲ್ಲ. ಅವಳಿಂದಾಗಿ ಅವಳ ಅಮ್ಮನೂ ಸಹ"

"ಅಂದರೆ ನಿಮ್ಮ ಮಡದಿಯ ಜೀವ ಮಗಳಲ್ಲಿ?" ನನಗೆ ಪುನಃ ಒಳಗೊಳಗೆ ನಗು ಶುರುವಾಯಿತು.

"ಹೌದು"

"ಮತ್ತು ನಿಮ್ಮ ಮಗನ ಜೀವ ನಿಮ್ಮಲ್ಲಿ?" ಕ್ಲೈಮಾಕ್ಸಲ್ಲಿ ಎಲ್ಲ ಕೂಡಿಕೊಳ್ಳುತ್ತಲ್ಲ, ಹಾಗೆ ಇವರು ಕತೆ ಕಟ್ಟಿದಂತಿತ್ತು.

"ಹೇಳಿದ್ನಲ್ಲ. ನೀನೊಬ್ಬ ಶುದ್ಧ ತಲೆಹರಟೆ ಅಂತ. ಅದೇ ನಿನ್ನೊಳಗಿನ ಪ್ರಾಮಾಣಿಕ ಅಂಶ. ಶುರುವಿನಲ್ಲಿ ಕಡಲು ದುಃಖ ಮಣ್ಣು ಮಸಿ ಅಂದ್ಯಲ್ಲ, ಅದ್ಯಾವುದೂ ನಿನ್ನ ವಸ್ತುವಲ್ಲ"

"ನಿಮಗೆ ಯಾಕೆ ಹಾಗನ್ನಿಸುತ್ತದೆ ಸರ್? ಅಂದರೆ ನಿಮ್ಮ ಮಗನ ಜೀವ ನಿಮ್ಮೊಳಗಿದೆ ಅಂತಾನ? ಅವನ ಥರ ಆಗಿಬಿಟ್ರಾ ನೀವು?"

"ಅವನ ಥರಾ ಅಂದರೆ?"

"ನಂಗೊತ್ತಿಲ್ಲ ನೀವೆ ಹೇಳಬೇಕು", ಎಂದೆ.

ಆತ ಕಡೆಯ ಮಾತಿಗೋಸ್ಕರ ಎಂಬಂತೆ ಸುದೀರ್ಘವಾಗಿ ಕಾದ.

"ಆ ರಾತ್ರಿ ಅವನು ಮನೆಗೆ ಬಂದಿದ್ದು ಮಂಚ ಹತ್ತಿದ್ದು ಎಲ್ಲವೂ ನೆನಪಿದೆ"

"ಏನಂದ್ರಿ?"

"ನಿಜ, And he said "sorry dad", ನನಗೆ ಅದೂ ಕೇಳಿಸಿತು"

"ಮತ್ತೆ ಯಾಕೆ ನೀವು ಅವನನ್ನು ತಡೆಯಲಿಲ್ಲ?"

"ನಾನು ಅರ್ಧಂಬರ್ಧ ನಿದ್ದೆಯಲ್ಲಿದ್ದೆ. ಬಂದದ್ದು ಗೊತ್ತಾಯಿತು, ಅವನು ಹೇಳಿದ್ದು ಕೇಳಿಸಿತು. ಆದರೆ ಅದನ್ನು ಪ್ರೊಸೆಸ್ ಮಾಡುವಷ್ಟು ಎಚ್ಚರ ಇರಲಿಲ್ಲ. ಹಾಗೇ ಗಾಢ ನಿದ್ದೆಗೆ ಜಾರಿದ್ದೆ. ಇಲ್ಲಿನ ಜೈವಿಕ ಅಂಶ ಗಮನಿಸು. ಅವನು ಸಾರಿ ಡ್ಯಾಡ್ ಅಂದಿದ್ದು ಎಚ್ಚರಿಸಲಿಲ್ಲ. ದೇಹಕ್ಕೆ ಸೆಖೆಯಾಗಿದ್ದು ಎಚ್ಚರಿಸಿತು. ಅಷ್ಟರಲ್ಲಿ ಅವನಿರಲಿಲ್ಲ."

ಈತ every incident is an accident ಅಂದಿದ್ದಕ್ಕೆ ಈಗ ಅರ್ಥ ಸಿಕ್ಕಿತು. ನಾನು ಏನೊ ಅಂದುಕೊಂಡು ಅನ್ಯಥಾ ಹೀಗಳೆದೆ.

ಆದರೂ ಯಾಕೋ ಸಮಾಧಾನವೇ ಆಗಲಿಲ್ಲ.

"ಜೀವಹರಣ ಇಷ್ಟು ಸಲೀಸಾ ಸರ್? ಕಾರ್ಯ ಕಾರಣ ಒಂದೂ ಇರದೆ? ಸುಮ್ಮನೆ ಆಕ್ಸಿಡೆಂಟ್ ಎಂದು ಬಗೆದು? ಯಾರಾದರೂ ಮೂರನೆಯವರು ಅವನನ್ನು ಉಳಿಸಬಹುದಿತ್ತಲ್ವ? ಆತ ಕೌನ್ಸಿಲಿಂಗ್ ಮೊರೆ ಹೋಗಿದ್ದರೆ, ಅಥವಾ ಸಹಾಯವಾಣಿಗೆ ಕರೆ ಮಾಡಿದ್ದರೆ.."

"ಹುಚ್ಚಾ, ನೀನಿನ್ನೂ ಚಿಕ್ಕವನಿದ್ದಿ. ಆತ್ಮಹತ್ಯೆಗೆ ತಯಾರಿಯಾಗಿರುವವನು ಎಂದೂ ಅವನಾಗಿ ಸಹಾಯವಾಣಿಗೆ ಕಾಲ್ ಮಾಡಲ್ವೊ, ಮಾಡ್ತಾನೆ ಅಂದರೆ ಅವನಿನ್ನೂ ತಯಾರಿಯಾಗಿಲ್ಲ ಎಂದು ಅರ್ಥ. ಯಾರು ಆ ಹಾದಿಯಲ್ಲಿದ್ದಾರೋ ಅದು ಅವರಿಗೇನೆ ಗೊತ್ತಿರುವುದಿಲ್ಲ. ಗೊತ್ತಾಗುವ ಘಳಿಗೆಯಲ್ಲಿ ಅವರೇ ಇರುವುದಿಲ್ಲ. ಗಾಳಿಯಲ್ಲಿ ಆಮ್ಲಜನಕ ಕಡಿಮೆ ಆಗುತ್ತಿದ್ದಂತೆ ಕೆಲವರು ಮೊದಲು ಕುಸಿಯುತ್ತಾರಲ್ಲ ಇದು ಹಾಗೆ. ನಮ್ಮ ಪ್ರಯತ್ನಗಳು ಜೀವಗಾಳಿಯನ್ನು ವೃದ್ಧಿಸುವ ದಿಕ್ಕಿನಲ್ಲಿರಬೇಕು. ಅಥವಾ ನಾವೆಲ್ಲ ಹೆಚ್ಚು ಹೆಚ್ಚು ಇಂಗಾಲ ಸೇವಿಸಿ ಹೀಗೆ ಭಂಡರಾಗಿದ್ದೀವೋ, ಗೊತ್ತಿಲ್ಲ. ನನ್ನ ಫ್ಲೈಟಿಗೆ ಟೈಮಾಯ್ತು ನಾನು ಹೊರಡುವೆ"

"ಇನ್ನೂ ಟೈಮಿದೆಯಲ್ಲ ಸರ್?"

"ನಿನಗೆ ಯಾಕೆ ನಾ ನಿನ್ನ ಫ್ಲೈಟಿನಲ್ಲೆ ಬರ್ತಿದೀನಿ ಅನ್ನಿಸಿತು? ಹೀಗೆ ಪ್ರತಿ

ಪ್ರಯಾಣಿಕನನ್ನೂ ಸಹಪ್ರಯಾಣಿಕನೆಂದು ಭಾವಿಸುವುದನ್ನು ಬಿಡು. ನನ್ನ ಫ್ಲೈಟು ಅಗೊ ಅನೌನ್ಸ್ ಮಾಡ್ತಿದಾರೆ ಕೇಳಿಸಕೊ." ಎಂದನಾತ. ಹಾ, ಆತ ಪೂರ್ವ ದಿಕ್ಕಿಗೆ ಹೊರಟಿದ್ದ. ನಾ ಪಶ್ಚಿಮ ದಿಕ್ಕಿಗೆ ಹೊರಟಿದ್ದೆ. ಏರ್ಪೋರ್ಟಿನಲ್ಲಿರುವವರೆಲ್ಲರೂ ಪಶ್ಚಿಮದತ್ತಲೇ ಎಂದು ತತ್‌ಕ್ಷಣಕ್ಕೆ ಅನಿಸುವ ಭಾವನೆ ಅಂದು ಕರಗಿತು.

***

ಯಾಕೆ ನನ್ನ ನಿದ್ದೆಯ ಪ್ರಕೃತಿ ತಳಕಂಬಳಕ ಆಯ್ತು ಅಂದರೆ, ಸಾಮಾನ್ಯವಾಗಿ ಫ್ಲೈಟು ಹತ್ತಿದ ಮೇಲೆ ಚೂರು ತಿಂದು ಚೂರು ಕುಡಿದು ಫ್ಲೈಟು ಇಳಿಯುವವರೆಗೆ ಗಾಢ ನಿದ್ದೆಗೆ ಜಾರುತ್ತಿದ್ದವನು ಅವತ್ತು ಮಲಗಲಿಲ್ಲ. ಎಲ್ಲಾದರೂ ಮಲಗಿದ್ದಾಗ ಪ್ಲೇನು ಬಿದ್ದಗಿದ್ದರೆ ಅಂತ ಭಯವಾಯಿತು. ವಾಪಸ್ಸು ಬಂದ ಮೇಲೆಯೂ ಹಾಗೆ. ಮನೆಯಲ್ಲಿ ಫ್ಯಾನು ನೇರ ಹಾಸಿಗೆ ಮೇಲಿತ್ತು. ಕಳಚಿಕೊಂಡುಬಿಟ್ಟರೆ ಎಂಬ ಭಯ. ಟೆಕ್ನಿಶಿಯನ್ ಕರೆಸಿ ಎರಡೆರಡು ಬಾರಿ ನಟ್ಟು ಬೋಲ್ಟು ಪರೀಕ್ಷಿಸಿದ್ದೆ. ಆದರೂ ನಿದ್ದೆ ಬರ್ತಿರಲಿಲ್ಲ. ಸ್ವಲ್ಪ ದಿವಸ ಅದನ್ನು ಆಫ್ ಮಾಡಿ ಟೇಬಲ್ ಫ್ಯಾನನ್ನು ರೂಢಿಸಿಕೊಂಡೆ. ಪರವಾಗಿಲ್ಲ, ನಿದ್ದೆ ಬರಲಾರಂಭಿಸಿತು. ಆದರೆ ಎಲ್ಲಾ ಕಡೆ ನನಗೆ ಬೇಕಾದ ವ್ಯವಸ್ಥೆಯೇ ಇರಲು ಸಾಧ್ಯವೇ? ಸಾಮಾನ್ಯವಾಗಿ ಫ್ಯಾನುಗಳು ನಮ್ಮ ಲಿಂಗಸ್ಥಳಗಳಿಗೆ ನೇರ ಇರುತ್ತವೆ. ಬಿದ್ದು ಗಿರ್ರನೆ ತಿರುಗಿಸುವ ಕೆಟ್ಟ ಕಲ್ಪನೆ. ಅಂಥ ಕಡೆಯೆಲ್ಲಾ ಉಲ್ಟಾ ಮಲಗಲು ಶುರು ಮಾಡಿದೆ. ಒಟ್ಟಿನಲ್ಲಿ ನನ್ನ ಓಲಂಪಿಕ್ ಮೆಡಲ್ಲಿನ ಕನಸು ಭಗ್ನವಾಗಿದ್ದಂತೂ ನಿಜ. ಆ ಪಟುತ್ವ ಒಬ್ಬ ಅನಾಮಿಕನ ದೆಸೆಯಿಂದ ಹೊರಟೇ ಹೋಯಿತು.

ಮತ್ತು ಇವತ್ತಿನವರೆಗೆ ಎಷ್ಟು ಸಲ ಯೋಚಿಸಿದ್ದೀನಿ, ಆ "ಸಾರಿ ಡ್ಯಾಡ್"ನ ನಿಖರ ಅರ್ಥ ಸಿಕ್ಕಿಲ್ಲ.

⌘

# ಮುಸ್ಸಂಜೆಗಳಲ್ಲಿ ಜರುಗುವುದೆಲ್ಲ ಮಧುರ ಕತೆಗಳಲ್ಲ

**ಬೇಸಿಗೆಯ ದಿನ ಇಲ್ಲಿ ಸಂಜೆಯೂ ಸೆಕೆ ಕುಚ್ಚುತ್ತದೆ. ಉದ್ಯಾನ ನಗರಿಯೆಂಬ ಹಿರಿಮೆ ಮಾಸುತ್ತಿದೆ. ಮೊನ್ನೆ ಮೊನ್ನೆವರೆಗೆ ಇಲ್ಲಿನ ಬೈಗುಗಳು ತಂಪಾಗಿರುತ್ತಿದ್ದವು. ಹಗಲೆಲ್ಲ ಕಾಯಿಸಿ ಕುದಿಸಿ ಮುಸ್ಸಂಜೆ ವೇಳೆಗೆ ಪ್ರಕೃತಿ ಮಾತೆ ಮೋಡದ ಟ್ಯಾಂಕರು ಹೊತ್ತು ಬರುತ್ತಿದ್ದಳು, ಇದೀಗ ಅವಳೂ ಮುನಿಸಿಕೊಂಡಿರುವಂತಿದೆ. ಮಳೆಯಿಲ್ಲದ ದಿವಸ ತಡರಾತ್ರಿವರೆಗೂ ವಾತಾವರಣ ಧೂಳುಮಯ. ಗಂಟಲು ನಸ ನಸ ಎನ್ನುತ್ತದೆ. ಎಳೆದ ಉಸಿರು ಜೀವವಾಯು ಅಲ್ಲವೆಂಬುದು ಸ್ಪಷ್ಟವಾಗಿ ಗೊತ್ತಾಗುತ್ತದೆ. ಮೋರೆ ಮೇಲೆ ಬೆರಳಾಡಿಸಿದರೆ ಮಸಿ ಅಂಟುತ್ತದೆ. ಉಗುರಿನ ಕಿಂಡಿ ತುಂಬುತ್ತದೆ. ಇಂತಹದ್ದೊಂದು ಬೇಗುದಿಯ ಸಾಯಂಕಾಲ ಸಾಗರ ಆಗ ತಾನೆ ಆಫೀಸಿನಿಂದ ಮರಳಿ ಮನೆಯ ಎದುರು ಗಾಡಿ ನಿಲ್ಲಿಸುತ್ತಿದ್ದಾನೆ.**

ತಲೆಗೆ ಹೆಲ್ಮೆಟ್, ಮೈಗೆ ಜ್ಯಾಕೆಟ್, ಮೂತಿಗೆ ಕರ್ಚೀಫು, ಕಾಲಿನಲ್ಲಿ ಶೂಸು. ಕೋಣೆ ಸೇರುವ ತನಕ ಅವನ ರೂಪ ವರ್ಣನೆ ಸಲ್ಲದು. ಈ ನಗರದಲ್ಲಿ ಮನೆಯಿಂದ ಹೊರಗೆ ಹೆಜ್ಜೆ ತೆಗೆಯುವುದೂ ಒಂದೆ, ಗಗನಯಾತ್ರಿಗಳು ಅಂತರಿಕ್ಷ

ಪ್ರಯಾಣಕ್ಕೆ ಸಜ್ಜಾಗುವುದೂ ಒಂದೆ. ಗಾಡಿಯ ನಡು ಸ್ಟಾಂಡು ಹಾಕಿ ಹೆಲ್ಮೆಟ್ಟು ಇಳಿಸಿ ಇನ್ನೇನು ಬೀಗದ ಕೈ ಕಿತ್ತು ಜೇಬಿಗಿಳಿಸಬೇಕು, ಅಷ್ಟರಲ್ಲಿ ಹಿಂದಿನಿಂದ ಬೀದಿ ನಾಯಿಗಳು ಬೌ ಬೌ ಎಂದು ಬೊಗಳಲಾರಂಭಿಸಿದವು. ವಾರಕ್ಕೆ ಮೂರು ಸರ್ತಿಯಾದರೂ ಮೂಳೆ ಒದಗಿಸುತ್ತೀನಲ್ಲ, ಆಗಲೇ ಮರೆತವೋ? ಅಥವಾ ಮೈಬೆವರಿನ ದುರ್ಗಂಧ? ಎಂದು ಅನುಮಾನಿಸಿ ಅಂಗಿ ಮೂಸಿಕೊಂಡ, ಬೆಳಗ್ಗೆ ಹಚ್ಚಿದ ಸೆಂಟು ಬೆವರಿನೊಂದಿಗೆ ಬೆರೆತು ಯಾರೂ ಅವಿಷ್ಕರಿಸಿರದ ಹೊಸ ಘಮಲು ಉದ್ಭವವಾಗಿತ್ತು, 'ಎಲಾ ನಾಯಿಗಳಾ..' ಎಂದು ಶಪಿಸುತ್ತ ಬೆನ್ನಿನ ಬ್ಯಾಗು ಇಳಿಸಿ ಹಿಂದೆ ತಿರುಗಿದ,

ಬೀದಿ ಸಿಂಹಗಳು ಘರ್ಜಿಸುತ್ತಿದ್ದುದು ತನ್ನ ಮೇಲಲ್ಲ, ಎದುರು ಮನೆಯ ಕಾರಿನೆಡೆ ಎಂಬುದು ಗಮನಕ್ಕೆ ಬಂತು. ಕರಿಯ ದೇಹ, ಅಂಗಾಲು ಮತ್ತು ಕೊರಳಿನ ಸುತ್ತ ಬಿಳಿ ವೃತ್ತಗಳು, ಕೋರೆಹಲ್ಲಿನ ಉಗ್ರವದನ, ದಢೂತಿ ಕಾಯ. ಅದು ರೌಡಿನಾಯಿ. ಅದರ ಸಂಗಡ ಬಿಸ್ಕತ್ತಿನ ಬಣ್ಣದ ಹೆಂಗಸು ದೇಹದ ಹೆಣ್ನಾಯಿ. ಅವರಿಬ್ಬರ ಮರಿ, ಬೊಗಳಿದರೆ ಅವ್ ಅವ್ವೆಂದು ಪೀಚಲು ಪೀಚಲಾಗಿ ಕೇಳಿಸುವ ಮುದ್ದು ಮುಖದ ಸಣ್ನಾಯಿ. ನಾಲ್ಕನೆಯದು ಬಿಳಿಯ ಮೈಮೇಲೆ ಕರಿಮಚ್ಚೆಗಳಿರುವ ನಡೂಲ ಕಾಯದ ಪಟ್ಟೆಪಟ್ಟೆ ನಾಯಿ. ಸಲೀಸಾಗಿ ಊಹಿಸಬಹುದು, ಪಟ್ಟೆ ಪಟ್ಟೆನಾಯಿ ರೌಡಿನಾಯಿಯ ಜಾತಿಯದ್ದಲ್ಲವೆಂದು. ಆದರೂ ಕುಟುಂಬದ ಸಹೋದರನಂತೆ ಯಾವಾಗಲೂ ಒಟ್ಟೊಟ್ಟಿಗೆ ಇರುವುದು. ಬೀದಿನಾಯಿಗಳಿಗೆಲ್ಲ ಹೆಸರಿಡುವ ಔದಾರ್ಯವೆಲ್ಲಿ? ರೌಡಿನಾಯಿ, ಹೆಣ್ನಾಯಿ, ಸಣ್ನಾಯಿ, ಪಟ್ಟೆ ಪಟ್ಟೆನಾಯಿ ಎಂಬುದೇ ಅವುಗಳ ನಿಜನಾಮಧೇಯಗಳು.

ಇಲ್ಲಿರುವ ಕಾರುಗಳು ಬಹಳ ಸೂಕ್ಷ್ಮ. ಕೆಲವೊಮ್ಮೆ ಬರಿಯ ಗಾಳಿ ಮಳೆಗೆ ಬೆದರಿ ನಟ್ಟಿರುಳು ಟ್ವಕ್ ಟ್ವಕ್ ಟ್ವಕ್ ಎಂದು ಬಡಕೊಳ್ಳಲಾರಂಭಿಸುತ್ತವೆ. ಮಾಲೀಕ ನಿದ್ದೆಯಿಂದೆದ್ದು ಬಂದು "ಸುಮ್ಮನಿರ್ರೋ" ಎಂದು ಕೈಮುಗಿದು ಕ್ಷಮಾಪಣೆ ಯಾಚಿಸುವ ತನಕ. ಈ ಶ್ವಾನಸಂಘವೂ ಹಾಗೇನೆ. ಹಿಸ್ಸನೆ ಗಾಳಿ ಬೀಸಿದರೆ ಸಾಕು, 'ಬೌ ವೌ ವವ್ವ್' ಎಂದು ಬೊಗಳಲು ಶುರು ಮಾಡುತ್ತವೆ. ದಣಿದು ಮಲಗಿದ್ದವರಿಗೆ ಈ ಕಾರುಗಳನ್ನು ಈ ನಾಯಿಗಳನ್ನು ತಣ್ಣಗಿರಿಸುವುದೇ ಒಂದು ಉದ್ಯೋಗ. ಗಾಡಿ ನಿಲ್ಲಿಸಿ ಹಿಂದೆ ತಿರುಗಿದ ಸಾಗರ್ ನಾಯಿಗಳ ಆಕ್ರೋಶ ಯಾರತ್ತ ಎಂದು ಕತ್ತಲಲ್ಲಿ ತಡಕಿದನು. ಯಾವ ಕುರುಹೂ ಸಿಗಲಿಲ್ಲ. ದಿನನಿತ್ಯದ ಗೋಳು ಎಂದು ಭಾವಿಸಿ ಗೇಟು ತೆಗೆದು ಮೆಟ್ಟಿಲು ಹತ್ತಬೇಕು, ಅಷ್ಟರಲ್ಲಿ ಶ್ವಾನಗಳ ಗದ್ದಲದಲ್ಲೂ ಅವನ ಕರ್ಣಗಳು ಒದ್ದೆಮುದ್ದೆಯಾಗುವಂತೆ 'ಹ್ರಿಸ್ ಹ್ರಿಸ್ಸ್..' ಎಂದು ಕೇಳಿಬಂತು ಹಿಂದಿನಿಂದ! ತಿರುಗಿದಾಗ ಎದುರು ಮನೆಯ ಮೋರಿಯೊಳಗೆ ಮುಷ್ಠಿ ಗಾತ್ರದ

ಸರ್ಪವು ಕೆಂಡ ಕಾರುತ್ತ ಭುಸುಗುಡುತ್ತಿದೆ! ಅಚ್ಚೇರು ಭಾಗ ಮೋರಿಯ ಹೊರಗೆ. ಅಚ್ಚೇರು ಭಾಗ ಒಳಗೆ. ಅದು ಇನ್ನೊಮ್ಮೆ ಕತ್ತನ್ನು ಇಷ್ಟೂದ್ದ ಮಾಡಿ ನಾಯಿಗಳತ್ತ ಫ್ರಿಸ್ಸ್ ಎಂದಾಗ, ದಾರದಂತಹ ನಾಲಿಗೆಯು ಗಾಳಿಯಲ್ಲಿ ನರ್ತಿಸಿದಾಗ.. ಅದೆಂತಹ ಭೀಭತ್ಸ ದೃಶ್ಯ! ಸಾಗರ ನಿಂತಲ್ಲೆ ನಡುಗಿಬಿಟ್ಟನು. ಪಾದಗಳು ಅಲುಗಾಡಲೂ ಆಗದಂತೆ ಅಯಸ್ಕಾಂತೋಪಾದಿಯಲ್ಲಿ ಭೂಮಿಗೆ ಅಂಟಿಕೊಂಡವು.

ತನ್ನ ಹಾವಿನ ನಡುವೆ ಶ್ವಾನ ಸೈನ್ಯದ ಭದ್ರಕೋಟೆ ಎದ್ದಿರುವುದು ಪ್ರಜ್ಞೆಗೆ ನಿಲುಕುತ್ತಿದ್ದಂತೆ ಅವನ ಭಯ ಸ್ವಲ್ಪ ಮಟ್ಟಿಗೆ ತಗ್ಗಿತು. ಸಣ್ಣವ ಪೀಚಲು ನಾಯಿ ಉರಗಪ್ರತಾಪಕ್ಕೆ ಕಿಂಚಿತ್ ಹೆದರದೆ ಮುಂಗಾಲುಗಳನ್ನು ನೆಲಕ್ಕೂರಿ ವವ್ವವ್ವನೆ ಬೊಗಳುತ್ತಿತ್ತು. ರೌಡಿನಾಯಿ ರಾಜಗಾಂಭೀರ್ಯ ಠೀವಿಯಲ್ಲಿ '..ಗ್ರ್..ಗ್ರ್.. ಘ್ರ್ಯಾ..' ಎಂದು ಗುರುಗುಡುತ್ತಿತ್ತು. ಪಟ್ಟೆ ಪಟ್ಟೆನಾಯಿ ರೌಡಿನಾಯಿ ಕೊಡುವ ಬಿಡುವನ್ನು ತುಂಬುತ್ತಿತ್ತು. ಹೆಣ್ಣಾಯಿಯು ಥೇಟ್ ಕೊಳಾಯಿ ನೀರಿಗೆ ಕಿತ್ತಾಡುವ ಬಜಾರಿಗಿತ್ತಿಯರಂತೆ ಕಯ್ ಕಯ್ಯನೆ ಬೈಯುತ್ತಿತ್ತು. ಅವುಗಳ ನಿರಂತರ ರಣಘೋಷದಿಂದ ಸುತ್ತಲಿನ ವಾತಾವರಣವು ಕ್ಷಣಮಾತ್ರದಲ್ಲಿ ದಂಗೆಯೆದ್ದಂತೆ ಮಾರ್ಪಟ್ಟಿತು. ಮನೆಯೊಳಗೆ ತೂರಿಕೊಂಡಿದ್ದವರೆಲ್ಲ ಚಕಿತರಾಗಿ ಮೆಲ್ಲಮೆಲ್ಲನೆ ಹೊರಬಂದರು. ಎದುರು ಮನೆಯ ಶೈಲೇಶ್–ರಕ್ಷ, ಪಕ್ಕದ ಮನೆಯ ರಾಜನ್–ಶ್ವೇತಾ, ಮೂಲೆ ಮನೆಯ ಸನಲ್–ಜ್ಯೋದಿ, ಕೊನೆ ಮನೆಯ ಅಂಜನ್–ಪ್ರಿಯ. ತಲೆಗೊಂದರಂತೆ ಮೂರ್ನಾಲ್ಕು ಮಕ್ಕಳು. ಏನಾಯಿತು.. ಏನಾಯಿತು ಸಾಗರ ಏನೆಂದು ಹೇಳಲು ಬಾಯಿ ತೆರೆದ, ಉಸಿರು ಹೊರಡಲಿಲ್ಲ. ಕೈ ತೋರಿಸಿದ. "ಅಯ್ಯಬ, ಪಾಂಬ ಪಾಂಬ", "ಅವಿಟೆ ಪೀಕರಾಟು", "ಅಂಕು ಸೆಲ್ಲ ವೆಲ್ಲಂ".. ತಾಯಂದಿರು ಮಕ್ಕಳನ್ನು ಸರಕ್ಕನೆ ರೆಟ್ಟೆ ಹಿಡಿದು ಹಿಂದಕ್ಕೆ ಎಳೆದುಕೊಂಡರು.

ಹಾವೆಂದ ಮೇಲೆ ಕೇಳಬೇಕೆ, ಥರಾವರಿ ಕಮೆಂಟುಗಳು. ಕೋಬ್ರಾ ಅಂತೆ, ಕ್ರೇಟರ್ ಅಂತೆ, ವೈಪರ್ ಅಂತೆ. ಈ ಮಕ್ಕಳ ಬಾಯಿಯಲ್ಲಿ ಬರುವ ಇಂಗ್ಲೀಷ್ ಹೆಸರುಗಳಾದರೂ ಎಂಥವು! ಸಾಗರನಿಗೆ ನಾಚಿಕೆಯಾಗಿ ತನ್ನ ಬತ್ತಳಿಕೆಯಲ್ಲಿ ಅಡಗಿದ್ದ ಉರಗಜ್ಞಾನವನ್ನೆಲ್ಲ ಶೋಧಿಸಿದನು. ಕೇರೆ ಹಾವು, ನೀರಾವು, ನಾಗರಹಾವು, ಹೆಬ್ಬಾವು, ಕೊಳಕುಮಂಡಲ.. ಮನಸ್ಸಿಗೆ ತೋಚಿದ್ದನ್ನೆಲ್ಲ ಒಂದೊಂದಾಗಿ ಎಸೆಯುತ್ತ ಹೋದನು. ಮಕ್ಕಳು ಇವ ಯಾವ ಭಾಷೆ ಆಡುತ್ತಿದ್ದಾನೆ ಎಂದು ವಿಸ್ಮಿತರಾಗಿ ಬಾಯಿಗೆ ಕೈ ಅಡ್ಡ ಇಟ್ಟು ನಗುತ್ತಿದ್ದರು. ಸಣ್ಣ ಪಿಳ್ಳೆಗಳ ಎದುರು ಅವನಿಗೆ ಅವಮಾನವಾದಂತಾಯಿತು. ಜನ್ಮಾಂತರದಿ ಹುದುಗಿದ್ದ ಇನ್ನೊಂದು ಹೆಸರು ಅವನ ಮನಸಿನಲ್ಲಿ ಗುಯ್ಗುಡುತ್ತಿತ್ತು, ಕಶೇರುಕ ಅಕಶೇರುಕ. ಬಾಯ್ಬಿಟ್ಟರೆ ಇನ್ನಷ್ಟು ನಗೆಪಾಟಲಿಗೆ ಈಡಾಗುತ್ತೇನೆಂದು ಸುಮ್ಮನಾದ. ಮಾತೃಭಾಷೆ ತಿಳಿಯದ

ಮೂಢರ ಎದುರು ಸುಜ್ಞಾನದ ಪೌರುಷವೇತಕ್ಕೆ ಎಂದು ಸಂತೈಸಿಕೊಂಡ. ಇದರ ನಡುವೆ ಸಣ್ಣ ಹುಡುಗಿ ಮನಿಲ ಸುಮ್ಮನಿರಬೇಕೋ ಬೇಡವೋ, ತನ್ನ ವಯಸಿಗೆ ಡುಮ್ಮಿ, ತೀಟೆ ತಿಮ್ಮಿ, ಅವಳ ಗುಂಪಿಗೆ ರೌಡಿ, ಬಗ್ಗಿ ಸಣ್ಣ ಕಲ್ಲೊಂದನ್ನು ಆಯ್ದು ಹಾವಿನತ್ತ ಒಗೆದಳು! ಕಲ್ಲು ಸೀದ ಹೋಗಿ ಹಾವಿನ ತಲೆಗೆ ಬಡಿಯಬೇಕೇ! ಮೊದಲೇ ರೋಷದಿ ಕುದಿಯುತ್ತಿದ್ದ ಹಾವು. ಯಾರಿವರು ದ್ವಿಪಾದಿ ಪಿಳ್ಳೆಗಳು ಎಂದು ಕೆರಳಿ ರುಮ್ಮನೆ ಹೊರನುಗ್ಗಿತು. ಮಂದಿ ಒಮ್ಮೆಗೆ ಹಾರಿ ದೂರ ನೆಗೆದರು. ಅವರ ಪುಣ್ಯಕ್ಕೆ ಪಟ್ಟೆಪಟ್ಟೆ ನಾಯಿ ಥಟ್ಟನೆ ಗುರ್ ಎನ್ನುತ್ತ ಹಾವಿಗೆ ಅಡ್ಡ ಬಂದಿತು. ನಾಯಿಯನ್ನು ಗೌರವಿಸುತ್ತ ಕೋಪವನ್ನು ನುಂಗಿಕೊಂಡ ಹಾವು ಹಿಂದೆ ಸರಿಯಿತು. ಇದೆಲ್ಲದರ ನಡುವೆ ಸಣ್ಣಾಯಿ ಸ್ವಲ್ಪವೂ ಮಿಸುಕದೆ ಅವ್ ಅವ್ವೆಂದು ಹಾವಿನತ್ತ ಬೊಗಳುತ್ತಲೇ ಇತ್ತು. ಅದಕ್ಕೆ ಅದರದೇ ಆದ ವಿಶ್ವಾಸ. ಜೊತೆಗೆ ಅಪ್ಪ ಅಮ್ಮ ಅಂಕಲು ಇದ್ದಾರೆಂದು.

ಅಷ್ಟರಲ್ಲಿ ರಾಜನ್ ಒಳಹೋಗಿ ನೆಲ ಒರೆಸುವ ಸ್ಟೀಲ್ ಕೋಲಿನೊಂದಿಗೆ ಹೊರಬಂದು ಸುತ್ತಲೂ ಗಮನಿಸಿ ಸರಿಯಾದ ಮಿಕವನ್ನು ಹಿಡಿದು ಹಿಂದಿನಿಂದ ತಿವಿಯಲಾರಂಭಿಸಿದ್ದರು. ತಗೋ ತಗೋ ಎಂದು. ಇರುವವರಲ್ಲಿ ನೀನೇ ಸಮರ್ಥ ಗಂಡಸು ಎಂಬುವಂತಿತ್ತು ಅವರ ತಿವಿತ. ಒಳಗೂ ಅದೇ ಇತ್ತೇ, ಹೇಳಲಾಗದು. ಅಲ್ಲಿದ್ದವರೆಲ್ಲ ಹೆಂಡತಿ ಮಕ್ಕಳಿರುವ ಗಂಡಸರು. ಬ್ಯಾಚುಲರುಗಳ ಬದುಕಿಗೆಂತ ಬೆಲೆ. ದೊಡ್ಡವರ ದೊಡ್ಡಸ್ಥಿಕೆ ಪ್ರಕಟವಾಗುವುದು ಹೀಗೆ. ಸಾಗರನಿಗೆ ಇಲ್ಲ ಅಲ್ಲವೆನ್ನಲು ಅವಕಾಶವೇ ಇರಲಿಲ್ಲ. ಈಗಷ್ಟೆ ಮಕ್ಕಳೆದುರಿನ ಉರಗಜ್ಞಾನ ಪ್ರದರ್ಶನ ತೋಪೆದ್ದಿತ್ತು. ತನ್ನ ರಿಫ್ಲೆಕ್ಸ್ ಆರ್ಕ್ ಮೇಲಿನ ವಿಶ್ವಾಸದಿಂದ ಹೊರೆ ವಹಿಸುತ್ತಿದ್ದಾರೆಂದು ಸುಳ್ಳೆ ಸಮಾಧಾನಿಸಿಕೊಂಡು ಆತ ಕೋಲು ಇಸಕೊಂಡ. ಕನ್ನಡಕ ಸರಿಮಾಡಿಕೊಂಡ. ಮೆಲ್ಲಗೆ ಹತ್ತಿರ ಸರಿದ. ಕೆಪ್ಪರನಂತೆ ಠಣ್ ಠಣ್ಣನೆ ಚರಂಡಿ ಗೋಡೆಯ ಅಂಚುಗಳಿಗೆ ಬಡಿಯಲಾರಂಭಿಸಿದ. ಅವನ ಕೋಲಿನ ಠಣ್ ಠಣ್ಣನೆ ಸದ್ದಿಗೆ ಬೆದರಿದ ಸರೀಸೃಪ ಜೀವ ಕಂಗೆಟ್ಟು ಕ್ರೋಧಾಗ್ನಿಯಿಂದ ಕುದಿವ ಕುರುಡನಂತೆ ದಿಕ್ಕೆಟ್ಟು ಎತ್ತೆತ್ತಲೋ ಹರಿಯತೊಡಗಿತು. ಮಂದಿ ಕಾಲಿಗೆ ಸ್ಪ್ರಿಂಗು ಕಟ್ಟಿಕೊಂಡವರಂತೆ ಥಕಥೈ ಕುಣಿಯಲಾರಂಭಿಸಿದರು. ಹಾವಿನ ಕ್ಷಿಪ್ರಚಲನೆಯಿಂದ ಶ್ವಾನಸೈನ್ಯ ಕಟ್ಟಿದ್ದ ಕೋಟೆಯೂ ಸಡಿಲಗೊಂಡು ಹಾವಿಗೆ ಮತ್ತಷ್ಟು ಜಾಗ ಸಿಕ್ಕಿ ಮಂದಿಯತ್ತ ನುಗ್ಗಿತು, ಮನಿಲಳ ಪಾದ ಹತ್ತಿತು. ಮನಿಲ "ಅಮ್ಮಾ" ಎಂದು ಚೀರಿದಳು, ಅವಳ ಅಮ್ಮ ಶ್ವೇತ ಮಗಳನ್ನು ರಭಸದಿಂದ ಮೇಲೆತ್ತಿಕೊಂಡಳು, ಎತ್ತಿಕೊಂಡ ವೇಗಕ್ಕೆ ಮಲಿನಳ ಪಾದದ ಮೇಲಿದ್ದ ಹಾವು ಸಾಗರನ ಎದೆ ಮೇಲೆ ಬಿತ್ತು. ಅವನು ನಡುರಸ್ತೆಯಲ್ಲಿ ಸ್ತಂಭೀಭೂತನಾಗಿಬಿಟ್ಟನು. ನೆರೆದಿದ್ದವರೆಲ್ಲ ಓಡಿ

ಹೋಗಿ ತಂತಮ್ಮ ಕಾಂಪೊಂಡಿನೊಳಕ್ಕೆ ತೂರಿಕೊಂಡರು. ಹಾವು ಕೆಳಗೆ ಬಿದ್ದು ಸಾಗರನ ಓನರ್ ಮನೆಯತ್ತ ಮುನ್ನುಗ್ಗಿತು. ನರಮಾನವರ ಮಂಗನಾಟದಿಂದ ಕಂಗಾಲಾಗಿದ್ದ ನಾಯಿಗಳು ಚೇತರಿಸಿಕೊಂಡು ತತ್ ತಕ್ಷಣ ಕಾರ್ಯೋನ್ಮುಖರಾಗಿ ಹಾವಿನ ಸುತ್ತ ಚಕ್ರವ್ಯೂಹ ರಚಿಸಿದವು. ಹಾವು ಹಿಂದೆ ಸರಿಯಿತು, ಸೃಷ್ಟಿ ನಾಯಿಗಳನ್ನು ಬಹುಶಃ ನಾಯಿಗಳನ್ನಾಗಿಯೇ ಸೃಷ್ಟಿಸಿತ್ತು ಎನಿಸುತ್ತದೆ. ಮನುಷ್ಯನಂತೆ ಅವಕ್ಕೆ ಮಂಗನ ಹಿನ್ನೆಲೆಯಿರಲಿಕ್ಕಿಲ್ಲ. ಸಣ್ಣಾಯಿಗೆ ಬದುಕಿನಲ್ಲಿ ಮೊಟ್ಟ ಮೊದಲ ಬಾರಿಗೆ ಮಹತ್ತರವಾದ ಹೊಣೆ! ಏಕ್ದಂ ಬೆಳೆದು ದೊಡ್ಡವನಾದಂತೆ ತನ್ನ ಎಳೆಗಾಲುಗಳಿಂದ ನೆಲವನ್ನು ಕೆರೆದು ಮುಂಗಾಲುಗಳನ್ನು ಭದ್ರವಾಗಿ ಊರಿ ಇನ್ನೊಮ್ಮೆ ಜೋರಾಗಿ 'ಆವ್ ಅವ್' ಎಂದಿತು. ಅಂದದ್ದು ಪೀಚಲಾಗೆ ಇದ್ದರೂ ಸಹ ಅದರ ರೋಷ ಪೌರುಷದ ಎದುರು ಹಾವು ತಲೆಬಾಗಿ ಹಿಂದೆ ಸರಿಯಲೇ ಬೇಕಾಯಿತು!

ಮಂದಿ ಇಷ್ಟಕ್ಕೆ ಸುಮ್ಮನಾಗಿದ್ದರೂ ಸಾಕಾಗಿತ್ತು. ಹಾಗೆ ನೋಡಿದರೆ ಮಂದಿ ಇತಿಹಾಸದುದ್ದಕ್ಕೂ ಯಾವ ಹಂತದಲ್ಲಿ ಸುಮ್ಮನಾಗಿದ್ದಾರೆ? ಗುಂಪಿನಿಂದ ಯಾರೋ "ಆಗ್ ಲಗಾಲೋ" ಎಂದು ಕೂಗಿದಂತಾಯಿತು. ಅದು ಶೈಲೇಶು ಧ್ವನಿ. ತನ್ನ ಮೋರಿಯಿಂದಲೆ ಹಾವು ಹೊರಬಂದಿರಬೇಕೆಂದು ಆಗಿನಿಂದಲೂ ಶಂಕಿಸುತ್ತ ಮಗುಮ್ಮಾಗಿ ನಿಂತಿದ್ದ ಮಾರಾಯ, ಇನ್ನು ಇವರೆಲ್ಲ ಸೇರಿ ಹಾವನ್ನು ಪುನಃ ಅದೇ ಮೋರಿಯೊಳಗೆ ತರುಮುವರು ಎಂದು ಬೆದರಿ "ಬೆಂಕಿ ಹಚ್ಚಿರಿ" ಎಂದು ಕರೆ ಕೊಟ್ಟಿದ್ದನು. ಅವನ ಪ್ರೇರಣೆಯೋ ಸ್ವಪ್ರೇರಣೆಯೋ, ಗುಂಪಿನಿಂದ "ಪೇಪರ್ ಪೇಪರ್" ಎಂಬ ಇನ್ನೊಂದು ಕೂಗು ಚಿಮ್ಮಿತು. ಇಷ್ಟು ಹೊತ್ತು ಅಲ್ಲೊಂದು ಬಾಲ ಸಂಘ ಕೌತುಕದಿಂದ ಎಲ್ಲವನ್ನೂ ಗಮನಿಸುತ್ತಿತ್ತು ತಾನೆ. ಪೇಪರ್ ಪೇಪರ್ ಎಂದಾಕ್ಷಣ ಅವರೆಲ್ಲ ಸೈನಿಕರಂತೆ ಪುಟ-ಪುಟನೆ ಹೆಜ್ಜೆಯಿಟ್ಟು ಒಳಹೋಗಿ ತಂತಮ್ಮ ಸಂಪಾದನೆಯಲ್ಲಿದ್ದ ಕಾಗದದ ಮೆದೆಯನ್ನೆಲ್ಲ ಶಿಸ್ತಾಗಿ ಹೊತ್ತು ತಂದರು. ನೋಡು-ನೋಡುತ್ತಿರುವಂತೆಯೆ ಅಲ್ಲಿ ಪಠ್ಯಪುಸ್ತಕಗಳ ನೋಟು ಬುಕ್ಕುಗಳ ಗುಡ್ಡೆ ಸೃಷ್ಟಿಯಾಗಿ ಯಾರಿಗೂ ಇವರು ಏನು ತಂದಿದ್ದಾರೆಂದು ಪರೀಕ್ಷಿಸುವಷ್ಟು ವ್ಯವಧಾನವಿಲ್ಲದೆ ಯಾರೋ "ಮ್ಯಾಚ್ ಬಾಕ್ಸ್, ಲಾಯಿಟರ್" ಎಂದಂತಾಯಿತು. ಸಾಗರ್ ಫಕ್ಕನೆ ಜೇಬಿನಲ್ಲಿದ್ದ ಲೈಟರನ್ನು ತೆಗೆದು ಯಾರು "ಮ್ಯಾಚ್ ಬಾಕ್ಸ್, ಲಾಯಿಟರು" ಎಂದು ಕೂಗಿದ್ದು ಎಂದು ಸುತ್ತ ತಿರುಗಿದನು. ಪುಣ್ಯಾತ್ಮರೊಬ್ಬರೂ ಅವನ ದೃಷ್ಟಿಯನ್ನು ಸಂಧಿಸಲಿಲ್ಲ. ತಾನೇ ಹಚ್ಚಬೇಕೆಂಬ ಒಕ್ಕೊರಲಿನ ಮೇರೆಗೆ ಪುಸ್ತಕವೊಂದರ ತುದಿಗೆ ಲೈಟರ್ ಹಿಡಿದನು. ಬೆಂಕಿ ಮೆಲ್ಲಗೆ ಹೊತ್ತಿಕೊಂಡಿತು. ಒಂದರಿಂದ ಇನ್ನೊಂದು ಹಾಳೆ ಇನ್ನೊಂದು ಪುಸ್ತಕ ಮತ್ತೊಂದು ಪುಸ್ತಕ.. ಬೆಂಕಿ ಬೆಳೆಯತೊಡಗಿತು. ಕೆಲವೇ ಸೆಕೆಂಡುಗಳಲ್ಲಿ ಧಗಧಗನೆ ಹೊತ್ತಿಕೊಂಡು ತನ್ನ

ನಾಲಿಗೆ ಚಾಚಲಾರಂಭಿಸಿತು. ಸಾಗರ ಹಾವಿನ ಭಯವನ್ನು ಮರೆತು ಪೇಪರು ಸುಡುವ ಸುಖವನ್ನು ಅನುಭವಿಸುತ್ತ ಜ್ವಾಲೆಯ ಲೀಲೆಯನ್ನು ಬೆರಗಿನಿಂದ ನೋಡುತ್ತ ನಿಂತುಬಿಟ್ಟನು. ಅಂಜನ್ ಸಾಗರನ ಕೈಲಿಂದ ಕೋಲು ಕಸಿದುಕೊಂಡು ಬೆಂಕಿಯನ್ನು ಮೋರಿಯ ಸುತ್ತ ಕೆದರಿದರು. ಹಾವು ಎತ್ತ ಹೋಗಬೇಕೆಂದು ತಿಳಿಯದೆ ಕಂಗಾಲಾಯಿತು. ಅದು ನಿಜಕ್ಕೂ ಹೆದರಿತ್ತು. ಬೆಳಕಿನ ಪ್ರಭೆಯಲ್ಲಿ ಅದರ ಕಣ್ಣುಗುಡ್ಡೆಗಳು ಅಮಾಯಕತೆಯನ್ನು ಸೂಸುತ್ತಿದ್ದವು. ಆದರೆ ಮಂದಿಗೆ ಅದರಲ್ಲಿ ಬೇರೇನೋ ಕಂಡಿತು. ಅವರ ದೃಷ್ಟಿಯಲ್ಲಿ ಹಾವು ಸರ್ಪರಾಜನಾಗಿ ಹೊಂಬಣ್ಣದಿಂದ ಹೊಳೆಯುತಿದ್ದನು. ದೈವಕಳೆಯಿಂದ ಪ್ರಜ್ವಲಿಸುತ್ತಿದ್ದನು. ಭಗವಂತನೇ ಪ್ರತ್ಯಕ್ಷನಾದಂತೆ ಅನಿಸಿತು. ಅವರ ಎದೆಯೊಳಗೆ ಭಕ್ತಿಯ ಕಿಡಿ ಹತ್ತಿ ಅದು ಭಯಕ್ಕೆ ತಿರುಗಿ ಏನಾದರೂ ಅನಾಹುತವಾದರೆ ಕಾರಣೀಕರ್ತನು ನಾನಲ್ಲ ತಾನಲ್ಲ, ಇದರಲ್ಲಿ ನನ್ನ ಪಾತ್ರವಂತೂ ಇಲ್ಲವೇ ಇಲ್ಲ ಎಂದು ಪ್ರಾರ್ಥಿಸುತ್ತ ಎಲ್ಲವನ್ನೂ ಬೆಂಕಿ ಹತ್ತಿಸಿದ ಸಾಗರನ ಮೇಲೆ ಹಾಕಿ ಕೈಮುಗಿದು ನಿಂತುಬಿಟ್ಟರು. ಹಾವು ಇಂಚಿಂಚೇ ಒಳಸರಿಯುತ್ತಿತ್ತು. ಅಲ್ಲಿಗಾಗಲೇ ಹೊಗೆ ಮೋರಿಯ ಬಾಯಿ ಹೊಕ್ಕಿತ್ತು. ಹಾವಿಗೆ ಸಂಪೂರ್ಣ ಹಿಂದೆ ಸರಿಯದೆ ಬೇರೆ ಮಾರ್ಗವಿರಲಿಲ್ಲ.

ಆ ಹೊತ್ತಿನಲ್ಲಿ ಆಗಬಾರದ್ದು ಆಗಿಹೋಯಿತು!

ನಾನು ಇದನ್ನು ತುಂಬ ಸಲ ಯೋಚಿಸಿದ್ದೇನೆ. ಬೆಂಕಿ ಬಿದ್ದ ಕಟ್ಟಡದೊಳಗಿನ ಮಂದಿ ಯಾಕೆ ಕೆಳಗೆ ಹಾರುತ್ತಾರೆ? ಹಿಂದೆ ಹೊಗೆಯಿದೆ, ಹೌದು. ಉಸಿರುಗಟ್ಟುತ್ತಾರೆ ಹೌದು. ಸಾಯಬಹುದು ನಿಜ. ಸ್ವಲ್ಪ ಕಾದರೆ ಅಕಸ್ಮಾತ್ತಾಗಿ ಬದುಕಲೂ ಬಹುದು. ಆದರೂ ಮಂದಿ ಹಾರುತ್ತಾರೆ. ಹಾರಿದರೆ ಸಾವು ನಿಶ್ಚಿತವೆಂದು ಗೊತ್ತಿದ್ದರೂ. ಬರಿದೆ ನೆಲಕ್ಕೆ ಬುರುಡೆ ಬಡಿಯುವುದೆಂಬ ಅರಿವಿದ್ದರೂ. ಮಾನವನ ಮೂಲಭೂತ ರಿಫ್ಲೆಕ್ಸ್ ಪ್ರಕಟಗೊಳ್ಳುವುದು ಇಂತಹ ಕ್ಷಣಗಳಲ್ಲಿ. ಬೇರೆ ಸಂದರ್ಭಗಳಲ್ಲಿ ತುಂಬ ಹೊತ್ತು ಆಲೋಚಿಸಿ ತಾನಲ್ಲದ ತನ್ನದಲ್ಲದ ಲೋಕ ಮೆಚ್ಚುವ ನಿರ್ಧಾರ ತಗೊಳ್ಳುತ್ತಾನೆ ಅವನು. ಅಂದಮಾತ್ರಕ್ಕೆ ಕ್ಷಣಮಾತ್ರದಲ್ಲಿ ತೆಗೆದುಕೊಳ್ಳುವ ನಿರ್ಧಾರ ಅಪಕ್ವ ಎಂದಾಗಲೀ ತಪ್ಪು ದುಡುಕು ಎಂದಾಗಲೀ ಅಲ್ಲ. ತಕ್ಷಣದ ಪ್ರತಿಕ್ರಿಯೆ ಮಾನವನ ಮಹತ್ವದ ಆಲೋಚನಾ ಅಂಗ. ಅದೊಂದು Leap of Faith. ಹೇಗೋ ಬದುಕುತ್ತೇನೆಂಬ ನಂಬಿಕೆಯಿಂದ ಹಾರುವುದು. ಆದರೆ ಅದು ವಿಶ್ವಾಸವಷ್ಟೇ ವಾಸ್ತವವಲ್ಲ ಎಂಬುದು ನಮಗೆ ಗೊತ್ತಿರಬೇಕು, ಗೊತ್ತಿರುತ್ತದೆ ಕೂಡ. ಗೊತ್ತಿದ್ದೂ ಹಾಗೆ ಹಾರುತ್ತೇವೆ ನಾವು. ಮಾನವನಷ್ಟೇ ಅಲ್ಲದೆ ಸಮಸ್ತ ಜೀವಸಂಕುಲವೂ ಹೀಗೆಯೆ ಪ್ರೋಗ್ರಾಂ ಆಗಿದ್ದಿರಬೇಕು.

ಅಂತೆಯೆ ಹಿಂದೆ ಸರಿಯುತ್ತಿದ್ದ ಹಾವು ಅದೇನಾಯಿತೊ ಕಾಣೆ ಬೆಂಕಿಗೆ ಹಾರಿತು. ಕೆರೆಗೆ ಹಾರವಾದಂತೆ! ಅಗ್ನಿಯು ಹಸಿವಿನಿಂದಿರುವಾಗ ಯಾರೂ ಅದರ ಬಳಿ ಸುಳಿಯಬಾರದು. ಒಂದೇಟಿಗೆ 'ಆಂ' ಎಂದು ಆಹುತಿ ತಗೊಳ್ಳುತ್ತದೆ. ಹಾವು ಜ್ವಾಲೆಯೊಳಗೆ ಹಾರುತ್ತಿದ್ದಂತೆ, ಶಾಖವು ಅಡಿ ದೇಹಕ್ಕೆ ತಗುಲಿ ಅದರಿಂದ ತಪ್ಪಿಸಿಕೊಳ್ಳಲು ಅದು ಇದ್ದಲ್ಲೇ ಸುರುಟಿ ಮುರುಟಿ ತಿರುಮೆಟ್ಟಿಕೊಂಡಿತು. ಪಾಪ, ಹಾಗೆ ಮಾಡುವುದರ ಮೂಲಕ ಶರೀರದ ಎಲ್ಲ ಭಾಗಕ್ಕೂ ಬೆಂಕಿ ಹತ್ತಿಕೊಳ್ಳುತ್ತದೆ ಎಂದು ಅದಕ್ಕೆ ಹೊಳೆದಿರಲಿಕ್ಕಿಲ್ಲ. ನನಗೆ ನಿಜಕ್ಕೂ ಬೆಂಕಿಗೆ ಬಿದ್ದವರ ನೋವು ಗೊತ್ತಿಲ್ಲ. ನಿಮಗೂ ಗೊತ್ತಿರಲಿಕ್ಕಿಲ್ಲ. ಇಡೀ ಶರೀರ ಬೆಂಕಿಗೆ ಆಹುತಿಯಾದಾಗ ನಮ್ಮ ಮತಿ ಹೇಗೆ ಕೆಲಸ ಮಾಡುತ್ತದೆ? ಆ ಕ್ಷಣದಲ್ಲಿ ಹಾವಿಗೆ ಪ್ರಜ್ಞೆಯಿತ್ತೇ? ತಾನೇನು ಮಾಡುತ್ತಿದ್ದೇನೆ, ತನಗೇನು ಆಗುತ್ತಿದೆ, ತಾನು ಬದುಕುವೆನೇ, ಇವರೆಲ್ಲ ಯಾರು, ತನಗೆ ಯಾಕೆ ಬೆಂಕಿ ಹಚ್ಚಿದರು.. ಇದನ್ನೆಲ್ಲ ಯೋಚಿಸಬಲ್ಲುದಾಗಿತ್ತೇ?

ಅಂತೂ ಹಾವು ಸುರಳಿ ಸುತ್ತಿ ಸುತ್ತಿಕೊಂಡು ಬೆಂಕಿಯಲ್ಲಿ ಬೆಂದು ಒದ್ದಾಡಿ ನರಳಾಡಿ ಪ್ರಾಣ ಬಿಟ್ಟಿತು.

ಮುಗಿವ ಭಂಗಿಯಲ್ಲಿದ್ದ ಮಂದಿ ಕೈಗಳು ಮೆಲ್ಲಗೆ ಸಡಿಲಗೊಂಡು ಮೂಗಿಗೆ ಅಡ್ಡವಾದವು, ಆ ಬಗೆಯಲ್ಲಿ ಹರಡಿತ್ತು ಅಲ್ಲೆಲ್ಲ ಸುಟ್ಟದೇಹದ ಹಸಿಕಸಿ ವಾಸನೆ! ಮನುಷ್ಯರು ಅಷ್ಟೊಂದು ಕ್ರೂರಿಗಳೇನಲ್ಲ, ಹಾವು ಬೆಂಕಿಯಲ್ಲಿ ಸುರುಟಿಕೊಳ್ಳುವಾಗ ಅಲ್ಲಿದ್ದವರ ಜೀವ ನಲುಗಿದ್ದು ಸುಳ್ಳಲ್ಲ. ಅದು ತಂತಾನೇ ಆಗುವಂಥದ್ದು. ಯಾರೂ ಕಲಿಸದೆ ಬರುವಂಥದ್ದು. ಸೃಷ್ಟಿ ಕ್ರಿಯೆ. ಈ ಎಲ್ಲದರ ನಡುವೆ ನಾಯಿಗಳು ದಿಗ್ಮೂಢರಾಗಿ ನಿಂತಿದ್ದವು. ಇವರೆಲ್ಲ ಸೇರಿಕೊಂಡು ಏನೋ ಅನಾಹುತ ಮಾಡಿಬಿಟ್ಟರು ಎಂದು ಮಿಕ ಮಿಕ ನೋಡುತ್ತ, ಅರಿಯದ ಸಂಕಟದಿಂದ ಅತ್ತಿಂದಿತ್ತ ಪರದಾಡುತ್ತಿದ್ದವು. ಅವುಗಳ ರಣತಂತ್ರದಲ್ಲಿ ಅಗ್ನಿಯ ಅಂಶವು ಇದ್ದಿರಲೇ ಇಲ್ಲ. ಹಿಮ್ಮೆಟ್ಟಿಸಿ ಓಡಿಸುವುದಷ್ಟೆ ಉದ್ದೇಶವಾಗಿತ್ತು. ಸ್ವಲ್ಪ ಹೊತ್ತಿನಲ್ಲಿ ಅವು ಒಂದೊಂದಾಗಿ ಕಾಲು ಕಿತ್ತವು.

ಕರಕಲಾಗಿದ್ದ ಕಳೇಬರವನ್ನು ಎಲ್ಲಿ ಎಸೆಯಬೇಕೆಂದು ಇನ್ನೊಂದು ಸುತ್ತು ಚರ್ಚೆ ನಡೆದು ಕೊನೆಗೆ ಬೀದಿಯ ಆರಂಭದಲ್ಲಿದ್ದ ಖಾಲಿ ಸೈಟಿನ ಪೊದೆಯೊಳಗೆ ಎಸೆಯುವುದೆಂದು ನಿರ್ಧಾರವಾಗಿ ಸಾಗರ್ ಅದೇ ಸ್ಟೀಲ್ ಕೋಲಿನಿಂದ ಹಾವನ್ನು ಎತ್ತಿಕೊಂಡು ಖಾಲಿ ಸೈಟಿನತ್ತ ಕವಣೆಯಂತೆ ಬೀಸಲು ಸತ್ತ ಉರಗವು ಪೊದೆಯೊಳಗೆ ದೊಪ್ಪನೆ ಅಂಗಾತ ಬಿತ್ತು. ಬಹುಮಾನವಾಗಿ "ವೆಲ್ ಡನ್ ಸಾಗರ್", "ವೆಲ್ ಡನ್" ಎಂಬ ಮ್ಯಾನೇಜರ್ ಜಾತಿಯ ಶ್ಲಾಘನೆ ಸಿಕ್ಕಿತು. ಹೊರಡುವಾಗ ಸ್ಟೀಲ್ ಕೋಲನ್ನು ವರ್ಜಿಸುವುದೇ ಸೂಕ್ತವೆಂದು ನಿರ್ಧಾರವಾಗಿ

ಅದನ್ನೂ ಖಾಲಿ ಸೈಟಿನತ್ತ ಎಸೆಯಲಾಯಿತು. ಅವರೆಲ್ಲರ ಮನದಲ್ಲಿ ಇವತ್ತು ದೇವರ ಪಟದೆದುರು ಕೈಮುಗಿದು ದೀಪ ಹಚ್ಚಬೇಕೆಂಬ ಇಂಗಿತವಾಯಿತು.

***

ಸಾಗರ್ ಕೋಣೆ ಹೊಕ್ಕಾಗ ಬುಡ್ಡ ಕುಂಡಿ ಎತ್ತಿಕೊಂಡು ಲ್ಯಾಪಟಾಪಿನಲ್ಲಿ ತೆಲುಗು ಸಿನಿಮಾ ಹಚ್ಚಿ ಕೂತಿದ್ದ. ಸಾಗರ್ ಬ್ಯಾಗು ಹೆಲ್ಮೆಟ್ಟು ಇಳಿಸಿ ಸೀದ ಬಚ್ಚಲಿಗೆ ಹೋದ. ಸಿಟ್ಟು ಸಿರ್ರನೆ ನೆತ್ತಿಗೇರಿತು, ಒಳಗಿಂದ "ಹೊಡಕೊಂಡ ಮೇಲೆ ಫ್ಲಷ್ ಮಾಡಕ್ಕಾಗಲ್ವೇನಲೇ ಲೋಫರ್" ಎಂದು ಅರಚಿಬಿಟ್ಟ. ಮಾಡಿದ ಪಾಪದ ಪ್ರಜ್ಞೆ ಅಂತರಂಗದಲ್ಲಿ ಹಿಂಸಿಸುತ್ತಿತ್ತು.

ಅದೇ ಹೊತ್ತಿನಲ್ಲಿ ಪಕ್ಕದ ಮನೆಯಲ್ಲಿ ಪುಟ್ಟ ಹುಡುಗಿ ಮನಿಲ ಅಪ್ಪ ರಾಜನ್ ಅವರನ್ನು ಅವುಚಿಕೊಂಡು ಮಲಗಿದ್ದಳು. ಭ್ರಾಂತಿಗೆ ಒಳಗಾದವಳಂತೆ "ಪಪ್ಪ.. ಪಪ್ಪ" ಎಂದು ಕನವರಿಸುತ್ತಿದ್ದಳು. ಕೊರಳ ಸುತ್ತ ಏನೇನೋ ವಿಲ ವಿಲ ಹರಿದಾಡಿದಂತೆ.

ಅದೇ ಹೊತ್ತಿನಲ್ಲಿ ಆ ಮನೆಯ ಕೆಳಗಿನ ಮೋರಿಯೊಳಗೆ ನಾಲ್ಕು ಮೊಟ್ಟೆಗಳು ಒಡೆದಿದ್ದವು. ಪುಟ್ಟ ಪುಟ್ಟಮರಿಗಳು ತೊದಲು ತೊದಲಾಗಿ ಮೊಟ್ಟೆಯಿಂದ ಹೊರಬರುತ್ತಿದ್ದವು. ಪಿಳಿ ಪಿಳಿ ಕಣ್ಣು ಬಿಡುತ್ತಿದ್ದವು.

ಅದೇ ಹೊತ್ತಿನಲ್ಲಿ ಸಾಗರನಿಗೆ ಕಮೋಡಿನ ತುಂಬ ಅನಾಥ ಶವಗಳು ಕಂಡವು. ದೃಶ್ಯ ರೌರವವನ್ನು ತಡೆದುಕೊಳ್ಳಲಾರದೆ ಅವನ್ನೆಲ್ಲ ಫ್ಲಷ್ ಮಾಡಿಬಿಟ್ಟನು ಅವನು.

⌘

# ಕಣಿವೆಯಲ್ಲೊಂದು ಸಂಜೆ

**ಪಶ್ಚಿಮ ಘಟ್ಟಗಳ ತಪ್ಪಲಿನಲ್ಲಿ ದಟ್ಟವಾಗಿ ಹರಡಿಕೊಂಡಿರುವ ಕಾಡಿನ ಅಂಚಿನಲ್ಲಿ ವೂಡ್ಲಾಂಡ್ ರೆಸಿಡೆನ್ಷಿಯಲ್ ಸ್ಕೂಲ್ ಎಂಬ ಡೂನ್ ಶಾಲೆಯುಂಟು. ಮೂರು ದಿಕ್ಕುಗಳಲ್ಲಿ ಪರ್ವತ ಸಮುಚ್ಛಯ, ಒಂದು ದಿಕ್ಕು ಪೂರ್ವದ ನಾಗರೀಕ ಸಮಾಜಕ್ಕೆ ಹೆಬ್ಬಾಗಿಲು. ಕಣಿವೆಯಲ್ಲಿ ಶಾಲೆ. ಶಾಲೆಯ ಸುತ್ತಲೂ ತಂತಿ ಕಾಂಪೊಂಡು. ಪಾಚಿ ಮಾಲೆಗಳಿಂದ ಸಿಂಗಾರಗೊಂಡಿರುವ ಕಟ್ಟಡ ಸಮುಚ್ಛಯವು ಕಾಡಿನಲ್ಲಿ ಕಾಡಾಗಿ ಗೊತ್ತಿಲ್ಲದವರಿಗೆ ತಕ್ಷಣಕ್ಕೆ ಗೋಚರಿಸುವುದಿಲ್ಲ. ಹೆಚ್ಚೂ ಕಡಿಮೆ ವರ್ಷಕ್ಕೆ ಮುನ್ನೂರ ಅರವತ್ತೈದು ದಿನಗಳು ಜಿಟಿ ಜಿಟಿ ಮಳೆ ಬೀಳುವ ಇಲ್ಲಿ ನೀರು ಕಾಂಪೋಂಡೊಳಗೆ ನುಗ್ಗಿ ಕ್ಲಾಸು ರೂಮಿನಲ್ಲಿ ಮೊಣಕಾಲಿನವರೆಗೆ ನಿಲ್ಲುತ್ತದೆ.**

ರಸ್ತೆಗಳು ಕಿಸಪಸನೆ ಜಾರುವ ದಿಬ್ಬಗಳಾಗಿ ನಡೆದರೆ ಮೂಳೆ ಮುರಿಯುವುದು ನಿಶ್ಚಿತ. ಅಂತಹ ಸಂದರ್ಭಗಳಲ್ಲಿ ಕ್ಲಾಸಿಗೆ ರಜೆ ಘೋಷಿಸಲಾಗುತ್ತದೆ. ವಿದ್ಯಾರ್ಥಿಗಳಿಗೆ ಮಜವೋ ಮಜ, ಬೆಳಬೆಳಿಗ್ಗೆ ಕುಂಡಿಗೆ ಬಾರಿಸಿ ಏಳಿಸುವ ಪೀಟಿ ಮಾಸ್ಟರ್ ಭೂತವಿರುವುದಿಲ್ಲ, ತಿಣುಕಿ ಪಣಕಿ ಬಗ್ಗಿ ಏಳುವ ವ್ಯಾಯಾಮವಿರುವುದಿಲ್ಲ, ಹಾಸಿಗೆ ಹತ್ತಿರಕ್ಕೆ ಊಟ ತಿಂಡಿ ಸಪ್ಲೈ ಆಗುತ್ತದೆ, ಹಾಸ್ಟೆಲಿನ ರೂಮುಗಳಲ್ಲೇ ಕ್ರಿಕೆಟ್ಟು, ಇರುಳು ಸಾಕೆನಿಸುವವರೆಗೆ ಹರಟೆ, ಯಾವಾಗ ಬೇಕಾದರೂ ಮಲಗಬಹುದು,

ಯಾವಾಗ ಬೇಕಾದರೂ ಏಳಬಹುದು, ಸ್ವರ್ಗ ಲೋಕವು ಶಾಲೆಯ ವಿರುದ್ಧ ದೂರು ದಾಖಲಿಸಿರುವುದು ಸುಳ್ಳಲ್ಲ.

ಈ ಶಾಲೆಯ ಪ್ರಿನ್ಸಿಪಾಲರಿಗೆ ಸಿನೆಮಾ ಹುಚ್ಚು. ವಾರಕ್ಕೊಮ್ಮೆ ತಮ್ಮ ಕಾರಿನಲ್ಲಿ ಮೂವತ್ತು ಕಿಲೋಮೀಟರ್ ದೂರದಲ್ಲಿರುವ ಹೊಸನಗರ ಪಟ್ಟಣಕ್ಕೆ ಹೋಗಿ ಸಿನೆಮಾ ನೋಡಿ ಮನೆಗೆ ಬೇಕಾದ ದಿನಸಿ ಖರೀದಿಸಿ ಸಂಜೆ ಕೊಂಚ ಬಾಯಿ ಹುಳಿ ಮಾಡಿಕೊಂಡು ಬರುವ ಅಭ್ಯಾಸ. ಹುಲಿ ಆನೆ ಚಿರತೆಗಳಿರುವ ದಟ್ಟ ಕಾಡಾದ್ದರಿಂದ ಅವರಿಗೆ ಸರ್ಕಾರ ಬಂದೂಕು ಕರುಣಿಸಿದೆ. ಸಾರ್ ಹೊರಗೆ ಹೋದಾಗಲೆಲ್ಲಾ ಬಂದೂಕು ಜೊತೆಗಿರುತ್ತದೆ. ಬಂದೂಕನ್ನು ಎಲ್ಲ ಸಂದರ್ಭಗಳಲ್ಲೂ ಉಪಯೋಗಿಸಲು ಸಾಧ್ಯವಿಲ್ಲವೆಂದು ಒಂದು ಬೇಟೆನಾಯಿಯನ್ನು ಸಾಕಿರುವರು. ಅದರ ಹೆಸರು "ತೋಳ" ಎಂದು. ಆಕಾರವು ನಾಮಕ್ಕೆ ಅನ್ವರ್ಥವಾಗಿರುವುದು. ಶಾಲೆಯ ಸಮಸ್ತ ಕುಟುಂಬಕ್ಕೆ ತೋಳವೆಂದರೆ ಈ ನಾಯಿ. ಅಪರೂಪಕ್ಕೆ ಇನ್ಸ್‌ಪೆಕ್ಷನ್ನಿಗೋ ಇನ್ಯಾವುದಕ್ಕೋ ಶಾಲೆಗೆ ಬೇಟಿ ಕೊಡುವ ಅತಿಥಿಗಳು ಸ್ಥಳೀಯರ "ತೋಳ ಬಂತಾ ತೋಳ ಹೋಯ್ತಾ" ಎಂಬ ಮಾತಿಗೆ ದಿಗಿಲು ಬೀಳುವುದುಂಟು. ಸಮಜಾಯಿಷಿ ಕೊಟ್ಟರೂ ನಾಯಿಯನ್ನು ನೋಡಿ ತೋಳಕ್ಕಿಂತ ಮಿಗಿಲು ಬಿಡಿ ಎಂದು ಭಯ ಮಿಶ್ರಿತ ಪ್ರಶಂಸೆ ಸುರಿಸಿದ್ದುಂಟು.

ಆ ಕಾಡಿಗೆ ವೀರಪ್ಪನ್ ಎಂದಾದರೂ ಭೇಟಿ ಕೊಟ್ಟಿದ್ದಾನೋ ಇಲ್ಲವೋ ಗೊತ್ತಿಲ್ಲ, ಆ ಸ್ಕೂಲಿನಲ್ಲಂತೂ ಒಬ್ಬ ವೀರಪ್ಪನ್ ತದ್ರೂಪಿ ಪೀವನ್ ಇರುವನು. ಕಾಳೇಗೌಡ ಅಂತ ಹೆಸರು. ವೀರಪ್ಪನ್ನಿಗಿಂತ ಮಜಬೂತಾದ ಮೀಸೆ, ವೀರಪ್ಪನ್ನಿನಂಥದೆ ಸಣಕಲು ದೇಹ, ಕೋಲು ಮುಖ. ವೀರಪ್ಪನ್ನಿಗಿಂತ ಧೈರ್ಯಶಾಲಿ. ಅವನ ಮತ್ತು ನಾಯಿಯದು ಜಗಮೆಚ್ಚಿದ ಜೋಡಿಯಾಗಿದ್ದು "ಕಾಳ ತೋಳ" ಎಂಬ ಜೋಡುನುಡಿ ಶಾಲೆಗೆ ಪ್ರಸಿದ್ಧಿ. ಒಂದು ಸಲ ಕಾಳೇಗೌಡ ರೂಢಿಯಂತೆ ಬೆಳಕು ಮೂಡುವುದಕ್ಕೂ ಮುನ್ನ ನಸುಕಿನಲ್ಲಿ ಸ್ಕೂಲಿಂದ ನಾಲ್ಕು ಕಿಲೋಮೀಟರ್ ದೂರದಲ್ಲಿರುವ ಸುವರ್ಣ ನದಿಯೆಂದು ಕರೆಸಿಕೊಳ್ಳುವ ಹೊಳೆಯ ಮಗ್ಗುಲಿನ ಬೇಲಿಮರೆಯಲ್ಲಿ ಬೀಡಿ ಸೇದುತ್ತ ವಿಸರ್ಜನೆಗೆಂದು ಕುಳಿತಿದ್ದನಂತೆ. ರಾತ್ರಿ ಏನು ತಿಂದಿದ್ದನೋ ಏನೋ. ತೋಳ ಒಡೆಯನ ವಾಸನೆ ತಡೆಯಲಾರದೆ ತಲೆಮರೆಸಿಕೊಂಡಿದ್ದನಂತೆ. ಕತ್ತಲೆಯಲ್ಲಿ ಕುಕ್ಕರಗಾಲಿನಲ್ಲಿ ಕುಳಿತಿದ್ದ ಕಾಳೇಗೌಡನ ಮೂಗಿಗೆ ಏನೋ ತಾಗಿ ಮುಲಗುಟ್ಟಿದಂತಾಗಿ ಮುಟ್ಟಿ ನೋಡಿದರೆ ಕೈಗೆ ಮೆದುವಾದ ವಸ್ತು ಸಿಕ್ಕಿ "ಇದೇನಿದು" ಎಂದು ಜಗ್ಗಿ ಎಳೆದನಂತೆ. ಒಮ್ಮೆಲೆ ಪೊದೆಯಡಿ ಮಲಗಿದ್ದ ಚಿರತೆಯು "ಯಾವನದು ಮಲಗಿದ್ದವನ ಬಾಲ ಎಳೆದದ್ದು" ಎಂದು ರೋಷಾಗ್ನಿಯಿಂದ ಮೇಲೆರಗಿತಂತೆ, ಅದು ಹಾರಿ ಮೇಲೆರಗುವುದಕ್ಕೂ,

ಕಾಳೇಗೌಡ ತನ್ನ ಕೈಯಲ್ಲಿದ್ದ ಕೋಲನ್ನು ಮೇಲೆತ್ತುವುದಕ್ಕೂ ಸರಿಹೋಗಿ ಎತ್ತಿದ ಕೋಲು ಚಿರತೆಯ ತೆರೆದ ಬಾಯಿಗೆ ನುಗ್ಗಿ ಗಂಟಲವರೆಗೆ ಇಳಿದು ಉಸಿರು ಕಟ್ಟಿ ಬೆಕ್ಕಿನ ಮರಿಯಂತೆ ವಿಲವಿಲ ಒದ್ದಾಡಿಬಿಟ್ಟಿತಂತೆ. ಅಯ್ಯೋ ಪಾಪ ಎಂದು ಕಾಳೇಗೌಡ ಕೋಲನ್ನು ಹಿಂದಕ್ಕೆಳೆದುಕೊಂಡನಂತೆ. ಬಡಪಾಯಿ ಚಿರತೆ ಎದ್ದೆನೊ ಬಿದ್ದೆನೊ ಎಂದು ಓಡಿತಂತೆ. ಈ ಪ್ರಸಂಗದಿಂದ ಕಾಳೇಗೌಡನ ಧೀರತೆಯಂತೆಯೆ ಇನ್ನೊಂದು ಮುಖ್ಯ ವಿಷಯ ಓದುಗರು ಗಮನಿಸಬೇಕಾದ್ದೇನಂದರೆ, ತೋಳನಿಗೆ ಹೋಲಿಸಿದರೆ ಚಿರತೆಯ ನಾಸಿಕ ಶಕ್ತಿ ಕ್ಷುದ್ರ.

ಕಾಳೇಗೌಡನಿಗೆ ತದ್ವಿರುದ್ಧ ಮತ್ತೊಬ್ಬ ಪೀವನ್ ಇರುವನು, ಮೂರ್ತಿಯೆಂದು ಹೆಸರು. ದಾರಿಯಲ್ಲಿ ಸರ ಸರ ಸದ್ದಾದರೆ ಮಾರುದ್ದ ಹಾರಿ ಓಡಿಹೋಗುವವ, ಮತ್ತು ಸಿಕ್ಕಸಿಕ್ಕವರಿಗೆ ಕೂದಲೆಳೆಯ ಅಂತರದಲ್ಲಿ ನರಭಕ್ಷಕನ ಬಾಯಿಂದ ತಪ್ಪಿಸಿಕೊಂಡು ಬಂದೆ ಎಂದು ಬುರುಡೆ ಬಿಡುವವ. ಇಂತಿದ್ದೂ ಅವನದೂ ಒಂದು ಸಾಹಸ ಕತೆಯುಂಟು. ಈ ಕತೆಯನ್ನು ಆತ ಇನ್ನು ನೂರು ತಲೆಮಾರುಗಳಿಗೆ ದಾಟಿಸುವುದು ನಿಚ್ಚಳ. ಒಂದು ಸಲ ರಾತ್ರಿ ಹೊತ್ತು ಸ್ಕೂಲಿನ ಗೇಟು ಕಾಯುವ ಪಾಳಿ ಇವನದಿತ್ತು. ಪ್ರಿನ್ಸಿಪಾಲರು ಯಾವುದಕ್ಕೂ ಇರಲಿ ಎಂದು ರಾತ್ರಿ ಪಾಳಿಯವರಿಗೆ ತಮ್ಮ ಬಂದೂಕು ಕೊಟ್ಟಿರುತ್ತಾರೆ. ಇವನು ಟಾರ್ಚನ್ನು ಮಗ್ಗುಲಲ್ಲಿಟ್ಟುಕೊಂಡು ಬೆಚ್ಚನೆಯ ಕಂಬಳಿ ಹೊದ್ದು ಸೇತುವೆ ಮೇಲೆ ಮಲಗಿರುವಾಗ,

"ಘ್ರ್ಯಾ"!!

ಎಂದು ರಸ್ತೆಯಾಚೆಯಿಂದ ಘರ್ಜನೆ ಕೇಳಿಸಿತಂತೆ. ಇವನ ತೊಡೆಗಳು ಗಡ ಗಡ ನಡುಗಿ ಬಂದೂಕು ಎತ್ತಿಕೊಂಡು ಕತ್ತಲೆಯಲ್ಲಿ ಎತ್ತಲೋ ಒಂದು ಕಡೆ ಗುಂಡು ಹಾರಿಸಿದನಂತೆ. ಇದ್ದಕ್ಕಿದ್ದಂತೆ ಘರ್ಜನೆ ನಿಂತುಹೋಯಿತಂತೆ. ಮಾರನೆ ದಿನ ಅರಣ್ಯ ಇಲಾಖೆಯವರಿಂದ ಶಾಲೆಯ ಬಳಿ ಹುಲಿಯೊಂದು ಸತ್ತಿರುವ ಸುದ್ದಿ ಬಂತು. ಮೂರ್ತಿ ತಾನೇ ಹೊಡೆದು ಸಾಯಿಸಿದ್ದು ಎಂದು ಕ್ಯಾಂಪಸ್ ತುಂಬಾ ಡಂಗುರ ಸಾರಿದ್ದೇ ಸಾರಿದ್ದು. ಆಮೇಲೆ ಮತ್ತೊಂದು ಸುದ್ದಿ ಬಂತು. ಹುಲಿ ಯಾವುದೇ ಗಾಯಗಳಿಲ್ಲದೆ ಸತ್ತಿದ್ದು ಇಲಾಖೆಯವರು ಮರಣೋತ್ತರ ಪರೀಕ್ಷೆಗೆಂದು ಪಶುವೈದ್ಯ ಶಾಲೆಗೆ ಕಳುಹಿಸಿದ್ದರಂತೆ. ತಾನು ಹೊಡೆದ ಗುಂಡಿಗೆ ಹೆದರಿ ಹುಲಿ ಹೃದಯಾಘಾತವಾಗಿ ಸತ್ತಿದೆ ಎಂದು ಮೂರ್ತಿ ವರಸೆ ಬದಲಿಸಿದ್ದನು. ಪ್ರಾಣಿಗಳಿಗೂ ಹೃದಯಾಘಾತವಾಗುತ್ತೆಂಬ ಅಚ್ಚರಿಯ ಸಂಗತಿಯನ್ನು ನಾನು ಅದೇ ಮೊದಲು ಕೇಳಿದ್ದು. ಆಗೆಲ್ಲ ಇವನು ಬಲೆ ಬುರುಡೆ ಬಿಡ್ತಾನೆ ಎಂದು ಭಾವಿಸಿದ್ದೆ. ಕೆಲ ತಿಂಗಳುಗಳ ಹಿಂದೆ ಬನ್ನೇರುಘಟ್ಟದ ಸಫಾರಿಗೆ ಹೋಗಿದ್ದಾಗ ಬಿಳಿಹುಲಿಯೊಂದು ಸಣಕಲಾಗಿದ್ದು ನೋಡಿದೆ. ಅರಣ್ಯಾಧಿಕಾರಿಯನ್ನು, "ಸರ್,

ಇಂಥವು ಭೂಮಿ ಮೇಲೆ ಇರುವುದು ನೂರಿನ್ನೂರು, ಬದುಕಿರುವವರೆಗಾದರೂ ಚೆನ್ನಾಗಿ ಊಟ ಕೊಡಿ" ಎಂದು ವಿನಂತಿಸಿಕೊಂಡಿದ್ದಕ್ಕೆ ಅವರು "ನಾವೇನೋ ಕೊಡಬಹುದು ಸಾರ್, ಆದರೆ ಈ ಪ್ರಾಣಿಗಳು ಹೆಚ್ಚು ತಿಂದರೆ ಹಾರ್ಟ್ ಅಟ್ಯಾಕ್ ಆಗಿ ಸತ್ತುಹೋಗುತ್ತವೆ, ಅವುಗಳ ಒಳ್ಳೆಯದಕ್ಕೆ ನಾವು ಇತಿಮಿತಿಯಲ್ಲಿ ಆಹಾರ ಕೊಡುವುದು ಎಂದು ವಿವರಿಸಿದರು. ನನಗಾಗ ಥಟ್ಟನೆ ನೆನಪಾದದ್ದು ಮೂರ್ತಿ. ಎಲಾ ಇವನಾ, ಮೂರ್ತಿ ನಿಜಕ್ಕೂ ತನ್ನ ಎದೆಗೆ ಹುಲಿ ಶಿಖಾರಿಯ ಪದಕ ಸಿಗಿಸಿಕೊಂಡನಲ್ಲ ಅಂದುಕೊಂಡೆ. ಆಮೇಲೆ ತಿಳಿದು ಬಂದದ್ದು, ಆ್ಯಕ್ಚುವಲಿ ಅವತ್ತು ಹುಲಿ ತಾನು ಹಳ್ಳಿಯಿಂದ ಎಳೆತಂದಿದ್ದ ಎಳೆಗರುವನ್ನು ಚೂರೂ ಬಿಡದೆ ತಿಂದು ಹೊಟ್ಟೆ ಭಾರವಾಗಿ ತೆವಳಿಕೊಂಡು ಸ್ಕೂಲಿನ ಎದುರಿಗೆ ಬರುವಷ್ಟರಲ್ಲಿ ಹೃದಯಾಘಾತವಾಗಿ ಸತ್ತಿತ್ತು ಎಂದು.

ಇರಲಿ, ಇವಾಗಿನ ಕಥೆಗೆ ಬರೋಣ.

ಒಂದು ಮಳೆಗಾಲದ ಸಂಜೆ ಪ್ರತಿಸಲದಂತೆ ಶಾಲೆಗೆ ನೀರುನುಗ್ಗಿ ಮಾಡಲೇನು ಕೆಲಸವಿಲ್ಲದೆ ನಮ್ಮ ಪ್ರಿನ್ಸಿಪಾಲರು ಹೊಸನಗರಕ್ಕೆ ಸಿನೆಮಾ ನೋಡಲು ಹೋಗಿದ್ದರು. ಹೊರಡುವ ಮೊದಲು ಹುಡುಗರ ಹಾಸ್ಟೆಲಿಗೆ ಭೇಟಿ ಕೊಟ್ಟು

"ನಾನಿಲ್ಲದಾಗ ಏನಾದರೂ ಕಾಂಪೋಂಡು ಹಾರಿದಿರೋ, ಬಂದು ಚರ್ಮ ಸುಲೀತೀನಿ" ಎಂದು ಎಚ್ಚರಿಸಿದ್ದರು.

ಹುಡುಗರು ಮನಸಿನಲ್ಲಿ "ಇಲ್ಲಿವರೆಗೆ ಆಯಾಸ ಪಟ್ಟು ಬಂದು ನೀವಿರುವುದಿಲ್ಲ ಎಂಬ ಮಾಹಿತಿ ನೀಡಿದ್ದಕ್ಕೆ ತುಂಬಾ ಥ್ಯಾಂಕ್ಸ್ ಸರ್" ಎಂದು ಮುಸಿ ಮುಸಿ ನಕ್ಕಿದ್ದರು.

ಅವತ್ತು ಮಳೆಗೆ ಹುಚ್ಚು ಹಿಡಿದಿತ್ತು. ಸಂಜೆಯಾದಂತೆ ಜೆಲ್ಲಿಕಲ್ಲಿನಂತಹ ಹನಿಗಳು ರಭಸವಾಗಿ ಬೀಳತೊಡಗಿದವು. ಪ್ರಿನ್ಸಿಪಾಲರು ವಾಪಸ್ಸು ಬರುವಷ್ಟರಲ್ಲಿ ಮಳೆ ನಿಂತಿತ್ತಾದರೂ ಅಲ್ಲಿಗಾಗಲೇ ಸುವರ್ಣನದಿ ತುಂಬು ಗರ್ಭಿಣಿಯಾಗಿದ್ದಳು. ಸಾರ್ ಬಾಯಿ ಕೊಂಚ ಹೆಚ್ಚೇ ಹುಳಿಯಾಗಿದ್ದರಿಂದ ಅವರ ಧೈರ್ಯವೂ ಹಳ್ಳದ ಗರ್ವವನ್ನು ಮೀರಿಸುತ್ತಿತ್ತು. ಜಾಸ್ತಿ ತಲೆಕೆಡಿಸಿಕೊಳ್ಳದೆ, "ನಿನ್ನ ಈ ಕೋಪವನ್ನು ನಾನೆಷ್ಟು ಸಲ ನೋಡಿಲ್ಲ ಸುಮ್ಮಣ್ಣಿ ಬಲ್ಲೆ ಬಲ್ಲೆ ಬಾಲೆ ಮಲ್ಲೆ" ಎಂದು ಸುವರ್ಣಳನ್ನು ಮುದ್ದು ಮುದ್ದು ಮಾತುಗಳಿಂದ ಮುದ್ದುಗರೆಯುತ್ತ ಕಾರನ್ನು ಹೆಚ್ಚೂ ಕಮ್ಮಿ ಮುಕ್ಕಾಲು ಭಾಗ ದಾಟಿಸಿ ಇನ್ನೇನು ಹಳ್ಳದ ತಗ್ಗಿನಿಂದ ಕಾರನ್ನು ಏರಿ ಹತ್ತಿಸಿ ಮೇಲೆ ಬರಬೇಕು ಅಷ್ಟರಲ್ಲಿ ಬಾನೆಟ್ಟೊಳಗೆ ನೀರು ನುಗ್ಗಿ ಕಾರಿನ ಎಂಜಿನ್ನು ಕೈಕೊಟ್ಟಿತು. ಕಾರಿನ ಹಿಂದಿನ ಸೀಟಿನ ಮತ್ತು ಡಿಕ್ಕಿ ತುಂಬ ಸ್ಕೂಲಿನ ಅಗತ್ಯ ಅಡಿಗೆ

ಪದಾರ್ಥಗಳನ್ನು ತುಂಬಿದ್ದರಿಂದ ಅವರ ಅದೃಷ್ಟ, ಹೊಳೆಯ ರಭಸದಲ್ಲಿ ಕಾರು ತೇಲಿ ನೀರುಪಾಲಾಗದೆ ಮುಂದಕ್ಕೂ ಹೋಗದೆ ಕೆಟ್ಟು ನಿಂತಲ್ಲೇ ನಿಂತಿತು.

ಇವರು ತುಸು ಜೋರಾಗಿಯೆ "ಯಂಗ್ ಮ್ಯಾನ್, ಕಮಾನ್ ಮೈ ಬಾಯ್, ಯು ಕ್ಯಾನ್ ಡೂ ಇಟ್, ಜಸ್ಟ್ ಡೂ ಇಟ್.. ಯಂಗ್ ಮ್ಯಾನ್" ಎಂದು ತಮ್ಮ ಮುದ್ದಿನ ಕಾರನ್ನು ಎಷ್ಟು ಹುರಿದುಂಬಿಸಿದರೂ ಅದು ಮೇಲೇಳದು. ಸೋತು ಸುಸ್ತಾಗಿ ಮೈಯಲ್ಲಿನ ದೇವರು ಕೊಂಚ ಇಳಿದಾಗ ವಾಸ್ತವ ಪ್ರಜ್ಞೆಗೆ ನಿಲುಕಿತು. ಹಳ್ಳ ರಭಸದಿಂದ ತುಂಬಿ ಹರಿಯುತ್ತಿದೆ. ಕಾರಿನ ಗಾಲಿಗಳು ಸಂಪೂರ್ಣ ನೀರಿನಲ್ಲಿ ಮುಳುಗಿವೆ. ಹೀಗೆ ಆದರೆ ತಾನು ಇಡೀ ರಾತ್ರಿ ಈ ಹಳ್ಳದ ನಡುವೆ ಕಳೆಯಬೇಕಾಗುವುದು. ಗ್ರಹಚಾರ ಕೆಟ್ಟರೆ ಘಟ್ಟದ ಮೇಲ್ಭಾಗದಲ್ಲಿ ಮಳೆಗೆ ಪುನಃ ತಿಕ್ಕಲು ಹಿಡಿದು ನದಿಯು ಪ್ರವಾಹಕ್ಕೆ ತಿರುಗಿ ಕಾರಿನ ಜೊತೆಗೆ ತಾನೂ ಪೂರ್ವದ ಬಯಲುಸೀಮೆಗೆ ಮೂಳೆಗಳಾಗಿ ತಲುಪುವೆನು ಎಂದು ಭೀತರಾಗಿ ಹ್ಯಾಂಡ್ ಬ್ರೇಕ್ ಹಾಕಿ ಇಳಿದು ನಿಧಾನವಾಗಿ ಹಳ್ಳ ದಾಟಿ ದಡಕ್ಕೆ ಬಂದರು. ತಮ್ಮ ಮೊಬೈಲಿನಿಂದ ಸ್ಕೂಲಿನ ಗೇಟು ಕಾಯುವ ಪೀವನ್ ಚೌಕಿಯ ಲ್ಯಾಂಡ್ ಲೈನಿಗೆ ಫೋನಾಯಿಸಿದರು. ಅತ್ತ ಕಡೆಯಿಂದ ಮೂರ್ತಿ. ಹಿಂಗಿಂಗೆ ಆಗಿದೆ ಕೂಡಲೇ ಕಾಳೇಗೌಡನಿಗೆ ಹೇಳಿ ಸ್ಕೂಲಿನ ವ್ಯಾನು ತಗಂಡು ಬರೋಕೆ ಹೇಳು ಎಂದರು. ಅವರಿಗೆ ಮೂರ್ತಿಯ, ಕಾಳೇಗೌಡನ ವಿಶಿಷ್ಟ ಗುಣಗಳ ಪರಿಚಯವಿತ್ತು. ಇಂಥ ಸಮಯದಲ್ಲಿ ತುಸು ಧೈರ್ಯವಂತನೇ ಬೇಕೆಂದು ಕಾಳೇಗೌಡನನ್ನು ಬರಹೇಳಿದ್ದರು. ಅದಕ್ಕೆ ಮೂರ್ತಿಯಿದ್ದವನು, "ಸಾರ್, ನೀವೇನು ವರಿ ಮಾಡ್ಕಬ್ಯಾಡಿ ಸಾರ್, ನಾನು ಬರ್ತೀನಿ, ನಮ್ ಸಾಹೇಬರ ಜೀವ ನದ್ಯಾಗೆ ಕೊಚ್ಕಂಡು ಹೋಗ್ತಿರುವಾಗ ನಾನೆಂಗೆ ಕೈಕಟ್ಕಂಡು ಕೂತ್ಕಳದು ಸಾರ್, ನಾನು ಬಂದು ಕಾಪಾಡ್ತೀನಿ ಸಾರ್, ಅಲ್ಲಿವರ್ಗೂ ಏನಾರ ಗಟ್ಟಿಯಾಗಿ ಹಿಡ್ಕಂಡಿರಿ ಸಾರ್, ಐದು ನಿಮಿಷ್ದಾಗೆ ಬಂದ್ ಬುಟ್ಟೆ" ಎಂದು ಫೋನಿಟ್ಟ. ಪ್ರಿನ್ಸಿಪಾಲರ ಪಿತ್ತ ನೆತ್ತಿಗೇರಿ ಎಲಾ ಇವನಾ ನಾನೇನು ಹೇಳ್ದೆ ಇವನೇನು ಕೇಳಿಸ್ಕಂಡ, ಮುಚ್ಕಂಡು ಕಾಳೇಗೌಡನ ಕಳಿಸು ಎಂದು ಬಯ್ಯಬೇಕೆನಿಸಿದರೂ ತನ್ನ ಪರಿಸ್ಥಿತಿಯನ್ನರಿತು "ಏನಾರ ಮಾಡ್ಕಂಡು ಸಾಯಿ" ಎನ್ನುವಷ್ಟರಲ್ಲಿ ಫೋನು ಆಗಲೇ ಕಟ್ಟಾಗಿತ್ತು. ಅಯ್ಯೋ ಬರುವಾಗ ಹಗ್ಗ ತರೋದು ಮರೀಬ್ಯಾಡ ಎಂದು ಹೇಳಬೇಕಾಗಿತ್ತಲ್ಲಾ ಎಂದು ನೆನಪಿಸಿಕೊಂಡು ಮತ್ತೆ ಫೋನಾಯಿಸಿದರೆ ಅತ್ತಕಡೆಯಿಂದ ಉತ್ತರವಿಲ್ಲ!

ಐದು ನಿಮಿಷ ಅಂದೋನು ಅರ್ಧ ಘಂಟೆಯಾದರೂ ಬರಲಿಲ್ಲ. ಪ್ರಿನ್ಸಿಪಾಲರಿಗೆ ಬರುಬರುತ್ತಾ ಭಯ ಹತ್ತಿಕೊಂಡಿತು. ಬಂದೂಕನ್ನು ಕಾರಿನಲ್ಲೆ ಮರೆತು ದಡಕ್ಕೆ ಬಂದಿದ್ದರು. ಈ ಸರೊತ್ತಿನಲ್ಲಿ ಯಾವುದಾದರೂ ಪ್ರಾಣಿ ಅಟಕಾಯಿಸಿಕೊಂಡರೆ

ಏನಪ್ಪಾ ಗತಿ? ಮಳೆಯ ಕುಟುಕಿನಿಂದ ಈಗ ಪ್ರಾಣಿಗಳು ಮರಗಳದ್ದೋ ಪೊಟರೆಗಳದ್ದೋ ಕುರುಚಲು ಬೇಲಿಗಳದ್ದೋ ಆಸರೆ ಪಡೆದಿರುತ್ತವೆ. ಇಲ್ಲಿ ಯಾವ ಬೇಲಿಯಲ್ಲಿ ಯಾವ ಮರದಲ್ಲಿ ಯಾವ ಪ್ರಾಣಿ ಅಡಗಿದೆಯೋ ತಿಳಿಯದು, ಏನಾದರೂ ಆಗಲಿ ತುಸು ದೂರವಿರುವುದೇ ಒಳ್ಳೆಯದು ಎಂದುಕೊಂಡು ಹಳ್ಳದಿಂದ ಕೊಂಚ ದೂರ ನಡೆದು ಹಂತಹಂತವಾಗಿ ಮುಳುಗುತ್ತಿದ್ದ ಕಾರನ್ನೇ ದಿಟ್ಟಿಸುತ್ತ ರಸ್ತೆ ಮಧ್ಯದಲ್ಲಿ ನಿಂತರು. ಥಂಡಿ ಛಳಿಗೆ ಮೈ ಮರಗಟ್ಟಿತ್ತು. ದಟ್ಟವಾದ ಕತ್ತಲೆ. ಆಕಾಶಕ್ಕೆ ಥಣಮಿಣ ಬಲ್ಬುಗಳನ್ನು ಹಾಕಿದಂತಿತ್ತು. ಕೊನೆಗೂ ದೂರದಲ್ಲಿ ಒಂದು ವಾಹನದ ಬೆಳಕು ಕಂಡಿತು. ಬಂದರಲ್ಲಾ ಸಧ್ಯ ಎಂದುಕೊಂಡರು. ಆದರೆ ಆ ವಾಹನ ಬರುತ್ತಿರುವ ವೇಗ ನೋಡಿ ಗಾಬರಿಯಾಯಿತು. ಕಾಡುಗಳ್ಳರೇನಾದರೂ.. ? ಫಾರೆಸ್ಟ್ ಗಾರ್ಡುಗಳು ಜಡಿ ಮಳೆ ಹಿಡಿದಾಗ ವೃತ್ತಿಗೆ ಚಕ್ಕರ್ ಹಾಕಿ ಊರೊಳಗಿನ ಬೆಚ್ಚಗಿನ ತಂತಮ್ಮ ಮನೆ ಸೇರಿಬಿಡುತ್ತಾರೆ. ಪ್ರಕೃತಿಯೇ ಕಾಡನ್ನು ಕಾಯುತ್ತಾಳೆಂದು. ಚಾಲಾಕಿ ಕಾಡುಗಳ್ಳರು ಇದೇ ಸಮಯದಲ್ಲಿ ಸಕ್ರಿಯರಾಗುತ್ತಾರೆ. ಯಾರಾದರೂ ಅವರ ಕಣ್ಣಿಗೆ ಬಿದ್ದರೆ ಏನು ಮಾಡಲೂ ಹೇಸುವುದಿಲ್ಲ. ಸಾಕ್ಷಿಗಳನ್ನೂ ಉಳಿಸಬಾರದೆಂಬ ಧ್ಯೇಯ ಅವರದ್ದು. ತಮ್ಮ ಕಳ್ಳಸಾಗಾಣಿಕೆಯನ್ನು ಕಂಡ ಸಾಮಾನ್ಯ ನಾಗರೀಕರನ್ಯಾರನ್ನೂ ಅವರು ಇಲ್ಲಿವರೆಗೆ ಜೀವಸಹಿತ ಬಿಟ್ಟಿರುವ ಉದಾಹರಣೆ ಇಲ್ಲ. ಇವರ ಕೈಲಿ ಸಿಕ್ಕಿಹಾಕಿಕೊಂಡರೆ ಕೊಂದೇ ಬಿಡುತ್ತಾರೆ ಎಂದು ಗೊತ್ತಿದ್ದ ಪ್ರಿನ್ಸಿಪಾಲರ ಎದೆಯಲ್ಲಿ ಢವ ಢವ ಢವ ಬಡಿತ ಶುರುವಾಯಿತು.. ಬಂಡಿಯ ಬೆಳಕಿಗೆ ಅಡ್ಡನಾಗಿ ನಿಂತಿದ್ದಾರೆ, ತಪ್ಪಿಸಿಕೊಳ್ಳುವ ಅವಕಾಶವೇ ಇಲ್ಲ! ಬಂತು ಬಂತು ಬಂದೇ ಬಿಟ್ಟಿತು ..ಹತ್ತಿರ ಹತ್ತಿರ ಬಂದರೂ ವಾಹನ ವೇಗ ತಗ್ಗುತ್ತಿಲ್ಲ ಎಂದಾದರೆ ಇವರು ಗ್ಯಾರಂಟಿ ತನ್ನ ಮೇಲೆಯೇ ವಾಹನವನ್ನು ಹರಿಸಿ ಅಪ್ಪಚ್ಚಿ ಮಾಡಿ ಮುಂದೆ ಹೋಗುವ ಯೋಜನೆಯಲ್ಲಿದ್ದಾರೆ ಎಂದು ಭಯಭೀತರಾದ ಪ್ರಿನ್ಸಿಪಾಲರು ಮುಳ್ಳು ಪಳ್ಳು ಲಕ್ಷಿಸದೆ ಒಮ್ಮೆಗೆ ರಸ್ತೆ ಬದಿಯ ಬೇಲಿಯೊಳಕ್ಕೆ ಹಾರಿದರು!

“ಲೇ ನಿಮ್ಮಯ್ಯನ ಗಾಡಿಗೆ ಬ್ರೇಕು ಹಾಕೋ ಇಲ್ಲಾಂದ್ರೆ ಹಳ್ಳಕ್ಕೆ ಇಳುಸ್ತೀಯ” ಎಂದು ಚೀರಿದ ಶಬ್ಧ ಕಾಳೇಗೌಡನದ್ದು.

ಕಾಳೇಗೌಡ ಬ್ಯಾಡ ಕಣಲೇ ಎಂದರೂ ಕೇಳದೆ ಮೂರ್ತಿ ಪ್ರಿನ್ಸಿಪಾಲರ ಮುಂದೆ ಹೀರೋ ಆಗುವ ಭರದಲ್ಲಿ ವ್ಯಾನನ್ನು ತಾನೇ ಶರವೇಗದಲ್ಲಿ ಓಡಿಸಿಕೊಂಡು ಬಂದಿದ್ದ!

ಅಂತೂ ಇಂತೂ ವ್ಯಾನು ಹಳ್ಳದ ಅಂಚಿನಲ್ಲಿ ಬಂದು ನಿಂತಿತು. ಮೂರ್ತಿ ವ್ಯಾನಿನಿಂದ ಇಳಿದವನೇ “ಎಲ್ಲಿ ಎಲ್ಲಿ ಸಾರ್ ಎಲ್ಲಿ” ಎಂದು ಟಾರ್ಚನ್ನು ಸುತ್ತ ಬಿಡುತ್ತ ಹಳ್ಳದಲ್ಲಿ ಇಳಿದು ಹುಡುಕತೊಡಗಿದ. ಇತ್ತ ಪ್ರಿನ್ಸಿಪಾಲರು ಪ್ರಯಾಸಪಟ್ಟುಕೊಂಡು

ಕೈಕಾಲುಗಳಿಗೆ ಎಟ್ಟಿಕೊಂಡಿದ್ದ ಪುಳ್ಳೆಗಳನ್ನು ಬಿಡಿಸಿ ಬೇಲಿಯಿಂದ ಹೊರಬಂದು ಕಾಳೇಗೌಡನಿಗೆ ಎದುರಾದರು. ಬೇಲಿ ಮುಳ್ಳುಗಳಿಂದ ಅವರ ಮೈಕೈಗಳು ಪರಚಿಕೊಂಡಿದ್ದವು. ಕಾಳೇಗೌಡ ನಿಧಾನವಾಗಿ ಬಟ್ಟೆಗೆ ಸಿಕ್ಕಿಕೊಂಡಿದ್ದ ಮುಳ್ಳಿನ ಕೊಂಬೆಗಳನ್ನು ಬಿಡಿಸಲಾರಂಭಿಸಿದ. ಅಷ್ಟರಲ್ಲಿ ಮೂರ್ತಿಗೆ ಹಳ್ಳದಲ್ಲಿ ಪ್ರಿನ್ಸಿಪಾಲರು ಸಿಗದಾಗಿ ಕೈಚೆಲ್ಲಿ ಹಿಂದಿರುಗಿದ, ಜೀವಂತ ಪ್ರಿನ್ಸಿಪಾಲರನ್ನು ಕಂಡು ನಿಟ್ಟುಸಿರು ಬಿಟ್ಟ. "ಓ ಸಾರ್ ನಿಮ್ಗೇನೋ ಆಗ್ ಬುಟ್ಟೈತೆ ಅಂದ್ಕಂಡಿದ್ದೆ, ದೇವರು ದೊಡ್ಡವನು ಸದ್ಯ" ಎಂದು ಹಲ್ಲುಕಿರಿದ. ಪ್ರಿನ್ಸಿಪಾಲರಿಗೆ ಅದೆಷ್ಟು ಕೋಪ ಬಂದಿತ್ತೊ ಕಾಣೆ, ಪಠಾರನೆ ಮೂರ್ತಿಯ ಕೆನ್ನೆಗೊಂದು ಬಾರಿಸಿದರು. "ಒಂದು ಗಳಿಗೆಯಲ್ಲಿ ಜೀವದ ಮೇಲಿನ ಆಸೆಯನ್ನೆ ಕಳೆದಿದ್ದೆಯಲ್ಲೋ ನಿನ್ನ ಜನ್ಮಕ್ಕಿಷ್ಟು" ಎಂದು ನಡುಗುವ ದನಿಯಲ್ಲಿ ಉಗಿದರು. ಮುಳ್ಳುಗಳನ್ನು ಬಿಡಿಸಿದ ನಂತರ ಮೂವರು ಕಾರನ್ನು ಮೇಲೆಳೆಯುವ ಪ್ಲಾನಿನ ಬಗ್ಗೆ ತಲೆಕೆಡಿಸಿಕೊಳ್ಳಲಾರಂಭಿಸಿದರು. ಈ ನಡುವೆ ಅದೆಲ್ಲಿ ಅಡಗಿತ್ತೋ ತೋಳ ವ್ಯಾನಿನ ಹಿಂಬದಿಯಿಂದ ಛಂಗನೆ ನೆಗೆದು ಕಾಳನನ್ನು ಸೇರಿಕೊಂಡಿತು.

ಹಗ್ಗ ತಂದಿರಲಿಲ್ಲ. ಏನು ಮಾಡುವುದು? ವ್ಯಾನಿನಲ್ಲಿ ಏನಾದರೂ ಹತಾರ ಉಂಟೋ, ಹುಡುಕಿದರು. ಏನೂ ಸಿಗಲಿಲ್ಲ. ಪ್ರಿನ್ಸಿಪಾಲರಿಗೆ ಹಗ್ಗ ತರಲು ಇವರನ್ನು ವಾಪಸ್ಸು ಕಳುಹಿಸುವ ಧೈರ್ಯ ಬರಲಿಲ್ಲ. ಏನ್ ಮಾಡೋದೀಗ ಎಂದು ಎಲ್ಲರೂ ತಲೆ ಕೆರೆದುಕೊಳ್ಳುತಿರುವಾಗ ಮೂರ್ತಿಗೆ ಐಡಿಯಾ ಹೊಳೆಯಿತು. "ಸರ್ ಒಂದು ಕೆಲಸ ಮಾಡನ, ನಮ್ ನಮ್ ಅಂಗಿ ಬಿಚ್ಚಿ ಹಗ್ಗ ತರಹ ಕಟ್ಟನ. ವ್ಯಾನಿಗೆ ಕಟ್ಟವಷ್ಟು ಉದ್ದ ಆಗಲ್ಲ, ಅದಿಕ್ಕೆ ಎಲ್ಲಾರು ಸೇರಿ ಕೈನಾಗೆ ಎಳಿಯಾನ" ಎಂದ. "ಅದರ ಬದಲು ನೀವಿಬ್ಬರೂ ಹಿಂದೆಯಿಂದ ತಳ್ಳಬಹುದಲ್ವಾ", ಪ್ರಿನ್ಸಿಪಾಲರು ಹೊಸ ಉಪಾಯ ಸೂಚಿಸಿದರು. ಮೂರ್ತಿ ಕಾಳೇಗೌಡ ಮುಖ ಮುಖ ನೋಡಿಕೊಂಡರು. ಅವರ ಮೌನ ಅರ್ಥವಾಗದೆ ಪ್ರಿನ್ಸಿಪಾಲರು "ಯಾಕ್ರೋ ಏನಾತ್ರೋ" ಎಂದು ವಿಚಾರಿಸಿದರು. ಕಾಳೇಗೌಡ ಉಗುಳು ನುಂಗಿಕೊಂಡು "ಏನಿಲ್ಲ ಸಾ, ಈ ಜಾಗ ಸರಿಯಿಲ್ಲ, ಸುಮಾರು ಸಲ ನಮ್ಮ ವ್ಯಾನು ಇಲ್ಲೇ ಕೆಟ್ಟು ನಿಲ್ಲೋದು. ಯಾರೋ ಹಿಂದಕ್ಕೆ ಎಳೆದಂಗಾಗೋದು. ಅದಕ್ಕೇ.." ಎಂದು ತನ್ನ ಭಯ ತೋಡಿಕೊಂಡ. ಕಾಳೇಗೌಡ ಕಾಡಿಗೆ ಹೆದರುತ್ತಿರಲಿಲ್ಲ ನಿಜ, ಆದರೆ ದೆಯ್ಯ ಭೂತಗಳಿಗೆ ಮೂರ್ತಿಯಷ್ಟೇ ಹೆದರುತ್ತಿದ್ದ, ಪಾಪ ಅವರುಗಳೂ ಎಲ್ಲರಂತೆ ಹಳ್ಳಿಯ ಮುಗ್ಧರು ತಾನೇ!. ಹೇಳೋದು ಮರೆತೆ, ಈಗಷ್ಟೇ ಸ್ವಲ್ಪ ಹೊತ್ತಿಗೆ ಮುಂಚೆ ಸ್ವಾರಸ್ಯಕರ ಘಟನೆಯೊಂದು ನಡೆದಿತ್ತು, ವ್ಯಾನಿನಲ್ಲಿ ಇಬ್ಬರೂ ವೇಗದಿಂದ ಬರುತ್ತಿರುವಾಗ ರಸ್ತೆ ಮಧ್ಯದಲ್ಲಿ ಬೆನ್ನು ತೋರಿಸಿಕೊಂಡು ನಿಂತಿದ್ದ ಬಿಳಿ ಬಟ್ಟೆಯ ದೇಹ ಕಂಡು ಇಬ್ಬರೂ ದೆವ್ವವೆಂದೇ ಹೆದರಿದ್ದರು! ಈ ಕಾರಣಕ್ಕಾಗಿಯೆ ಮೂರ್ತಿಯ ಬಲಗಾಲು

ನದಿ ಹತ್ತಿರ ಬಂದರೂ ಕಾಳೇಗೌಡನ ಬೈಗುಳ ಕೇಳಿಸಿದರೂ ಆಕ್ಸಿಲರೇಟರನ್ನು ಹಾಗೆ ಒತ್ತಿ ಹಿಡಿದಿದ್ದು!

ಪ್ರಿನ್ಸಿಪಾಲರಿಗೆ ಇನ್ನೂ ತಲೆ ಜುಮ್ಮೆನ್ನುತ್ತಿತ್ತು. ತಾವು ಏನು ಮಾಡಲೂ ಅಶಕ್ತರು. ಇವರಿಬ್ಬರನ್ನ ನೆಚ್ಚಿಕೊಳ್ಳಬೇಕು. ಅದರಲ್ಲೂ ಕಾಳೇಗೌಡನೇ ಹೀಗೆಂದ ಮೇಲೆ ಇನ್ನೇನು ಮಾಡುವುದು? ಒಪ್ಪಿಕೊಂಡರು. ಮೂವರೂ ತಂತಮ್ಮ ಅಂಗಿ ಕಳಚಿ ಹಗ್ಗದಂತೆ ಒಂದಕ್ಕೊಂದು ಗಂಟುಹಾಕಿ ಕಾರಿಗೆ ಕಟ್ಟಿದರು. ಮೂರ್ತಿ ಮತ್ತು ಕಾಳೇಗೌಡನ ಅಂಗಿಗಳು ಖಾಕಿ ಯೂನಿಫಾರಮ್ಮಾಗಿದ್ದರಿಂದ ಬಿಮ್ಮನಾಗಿಯೆ ಇದ್ದವು. "ಈ ಮೂರ್ತಿ ನನ್ನ ಷರಟನ್ನೂ ಬಿಚ್ಚಿಸಿದನಲ್ಲ, ಸದ್ಯ ಪ್ಯಾಂಟನ್ನೂ ಕೊಡಿ ಎನಲಿಲ್ಲ. ನಾನು ಯಾವಾಗ ಇವನ ಮಾತು ಕೇಳೋದು ನಿಲ್ಲಿಸುವುದು" ಪ್ರಿನ್ಸಿಪಾಲರು ಮನದಲ್ಲೇ ಹಳಿದರು.

ಅವರ ಅಂತರಾಳವನ್ನು ಕೇಳಿಸಿಕೊಂಡ ಮೂರ್ತಿ "ಸಾ, ಇಷ್ಟರಾಗೆ ಎಳೆಯಾಕೆ ಆಗಲ್ಲ. ಪ್ಯಾಂಟ್ನೂ ಸೇರಿಸಿ ಕಟ್ಟಬೇಕು" ಎಂದು ಅದನ್ನೂ ಕೇಳಿಯೇಬಿಟ್ಟನು. ಪ್ರಿನ್ಸಿಪಾಲರು ಇವರಿಬ್ಬರೂ ತಯಾರಿಸಿದ್ದ ಹಗ್ಗ ನೋಡಿದರು. ಮೂರು ಅಂಗಿಗಳಿಂದ ಅಷ್ಟು ಲಗೇಜಿರುವ ಕಾರನ್ನು ಎಳೆಯಲಾಗುವುದೇ? ಅಸಹಾಯಕರಾಗಿ ಪ್ಯಾಂಟನ್ನೂ ಬಿಚ್ಚಿಕೊಟ್ಟರು. ಮೂವರ ಪ್ಯಾಂಟುಗಳು ಸೇರಿ ಒಂದು ಮಟ್ಟಿಗೆ ಬಲಿಷ್ಠ ಹಗ್ಗ ತಯಾರಾಯಿತು, ಕಾರಿಗೆ ಕಟ್ಟಿದರು. ಈ ನಡುವೆ ನೀವು ಏನಾರ ಮಾಡಿಕೊಳ್ಳಿ ನನಗಿದು ಮೋಜಿನ ಸಮಯವೆಂದು ತೋಳ ತನ್ನ ಪಾಡಿಗೆ ತಾನು ಹಳ್ಳಕ್ಕಿಳಿದು ಮೀನು ಏಡಿಗಳ ಶಿಕಾರಿ ಮಾಡತೊಡಗಿದ್ದನು.

"ಎಲ್ಲಿ ಹೋದರೂ ನಿನ್ನ ಅಡ್ಡಕಸಬು ಬಿಡಲ್ಲ ನೋಡು" ಎಂದು ಕಾಳ ತೋಳನನ್ನ ಗದರಿಕೊಂಡನು.

ಇನ್ನೀಗ ಸಾಹಸದ ಸಮಯ. ಮೂರ್ತಿ ಮುಂದೆ ಕಾಳೇಗೌಡ ಅವನ ಹಿಂದೆ. ಹಗ್ಗವನ್ನು ಭುಜದ ಮೇಲಿಟ್ಟು ದಬಾಯಿಸಿ ಎಳೆಯಲಾರಂಭಿಸಿದರು.

"ಹತ್ತು ದಿಬ್ಬ ಐಸ್ಸಾ"

"ಬೇಳೆ ಸಾರು ಐಸ್ಸಾ"

"ಕೋಳಿ ಸಾರು ಐಸ್ಸಾ"

"ಇನ್ನೊಂದಿಷ್ಟು ಪಾಯ್ಸಾ"

"ಹತ್ತು ದಿಬ್ಬ ಐಸ್ಸಾ"

ಕಾರು ಸ್ವಲ್ಪ ಮಿಸುಕಿತು. ತಾನೊಂದು ಕೈ ಸೇರಿಸಿದರೆ ನಷ್ಟವೇನಿಲ್ಲ ಎಂದುಕೊಂಡು ಪ್ರಿನ್ಸಿಪಾಲರೂ "ಐಸ್ಸಾ ಐಸ್ಸಾ" ಎಂದು ದನಿಗೂಡಿಸಿದರು. ಕಾರು ಮಿಸುಕಿತೇ ಹೊರತು ಮುಂಬರಲಿಲ್ಲ!. ಬಹುಶಃ ದಿನಸಿ ಸರಂಜಾಮು ಇರದಿದ್ದರೆ ಅದು ಮೇಲೆ

ಬರುತ್ತಿತ್ತೇನೋ. ಆದರೆ ಸರಂಜಾಮಿಲ್ಲದೆ ಹೋಗಿದ್ದರೆ ಇಲ್ಲಿ ತನಕ ಅದು ತುಂಬಿ ಹರಿಯುವ ಹಳ್ಳದಲ್ಲಿ ಕಾಲೂರಿ ನಿಲ್ಲಲಾಗುತ್ತಿತ್ತೇ? ಇಷ್ಟೊತ್ತಿಗೆ ಯಾವ ಕೆರೆ ಕಟ್ಟೆ ಸೇರಿರುತ್ತಿತ್ತೋ ಏನೋ. ಲಗೇಜಿನ ಸಲುವಾಗಿ ಇವರು ಮೇಲೆಳೆದಂತೆಲ್ಲ ಕಾರು ಸ್ವಲ್ಪ ಮಿಸುಕುವುದು ಪುನಃ ಅಲ್ಲೇ ನಿಲ್ಲುವುದು ಮಾಡುತ್ತಿತ್ತು. ಅದು ನಾ ಬರಕಿಲ್ಲ ಅನ್ನೋಕೆ. ಇವರು ನಾವು ಬಿಡಕಿಲ್ಲ ಅನ್ನೋಕೆ. ಸರಿರಾತ್ರಿಯಲ್ಲಿ ದಟ್ಟ ಕಾಡಿನ ನಿರ್ಜನ ರಸ್ತೆಯಲ್ಲಿ ಮರ್ರೋ ಎನ್ನುವ ಹಳ್ಳದ ನಡುವೆ ಇಷ್ಟೆಲ್ಲ ಜರುಗುತ್ತಿರುವಾಗ.. ಇದ್ದಕಿದ್ದಂತೆ ಮೂರ್ತಿಗೆ ಕಾರಿನ ಹಿಂದಿನ ಬಲ್ಬಿನ ಮಂದಬೆಳಕಿನಲ್ಲಿ ಮಬ್ಬಾಗಿ ಏನೋ ನೆರಳಿನಂತೆ ಕಂಡಿತು!... "ಲೇ ಕಾಳಾ,.. ದೆವ್ವನೋ.. ಕರ್ನ ಹಿಂದಕ್ಕೆ ಎಳೀತಿರದು ದೆವ್ವನೋ" ಎಂದು ಪಿಸುಗುಟ್ಟಿದ. ಕಾಳ ಮೂರ್ತಿಯ ಭ್ರಮೆಗೆ "ಸುಮ್ಕಿರಲೇ ಸಾಯೇಬ್ರು ಕೇಳಿಸ್ಕಂಡು ಮಕ್ಕುಗಿದಾರು" ಎಂದು ಎಚ್ಚರಿಸಿದ. ಎರಡೇ ಘಳಿಗೆಯಲ್ಲಿ ಮತ್ತದೇ ನೆರಳಿನಂತದ್ದು ಕಾರಿನ ಇನ್ನೊಂದು ದಿಕ್ಕಿನಿಂದ ಕಾಳೇಗೌಡನಿಗೂ ಕಂಡಂತಾಯಿತು. ಕಾಳೇಗೌಡ ಉಗುಳು ನುಂಗಿಕೊಂಡು ಮೂರ್ತಿಯತ್ತ ನೋಡಿದ. ಅಗಿಂದಲೂ ಕಾರು ತಾವು ಮೇಲೆಳೆದಷ್ಟೂ ಮಿಸುಕಾಡಿ ಪುನಃ ಹಿಂದಕ್ಕೆ ಎಳೆದುಕೊಳ್ಳುತ್ತಿತ್ತು ತಾನೇ. ಆದರೇನಂತೆ, ಪ್ರಿನ್ಸಿಪಾಲರ ಮುಂದೆ ಹೇಳಿಕೊಳ್ಳುವ ಧೈರ್ಯವಿಲ್ಲವಲ್ಲ!

ಮೂರ್ತಿ "ಸಾರ್, ಇದ್ಯಾಕೋ ಅಳ್ಳಾಡುತ್ತಿಲ್ಲ. ಒಂದು ಕೆಲಸ ಮಾಡನ. ವಾಪಸ್ಸು ಹೋಗನ, ನೀವೂ ಬರ್ರಿ ನಮ್ಮ ಜೊತಿಗೆ. ನಾನು ಕಾಳ ಹಗ್ಗ ತಗಂಡು ಬಂದು ಕಾರನ್ನ ಎತ್ಕಂಬತ್ತೀವಿ" ಎಂದ ಉಪಾಯವಾಗಿ, ಬೆಳಕು ಮೂಡಿದ ಮೇಲೆಯೆ ಇತ್ತ ತಲೆ ಹಾಕುವುದು ಎಂಬ ಪೂರ್ಣ ಮಾಹಿತಿಯನ್ನು ಬಿಟ್ಟುಕೊಡದೆ.

"ಹೇ ಮೂರ್ತಿ, ನಿನ್ನ ಅವತಾರಗಳು ನನಗೆ ಗೊತ್ತಿಲ್ಲ ಅಂತ ಮಾಡಿದಿಯೇನು, ನಿನ್ನ ಮಾತು ನಂಬಿದರೆ ನನ್ನ ಕಾರು ಹಳ್ಳದ ಗುಂಟ ಕೆರೆ ಸೇರ್ತದೆ. ಕಾರನ್ನು ಎತ್ತಿಕೊಂಡೇ ಹೋಗುವುದು ಎಷ್ಟೊತ್ತಾದರೂ ಆಗಲಿ" ಎಂದರು ಪ್ರಿನ್ಸಿಪಾಲರು. ಅವರಿಗೆ ಮೂರ್ತಿಯ ಅವತಾರಗಳು ಗೊತ್ತಿರಲಿಲ್ಲವೆಂದಲ್ಲ, ಆದರೆ ನಿರಾಕರಿಸಲು ಮುಖ್ಯ ಕಾರಣ ಈ ಹಿಂದೆ ಮಾಡಿಕೊಂಡಿದ್ದ ಶಪಥ, ಪ್ಯಾಂಟನ್ನೇ ಬಿಚ್ಚಿಸಿದ್ದಾನೆ, ಇವನ ಮಾತು ಕೇಳುತ್ತ ಹೋದರೆ ಕಾರನ್ನೂ ಕಳೆದು ಬಿಡುತ್ತಾನೆ ಎಂಬ ಭಯ. ಹಳ್ಳದ ನೀರಿನ ಮಟ್ಟ ಮೆಲ್ಲಮೆಲ್ಲಗೆ ಮೇಲೇರುತ್ತಲೇ ಇತ್ತು. ಅದು ಯಾಕೊ ತೋಳ ತನ್ನ ಶಿಕಾರಿ ನಿಲ್ಲಿಸಿ ಎದ್ವಾ ತದ್ವಾ ಬೊಗಳಲು ಆರಂಭಿಸಿದ. ಇತಿಹಾಸದ ಅನುಭವದ ಪ್ರಕಾರ ಕಾಳನಿಗೆ ತೋಳನ ಬೊಗಳುವಿಕೆ ನಿಜಕ್ಕೂ ದೆವ್ವದ ಸಿಗ್ನಲ್ ಆಗಿತ್ತು!

ಆ ಕ್ಷಣ ಇದ್ದಕಿದ್ದಂತೆ ಕಾರು ಇವರ ಎಳೆಯುವಿಕೆಗೆ ಓಗೊಟ್ಟು ಸುಲಭವಾಗಿ ಮುಂದೆ ಚಲಿಸತೊಡಗಿತು. ಇಷ್ಟು ಎಳೆದರೂ ಬಾರದ ಕಾರು ಏಕ್ದಂ ವರಸೆ ಬದಲಿಸಿದ್ದು ಮೂರ್ತಿಗೂ ಕಾಳೇಗೌಡನಿಗೂ ಇದು ಗ್ಯಾರಂಟಿ ದೆವ್ವದ ಕೆಲಸವೆಂದು ಖಾತ್ರಿಯಾಯಿತು. ಪರೀಕ್ಷಿಸಲೆಂದು ಪರಸ್ಪರ ಸನ್ನೆ ಮಾಡಿ ಹಗ್ಗದ ಕೈಬಿಟ್ಟರು.. ಇದೀಗ ಕಾರನ್ನು ಎಳೆಯುತ್ತಿದ್ದುದು ಮುದಿ ಪ್ರಿನ್ಸಿಪಾಲರೊಬ್ಬರೇ.. ಆದರೂ ಕಾರು ತನ್ನಷ್ಟಕ್ಕೆ ತಾನೆ ಸರಾಗವಾಗಿ ಮೇಲೆ ಬರುತ್ತಿದೆ ! "ಸಾರ್ ದೆವ್ವ ಸಾರ್ ದೆವ್ವಾ ಓಡ್ರೋ ಓಡ್ರೋ ದೆವ್ವಾ ಅಯ್ಯಯ್ಯಪ್ಪೋ  ಕೆಟ್ನಲ್ಲಪ್ಪೋ " ಎಂದು ತಲೆ ತಲೆ ಬಡಿದುಕೊಂಡು ಕಾಳೇಗೌಡ ಮೂರ್ತಿ ಪೇರಿ ಕಿತ್ತರು. ಪ್ರಿನ್ಸಿಪಾಲರಿಗೂ ಒಂದು ಕ್ಷಣ ಏನಾಗುತ್ತಿದೆಯೆಂದು ಗೊತ್ತಾಗದೆ ಮುಂದೆ ಬರುತ್ತಿದ್ದ ಕಾರನ್ನು ಕೈಬಿಟ್ಟು ಇವರಿಬ್ಬರ ಹಿಂದೆ ಓಟ ಕಿತ್ತರು! ಇವರೆಲ್ಲ ತನ್ನನ್ನು ಏಕಾಂಗಿ ಬಿಟ್ಟು ಓಡಿದ್ದರಿಂದ ತೋಳ ಏನು ಮಾಡಬೇಕೆಂದು ತೋಚದೆ ಕಕ್ಕಾಬಿಕ್ಕಿಯಾಗಿ ಸ್ವಲ್ಪ ಕಾಲ ಬೊಗಳಿ ತಾನೂ ಒಡೆಯನ ಹಿಂದೆ ಓಡಿದನು.

ಮೂವರು ಪುರುಷೋತ್ತಮರು ಬಿನಾ ನಿಕ್ಕರು ಬರಿಮೈಯಲ್ಲಿ ಓಡಿದರು ಓಡಿದರು... ಮಳೆ, ಕತ್ತಲೆ, ಚಪ್ಪಲಿ ಬರಿಗಾಲು ಏನನ್ನೂ ಲೆಕ್ಕಿಸದೆ ಸ್ಕೂಲಿನ ಗೇಟಿನ ತನಕ ಒಂದೇ ಉಸಿರಿನಲ್ಲಿ ಓಡಿದರು. ಅಲ್ಲಿ ಗೇಟಿನ ಬಳಿ ನಿಂತು ಪ್ರಾಣವೇ ಹೋಯಿತೇನೋ ಎಂಬಷ್ಟು ಬುಸುಗರೆಯುತ್ತ ನಿಂತು ತಲೆ ಎತ್ತಿ ನೋಡುತ್ತಾರೆ, ಇಡೀ ಶಾಲಾ ವಿದ್ಯಾರ್ಥಿ–ಸಿಬ್ಬಂದಿಗಳೆಲ್ಲರೂ ಜಾತ್ರೆಯಂತೆ ಜಮಾಯಿಸಿದ್ದಾರೆ..! ತ್ರಿಮೂರ್ತಿಗಳು  ಪಟಾಪಟಿ ನಿಕ್ಕರಿನಲ್ಲಿ ಸಾಲಾಗಿ ನಿಂತಿದ್ದಾರೆ. ನೆರೆದವರಿಗೆ ಆತಂಕ, ಆಶ್ಚರ್ಯ. ಮುಂದಿರುವವರು ಹಲ್ಲು ಕಚ್ಚಿ ನಿಂತಿದ್ದರೆ ಹಿಂದಿರುವವರು ಮುಸಿ ಮುಸಿ ನಗುತ್ತಿದ್ದಾರೆ. ಕಾಳೇಗೌಡ, ಮೂರ್ತಿ ಬದುಕಿದೆವಲ್ಲಾ ಎಂದು ನಿಟ್ಟುಸಿರು ಬಿಟ್ಟರೆ ತಮ್ಮ ಅವಸ್ಥೆ, ಅಲ್ಲಿನ ಜನಸ್ತೋಮ ನೋಡಿ ಪ್ರಿನ್ಸಿಪಾಲರ ಸಿಟ್ಟು ಸರ್ರನೆ ನೆತ್ತಿಗೇರಿತು.  "ನಿಮ್ಮನ್ನೆಲ್ಲಾ ಯಾರೋ ಇಲ್ಲಿಗೆ ಬರೋಕೆ ಹೇಳಿದೋರು?" ಎಂದು ರೋಷದಿಂದ ಗರ್ಜಿಸಿದರು. ಜನಸ್ತೋಮದ ದೃಷ್ಟಿ ಮೂರ್ತಿಯತ್ತ ತಿರುಗಿತು. ಆಸಾಮಿ ಮೂರ್ತಿ ಶಾಲೆಯಿಂದ ಹೊರಡುವುದಕ್ಕೂ ಮುಂಚೆ ಊಟದ ಸೈರನ್ನಿನ ಮೂಲಕ ಪ್ರಿನ್ಸಿಪಾಲರು ಗಂಭೀರ ಅಪಾಯದಲ್ಲಿ ಸಿಲುಕಿದ್ದಾರೆಂದೂ ತಾನು ಅವರ ರಕ್ಷಣೆಗೆ ಹೋಗುತ್ತಿರುವೆನೆಂದೂ ಅಲ್ಲಿವರೆಗೆ ಗೇಟಿನ ಬೀಗ ಹಾಕಿರುತ್ತೇನೆಂದೂ ಯಾರೂ ಹಾಸ್ಟೆಲು ಬಿಟ್ಟು ಹೊರಬರಬಾರದೆಂದೂ ಪ್ರತಿಯೊಬ್ಬರೂ ಪ್ರಿನ್ಸಿಪಾಲರ ಜೀವಕ್ಕೋಸ್ಕರ  ಪ್ರಾರ್ಥನೆ ಮಾಡಬೇಕೆಂದೂ ತನ್ನದೇ ಆದ ವಿಶಿಷ್ಟ ಅತಿರಂಜಿತ ಶೈಲಿಯಲ್ಲಿ ಬಣ್ಣಿಸಿ ಇಡೀ ಶಾಲೆಗೆ ಸ್ವಯಂ ತುರ್ತು ಪರಿಸ್ಥಿತಿಯನ್ನು ಘೋಷಿಸಿದ್ದನು. ಅವನ ಕರೆಗೆ ಓಗೊಟ್ಟು ಮಂದಿ ಗೇಟಿನ ಬಳಿ ಜಮಾಯಿಸಿದ್ದರು.

“ಹೋಗಿ ಎಲ್ಲಾ ಇಲ್ಲಿಂದಾ.. ಏನು ಕೋತಿ ಕುಣಿತಿದೆ ಅಂತ ನೋಡುಕ್ಕೆ ಬಂದಿರಾ. ಎಲ್ಲಾ ನಿಂನಿಮ್ಮ ರೂಮಿಗೆ ಹೋಗಿ” ಎಂದು ಅಲ್ಲಿದ್ದ ಉಪ ಪ್ರಾಂಶುಪಾಲ ಮೇಡಂ ಗುಂಪನ್ನು ಚದುರಿಸಿದರು. ಎಲ್ಲರೂ ಹೋಗಿಯಾದ ಮೇಲೆ ಪ್ರಿನ್ಸಿಪಾಲರು “ನೀವೇನು ಇನ್ನೂ ನಿಂತಿದ್ದೀರ ನೀವೂ ಹೋಗ್ರಿ ನಂಗೆ ಹುಚ್ಚು ಹಿಡಿಯೋಕೆ ಮುಂಚೆ” ಎಂದು ಕಿರುಚಿದರು. ಉಪಪ್ರಾಂಶುಪಾಲರು ಕನ್ನಡಕ ಸರಿ ಮಾಡಿಕೊಂಡು ಮೂತಿ ತಿರುವಿ ಅನುಭವಿಸಲಿ ಎಂದು ತಾವೂ ಹೊರಟರು, ಹೋಗುವಾಗ ಒಮ್ಮೆ ಕಿಸಕ್ಕನೆ ನಗುವುದು ಮರೆಯಲಿಲ್ಲ. ಅತ್ತ ಹಾಸ್ಟೆಲಿನ ರೂಮಿಗೆ ವಾಪಸ್ಸಾಗುತ್ತಿದ್ದ ಹನ್ನೊಂದನೇ ತರಗತಿ ಹುಡುಗರಿಗೆ ಒಂದು ಚಿಂತೆ ಎದ್ದಿತ್ತು. ಪ್ರಿನ್ಸಿಪಾಲರು ಬಂದರೂ ಇನ್ನೂ ವಿನೋದ ವಾಪಸ್ಸಾಗದಿರುವುದು! “ಎನ್ರೋ ಮಾಡೋದು ಇವಾಗ, ಪ್ರಿನ್ಸಿಪಾಲ್ ನೈಟ್ ರೋಲ್ ಕಾಲಿಗೆ ಬಂದಾಗ ಅವ್ನು ಇಲ್ದೇ ಇರೋದು ಗೊತ್ತಾಗತ್ತೆ, ಏನು ಅಂತ ಹೇಳೋದ್ರೋ” ಎಂದು ಆತಂಕದಿಂದ ಗುಸುಗುಸು ಪಿಸುಪಿಸು ಮಾತಾಡುತ್ತ ಹಾಸ್ಟೆಲು ತಲುಪಿದರು.

“ಗೆದ್ದೇ ! ನೋಡಿದಿರಾ ನಾನು ಚಾಲೆಂಜ್ ಗೆದ್ದೇ” ಎಂದು ಕೇಕೆ ಹಾಕುತ್ತ ವಿನೋದ ಅವರಿಗೆ ಎದುರಾದನು. “ಅಯ್ಯೋ ನಿನ್ನ ಇಡೀ ಸ್ಕೂಲಿಗೆ ಬೆಂಕಿ ಬಿದ್ದಿದೆ ನಿನ್ನ ಚಾಲೆಂಜ್ ಮನೆ ಹಾಳಾಗ ಕಿರುಚಬೇಡ ಸುಮ್ಮನಿರೊ” ಎಂದು ಗುಂಪಿನಲ್ಲಿದ್ದ ಭಯಾನಕ ವ್ಯಕ್ತಿ ಪುಂಡಲೀಕ ವಿನೋದನ ತಲೆಗೆ ಫಟ್ ಅಂತ ಕೊಟ್ಟ. “ಯಾಕ್ರಿ ಹೊಡೀತೀರ, ಇಗೊ ನೋಡಿ, ನೀವು ಚಾಲೆಂಜ್ ಹಾಕಿದ ಹಾಗೆ ಹಳ್ಳದ ನೀರು ತಂದಿದ್ದೀನಿ” ಎಂದು ಕೆಂಬಣ್ಣದ ನೀರು ತುಂಬಿದ್ದ ವಾಟರ್ ಬಾಟಲಿಯನ್ನು ವಿನೋದ ಎತ್ತಿ ತೋರಿಸಿದ. “ಹೋಗೋ ಹೋಗೋ, ಇಲ್ಲೆ ಎಲ್ಲೊ ಗುಂಡಿ ನೀರು ತುಂಬ್ಕೊಂಡು ಬಂದು ಸುಳ್ಳು ಹೇಳುತ್ತೀಯ. ಗುಂಡಿ ನೀರಿಗೆಲ್ಲ ಕರಿದ ಮೀನು ಸಿಗುತ್ತೆ ಅಂದುಕೊಂಡಿದ್ದೀಯ ತಿಂಡಿಪೋತಾ, ಆನೆಮರಿ” ರ್‍ಯಾಗಿಂಗ್ ಮಾಡುತ್ತ ಸಣ್ಣ ಹುಡುಗರನ್ನು ಹಿಂಸಿಸಿ ವಿಕೃತ ಸುಖ ಅನುಭವಿಸುತ್ತಿದ್ದ ಪುಂಡಲೀಕ ವಯಸಿನಲಿ ಸಣ್ಣವನಾದರೂ ಗಾತ್ರದಲ್ಲಿ ದೊಡ್ಡವನೇ ಆಗಿದ್ದ ವಿನೋದನನ್ನು ಹೀಯಾಳಿಸಿದ. ವಿನೋದ ತುಂಬ ಸೂಕ್ಷ್ಮನೆಂದೂ ಏಟುಗಳಿಗಿಂತ ತನ್ನ ವಝುನ್ನಿನ ಹೀಯಾಳಿಕೆ ಅವನಿಗೆ ಹೆಚ್ಚು ನೋವು ಕೊಡುತ್ತದೆಂದೂ ದುಷ್ಟ ಪುಂಡಲೀಕನಿಗೆ ತಿಳಿದಿತ್ತು. ವಿನೋದನಿಗೆ ಅಳು ಬಂತು. ಕಷ್ಟಪಟ್ಟು ಕತ್ತಲಲ್ಲಿ ಎದೆಗುಂದದೆ ಕಾಡಿನೊಳಗೆ ಹೋಗಿ ಹಳ್ಳದ ನೀರನ್ನು ಸಾಕ್ಷಿಯಾಗಿ ತಂದಿದ್ದರೂ ಕರಿದ ಮೀನು ಕೊಡಬೇಕಾಗುತ್ತದೆಂದು ಪುಂಡಲೀಕ ಮೋಸ ಮಾಡುತ್ತಿರುವನು ಎಂದು ಅವನ ಮನಸ್ಸಿಗೆ ಬಹಳ ನೋವಾಯಿತು. ಪುಂಡಲೀಕನನ್ನು ಹಿಂದಿನಿಂದ ಒದ್ದುಬಿಡುವ ಎಂದು ಸಿಟ್ಟು ಬಂದಿತು.

"ಪ್ರಿನ್ಸಿಪಾಲರಿಗೂ ಮೂರ್ತಿ ಕಾಳೇಗೌಡರಿಗೂ ಏನಾಯಿತು ಎಂಬ ಕತೆ ನನಗಷ್ಟೇ ಗೊತ್ತು" ಎಂದು ಜೋರಾಗಿ ಗಹಗಹಿಸಿದ ವಿನೋದ. ಅಲ್ಲಿದ್ದ ಹುಡುಗರಿಗೆಲ್ಲ ಅದೊಂದು ರೋಚಕ ಕತೆಯಿದ್ದೀತೆಂದು ತಾಳಲಾರದ ಕುತೂಹಲವಿತ್ತು. ನನಗೆ ಹೇಳೋ ನನಗೆ ಹೇಳೋ ಎಂದು ಒಮ್ಮೆಲೆ ವಿನೋದನ ಮೇಲೆ ಮುಗಿಬಿದ್ದರು. ಕತೆ ಅವನ ತಲೆಯೊಳಗಿತ್ತಲ್ಲವೇ? ಯಾವ ರ್‍ಯಾಗಿಂಗ್ ಕೂಡ ಅದನ್ನು ಹೊರತರಲಾಗದು ಎಂದು ಪುಂಡಲೀಕನಿಗೆ ಗೊತ್ತಿತ್ತು. ಗರ್ವಭಂಗಗೊಂಡ ಅವನು ಪೆದ್ದು ಪೆದ್ದಾಗಿ ನೋಡುತ್ತ ನಿಂತ.

"ಯಾರ ಯಾರಿಗೆ ಕತೆ ಗೊತ್ತಾಗಬೇಕೊ ಅವರೆಲ್ಲ ಕರಿದ ಮೀನು ತರಬೇಕು" ಎಂದು ವಿನೋದ ಇನ್ನೊಮ್ಮೆ ಗಹಗಹಿಸಿದ. ಈಗಂತೂ ಸಂಗತಿ ಪುಂಡಲೀಕನ ಮರ್ಮಕ್ಕೆ ತಾಗಿತು. ಅಲ್ಲಿದ್ದ ಹತ್ತಾರು ಮಂದಿ ತಮ್ಮ ಪಾಲಿನ ಮೀನನ್ನು ರೋಚಕ ಕತೆಗಾಗಿ ವಿನಿಮಯ ಮಾಡಿಕೊಳ್ಳಲು ಸಿದ್ಧರಿದ್ದರು. ನಮಗಷ್ಟೇ ಹೇಳೋ ಎಂದು ದುಂಬಾಲು ಬಿದ್ದರು. ಅಷ್ಟೊಂದು ಕರಿದ ಮೀನುಗಳ ಎದುರು ಪುಂಡಲೀಕನ ಮೀನು ಯಾತಕ್ಕೂ ಬರದಂತಾಯಿತು. ವಿನೋದ ಒಬ್ಬೊಬ್ಬರನ್ನಾಗಿ ಕರೆದು ಕಿವಿಯಲ್ಲಿ ಕತೆಯನ್ನು ಹೇಳತೊಡಗಿದನು..

"ಇಲ್ಲಿಂದ ವಾಟರ್ ಬಾಟಲಿ ಹಿಡಿದು ಕಾಂಪೊಂಡು ಹಾರಿ ಹಳ್ಳದತ್ತ ಹೋದೆನಾ, ಹಳ್ಳದಲ್ಲಿ ನೀರನ್ನು ತುಂಬಿಸಿಕೊಳ್ಳುತ್ತಿರುವಾಗ ಪ್ರಿನ್ಸಿಪಾಲರ ಕಾರು ಬಂದುಬಿಟ್ಟಿತಾ, ತಕ್ಷಣ ನಾನು ರಸ್ತೆ ಆಚೆಯ ಬೇಲಿ ಮರೇಲಿ ಅವಿತುಕೊಂಡೆನಾ, ನನ್ನ ದುರಾದೃಷ್ಟಕ್ಕೆ ಅವರ ಕಾರು ಹಳ್ಳದಲ್ಲಿ ಕೆಟ್ಟು ನಿಂತಿತಾ, ಆಮೇಲೆ ಕಾಳಣ್ಣ ಮೂರ್ತಣ್ಣ ಬಂದರಾ, ಸದ್ಯ ಬಂದರಲ್ಲಪ್ಪಾ ಇನ್ನೇನು ಹೊರಡ್ತಾರೆ ಅಂತ ಕಾಯ್ತಿದ್ರೆ ಅವರ ಕೈಲಿ ಕಾರನ್ನ ಎಳಿಯುವುದಕ್ಕೆ ಆಗಲೇ ಇಲ್ಲ. ಮೂವರೂ ತಿಣುಕಿದರೂ ಕಾರು ಮುಂದೆ ಹೋಗಲಿಲ್ಲ. ಪ್ರಿನ್ಸಿಪಾಲರು ಬೆಳಗಾದರೂ ಸರಿ ಕಾರು ತೆಗಿಯೋವರೆಗೆ ಕದಲಲ್ಲ ಅಂತ ಮೂರ್ತಣ್ಣನ ಮೇಲೆ ರೇಗಾಡುತ್ತ ಇದ್ದರು. ನನಗೆ ಹೆದರಿಕೆಯಾಯಿತು. ಏನಾದರೂ ಮಾಡಿ ಇವರನ್ನು ಇಲ್ಲಿಂದ ಜಾಗ ಖಾಲಿ ಮಾಡಿಸದಿದ್ದಲ್ಲಿ ನಾನೂ ಇಲ್ಲೇ ಸಿಕ್ಕಿಹಾಕಿಕೊಳ್ಳುವೆ ಎಂದು ಗೊತ್ತಾಗಿ ಬಚ್ಚಿಟ್ಕೊಂಡು ಆ ಕಡೆಯಿಂದ ಹಳ್ಳಕ್ಕೆ ಇಳಿದೆನಾ.. ಹಿಂದಿನಿಂದ ಕಾರನ್ನು ತಳ್ಳಿದೆನಾ, ಕಾರು ಮೇಲಕ್ಕೆ ಬಂದಿತಾ.. ಆದರೆ ಪುಕ್ಕಲರು ದೆವ್ವ ದೆವ್ವ ಅಂತ ಕಿರುಚಿಕೊಂಡು ಓಡಿಬಿಡೋದಾ"

ಕೊಟ್ಟ ಮೀನಿಗೆ ಮೋಸವಿಲ್ಲದ ಕತೆಯಾಯಿತು ಎಂದು ಹುಡುಗರು ಸನ್ನಿವೇಶ ವನ್ನು ಗುಂಪುಗುಂಪಾಗಿ ಸೇರಿ ನೆನೆನೆನದು ಚಪ್ಪರಿಸಿದರು. ಕತೆಯು ಪುಂಡಲೀಕನ ಕಿವಿ ತಲುಪುವುದರೊಳಗೆ ಅವನ ಕರಿದ ಮೀನಿನಷ್ಟೇ ಹಳಸಿತ್ತು.

⌘

# ಬೆಳ್ಳಿಗೆರೆ

**ಸಪಾಟು ಬಯಲಲ್ಲಿ ಧಿಗ್ಗನೆ ಎದ್ದಿರುವ ಅದೊಂದು ಅಸ್ತವ್ಯಸ್ತ ಬೆಟ್ಟ. ತನ್ನ ಮೈತುಂಬ ಬರೇ ಪಟರುಗಲ್ಲುಗಳನ್ನು ತುಂಬಿಕೊಂಡಿರುವುದರಿಂದ ಅದನ್ನು ಕಲ್ಲುಗುಡ್ಡ ಎಂದು ಕರೆಯುತ್ತಾರೆ. ಅಲ್ಲಲ್ಲಿ ಬಯಲುಸೀಮೆ ಜಾತಿಯ ಗಿಡಗಂಟೆಗಳು ಬಿಟ್ಟರೆ ಹಸಿರೆಂಬುದಿಲ್ಲ. ಮಳೆಗಾಲದಲ್ಲಿ ಬಿದ್ದ ನೀರು ಹರಿದು ದಿಕ್ಕಾಪಾಲಾಗುವುದರಿಂದ ಕುರುಚಲು ಬಿಟ್ಟು ಬೇರೇನು ಬೆಳೆಯುವುದಿಲ್ಲ. ಸುತ್ತ ಬಯಲೋ ಬಯಲು. ಸುಮಾರು ಹತ್ತು ಮೈಲಿ ದೂರದಲ್ಲಿ ಹೆದ್ದಾರಿಯೊಂದಿದ್ದು ರಾತ್ರಿ ಹೊತ್ತು ಹಾದು ಹೋಗುವ ವಾಹನಗಳ ಬೆಳಕು ಕಲ್ಲುಗುಡ್ಡದಿಂದ ಬೆಳ್ಳಿಗೆರೆಯಂತೆ ಗೋಚರಿಸುತ್ತದೆ. ನಡುವೆ ಬಟ್ಟಂಬಯಲಿರುವ ಕಾರಣ ಹೆದ್ದಾರಿಯಲ್ಲಿ ಹರಿದಾಡುವ ಲಾರಿಗಳ "ಉಯ್ಞೂ" ಬೆಳಗಿನ ಜಾವ ಸುಸ್ಪಷ್ಟವಾಗಿ ಕೇಳಿಸುತ್ತದೆ. ಬೆಟ್ಟದ ನಡುವಿನಲ್ಲೊಂದು ವಸತಿ ಶಾಲೆಯಿದೆ, ಕಲ್ಲುಗುಡ್ಡವೆಂಬ ಹೆಸರು ಹೇಳಲಿಕ್ಕೆ ಕೇಳಲಿಕ್ಕೆ ಸುಂದರವಾಗಿಲ್ಲವೆಂದು ಸ್ಕೂಲಿಗೆ ಜೇನುಮಲೆ ಡೂನ್ ಸ್ಕೂಲ್ ಎಂದು ಹೆಸರು ಇಡಲಾಗಿದೆ.**

ಬೆಟ್ಟ ನಿಜಕ್ಕೂ ಜೇನುಗೂಡುಗಳಿಂದ ತುಂಬಿಕೊಂಡಿದೆ. ಹಳೆಯ ಕಾಲದವರಿಗೆ ಕಲ್ಲುಗುಡ್ಡವೆನಿಸಿರುವ ಬೆಟ್ಟ ಆಧುನಿಕ ಜನತೆಯ ಸ್ಮೃತಿಯಲ್ಲಿ ಜೇನುಮಲೆಯೆಂದೇ

ಪ್ರಸಿದ್ಧಿ. ದುರ್ಗಮ ಬೆಟ್ಟದಲ್ಲಿ ಕಲ್ಲುಬಂಡೆಗಳನ್ನು ಕೊರೆದು ಇರುವುದರಲ್ಲಿ ತಕ್ಕಷ್ಟು ಜಾಗ ಮಾಡಿಕೊಂಡು ಕಟ್ಟಡ ಸಮುಚ್ಚಯವನ್ನು ಕಟ್ಟಲಾಗಿದೆ. ಒಮ್ಮೆ ಶಾಲೆ ಒಳಹೊಕ್ಕಿದರೆ ಹೊರಬರಲು ಒಂದೋ ದಸರೆಯ ರಜೆ ಇಲ್ಲಾಂದರೆ ಬೇಸಿಗೆಯ ರಜೆಗಾಗಿ ಕಾಯಬೇಕು. ಆಳೆತ್ತರದ ಕಾಂಪೋಂಡು, ಕಾಂಪೋಂಡಿನ ಮೇಲೆ ಗಾಜಿನ ಚೂರುಗಳು, ಅದರ ಮೇಲೆ ಮುಳ್ಳು ತಂತಿಯ ಬೇಲಿ. ಅಲ್ಲಲ್ಲಿ ದುರ್ಗದ ಮೇಲೆ ತುಪಾಕಿಗಳನ್ನು ನೆಟ್ಟಿರುವಂತೆ ಹೆಜ್ಜೇನು ಗೂಡುಗಳು! ಅಂಡಮಾನ್ ಜೈಲಿಗಿಂತ ಮಿಗಿಲಾದುದು ಎಂದರೆ ಅತಿಶಯೋಕ್ತಿಯೇನಲ್ಲ. ಒಂದು ನೆಟ್ಟಗಿನ ರಸ್ತೆಯೂ ಇರದ ಜೇನುಮಲೆ ನಾಗರೀಕ ಸಮಾಜದಿಂದ ಬೇಕಂತಲೇ ಸಂಪರ್ಕವನ್ನು ಕಡಿದುಕೊಂಡಂತಿದೆ. ಇಂತಿದ್ದೂ ಕಟ್ಟಡವಿದೆ, ಮಂದಿಯಿದ್ದಾರೆ ಎಂದ ಮೇಲೆ ಎಂಥದೊ ಒಂದು ಸಂಪರ್ಕ ಇದ್ದಿರಬೇಕಲ್ಲವೇ? ಇದೆ, ಬಂಡಿಜಾಡು. ಸರಕಾರವೇ ಅಲ್ಲಿ ಶಾಲೆ ಕಟ್ಟಿಸಿರುವುದರಿಂದ ಪ್ರಾಯಃಶ್ಚಿತಕ್ಕಾಗಿ ಅಲ್ಲಿಗೊಂದು ಲಡಕಾ ಬಡಕಾ ಕೆಂಪು ಬಸ್ಸನ್ನು ನೇಮಿಸಿದೆ. ಕೆಂಪು ಬಸ್ಸಿಗೆ ಶಾಲೆಯ ಆವರಣವೇ ಡಿಪೋ. ಅದು ಬಂಡಿಜಾಡಿನಲ್ಲಿ ನಡೆವಾಗ ನೀವು ನೋಡಬೇಕು, ಮಂಡಿವಾಯು ಇರುವ ಮುದುಕ ಬಿದ್ದುಬಿಡುವನೆನೊ ಎಂಬಷ್ಟು ಎಡಕ್ಕೂ ಬಲಕ್ಕೂ ವಾಲುತ್ತ ನಡೆಯುತ್ತಾನಲ್ಲ, ಹಾಗೆ. ಬೆಳಗ್ಗೆ ಹೊರಟು ಸಂಜೆ ಮರಳುವ ಬಸ್ಸು ಶಾಲಾ ಮಂದಿಯ ಮತ್ತು ಹೊರಗಿನ ಪ್ರಪಂಚದ ನಡುವಿನ ಏಕೈಕ ಸಂಪರ್ಕ ಕೊಂಡಿ.

ಈ ಶಾಲೆಯಲ್ಲಿ ವಿನೋದನೆಂಬ ವಿದ್ಯಾರ್ಥಿ. ಹೊಸಬ. ಸೇರಿಕೊಂಡು ಎರಡು ತಿಂಗಳುಗಳಾಗಿವೆ. ಬಹು ಚಿಕ್ಕ ವಯಸಿಗೆ ಸೇರಿಸಿದ್ದಾರೆ ಅಜ್ಜಿ. ಅವನಿಗೆ ಅಜ್ಜಿಯೇ ಸರ್ವಸ್ವ. ಸದಾ ಕಾಲಿಗೆ ಚಕ್ರ ಕಟ್ಟಿಕೊಂಡಿರುವ ಅಪ್ಪ ವ್ಯಾಪಾರಿ, ಅಮ್ಮ ಸ್ವರ್ಗಸ್ಥ. ತಾಯಿಯಿಲ್ಲದ ಕಂದನೆಂದು ಬಹಳ ಮುದ್ದಿನಿಂದ ಬೆಳೆಸಿದ್ದಾಳೆ ಮೊಮ್ಮಗನನ್ನು. ಅಷ್ಟೇ ಜವಾಬ್ದಾರಿಯಿಂದ ತನ್ನೊಂದಿಗಿದ್ದರೆ ಮುದ್ದಿನಿಂದ ಕೆಡುವನೆಂದು ಬಗೆದು ವಿದ್ಯಾಭ್ಯಾಸದ ಸಲುವಾಗಿ ಅಲ್ಲಿ ಇಲ್ಲಿ ವಿಚಾರಿಸಿ ದೂರದಲ್ಲಿನ ಕಟ್ಟುನಿಟ್ಟಿಗೆ ಹೆಸರಾದ ಜೇನುಮಲೆ ವಸತಿ ಶಾಲೆಗೆ ಸೇರಿಸಿದ್ದಾಳೆ. ಬಿಟ್ಟು ಎರಡು ತಿಂಗಳುಗಳು ಉರುಳಿವೆ, ಇತ್ತ ತಲೆ ಹಾಕಿಲ್ಲ. ತಲೆ ಹಾಕಲು ಶಾಲೆಯ ಕಾನೂನು ಬಿಟ್ಟಿಲ್ಲ. ಅಜ್ಜಿಗೆ ತನ್ನ ಮೇಲೆ ಯಾವುದೊ ಪೂರ್ವ ಜನ್ಮದ ಸಿಟ್ಟಿದೆ, ಅದಕ್ಕೆ ತನ್ನನ್ನು ಈ ಹಾಳು ಕೊಂಪೆಗೆ ಎಸೆದುಹೋಗಿದ್ದಾಳೆ ಎಂದು ಪುಟ್ಟ ಹುಡುಗ ಮನಸಾರೆ ಶಪಿಸುತ್ತಾನೆ. ಅದು ಸಿಟ್ಟಿನ ಸಿಟ್ಟೋ ಪ್ರೀತಿಯ ಸಿಟ್ಟೋ ತಿಳಿಯದು, ಅಜ್ಜಿ ಬಹಳ ಬಹಳ ನೆನಪಾಗುತ್ತಿದ್ದಾಳೆ. ಅಜ್ಜಿ ಮಾಡಿ ಕೊಡುವ ತಿನಿಸುಗಳು ನೆನಪಾಗುತ್ತಿವೆ. ನೆನೆದಾಗೆಲ್ಲ ಕಣ್ತುಂಬಿಕೊಳ್ಳುತ್ತವೆ.

ಅಜ್ಜಿ ಮೊದಲ ಬಾರಿಗೆ ಬಿಟ್ಟುಹೋಗಲು ಬಂದಾಗ ಭರ್ತಿ ಒಂದು ಟ್ರಂಕು ತುಂಬ ತಿನಿಸುಗಳನ್ನು ತಂದಿದ್ದಳು. ಚಕ್ಕುಲಿ, ಕೋಡುಬಳೆ, ನಿಪ್ಪಟ್ಟು, ತಂಬಿಟ್ಟು, ರವೆ ಉಂಡೆ, ಒಗ್ಗರಣೆಯ ಬುರುಗು, ಚಿನಕುರುಳಿ, ತುಪ್ಪ ಇತ್ಯಾದಿ ಇತ್ಯಾದಿಯಾಗಿ. ಎಲ್ಲವೂ ಮಂಗಮಾಯವಾಗಿಬಿಟ್ಟಿದೆ. ನಿಜಾಂಶವೇನೆಂದರೆ ನಮ್ಮ ವಿನೋದ ಸ್ವಲ್ಪೇ ಸ್ವಲ್ಪ ಸ್ಥೂಲಕಾಯದವನು. ಅವನ ತೂಕವನ್ನು ಇಲ್ಲಿ ತೆರೆದಿಟ್ಟರೆ ಅವನಿಗೆ ಶಾನೆ ಬೇಜಾರಾಗುವುದು. ಅಂದಮಾತ್ರಕ್ಕೆ ಅವನೊಬ್ಬನೆ ಟ್ರಂಕನ್ನು ಖಾಲಿ ಮಾಡಿದನು ಎಂದು ಆಪಾದಿಸುವುದು ಅಪಚಾರವಾದೀತು. ಪಾಪ ಇರುಳೊತ್ತು ಅಜ್ಜಿಯ ಮಡಿಲಿಲ್ಲದೆ ನೆನೆನೆನೆದು ದುಃಖ ಒತ್ತರಿಸಿ ಬಂದು ತಡೆಯಲಾಗದೆ ಲೈಟ್ ಆನ್ ಮಾಡಿ ಸದ್ದಾದೀತೆಂದು ಟ್ರಂಕನ್ನು ಅರ್ಧ ಮಾತ್ರ ತೆರೆದು ಕೈತೂರಿಸಿ ನಿಧಿಯನ್ನು ಎತ್ತಿಕೊಂಡವನಂತೆ ಒಂದೋ ಎರಡೋ ನಿಪ್ಪಟ್ಟು ಎತ್ತಿಕೊಂಡು ಅಷ್ಟೇ ತನ್ಮಯತೆಯಿಂದ ಟ್ರಂಕಿಗೆ ಬೀಗ ಜಡಿದು ಕಾಟನ್ನು ಹತ್ತಿ ಬೆಡ್ ಶೀಟ್‌ನಿಂದ ಮುಚ್ಚಿಕೊಳ್ಳುವನು. ಕಡಿದರೆಲ್ಲಿ ‘ಕರುಂ’ ಎಂದು ಎಲ್ಲ ಎದ್ದುಬಿಡುವರೋ ಎಂಬ ಆತಂಕದಿಂದ ಇಲಿಗಳಂತೆ ಹಲ್ಲಿನ ತುದಿಗಳಿಂದ ಇಷ್ಟಿಷ್ಟೇ ತುರಿದು ತಿನ್ನುವನು. ಹೀಗೆ ವ್ಯಥೆಯಾದಾಗೆಲ್ಲ ನಾಲಿಗೆಗೆ ರುಚಿ ತಾಗಿದಾಗ ನೋವು ತಕ್ಕ ಮಟ್ಟಿಗೆ ಶಮನವಾಗುವುದನ್ನು ಒಪ್ಪಿಕೊಳ್ಳಬೇಕಾದ್ದೆ. ಏನು ಮಾಡುವುದು, ಒಂದು ಪಡೆಯಲು ಇನ್ನೊಂದನ್ನು ಕಳೆದುಕೊಳ್ಳಬೇಕು. ಈ ವೇದನಾಶಮನ ತಪಸ್ಸಿನ ಸಲುವಾಗಿ ತಿನಿಸುಗಳು ಎಂದಿಗಿಂತ ತುಸು ವೇಗವಾಗಿ ಕರಗಿಬಿಟ್ಟಿವೆ.

ಇಂತಿದ್ದರೂ ಸರಕು ಒಂದು ತಿಂಗಳು ಅಧಿಕ ಬಾಳಬಹುದಿತ್ತು, ಅವನ ಹೌಸಿನಲ್ಲಿದ್ದ ದೊಡ್ಡ ಹುಡುಗರೆಲ್ಲ ಆರಂಭದಲ್ಲೆ ಮುಗಿಬಿದ್ದು ದೋಚದಿದ್ದಲ್ಲಿ. ಮೊದಲೇ ಮನೆಯ ಗುಂಗಿನಲ್ಲಿ ಖಿನ್ನನಾಗಿರುವವನಿಗೆ, ಪ್ರಾಣಕ್ಕೆ ಪ್ರಾಣವಾದ ಆಸ್ತಿಯನ್ನು ಡಕಾಯಿತರು ಒಮ್ಮೆಲೆ ದೋಚಿಬಿಟ್ಟಿದ್ದು ಎಷ್ಟು ಸಂಕಟ ತಂದಿರಬೇಡ? ಅವನ ಅದೃಷ್ಟಕ್ಕೆ ಎಣ್ಣೆ ಪದಾರ್ಥಗಳಿಂದ ಬಟ್ಟೆಬರೆ ಹಾಳಾಗದಿರಲೆಂದು ಅಜ್ಜಿ ಬೇರೊಂದು ಟ್ರಂಕಿನಲ್ಲಿ ಬಟ್ಟೆ ತುಂಬಿಸಿಟ್ಟಿದ್ದಳು. ವಿನೋದ ಶುರುವಿನಲ್ಲೆ ಉಪಾಯ ಮಾಡಿ ಎಷ್ಟು ಸಾಧ್ಯವೋ ಅಷ್ಟು ತಿನಿಸುಗಳನ್ನು ಬಟ್ಟೆಗಳ ಅಡಿಯಲ್ಲಿ ಬಚ್ಚಿಟ್ಟಿದ್ದನು! ಅಜ್ಜಿ ಬರಲಿ ಎಂದು ಕಾಯುತ್ತಿದ್ದನು. ತನ್ನ ತಿಂಡಿ ಕಸಿಯುವವರಿಗೆ ತನ್ನನ್ನು ಡುಮ್ಮ ಡುಮ್ಮ ಎಂದು ಆಡಿಕೊಳ್ಳುವವರಿಗೆಲ್ಲ ಪೊರಕೆ ಸೇವೆ ಮಾಡಿಸುತ್ತೀನಿ ಎಂದು ಮನಸಿನಲ್ಲಿ ಶಪಥಗೈದಿದ್ದನು.

ಒಮ್ಮೆ ಹೀಗಾಗಿತ್ತು: ಈ ದೊಡ್ಡ ಹುಡುಗರ ದೌರ್ಜನ್ಯದ ಬಗ್ಗೆ ವಿನೋದ ಧೈರ್ಯ ಮಾಡಿ ತನ್ನ ಹೌಸ್ ಮಾಸ್ಟರಿಗೆ ದೂರು ನೀಡಿದ್ದ. ಹೌಸ್ ಮಾಸ್ಟರು ದೊಡ್ಡ ಹುಡುಗರಿಗೆ ಒಂದರೆಡು ಮಾತು ಬೈದಂತೆ ಮಾಡಿ ಸ್ವತಃ ದೂರುದಾರನಿಗೆ

ಹಾಗೆಲ್ಲ ತಿಂಡಿ ಪಂಡಿ ಇಟ್ಟುಕೋಬಾರದು ಎಂದು ಆರೋಪಿಗಳ ಸಮಕ್ಷಮವೆ ಗದರಿದ್ದರು. ರಕ್ಷಣೆ ಪಡೆಯಲು ಹೋದವನಿಗೇ ಕೋರ್ಟು ಛೀಮಾರಿ ಹಾಕಿದ್ದು ವಿನೋದನಿಗೆ ಭಾರೀ ಅವಮಾನ ಉಂಟು ಮಾಡಿತ್ತು. ಹೌಸ್ ಮಾಸ್ಟರು ವಿನೋದನ್ನು ಅಷ್ಟಕ್ಕೆ ಬಿಟ್ಟಿದ್ದರೂ ಸಾಕಿತ್ತು. ದೂರಿನ ಸಲುವಾಗಿ ಒಂದು ಟ್ರಂಕು ತುಂಬ ತಿನಿಸುಗಳನ್ನು ತಂದಿದ್ದ ಭೂಪನೆಂದೂ ಡುಮ್ಮಗಿರುವನೆಂದೂ ಅವರ ಕಣ್ಣಿಗೆ ನೋಟೆಡ್ ಆಗಿಬಿಟ್ಟಿದ್ದ. ತತ್ ಪರಿಣಾಮ, ಪ್ರತಿ ಭಾನುವಾರ ಹೌಸಿನ ಸುತ್ತಮುತ್ತ ಇರುವ ಪಾರ್ಥೇನಿಯಂ ಕೀಳುವ, ಪ್ಲಾಸ್ಟಿಕ್ ಆಯುವ, ಗಿಡಗಳಿಗೆ ನೀರುಣಿಸುವ ಮುಂತಾದ ಸಾಮಾಜಿಕ ಕಾರ್ಯಕ್ರಮಗಳಲ್ಲಿ ಉಳಿದವರೆಲ್ಲರಿಗಿಂತ ಅವನೇ ಎದ್ದು ಕಾಣುವಂತಾದ. ಅಂದಿನಿಂದ ಅವನ ಪಾಲಿಗೆ ಹೌಸ್ ಮಾಸ್ಟರು ರಾವಣಾಸುರರಾಗಿಬಿಟ್ಟಿದ್ದರು. ಹೇಗಿದ್ದರೂ ಇನ್ನೊಂದು ವಾರದಲ್ಲಿ ಪಾರ್ಥೇನಿಯಂ ಮತ್ತೆ ಬೆಳೆಯುತ್ತವೆ, ಆ ಸಂಪತ್ತಿಗೆ ಯಾಕೆ ಕೀಳಬೇಕು ಎಂದು ಸುಮ್ಮನೆ ನಿಂತರೆ ಕುಂಡಿ ಮೇಲೊಂದು ಫಟ್ ಅಂತ ಏಟು ಬೀಳುತ್ತಿತ್ತು. ಬಗ್ಗಿ ಎದ್ದು ಬಕೇಟಿನಲ್ಲಿ ನೀರು ತುಂಬಿ ಗಿಡಗಳಿಗೆ ಉಯ್ಯಬೇಕಿತ್ತು. ವಾರಾಂತ್ಯದಲ್ಲಿ ತನ್ನ ಬಟ್ಟೆ ತಾನೇ ಒಗೆದುಕೊಳ್ಳಬೇಕು, ತಾನೇ ನೀರು ಹಿಡಿದುಕೊಂಡು ಸ್ನಾನ ಮಾಡಬೇಕು. ಶೌಚಾಲಯಗಳನ್ನೆಲ್ಲ ಉಜ್ಜಿ ತೊಳೆಯಬೇಕು. ವಿನೋದ ವಸತಿ ಶಾಲೆಯ ಜಂಜಾಟಗಳಿಂದ ರೋಸತ್ತಿದ್ದ. ಕೂತಲ್ಲೆ ಎಲ್ಲ ಸೌಕರ್ಯ ಮಾಡಿಕೊಡುತ್ತಿದ್ದ ಅಜ್ಜಿಯೆಲ್ಲಿ, ಮುಂಜಾನೆ ಐದು ಗಂಟೆಗೆ ಕುಂಡಿಗೆ ಬಾರಿಸಿ ಎಬ್ಬಿಸುವ ಈ ನರಕವೆಲ್ಲಿ. ಆಗೆಲ್ಲ ಅವನಿಗೆ ಅಲ್ಪ ಸ್ವಲ್ಪ ಸಮಾಧಾನ ಮೂಡಿಸುತ್ತಿದುದು ಸ್ನೇಹಿತರ ಸಹಾನುಭೂತಿಗಿಂತಲೂ ಹೆಚ್ಚಾಗಿ ತನ್ನ ಟ್ರಂಕಿನಲ್ಲಿ ಅಡಗಿದ್ದ ತಿನಿಸುಗಳು!

***

ಅವತ್ತೊಂದಿನ ದುರ್ಗಾಳಿಗೆ ಬಂದೇ ಬಿಟ್ಟಿತು! ಬಚ್ಚಿಟ್ಟಿದ್ದ ತಿನಿಸುಗಳೂ ಖಾಲಿಯಾಗಿಬಿಟ್ಟವು. ತಡಕಾಡಿದ ಕೈಗಳಿಗೆ ತಳದಲ್ಲಿ ಉಳಿದಿದ್ದ ಚೂರುಪಾರು ತಗುಲಿದವು. ಅಜ್ಜಿ ತನ್ನನ್ನು ಬಿಟ್ಟು ಹೋದಂತೆ ತಿಂಡಿಗಳೂ ಬಿಟ್ಟು ಹೋದವು ಎಂಬ ಅನಾಥ ಭಾವ ಕಾಡಿತು ವಿನೋದನಿಗೆ. ಅಳು ಉಮ್ಮಳಿಸಿ ಬಂತು. ಉಗುರುಗಣ್ಣಿಗೆ ಸಿಕ್ಕಿದ್ದನ್ನು ಆಯ್ದು ನಾಲಿಗೆ ಮೇಲಿಟ್ಟುಕೊಂಡನು. ಇನ್ನು ಯಾರು ತನಗೆ ಆಸರೆ ? ಏನು ಪಾಪ ಮಾಡಿದ್ದನೆಂದು ನನ್ನನ್ನು ಇಲ್ಲಿ ತಂದು ಕೂಡಿಹಾಕಿದೆ? ಕೈಗೆ ಸಿಗು ಬಗ್ಗಿಸಿ ಗುದ್ದುವೆ ಎಂದು ಅಜ್ಜಿಯನ್ನು ಅಂತರಾಳದಿಂದ ಶಪಿಸಿದನು. ಜೋಲು ಮುಖದಿಂದ ಕಾಟು ಹತ್ತಿ ಉರುಳಿಕೊಂಡರೆ ನಿದ್ದೆಯೇ ಹತ್ತದು. ಅವವೇ ಕೆಟ್ಟ ಕನಸುಗಳು. ಇನ್ನು ಮುಂದೆ ಯಾರೂ ನನ್ನನ್ನು ನೋಡಲು ಬರದೇ ಹೋಗಿಬಿಟ್ಟರೆ? ಊರಿನ ಜನ ಬೇಡದ ನಾಯಿಮರಿಗಳನ್ನು ದೂರದ ಗಿಡಗಳಲ್ಲಿ

ಬಿಟ್ಟು ಬರುತ್ತಿದ್ದರಲ್ಲ ಹಾಗೆ? ಇಲ್ಲಿನ ಗುಡ್ಡ ಕುರುಚಲು ಕಾಡು ಸಂಪರ್ಕ ರಹಿತ ಕಟ್ಟಡ.. ಇದು ಕಾಡೇ ಸರಿ. ಅಪ್ಪನನ್ನು ಅಜ್ಜಿಯನ್ನು ನೆನೆದು ಅಳು ಮತ್ತು ಸಿಟ್ಟು ಒಟ್ಟಿಗೆ ಬಂದಿತು. ದೊಡ್ಡವನಾಗುವವರೆಗೆ ತಾನಿಲ್ಲೆ ಇರಬೇಕು. ಅಷ್ಟರಲ್ಲಿ ಎಲ್ಲರೂ ತನ್ನನ್ನು ಮರೆತುಕೊಂಡಿರುತ್ತಾರೆ ಅಥವಾ ಸತ್ತು ಹೋಗಿರುತ್ತಾರೆ. ಇನ್ನೆಂದಿಗೂ ಅವರ ಮುಖಗಳನ್ನು ನೋಡಲಾರೆ ಎಂಬ ಭಯ ಮೂಡಿತು. ಎದೆಯಲ್ಲಿ ಖಾಲಿ ಖಾಲಿ. ತಕ್ಷಣಕ್ಕೆ ಅಜ್ಜಿಯ ಮಡಿಲು ಬೇಕೇ ಬೇಕು ಎಂಬ ಬೃಹದಾಕಾರದ ಬಯಕೆ ಹುಟ್ಟಿತು. ಏನು ಮಾಡುವುದು? ವಿನೋದ ಯೋಚಿಸತೊಡಗಿದ. ಗಿಡದಲ್ಲಿ ಬಿಟ್ಟುಬಂದ ನಾಯಿಮರಿಗಳಲ್ಲಿ ಕೆಲವು ಸ್ವಲ್ಪ ದಿವಸಗಳ ನಂತರ ಊರಿನಲ್ಲಿ ಮತ್ತೆ ಪ್ರತ್ಯಕ್ಷವಾಗುತ್ತಿದ್ದವಲ್ಲ.. ಹೇಗೆ.. ಹಾಗೆ?

ಇದ್ದಕ್ಕಿದ್ದಂತೆ ಹುಟ್ಟಿದ ಆಲೋಚನೆ ಅವನಲ್ಲಿ ಸಂಪೂರ್ಣ ಸ್ವತಂತ್ರ ಭಾವ ಹುಟ್ಟಿಸಿ ಅಷ್ಟೂ ಹೊತ್ತು ತಲೆ ಮೇಲೆ ಕೂತಿದ್ದ ವಿಕಾರ ಕಲ್ಪನೆಗಳು ಅಳಿಸಿ ಮನಸು ಹಗುರಾಯಿತು. ಮಲಗಿದ್ದಲ್ಲಿಯೆ ವಿಹಾರಲೋಕದಲ್ಲಿ ತೇಲಲಾರಂಭಿಸಿದನು. ಹೇಗೆ ಇಲ್ಲಿಂದ ತಪ್ಪಿಸಿಕೊಂಡು ಕಾಡು ಮೇಡು ಅಲೆದು ಊರು ಸೇರುವೆ, ತನ್ನ ಕಂಡ ತಕ್ಷಣ ಹೇಗೆ ಅಜ್ಜಿ ಬರಸೆಳೆದು ಉಸಿರುಗಟ್ಟುವಂತೆ ಆಲಂಗಿಸುವಳು, “ಮುದ್ದು ಗಣೇಶಾ” ಎಂದು ಮೈಮೇಲೆಲ್ಲ ಮುತ್ತು ಸುರಿಸುವಳು, ಒಳಕರೆದು ಸಿಹಿ ಶಾವಿಗೆ ಮಾಡಿ ಉಣಿಸುವಳು ಸಿಹಿ ಕನಸುಗಳು.

ಅಕಸ್ಮಾತ್ ಶಾವಿಗೆ ತಿನಿಸಿದ ನಂತರ ನಡಿ ವಾಪಸ್ಸು ಹೋಗೋಣವೆಂದು ಕರೆದುಕೊಂಡು ಹೊರಟುಬಿಟ್ಟರೆ? ತನ್ನ ಕಣ್ತಪ್ಪಿಸಿ ಹೋದ ಸಿಟ್ಟಿಗೆ ಹೌಸ್ ಮಾಸ್ಟರು ಸುಮ್ಮನಿರುತ್ತಾರೆಯೇ? ಅಜ್ಜಿ ಮರೆಯಾದ ಕೂಡಲೆ ಬೆಂಡೆತ್ತುವುದಿಲ್ಲವೇ? ಅಯ್ಯಯ್ಯೋ.. ಕಹಿ ಕನಸುಗಳು.

ಇಲ್ಲ ಇಲ್ಲ, ಹೋದರೆ ಇನ್ನೆಂದೂ ಇತ್ತ ತಲೆ ಹಾಕುವುದಿಲ್ಲ, ಅಲ್ಲೇ ಬಿದ್ದು ಉರುಳಾಡಿ ರಂಪ ರಾಮಾಯಣ ಮಾಡಿ ಅಗತ್ಯವಿದ್ದಲ್ಲಿ ಕೈಗೆ ಸಿಕ್ಕ ಸೊಪ್ಪು ಗಿಪ್ಪು ಕಲ್ಲು ಮಣ್ಣು ಬಾಯಿಗೆ ತುರುಕಿಕೊಂಡು ದೆವ್ವ ಮೆಟ್ಟಿದವನಂತಾಡಿ ಅಜ್ಜಿಯು ಸೋಲುವ ಹಾಗೆ ಮಾಡಿ.. ಹಾ ಇನ್ನೆಂದೂ ಮತ್ತೆ ಇತ್ತ ಸುಳಿಯಲಾರೆನು.

ಹಾಗೆ ಯೋಚಿಸುತ್ತ ವಿನೋದ ವಾಸ್ತವಕ್ಕೆ ಮರಳಿದ. ಅದೆಲ್ಲ ಸರಿ, ಮೊದಲಿಗೆ ತಪ್ಪಿಸಿಕೊಳ್ಳುವುದಾದರೂ ಹೇಗೆ? ಹೌಸಿಗೆ ಸರಪಳಿಯ ಗೇಟ್, ಅದಕ್ಕೊಂದು ದಢೂತಿ ಬೀಗ, ಅಷ್ಟೆತ್ತರದ ಕಾಂಪೋಂಡು ಗೋಡೆ, ಗಾಜಿನ ಚೂರು, ತಂತಿ ಬೇಲಿ.. ಹೊರಗೆ ಕಾಡ್ಗತ್ತಲೆ, ಹಾವು ಹುಳ ಹುಪ್ಪಟೆ. ಹೆಜ್ಜೇನು ಹೆಜ್ಜೇನು ತಿನ್ನಲೆಂದು ಕರಡಿಗಳೂ..

ಹೆಜ್ಜೇನು ಮತ್ತು ಕರಡಿ ನೆನೆದಾಕ್ಷಣ ಅವನಿಗೆ ಬೆವರು ಕಿತ್ತುಗೊಂಡಿತು. ಇದೇ ಹೆಜ್ಜೇನು ಕಡಿದು ಸಹಪಾಠಿ ಕಾಮಾಕ್ಷಿಯ ಮುಖ ಮೂತಿಯೆಲ್ಲ ಊದಿಕೊಂಡಿತ್ತಲ್ಲವೇ? ಇದೇ ಕರಡಿ ಅಂಚೆ ಕಡ್ಡಿ ಆಯಲು ಕಾಡಿಗೆ ಹೋಗಿದ್ದ ಬಿದರಣ್ಣನ ಎಡಗಣ್ಣನ್ನು ತನ್ನ ಪಂಜಗಳಿಂದ ಎಬ್ಬಿತ್ತಲ್ಲವೇ? ಇಂದಿಗೂ ನೇತಾಡುಗಣ್ಣಿನ ಅವನನ್ನು ಎದುರುಗೊಳ್ಳಲು ಮಕ್ಕಳು ಹಿಂಜರಿಯುತ್ತಾರೆ. ಸಿಕ್ಕಿಹಾಕಿಕೊಂಡರೆ ಕರಡಿಯು ತನ್ನನ್ನೂ ಸಿಗಿಯುತ್ತದೆ ಎಂದು ವಿನೋದ ಹೆದರಿದ. ಅಲ್ಲಿ ತನಕ ಕಟ್ಟಿದ್ದ ಪಲಾಯನದ ಕನಸುಗಳು ತುಪತುಪನೆ ಉದುರಿಬಿಟ್ಟವು. ಕಣ್ಮುಚ್ಚಿಕೊಂಡು ಬೆಡ್ ಶೀಟು ಗುಬುರು ಹಾಕಿಕೊಂಡು ಮಲಗಿಕೊಳ್ಳಲು ಪ್ರಯತ್ನಿಸಿದ.

ಸ್ವಲ್ಪ ಸಮಯದಲ್ಲಿ ಯಾರೋ ಮುಟ್ಟಿ ಎಬ್ಬಿಸಿದಂತೆ ಅನುಭವ. ಯಾರಪ್ಪ ಇಷ್ಟು ಹೊತ್ತಿನಲ್ಲಿ ಎಂದು ಬೆಡ್ ಶೀಟು ತೆಗೆದು ನೋಡಲು, ನವೀನ. ತನ್ನ ಮೇಗಣ ಕಾಟಿನವನು. ನರಪೇತಲ ನಾರಾಯಣ. ಕುಳ್ಳಗೆ ಪುಟ್ಟ ಗುಬ್ಬಚ್ಚಿಯಂತಿದ್ದ. ವಿನೋದ ಡುಮ್ಮಗಿದ್ದು ಹತ್ತಿ ಇಳಿಯಲು ಕಷ್ಟವೆಂದೂ ಮೇಲಿಂದ ಬಿದ್ದರೆ ಭೂಕಂಪವಾಗುವುದೆಂದೂ ಕೆಳಗಿನ ಕಾಟು ಕೊಡಲಾಗಿತ್ತು. ನವೀನ ಅವನಿದ್ದ ಸೈಜಿಗೆ ಕೆಳಗೆ ಬಿದ್ದರೆ ನೆಲ ಮುಟ್ಟದೆ ಚಿಟ್ಟೆಯಂತೆ ಹಾರುವನು ಎಂಬ ಗೇಲಿಯೊಂದಿಗೆ ಮೇಲಿನ ಕಾಟು ಕೊಡಲಾಗಿತ್ತು.

"ಏನೋ?" ವಿನೋದ ಪಿಸುಗುಟ್ಟಿದ.

"ತುಂಬ ಹೊಟ್ಟೆ ಹಸಿಯುತ್ತಿದೆ, ಏನಾದರೂ ತಿನ್ನುವುದಕ್ಕೆ ಇಟ್ಟಿದಿಯೇನೊ?"

"ಯಾಕೋ ಊಟ ಮಾಡಿರ್ಲಿಲ್ವ?"

"ಇಲ್ವೋ, ತುಂಬ ಬೇಜಾರಾಗ್ತಿತ್ತು. ಊಟಕ್ಕೆ ಹೋಗಿರಲಿಲ್ಲ."

"ಇವತ್ತೇ ಎಲ್ಲ ಖಾಲಿ ಆಯ್ತು ಕಣೋ ಸುಳ್ಳಲ್ಲ, ಬೇಕಿದ್ದರೆ ಟ್ರಂಕು ತೆಗೆದು ನೋಡಿಕೋ".

ನವೀನ ಪೆಚ್ಚು ಮೋರೆಯಿಂದ ಕಾಟು ಹತ್ತಿ ಮಲಗಿದ.

ಸ್ವಲ್ಪ ಹೊತ್ತಿಗೆ ವಿನೋದ ಮೆಲ್ಲಗೆ ಎದ್ದು ನವೀನನನ್ನು ತಿವಿದ.

"ಏನೋ, ಸಿಗ್ತ ಏನಾದ್ರು?",

"ಯಾಕೋ ಬೇಜಾರು ಅಂದೆ?"

"ಊರು ನೆನಪಾಯ್ತೋ"

ವಿನೋದನಿಗೆ ಸಮಾನ ಮನಸ್ಕನು ಸಿಕ್ಕಿದ್ದ. ತನಗೂ ಆಗುತ್ತಿರುವ ಬೇಸರ ಸಂಕಟಗಳನ್ನು ಹಂಚಿಕೊಂಡ. ಅಂತೆಯೇ ಇಂಗಿತವನ್ನೂ ಸಹ. ಇನ್ನೊಬ್ಬ ಜೊತೆಗಿದ್ದರೆ ಕಾರ್ಯಸಾಧನೆಗೆ ಧೈರ್ಯವೆಂಬ ಲೆಕ್ಕಾಚಾರದೊಂದಿಗೆ. ನವೀನನಿಗೆ ಭಯವಾಯಿತು. ಡುಮ್ಮ ಏನೇನೆಲ್ಲ ಪ್ಲಾನು ಹಾಕಿದ್ದಾನೆ? ಇವನ ಜೊತೆ ತನ್ನನ್ನೂ ಅಪರಾಧದಲ್ಲಿ ಭಾಗಿಯಾಗಿಸಿ ಸಿಕ್ಕಿಹಾಕಿಕೊಂಡು ಡಿಸ್ ಮಿಸ್ ಮಾಡಿಬಿಟ್ಟರೆ? ಊರಲ್ಲಿ ಡಿಸ್ ಮಿಸ್ ಆದವ ಎಂಬ ಅವಮರ್ಯಾದೆ, ತನಗೂ ಅಪ್ಪ ಅಮ್ಮನಿಗೂ. ಸಿಕ್ಕಿಕೊಳ್ಳದೆ ತಪ್ಪಿಸಿಕೊಂಡರೆ ನಾಳೆ ಊರು ಸಿಕ್ಕೀತು, ಕೆರೆ ಕಟ್ಟೆ, ಹಣ್ಣು ಹಂಪಲು, ಚಿನ್ನಿ ದಾಂಡು ಅಪ್ಪ ಅಮ್ಮ, ಹೋಗಲೋ ಬೇಡವೋ.. ವಿನೋದನಿಗೆ ಬಹಳ ಶಕ್ತಿಯುಂಟು. ಶಕ್ತಿಮದ್ದು ತಿಂದು ಊದಿಕೊಂಡಿದ್ದಾನೆ. ಖಂಡಿತ ಸುರಕ್ಷಿತವಾಗಿ ಕರೆದುಕೊಂಡು ಹೋಗುತ್ತಾನೆ. ಸುಸ್ತಾದರೆ ಹೊತ್ತು ನಡೆಯುತ್ತಾನೆ. ಕರಡಿ ಅಡ್ಡ ಬಂದರೆ ಎತ್ತಿ ಎಸೆಯುತ್ತಾನೆ. ಜೇನುನೊಣಗಳು ಇಷ್ಟು ಹೊತ್ತಿನಲ್ಲಿ ನಿದ್ದೆ ಮಾಡುತ್ತಿರುತ್ತವೆ. ಹ್ಞೂ ಅನ್ನಲು ಬೇಕಾದ ಸಮಜಾಯಿಷಿಗಳನ್ನೆಲ್ಲ ಒಟ್ಟುಗೂಡಿಸಿದ ನವೀನ ಒಪ್ಪಿಕೊಂಡ. ತತ್ ತಕ್ಷಣ ಓಡಿಹೋಗುವ ಆಸೆ. ಹೌಸಿನ ಗೇಟಿಗೆ ಭದ್ರವಾದ ಬೀಗ ಜಡಿದಿತ್ತು.

"ನಾನೇನೋ ಕಿಟಕಿ ಸರಳುಗಳ ನಡುವೆ ತೂರಬಹುದು ನೀನೂ?" ನವೀನ ತಲೆಕರೆದುಕೊಂಡ.. ಸಾಮಾನ್ಯವಾಗಿ ಹುಡುಗರು ವಿನೋದನ ಗಾತ್ರ ನೋಡಿ ಹೆದರಿಕೊಳ್ಳುತ್ತಿದ್ದರು, ಇತರರಂತೆ ರ್‍ಯಾಗಿಂಗಿಗೆ ಒಳಗಾಗುತ್ತಿರಲಿಲ್ಲ ಅವನು. ಹಾಗಾಗಿ ಅವನಿಗೆ ಒಳಗೊಳಗೆ ತನ್ನ ಸ್ಥೂಲಕಾಯದ ಬಗ್ಗೆ ಅಭಿಮಾನವಿತ್ತು. ಇವತ್ತು ಮಾತ್ರ ಮೊದಲ ಬಾರಿಗೆ ತನ್ನ ಗಾತ್ರದ ಬಗ್ಗೆ ಬೇಸರವಾಯಿತು. ನವೀನ ನಿಜಕ್ಕೂ ಕಿಟಕಿ ಕಂಬಿ ಸಂದಿಯಲ್ಲಿ ತೂರುವಷ್ಟು ತೆಳುವಾಗಿದ್ದನು. ಬಹಳಷ್ಟು ಯೋಚಿಸಿ ನಾಳೆ ಹೋಗುವ ಎಂದು ನಿರ್ಧರಿಸಿ ತಮ್ಮ ತಮ್ಮ ಹಾಸಿಗೆ ಮೇಲೆ ಉರುಳಿಕೊಂಡರು. ರಾತ್ರಿಯಿಡೀ ಅದೇ ಯೋಚನೆ. ಮುಂಜಾನೆ ಯಾವುದೋ ಹೊತ್ತಿಗೆ ನಿದ್ದೆ ಹತ್ತಿತು.

***

ಮಾರನೆ ದಿನ ಅವರು ಹಗಲು ಪೂರ್ತಿ ಜೊತೆಜೊತೆಗೆ ಓಡಾಡಿಕೊಂಡಿದ್ದು ಪಕ್ಕಾ ಯೋಜನೆ ರೂಪಿಸಿದರು. ಸಂಜೆ ಹೌಸ್ ಮಾಸ್ಟರ್ ರೋಲ್ ಕಾಲ್ ಮುಗಿಸಿ ಎಲ್ಲರನ್ನೂ ಒಳಗೆ ಕಳಿಸಿ ಗೇಟು ಎಳೆದು ಬೀಗ ಹಾಕಲು ಮುಂದಾಗುತ್ತಾರೆ. ನಾವು ಸಾಲಿನ ಕೊನೆಯಲ್ಲಿ ನಿಂತಿದ್ದು ಉದ್ಯಾನದ ಮರೆಯಲ್ಲಿ ಅವಿತುಕೊಳ್ಳುವುದು. ಎಲ್ಲರೂ ಮರೆಯಾದ ನಂತರ ಕಾಂಪೋಂಡು ಹಾರುವುದು. ಬಂಡಿಜಾಡು ಹಿಡಿದು ಹೆದ್ದಾರಿ ತಲುಪುವುದು. ಅಲ್ಲಿಂದ ಲಾರಿಯೋ ಬಸ್ಸೋ ತಡ ಹಾಕಿ ಕ್ರಾಂತಿಪೇಟೆ ತಲುಪಿ ಬಸ್ಟಾಂಡಿನಲ್ಲಿ ಮಲಗಿ ಮುಂಜಾನೆ ಮೊದಲ ಬಸ್ಸಿಗೆ ತಂತಮ್ಮ ಊರಿನ

ಕಡೆ ಪಯಣ ಬೆಳೆಸುವುದು. ನೋಟ್ ಬುಕ್ಕಿನಲ್ಲಿ ಪಲಾಯನ ಮಾರ್ಗವನ್ನು ಬರೆದು ವ್ಯವಸ್ಥಿತವಾದ ಜಾಲ ಹೆಣೆದರು.

ಸಂಜೆ ಹಾಸ್ಟೆಲ್ಲಿಗೆ ಮರಳಿದಾಗ ಹುಡುಗರು ಸಂಭ್ರಮದಿಂದಿದ್ದರು. ಮಾರನೆಯ ದಿವಸ ರಜೆ. ಗಣೇಶ ಚತುರ್ಥಿ ವಿಶೇಷ. ವಿನೋದನಿಗೆ ಹಿಂದಿನ ವರ್ಷದ ಹಬ್ಬ ನೆನಪಾಯಿತು. ಅಪ್ಪನ ಜೊತೆಗೂಡಿ ಎತ್ತಿನ ಗಾಡಿಯ ಮೇಲೆ ಗಣೇಶನ ವಿಗ್ರಹವನ್ನು ಏರಿಕೊಂಡು ಬಂದಿದ್ದು, ವಿಗ್ರಹದ ಸುತ್ತ ಮರಳಿನ ಬೆಟ್ಟ ಕಟ್ಟಿ ಹುಲ್ಲಿನ ಗರಿಕೆಗಳನ್ನು ಮರಗಳಂತೆ ಸಾಲಾಗಿ ನೆಟ್ಟಿದ್ದು, ಕುಂಬಾರರ ಮಡಿಕೆಯ ಮಸಿಯಿಂದ ಕಪ್ಪು ರಸ್ತೆ ಬರೆದಿದ್ದು, ಬಸ್ಸು ಕಾರು ಲಾರಿಗಳ ಆಟಿಕೆಗಳನ್ನು ಜೋಡಿಸಿದ್ದು, ಗಣೇಶನ ಶಿರದ ಹಿಂದೆ ಮೋಟರು ಇಟ್ಟು ಚಕ್ರವನ್ನು ತಿರುಗಿಸಿದ್ದು. ಅಜ್ಜಿಯ ಜೊತೆಗೂಡಿ ತಾನೂ ಕಡುಬುಗಳನ್ನು ಒತ್ತಿದ್ದು. ಬೊಗಸೆ ತುಂಬ ಹೂರಣ ಮುಕ್ಕಿದ್ದು. ಒಬ್ಬಟ್ಟು ಕಡುಬಿಗೆ ತುಪ್ಪ ಕಾಯಿಹಾಲನ್ನು ಸುರಿದು ಕಿವುಚಿ ಬಾಯಲ್ಲಿ ಇಟ್ಟುಕೊಂಡರೆ, ಆಹಾ ಅಮೃತ! ವಿನೋದನ ಕಟಬಾಯಿಯಲ್ಲಿ ನೀರು ನುಗ್ಗಿ ಬಂತು. ಸಿಹಿ ನೆನಪುಗಳೂ ಕೆಲವೊಮ್ಮೆ ಶಿಕ್ಷೆಯಾಗಿರುತ್ತವೆ. ಈ ರಾತ್ರಿ ಮಲಗಿ ಅಂತರ್ಧಾನನಾಗಿ ಬೆಳಗ್ಗೆ ಎದ್ದಾಗ ಊರಲ್ಲಿದ್ದರೆ ಎಷ್ಟು ಚಂದ ಇರುತ್ತದೆ? ಹಾಸಿಗೆಯಿಂದೆದ್ದು ಕಣ್ಣು ತೆರೆದಾಗ ಅಜ್ಜಿ ಕಾಣಿಸಿದರೆ ಎಷ್ಟು ರೋಮಾಂಚಕವಾಗಿರುತ್ತದೆ? ಮಿಸ್ ಹೇಳುತ್ತಾರೆ, ಹಾಗೆಲ್ಲ ಮಾಯವಾಗುವುದು ಅಂತರ್ಧಾನವಾಗುವುದು ಕತೆಗಳಲ್ಲಿ ಮಾತ್ರವೆಂದು. ಏನಾದರೂ ಬಯಸಿದ್ದಲ್ಲಿ ನಿಜ ಶ್ರಮ ಹಾಕಿ ಪಡೆಯಬೇಕೆಂದು. ಹೌದು ಶ್ರಮ ಹಾಕಲೇಬೇಕು ಎಂದು ನಿಶ್ಚಯ ಮಾಡಿಕೊಂಡ ವಿನೋದ.

ಅಂದು ರಾತ್ರಿ ವಿನೋದ ನವೀನ ಹೊಟ್ಟೆ ತುಂಬ ತಿಂದರು. ಬಲುದೂರ ನಡೆಯುವ ಯೋಜನೆಯಿದ್ದು ಶಕ್ತಿ ತುಂಬಿಕೊಳ್ಳಬೇಕಿತ್ತು. "ನಾಳೆ ಹಬ್ಬದ ವಿಶೇಷ ಊಟ ಇರುತ್ತದೊ, ಸ್ವಲ್ಪ ಕಡಿಮೆ ತಿಂದು ಜಾಗ ಉಳಿಸಿಕೊಳ್ಳೋ" ಎಂದು ಸಹಪಾಠಿಗಳು ವಿನೋದನನ್ನು ಗೇಲಿ ಮಾಡಿದರು. ರಾತ್ರಿ ಹತ್ತು ಗಂಟೆಗೆ ಹಾಸ್ಟೆಲ್ಲಿನ ಎದುರು ರೋಲ್ ಕಾಲ್ ಶುರುವಾಯಿತು. ಹೌಸ್ ಮಾಸ್ಟರು ತಲೆಗಳನ್ನು ಎಣಿಸಿದರು. ನಾಳಿನ ರಜಾ ದಿನದ ಕೆಲಸಗಳನ್ನು ತಿಳಿಸಿದರು. ಒಬ್ಬೊಬ್ಬರನ್ನೆ ಒಳಗೆ ಕಳಿಸಿದರು. ಅವರಿಗೆ ಕಾಣದಂತೆ ವಿನೋದ ನವೀನ ಹಿಂದೆ ಸರಿದು ಗಿಡಗಳಲ್ಲಿ ಅವಿತುಕೊಂಡರು.

ಹೌಸ್ ಲೀಡರ್ ರಾಕೇಶ ಸರಪಳಿ ಗೇಟನ್ನು ಎಳೆದು ಬೀಗ ಹಾಕಲು ಮುಂದಾದನು. ಸರಪಳಿಯಲ್ಲಿ ಮಣ್ಣು ಸೇರಿಕೊಂಡು ಗೇಟು ನೆಲಕ್ಕೆ ಕಚ್ಚಿಕೊಂಡಿತ್ತು. ಇಂತಹ ಕೆಲಸಗಳಿಗೆ ವಿನೋದನಲ್ಲದೆ ಇನ್ನಾರು ಪ್ರಸಿದ್ಧಿ?

“ವಿನೋದಾ”, ರಾಕೇಶ.

“ಲೇ ವಿನೋದಾ ಉಂಡೇಟಿಗೆ ಮಲಗಿದೆಯೇನೋ” ಹೌಸ್ ಮಾಸ್ಟರು ಏರುದನಿಯಲ್ಲಿ ಕೂಗಿದರು. ಮರೆಯಲ್ಲಿ ಅಡಗಿದ್ದವರು ಪರಸ್ಪರ ನೋಡಿಕೊಂಡರು.

ಹೌಸ್ ಮಾಸ್ಟರು ವಿನೋದ ತನ್ನ ಕೂಗನ್ನು ಅಸಡ್ಡೆ ಮಾಡುತ್ತಿರುವನೆಂದು ಕುಪಿತಗೊಂಡು ಅವನಿದ್ದ ಕೋಣೆಗೆ ನುಗ್ಗಿದರು. ವಿನೋದ ಉದ್ಯಾನದಿಂದ ಹಾರಿ ಹಾಸ್ಟೆಲ್ಲು ಸೇರಿ ಎದುರಿನ ಕೋಣೆ ಸೇರಿಕೊಂಡನು. “ಸರ್ ಇಲ್ಲಿದ್ದೀನಿ” ಎನ್ನುತ್ತ ಕೋಣೆಯಿಂದ ಹೊರಬಂದು ರಾಕೇಶನಿಗೆ ಗೇಟ್ ಎಳೆಯಲು ಸಹಾಯ ಮಾಡಲು ಮುಂದಾದನು. ಹೌಸ್ ಮಾಸ್ಟರು ಹೊರಬಂದರು. ಏನೊ ಸಂಶಯದ ವಾಸನೆ ಬಡಿಯಿತು. ಒಳಗಿಂದ ಬೀಗ ಹಾಕಿಸಿ ಕೀಲಿಯನ್ನು ಎಂದಿನಂತೆ ರಾಕೇಶನ ಬಳಿ ಬಿಡದೆ ತಾವು ಇಸಕೊಂಡು ಮನೆ ಕಡೆ ಹೊರಟರು.

ಪ್ರತಿ ಸಲವೂ ಹೀಗೆ, ಯಾರ ಯಾರದೊ ಮಾತು ಕೇಳಿಕೊಂಡು ತಾನು ಇಕ್ಕಳದಲ್ಲಿ ಸಿಕ್ಕಿಹಾಕಿಕೊಳ್ಳುವೆ, ಉದ್ಯಾನದಲ್ಲಿ ಅಡಗಿದ್ದ ನವೀನ ಪರಿತಪಿಸಿದ.

***

ವಿನೋದ ಹಾಸಿಗೆ ಮೇಲೆ ಉರುಳಿ ನವೀನನ ಬಗ್ಗೆ ಯೋಚಿಸತೊಡಗಿದ. ಪಾಪ, ನನ್ನನ್ನು ನಂಬಿ ಜೊತೆಗೂಡಿದ್ದ. ಹೊರಗೆ ಛಳಿ, ಸೊಳ್ಳೆ. ಹನ್ನೊಂದು ಗಂಟೆಗೆ ಪೀವನ್‌ಗಳು ಟಾರ್ಚು ಬಿಡುತ್ತ ಗಸ್ತು ತಿರುಗುತ್ತಾರೆ. ಸಿಕ್ಕಿಹಾಕಿಕೊಂಡರೆ ಪ್ರಿನ್ಸಿಪಾಲರ ಬಳಿ ಎಳೆದೊಯ್ಯುತ್ತಾರೆ. ಏನೆಂದು ಹೇಳುವನು ಅವರ ಬಳಿ? ಕೊಟ್ಟು ಸಮಾಧಾನಿಸಲು ಒಂಚೂರು ತಿನಿಸು ಸಹ ಉಳಿದಿಲ್ಲ, ಎಂದೆಲ್ಲ ಬಗೆಯುತ್ತ ನಡುರಾತ್ರಿವರೆಗು ಕಾದು ಎದ್ದು ಗೇಟಿನ ಬಳಿ ಬಂದ. ಕತ್ತಲಲ್ಲಿ ನವೀನನನ್ನು ಹುಡುಕಿದ. ಕಾಣಿಸಲಿಲ್ಲ. ಇವನೂ ಸಹ ನನ್ನ ಇಲ್ಲೆ ಬಿಟ್ಟು ಪರಾರಿಯಾದನೊ ಹೇಗೆ? ಯೋಚಿಸುತ್ತ ಕಾಟಿಗೆ ಮರಳುವಾಗ ಹೌಸಿನ ಹಿಂದಿನ ಕಿಟಕಿಯಿಂದ ಯಾರೋ ಕರೆದಂತಾಯಿತು, ಅದು ನವೀನ. ವಿನೋದ ಚಕಿತನಾಗಿ ಕಿಟಕಿಯಿಂದ ಹೊರನೋಡಿದ, ನವೀನ ಕಟ್ಟಡದ ಪೈಪಿಗೆ ಕಚ್ಚಿಕೊಂಡು ನೇತಾಡುತ್ತಿದ್ದ!

ನವೀನ ಹೊಸ ಉಪಾಯವನ್ನು ಹುಡುಕಿದ್ದ. ಪೈಪು ಹಿಡಿದು ಮಾಳಿಗೆ ಹತ್ತಿ ಹೊರಗಿನಿಂದ ಮೇಲಿನ ಬಾಗಿಲು ತೆಗೆಯುವುದು, ವಿನೋದ ಬಾಗಿಲಿಂದ ಹೊರಬಂದು ಪೈಪು ಹಿಡಿದು ಕೆಳಗಿಳಿಯುವುದು.

ಕೆಲ ಹೊತ್ತಿನಲ್ಲಿ ನವೀನ ತಲೆಯೆತ್ತಿ ಉಸಿರು ಬಿಗಿ ಹಿಡಿದು ವೀಕ್ಷಿಸುತ್ತಿದ್ದ, ಪೈಪು ಹಿಡಿದು ಕೊಸರಾಡುತ್ತಿದ್ದ ವಿನೋದನ ಅಂಡುಗಳನ್ನು! ಎಲ್ಲಿ ವಿನೋದನ ಚಡ್ಡಿ

ಹರಿದುಬಿಡುವುದೊ ಎಂಬ ಆತಂಕ ಅವನಿಗೆ... ಎಲ್ಲಿ ತನ್ನ ವಝನ್ನು ತಾಳಲಾರದೆ ಪೈಪು ಫಟ್ ಎನ್ನುವುದೋ ಎಂಬ ಭಯ ವಿನೋದನಿಗೆ. ಪೈಪು ಹೊಡೆದರೆ ಅದರಲ್ಲಿದ್ದ ಕಕ್ಕಸಿನಿಂದ ಮಜ್ಜನಗೊಂಡು, ಒಡೆದ ಸದ್ದಿಗೆ ಮಂದಿ ಎದ್ದು ಬಂದು ನಾವು ನಮ್ಮ ಅವತಾರ.

"ಬೇಗ ಇಳಿಯೋ ಡುಮ್ಮ, ಪೀವನ್ನುಗಳು ಬಂದುಬಿಟ್ಟರೆ ಕಷ್ಟ" ನವೀನ ಪಿಸುನುಡಿಯಲ್ಲಿ ಕೂಗಿದ. ಬೇರೆ ಸಮಯದಲ್ಲಿ ವಿನೋದ ಎಂದು ಗೌರವ ಸೂಚಿಸುತ್ತಿದ್ದವನು, ಈ ಹೊತ್ತಿನಲ್ಲಿ ತನ್ನ ಮೇಲುಗೈ ಇದ್ದಿದ್ದರಿಂದ ಸಾವಕಾಶದಿಂದ ಬಾಯಿತುಂಬ ಡುಮ್ಮ ಎಂದು ಕರೆದು ಮುದ ಅನುಭವಿಸಿದ್ದ. ಪೀವನ್ ಎಂದಾಕ್ಷಣ ವಿನೋದ ಕೈ ಸಡಿಲಿಸಿದ. ಪೈಪುಗುಂಟ ಸರಬರನೆ ಜಾರಿ ದೊಪ್ಪನೆ ಬಿದ್ದ. ತೊಡೆಗಳು ಪರಂಗಿ ಹಣ್ಣಿನಂತಾದವು. ಹಾ.. ಉರಿ.. ಉರಿ..

ಕತ್ತಲೆಯಲ್ಲಿ ಉರಿಯಷ್ಟೆ ಕಂಡಿದ್ದು. ಮೈ ಕೈ ಕೊಡವಿಕೊಂಡು ಎದ್ದನು. ಅವರಿಬ್ಬರೂ ಕಾಂಪೋಂಡಿನ ಗೋಡೆ ಬಳಿ ಬಂದರು. ಎತ್ತರದ ಗೋಡೆ, ಮೇಲೆ ಮುಳ್ಳು ತಂತಿ.. ಗಾಜು.. ಇದು ಸಾಧ್ಯವೇ ಎನಿಸಿತು. ಪರೀಕ್ಷಾರ್ಥವಾಗಿ ನವೀನ ವಿನೋದನ ಸಹಾಯ ಪಡೆದು ಟಿಂಗ್ ಟಿಂಗನೆ ಗೋಡೆ ಹತ್ತಿದ. ಗಾಜಿನ ಚೂರುಗಳಿಲ್ಲದ ಜಾಗದಲ್ಲಿ ಪಾದವೂರಿ ನಿಂತ. ತಂತಿ ಬೇಲಿಯನ್ನು ದಾಟಿ ಅಲ್ಲಿಂದ ಕೆಳಗೆ ಹಾರಬೇಕು, ಅವನು ಹಾರಬಲ್ಲ, ವಿನೋದ..? ಗೋಡೆಯಾಚೆ ಗಟ್ಟಿ ನೆಲ.. ಕಲ್ಲುಗಳು. ನಿನ್ನ ಕೈಲಿ ಆಗಲ್ವೊ.. ಇಲ್ಲಿಂದ ಹಾರಿದರೆ ಕಾಲು ಮುರಿಯುತ್ತವೆ ಎಂದ. ದಿನಂಪ್ರತಿ ಅದೇ ಗೋಡೆಯನ್ನು ನೋಡಿ ನೋಡಿ ವಿನೋದನಿಗೆ ತನ್ನ ಮತ್ತು ಊರಿನ ನಡುವೆ ಇರುವ ದೊಡ್ಡ ಕಂದಕ ಇದೊಂದೇ ಎಂದು ರೋಸಿಹೋಗಿತ್ತು. ದಾಟಲೇ ಬೇಕೆಂಬ ಛಲ ಹುಟ್ಟಿತು. ಪಟಪಟನೆ ಸೈಜುಗಲ್ಲುಗಳನ್ನು ಜೋಡಿಸಿ ತಾನೂ ಗೋಡೆ ಹತ್ತಿ ಗಾಜಿನ ಚೂರುಗಳ ಅಂಚಿನಲ್ಲಿ ನಿಂತು ಆ ಕಡೆ ನೋಡಿದ, ಪ್ರಪಾತ! ಕಾಲುಗಳು ಗಡಗಡ ನಡುಗಿದವು. ನವೀನನಿಗೆ ಹಾರಲು ಸೂಚಿಸಿದ. ನವೀನ ಹಾರಿದ.. ಪಟರುಗಲ್ಲುಗಳು ಅಂಗಾಲಿಗೆ ಒಕ್ಕಿ ನವೀನನ ಕಣ್ಣಲ್ಲಿ ನೀರು ಬಂತು. ಮೂಳೆ ಮಾನವ. ಮಂಡಿಗೆ ಬಲವಾಗಿ ಪೆಟ್ಟು ಬಿತ್ತು. ವಿನೋದ ಮೆಲ್ಲಗೆ ತಂತಿ ಬೇಲಿಯ ಆಚೆಗೆ ಒಂದು ಕಾಲನ್ನು ಎತ್ತಿಟ್ಟ, ಚಡ್ಡಿ ಪರ್ರ್ ಎಂದಿತು. ಆಹಾ ಏನೊ ಒಂಥರ ಸುಖ! ಕಂಬಗಳಂತಹ ತೊಡೆಗಳನ್ನು ಪಟ್ಟಾಗಿ ಕಟ್ಟಿಹಾಕಿದ್ದ ಚಡ್ಡಿ ಹರಿದು ಸ್ವಾತಂತ್ರ್ಯ ಸಿಕ್ಕಿತ್ತು! ಖುಷಿಯಲ್ಲಿ ಇನ್ನೊಂದು ಪಾದವನ್ನು ಎತ್ತಿಟ್ಟು ಕಣ್ಮುಚ್ಚಿಕೊಂಡು ಕೆಳಗೆ ಹಾರಿದ. ಭೂಮಿ ನಲುಗಿತು!

***

ದೂರದಲ್ಲಿನ ಬೆಳ್ಳಿಗೆರೆಯೇ ಅವರಿಗೆ ದಿಕ್ಸೂಚಿ. ಸುತ್ತ ಕತ್ತಲೆ. ಹಗಲಿನಲ್ಲಿ ಸಂಪೂರ್ಣ ತೆರೆದುಕೊಂಡಿರುತ್ತಿದ್ದ ಬಯಲು ಇರುಳಿನಲ್ಲಿ ಎಷ್ಟೊಂದು ನಿಗೂಢ! ಬಂಡಿಜಾಡು ಹಿಡಿಯಬೇಕು, ಸೀದ ಹೆದ್ದಾರಿ ತಲುಪಿಸುತ್ತದೆ ಎಂದು ಯೋಚಿಸಿ ಜಾಡಿನಗುಂಟ ನಡೆಯಲು ಆರಂಭಿಸಿದರು. ಹಾದಿಯುದ್ದ ನುಸಿಪುಡಿಯಂತಹ ಮಣ್ಣು, ದಪ್ಪ ದಪ್ಪ ಕಲ್ಲುಗಳು. ಹಾವು ಪಾವು? ಪ್ರತಿ ಹೆಜ್ಜೆಗೂ ಭಯ. ಮೇಲೆ ನಕ್ಷತ್ರಗಳು ಮೋಡಗಳ ಹಿಂದೆ ಅವಿತುಕೊಂಡಿದ್ದವು.

"ಬೇಗ ಬೇಗ ನಡೆಯೋ, ಮಳೆ ಬರುವಂತಿದೆ" ಎಂದ ವಿನೋದ.

ನವೀನ ತಲೆಯೆತ್ತಿದ, ಹೌದು ಮೋಡಗಳು ಆವರಿಸುತ್ತಿವೆ; ಚಂದ್ರನ ಬೆಳಕೂ ಕರಗುತ್ತಿದೆ. ಹಾಗೆ ನೋಡುತ್ತ ಯಾರೋ ಆಕಾಶಕ್ಕೆ ಟಾರ್ಚು ಬಿಡುತ್ತಿದ್ದಾರೆ ಅನಿಸಿತು. ನಾವು ತಪ್ಪಿಸಿಕೊಂಡಿರುವುದು ಗೊತ್ತಾಗಿ ಪೀವನ್‌ಗಳು ಟಾರ್ಚ್ ಬಿಡುತ್ತಿರ ಬಹುದೇ? ಹೆದರಿ ಹಿಂದೆ ತಿರುಗಿದರು. ಬೆಳಕಿನ ಉಗಮ ಅಲ್ಲಿರಲಿಲ್ಲ. ಮುಂದೆ ತಿರುಗಿದರು. ದೂರದಲ್ಲಿ ಯಾರೋ ರಸ್ತೆಗುಂಟ ಟಾರ್ಚು ಹಿಡಿದು ಬರುತ್ತಿರುವಂತಿದೆ.. ಕ್ರಾಂತಿಪೇಟೆಯಿಂದ ಯಾರಾದರೂ ಟೀಚರು ಹಿಂದಿರುಗುತ್ತಿರುವರಾ? ಇಷ್ಟು ಹೊತ್ತಿನಲ್ಲಿ ಯಾರಪ್ಪ ಅದು? ಟಾರ್ಚಿನ ಬೆಳಕು ಅತ್ತ ಇತ್ತ ಆಡುತ್ತ ಅವರನ್ನು ಸಮೀಪಿಸಿತು. ತಡವಾಗಿ ವಾಹನದ ಸದ್ದು ಕೇಳಿಸತೊಡಗಿತು. ಓಹೋ ನಮ್ಮ ಲಡಕಾ ಬಡಕಾ ಬಸ್ಸು, ಒಕ್ಕಣ್ಣಿ, ತಲೆ ಗುಣುಕು ಹಾಕಿಕೊಂಡು ತೆವಳುತ್ತ ಬರುತ್ತಿದೆ. ರಿಪೇರಿ ಗಿಪೇರಿ ಇತ್ತೇನೊ ತಡವಾಗಿದೆ. ಹಾಗೆ ಯೋಚಿಸುತ್ತಿರುವಾಗಲೇ ಅವರ ಮೈಮೇಲೆ ಒಕ್ಕಣ್ಣಿಯ ದೃಷ್ಟಿ ಹಾಯಿತು! ಹುಡುಗರು ಪೊದೆಯೊಳಗೆ ನುಗ್ಗಿದರು. ಯಾರಾದರೂ ನೋಡಿಬಿಟ್ಟರೋ? ಡ್ರೈವರು ನೋಡಿರುತ್ತಾನೆ, ಪ್ರಿನ್ಸಿಪಾಲರ ಹತ್ತಿರ ಶಹಭಾಶಗಿರಿ ತಗೊಳ್ಳೊಕೆ ಊರ ತುಂಬ ಕೊಚ್ಚಿಕೊಳ್ಳುವುದಕ್ಕೆ ಇದಕ್ಕಿಂತ ಅವಕಾಶ ಬೇಕಾ? ಇಬ್ಬರನ್ನು ಎತ್ತಿ ಬಸ್ಸಿನಲ್ಲಿ ಹಾಕಿಕೊಂಡು ಸೀದ ಪ್ರಿನ್ಸಿಪಾಲರ ಮನೆ ಮುಂದೆ ನಿಲ್ಲಿಸಿ ಒಪ್ಪಿಸುತ್ತಾನೆ. ನಾನಿಲ್ಲದೆ ನಿಮ್ಮ ಶಾಲೆಯೇ ಇಲ್ಲ, ನನ್ನಿಂದಲೇ ನೀವೆಲ್ಲ ಎಂದು ಸದಾ ತಲೆ ಮೇಲೆ ಕಿರೀಟ ಹೊತ್ತು ಮೆರೆಯುವವ ಅವನು. ಕೇಳಬೇಕೆ.. ಹಾಳೂರಿಗೆ ಉಳಿದವನೇ..

ಹಾಗೆ ಬಗೆಯುತ್ತಿರುವಾಗ ಅವರ ದುರ್ನಿರೀಕ್ಷೆಯಂತೆ ಬಸ್ಸು ಅವರ ಬಳಿಯೆ ಬಂದು ನಿಂತುಕೊಂಡಿತು. ಡ್ರೈವರು ಕದ ತೆರೆದು ಕೆಳಗಿಳಿದು ಮೊಬೈಲ್ ಟಾರ್ಚು ಬಿಟ್ಟುಕೊಂಡು ಪೊದೆಯ ಒಳಗೆ ನುಸುಳಿದ. ನಮ್ಮ ಕತೆ ಮುಗಿಯಿತಿನ್ನು ಎಂದು ಹುಡುಗರು ಹೊರಬರಲು ಎದ್ದರು, ಡ್ರೈವರು ಕುಕ್ಕರಗಾಲಿನಲ್ಲಿ ಕುಳಿತು ವಂದ ಮಾಡಲಾರಂಭಿಸಿದ. ಹುಡುಗರಿಗೆ ಎಂದೂ ಕಂಡಿರದ ದೃಶ್ಯವೈಭವದಿಂದ ಹೇವರಿಕೆ, ಮತ್ತು ನಾತ..

"ಛೀ ಛೀ" ಎಂದು ಮೂಗು ಮುಚ್ಚಿಕೊಂಡು ಪುನಃ ಅವಿತುಕೊಂಡರು.

***

ಸುಲಭವಾಗಿ ಸೀದ ಹೆದ್ದಾರಿ ತಲುಪಿಸುತ್ತದೆ ಎಂದು ಭರವಸೆಯಿಟ್ಟಿದ್ದ ಬಂಡಿಜಾಡು ಹುಡುಗರಿಗೆ ಬಲು ಅಪಾಯಕಾರಿಯಾಗಿ ತೋರಿತು. ಅದಕ್ಕೇ ಅಲ್ಲವೆ, ಹಾದಿಗಳು ಖ್ಯಾತಿಯ ಅನುಸಾರ ಹೆದ್ದಾರಿ ಕಳ್ಳದಾರಿ ಎಂಬ ಬೇರೆ ಬೇರೆ ಹೆಸರುಗಳನ್ನು ಪಡೆದಿರುವುದು. ಅವರು ಬಂಡಿಜಾಡನ್ನು ತೊರೆದು ಬಯಲಿಗಿಳಿದು ಮನಸಿನಲ್ಲಿ ನೇರ ಗೆರೆ ಎಳೆದುಕೊಂಡು ಅದರಂತೆ ನಡೆಯಲಾರಂಭಿಸಿದರು. ಹೆಜ್ಜೆ ಹೆಜ್ಜೆಗೂ ಅಂಗಾಲಿಗೆ ಪಟರುಗಲ್ಲುಗಳು ಒಕ್ಕುತ್ತಿದ್ದವು. ಮುಂಗಾಲಿಗೆ ಕುರುಚಲು ಮುಳ್ಳುಗಳು ತರಚುತ್ತಿದ್ದವು.. ಬರುಬರುತ್ತ ಮಬ್ಬು ಬೆಳಕೂ ಮಾಯವಾಗುತ್ತಿತ್ತು. ಆಕಾಶದಲ್ಲಿ ಚುಕ್ಕಿ ಚಂದ್ರಮರಿಲ್ಲ. ಮೋಡ ದಟ್ಟವಾಗಿ ಕವಿದುಕೊಂಡಿದೆ. 'ವುಯ್ಯೋ' ಎಂದು ಬಿರುಗಾಳಿ ಸಿಳ್ಳೆ ಹಾಕುತ್ತಿದೆ. ಯಾವಾಗ ಬೇಕಾದರೂ ಮಾರ್ಮಳೆ ಅಪ್ಪಳಿಸಬಹುದು. ಆಗೀಗ ಕುಟುಗಲು ಬಿಟ್ಟರೆ ಆ ವರ್ಷಕ್ಕೆ ಬಂದರೆ ಅದೇ ಮೊದಲ ಮಳೆ. ಕಟ್ಟಿಕೊಂಡಿದ್ದನ್ನೆಲ್ಲ ಆಕಾಶ ಒಮ್ಮೆಲೆ ಕಕ್ಕಿಬಿಡಬಹುದು. ತಂಗಲು ಮಧ್ಯದಲ್ಲಿ ಯಾವ ಆಶ್ರಯವೂ ಇಲ್ಲ. ಭ್ರಾಂತಿಗೆ ಒಳಗಾದವರಂತೆ ಹುಡುಗರು ಕತ್ತಲನ್ನು ಸೀಳಿಕೊಂಡು ಬಿರಬಿರನೆ ನಡೆಯುತ್ತಿದ್ದರು.

ಒಂದು ಅರ್ಧ ತಾಸು ಅವರು ನಿರಂತರ ನಡೆದಿದ್ದರು. ಗುಡ್ಡದ ವಾಟ ಕಡಿಮೆಯಾಗುತ್ತ ಬಂದಿತ್ತು. ಸಂಪೂರ್ಣ ಕತ್ತಲೆ ಆವರಿಸಿತ್ತು. ಪರಂಗಿಯಾಗಿದ್ದ ವಿನೋದನ ತೊಡೆಗಳು ಏಟಾಗಿದ್ದ ನವೀನನ ಮಂಡಿಚಿಪ್ಪು ತಮ್ಮ ತಮ್ಮ ಮಾಲೀಕರನ್ನು ಆಗಾಗ್ಗೆ ಮಾತಾಡಿಸುತ್ತಿದ್ದವು. ದಣಿವು. ದಾವರ. ಒಂದು ಕಡೆ ಕೂತುಕೊಂಡರು. ಬಾಯಾರಿಕೆ ನೀಗಿಸುವಷ್ಟು ಮಾತ್ರ ಮೋಡ ತೂತಾಗಿ ನಲ್ಲಿ ನೀರಿನಂತೆ ಸುರಿದರೆ ಎಷ್ಟು ಚನ್ನಾಗಿರುತ್ತದೆ ಎಂದುಕೊಂಡರು. ಹಾಗೆ ಹಿಂದಿರುಗಿ ನೋಡುತ್ತಾರೆ, ಎರಡು ಟಾರ್ಚುಗಳು ಮೇಲೆ ಕೆಳಗೆ ಆಡುತ್ತ ತಮ್ಮತ್ತಲೇ ಬರುತ್ತಿವೆ! ವೇಗವಾಗಿ!

ಆಗೀಗ ಭ್ರಮಿಸಿ ಹೆದರುತ್ತಿದ್ದುದು ನಿಜವಾಗಿಯೆ ಪರಿಣಮಿಸಿತ್ತು.

"ಹೆಂಗೋ ಇದು, ಹೆಂಗೆ ಗೊತ್ತಾಯ್ತೋ ಅವರಿಗೆ!" ವಿನೋದನಿಗೆ ಅಳು ಬರುವುದೊಂದು ಬಾಕಿ.

"ನಂಗೇನೊ ಗೊತ್ತು, ಕಳ್ಳ ಡ್ರೈವರು ನೋಡಿಬಿಟ್ಟನೇನೋ ಅಥವಾ ಬಸ್ಸಲ್ಲಿದ್ದವರು ಯಾರಾದರೂ..."

"ಏನೊ ಮಾಡೋದು ಇವಾಗ"

ಹುಡುಗರು ನೋವನ್ನೆಲ್ಲ ಮರೆತು ಇದ್ದಬದ್ದ ಶಕ್ತಿಯನ್ನೆಲ್ಲ ಒಟ್ಟುಗೂಡಿಸಿ ಹೆದ್ದಾರಿಯ ಕಡೆಗೆ ಪೇರಿ ಕಿತ್ತರು.

***

ನಡುರಾತ್ರಿ ನಿರ್ಜನ ರಸ್ತೆ ಬದಿ ನಿಂತರೆ ಅಟ್ಟಿಸಿಕೊಂಡು ಬರುತ್ತಿದ್ದ ಪೀವನ್ನುಗಳ ಕೈಲಿ ಏಕ್ದಂ ಸಿಕ್ಕಿಹಾಕಿಕೊಳ್ಳುತ್ತೇವೆ ಎಂಬುದು ಹುಡುಗರಿಗೆ ಗ್ಯಾರಂಟಿಯಾಗಿತ್ತು. ಅಲ್ಲೆಲ್ಲೂ ಕ್ಷಣ ಮಾತ್ರ ನಿಲ್ಲದೆ ಕ್ರಾಂತಿಪೇಟೆಯ ದಿಕ್ಕಿನಲ್ಲಿ ಒಂದೇ ಸಮನೆ ನಡೆಯತೊಡಗಿದರು. 'ಕ್ರೀ.. ಪ್ರೀ..' ಎಂದು ಹಾರನ್ನು ಹೊಡೆಯುತ್ತ ತಮ್ಮನ್ನು ಸವರಿಕೊಂಡೇ ಭರ್ರನೆ ಹಾದುಹೋಗುತ್ತಿದ್ದ ದಢೂತಿ ವಾಹನಗಳು ಎದೆ ನಡುಗಿಸುತ್ತಿದ್ದವು. ಪಾದಗಳು ನಿಯಂತ್ರಣ ಕಳೆದುಕೊಂಡು ತಟ್ಟಾಡುತ್ತಿದ್ದವು. ಯಾರಿಗಾದರೂ ಸಂಶಯಾಸ್ಪದವಾಗಿ ಕಂಡು ವಾಹನ ನಿಲ್ಲಿಸಿ ಪ್ರಶ್ನಿಸಿದರೆ?

"ಏನ್ರೋ.. ಎಲ್ಲಿಂದ ತಪ್ಪಿಸಿಕೊಂಡು ಬಂದಿದ್ದೀರ್ರೋ.."

"ಬರ್ರಿ ಬರ್ರಿ ನಿಮ್ಮ ಮೇಷ್ಟರಿಗೆ ಹಿಡಕೊಡ್ತೀವಿ..."

"ಎತ್ತಿ ಚೀಲದಲ್ಲಿ ಹಾಕ್ಕೋಳ್ರೋ ಎಳೆಗಾಯಿಗಳು.. ಕೆಲಸಕ್ಕೆ ಬತ್ತವೆ"

ನಡೆಯುತ್ತ ನಡೆಯುತ್ತ ಅವರಿಗೆ ಕಡೆಗೂ ಒಂದು ಡಾಬಾ ಸಿಕ್ಕಿತು. ಅರ್ಥವಾಗದ ಭಾಷೆಯ ಹಾಡೊಂದು ಸಣ್ಣಗೆ ಗುನುಗುತ್ತಿತ್ತು. ರೊಟ್ಟಿಯ ವಾಸನೆ. ನೀರಿನ ವಾಸನೆ. ಮಂದಿಯ ಕಲರವ. ಹುಡುಗರಿಗೆ ಏನೆಲ್ಲ ಬೇಕಿತ್ತೊ ಭಗವಂತ ಒಮ್ಮೆಲೆ ಕರುಣಿಸಿದಂತಿತ್ತು. ಆದರೇ.., ಎರಡು ಥೋಟುದ್ದ ಹುಡುಗರು ನಡುರಾತ್ರಿ ದುಸಬುಸನೆ ನಡೆದು ಹೋದರೆ ನಿಸ್ಸಂಶಯವಾಗಿ ಕಟ್ಟಿಹಾಕುತ್ತಾರೆ ಎಂಬ ಎಚ್ಚರಿಕೆ ಕಾಡತೊಡಗಿತು. ಯೋಚಿಸಿ ಒಂದು ಲಾರಿಯ ಹಿಂಬದಿ ಅವಿತರು. ವಿನೋದನ ತಲೆಗೆ ಏನೊ ಮೆತ್ತಗೆ ಬಡಿಯಿತು. ಮುಟ್ಟಿ ನೋಡಿದ. ಹರಿದ ಟಯರಿನಿಂದ ತಯಾರಿಸಲಾದ ಚೀಲ. ಹಿಚುಕಿದ; ದ್ರವ. ನೀರು! ತಣ್ಣನೆಯ ಕೊರೆಯುವಂತಹ ನೀರು! ದಾಹ ಉಕ್ಕಿ ಬಂದು ಇಬ್ಬರೂ ಹೊಟ್ಟೆತುಂಬ ಕುಡಿದರು. ಅನ್ನ ಬೇಕೆನಿಸಿದರೂ ರಿಸ್ಕು ಎನಿಸಿತು. ಅದೇ ಲಾರಿ ಹತ್ತಿ ಉರುಳಿಕೊಂಡರು... ದಣಿವಿನ ನಿದ್ದೆ ಅಮರಿಕೊಂಡಿತು.

ಮುಂಜಾನೆ ಸೂರ್ಯನ ಕಿರಣಗಳು ಚುಚ್ಚಿ ಹುಡುಗರನ್ನು ಎಬ್ಬಿಸಿದವು. ಲಾರಿ ವುಯ್ಯೋ ಎಂದು ಓಡುತ್ತಿತ್ತು. ತೇಲಿದಂತಹ ಅನುಭವ. ಕಣ್ಣು ತೆರೆದರು, ತಾವು ಹಿಂದಕ್ಕೆ ತೇಲುತ್ತಿದ್ದೇವೆ.. ಆಕಾಶ ಮುಂದಕ್ಕೆ ತೇಲುತ್ತಿದೆ. ಆಕಾಶ ಎಂದರೆ, ಅದೆಷ್ಟು ಆಕಾಶ ಗೊತ್ತೇ.. ಅನಂತ ಅಂತಾರಲ್ಲ ಅದಕ್ಕಿಂತ ದೊಡ್ಡದು. ಹುಡುಗರು ಹಿಂದಿನದೆಲ್ಲ ಏನೊಂದೂ ನೆನಪೇ ಇಲ್ಲವೇನೊ ಎಂಬಷ್ಟು ತನ್ಮಯತೆಯಿಂದ

ಆ ವಿಸ್ಮಯ ಮೋಜನ್ನು ಸವಿಯಲಾರಂಭಿಸಿದರು. ಸ್ವಲ್ಪ ಹೊತ್ತಿಗೆ ವಾಸ್ತವಕ್ಕೆ ಮರಳಿದರು. ಹಿಂಸೆಯೆನಿಸಿತು. ಪುನಃ ವಿಸ್ಮಯಕ್ಕೆ ತೆರಳಿದರು. ಮಜಾ. ಎರಡು ಮೂರು ಸಲ ಹಿಂದೆ ಮುಂದೆ ಮಾಡಿ ಕಡೆಗೆ ವಾಸ್ತವ ಗೆದ್ದಿತು. ಎಲ್ಲಿದ್ದೇವೆ? ಕ್ರಾಂತಿಪೇಟೆ ಬಿಟ್ಟುಹೋಯಿತೋ? ಅಥವಾ ಪೂರ್ತಿ ವಿರುದ್ಧ ದಿಕ್ಕಿನಲ್ಲಿ ಚಲಿಸುತ್ತಿದ್ದೀವೋ?

"ನಿಲ್ಸಣ್ಣೋ ಹೋಯ್ ನಿಲ್ಸಣ್ಣೋ.."

ಇಬ್ಬರೂ ಕಿರುಚುತ್ತ ಡ್ರೈವರಿನ ಹಿಂದಿನ ತಡಿಕೆಯನ್ನು ಒಂದೇ ಸಮನೆ ದಡಬಡ ಬಡಿದರು, ಚಾಲಕ ಬೆಚ್ಚಿ ಲಾರಿಯನ್ನು ಸೈಡಿಗೆ ಹಾಕುವ ತನಕ.

"ಕ್ರಾಂತಿಪೇಟೆ ಹೋಯ್ತಾ?"

"ಕೋನ್ಸಾ ಕ್ರಾಂತಿ ರೇ ಕಹಾ ಸೇ ಆಯಾ ತುಮ್ ಲೋಗ್"

"ಅಯ್ಯಾ ಈ ವಯ್ಯನಿಗೆ ಕನ್ನಡ ಬರಲ್ವಲ್ಲೋ", ವಿನೋದ.

"ಕ್ರಾಂತೀ ಪೇಟೇ ಪೀಛೇ ಜಾಯಾ ?", ನವೀನ.

"ಹಮೇ ಕ್ಯಾ ಮಾಲೂಮ್" ಕ್ಲೀನರು.

"ಹೇ ಇಲ್ನೋಡೋ.. ಕ್ರಾಂತಿ ಪೇಟೆ ಇನ್ನೂ ಏಳು ಕಿಲೋಮೀಟರ್ ಇದೆ," ಅದೃಷ್ಟವಶಾತ್ ಅಲ್ಲೇ ಮೈಲಿಗಲ್ಲಿದ್ದು ವಿನೋದನಿಗೆ ಕಂಡಿತು. ಲಾರಿಯವರು ರಾತ್ರಿ ಡಾಬಾದಲ್ಲಿ ವಿಶ್ರಮಿಸಿ ಬೆಳಗ್ಗೆ ಸ್ನಾನ ನಾಶ್ತಾ ಮುಗಿಸಿ ಹೊರಟಿದ್ದರು.

"ಹಮ್ ಕೋ ಯಹಾ...." ವಿನೋದ ಮೈಲಿಗಲ್ಲಿನ ಮೇಲೆ ಕೈಯಿಟ್ಟು ಮೇಲೆ ಕೆಳಗೆ ಆಡಿಸುತ್ತ ಇಳಿಸುವಂತೆ ಸನ್ನೆ ಮಾಡಿದ. ಅವರು ಹುಡುಗರನ್ನು ಹತ್ತಿಸಿಕೊಂಡು ಕ್ಲೀನರ್ ಡ್ರೈವರ್ ನಡುವಲ್ಲಿ ಕೂರಿಸಿಕೊಂಡರು. ನವೀನನನ್ನು ಕ್ಲೀನರ್ ಒಬ್ಬನೇ ಹತ್ತಿಸಿದನಾದರೂ ವಿನೋದನನ್ನು ಎತ್ತಲು ಚಾಲಕ ಕೈಸೇರಿಸಿ "ಏಕ್ ಛೋಟಾ ಏಕ್ ಮೋಟಾ.. ಸಹೀ ಹೆ" ಎಂದು ಉಸಿರು ಬಿಟ್ಟನು.

ಲಾರಿ ಮೆಲ್ಲಗೆ ಹೊರಟಿತು. ಹುಡುಗರ ಹೊಟ್ಟೆಯಲ್ಲಿ ಇನ್ನಿಲ್ಲದ ಸಡಗರ.. ತಳಮಳ...

ಭಾರೀ ಲಗೇಜು ಹೊತ್ತ ಲಾರಿ ನಿಧಾನಕ್ಕೆ ಚಲಿಸುತ್ತಿದ್ದರೆ, ಹಿಂದಿನಿಂದ ವಾಹನಗಳು ಲಾರಿಯನ್ನು ಹಿಂದೆ ಹಾಕಿ ಮುನ್ನುಗ್ಗುತ್ತಿದ್ದರೆ... ಹುಡುಗರಲ್ಲಿ ಒಂದು ತೆರನಾದ ಅಸಮಾಧಾನ.

"ಫಾಸ್ಟ್ ಬೈ ಸಾಬ್ ಫಾಸ್ಟ್" ಬಾನೆಟ್ಟನ್ನು ಕುಟ್ಟುತ್ತಿದ್ದರು. ಚಾಲಕ ಕ್ಲೀನರ್ ಪರಸ್ಪರ ನೋಡಿಕೊಂಡು ಮುಗುಳು ನಗುತ್ತಿದ್ದರು. ಚಾಲಕ ಸರಿಯಾಗಿ ಕ್ರಾಂತಿ ಪೇಟೆಯ ಪ್ರೈವೇಟ್ ಬಸ್ಟಾಪಿನಲ್ಲಿ ಇಳಿಸಿ "ಸಂಭಾಲ್ಕೇ.." ಎನ್ನುತ್ತ ಹೊರಟನು. ಹುಡುಗರು ಮನಃ ಪೂರ್ವಕವಾಗಿ ಇಬ್ಬರಿಗೂ ಟಾಟಾ ಮಾಡಿದರು.

ವಿನೋದನದ್ದು ತರೂರು, ನವೀನನದ್ದು ಹೊಸಕೆರೆ. ಪರಸ್ಪರ ಬೈ ಹೇಳಿ ಬೇರೆ ಬೇರೆ ಬಸ್ಸು ಹತ್ತಿದರು. ಇತ್ತ ವಿನೋದ ಕಂಡಕ್ಟರಿಗೆ ಅಚ್ಚುಕಟ್ಟಾಗಿ ಐದು ರುಪಾಯಿ ತೆಗೆದುಕೊಟ್ಟ. ಅತ್ತ ನವೀನ ತಲೆ ಕೆರೆದುಕೊಂಡು ಉಪಾಯ ಮಾಡಿ "ಸೀಯೆಸ್" ಎಂದ, ರೋಪಿನ ಧ್ವನಿಯಲ್ಲಿ. (cs: college student).

"ಎಲಾ ಛೋಟ್ ಮೆಣಸಿನಕಾಯಿ. ಬುಲ್ಲಿ ಮೇಲೆ ಚಡ್ಡಿ ನಿಲ್ತಿಲ್ಲ ಸೀಯೆಸ್ಸಂತೆ. ಗೊತ್ತೇನೊ ಹಂಗಂದ್ರೇನು ಅಂತಾ" ಕಂಡಕ್ಟರ್ ರೇಗಿದ.

ನವೀನ ದಿಢೀರನೆ ಅಮಾಯಕ ನಗೆಗೆ ರೂಪಾಂತರಗೊಂಡು "ದುಡ್ಡಿಲ್ಲಣ್ಣ" ಎಂದ.

***

ವಿನೋದ ಮನೆ ತಲುಪಿದಾಗ ಅಜ್ಜಿ ಹಜಾರದಲ್ಲಿ ಅಕ್ಕಿ ಕೇರುತ್ತಿದ್ದರು. ಅಕ್ಕಿಯ ಬಿಳಿ ಧೂಳಿನಿಂದ ಅವಳ ತಲೆಗೂದಲು ಕಣ್ಣುಬ್ಬು ಮುಖ ಮೂತಿಯೆಲ್ಲ ಬೆಳ್ಳಗಾಗಿತ್ತು. ಅಜ್ಜಿಯನ್ನು ಕಂಡೊಡನೆ ವಿನೋದನಿಗೆ ದುಃಖ ಉಮ್ಮಳಿಸಿ ಬಂತು. ಅಜ್ಜಿ ಕೇರುವುದು ನಿಲ್ಲಿಸಿ ಮೆಲ್ಲಗೆ ಸೀರೆ ಮೇಲಿನ ಅಕ್ಕಿ ಕಾಳುಗಳನ್ನು ಕೊಡವಿ ತುಸು ಬಾಗಿದ ನಡುವಿನೊಂದಿಗೆ ಹಜಾರದಿಂದಿಳಿದು ಬಂದು ಮೊಮ್ಮಗನನ್ನು ತಬ್ಬಿಕೊಂಡಳು. ಅವಳ ಕಣ್ಣಲ್ಲೂ ನೀರು. ಅಜ್ಜಿಯ ಕಾಟನ್ ಸೀರೆಯ ಮಡಿಲು ವಿನೋದನಿಗೆ ಜನ್ಮಾಂತರದಿ ಕಳೆದುಕೊಂಡಿದ್ದು ಪುನಃ ದಕ್ಕಿದಷ್ಟು ಅಪ್ಯಾಯಮಾನವೆನಿಸಿತು. ಅವಳ ನೆರಿಗೆ ಚರ್ಮದ ಕೈಗಳು ಕೊರಳ ಸುತ್ತ ಹರಿದಾಡುತ್ತ ತಲೆ ನೇವರಿಸುವಾಗ ಕಿವಿಗಳ ಸಮೀಪದಲ್ಲಿ ಝೇಂಕರಿಸಿದ ಕೈಬಳೆಗಳ ನಾದ ಅದೆಷ್ಟು ಇಂಪಾಗಿತ್ತು! ಇಬ್ಬರೂ ಹಜಾರದಲ್ಲಿಯೆ ಕುಸಿದು ಕುಳಿತರು. ಸಂದರ್ಭದ ತೂಕವನ್ನು ತಾಳಲಾರದೆ.

ಅವಳು ಮೊಮ್ಮಗನನ್ನು ಕೈಹಿಡಿದು ಒಳಗೆ ಕರೆದೊಯ್ದಳು. ವಿನೋದ ಹೊಸ್ತಿಲು ದಾಟುವಾಗ ಮತ್ತೊಮ್ಮೆ ಭಾವುಕನಾದ. ಬಹುಚಿಕ್ಕವನಿದ್ದಾಗಿಂಗಲೂ ಅಷ್ಟು ದೊಡ್ಡ ಗಾತ್ರದ ಹೊಸ್ತಿಲನ್ನು ದಾಟುವುದು ಅವನಿಗೆ ಮುದ ನೀಡುತ್ತಿತ್ತು. ಮನಸಾರೆ ಬೇಕಂತಲೇ ಅದರ ಮೇಲೆ ಕುಳಿತು ಒಂದೊಂದೆ ಕಾಲು ಎತ್ತಿಟ್ಟು ದಾಟಿದ. ಒಳ ಹೋಗಿ ನೋಡುತ್ತಾನೆ, ಅಜ್ಜಿ ಯಾಕೆ ಲೇಶವೂ ಆಶ್ಚರ್ಯ ವ್ಯಕ್ತಪಡಿಸದೆ.. ಪ್ರಶ್ನೆ

ಕೇಳದೆ ಸುಲಭನಾಗಿ ಬರಮಾಡಿಕೊಂಡಳು ಎಂದು ಆಗ ಹೊಳೆಯಿತು. ಅಲ್ಲಿ ಚಾಪೆ ಮೇಲೆ ಹೌಸ್ ಮಾಸ್ಟರು ಪೀವನ್ನು ಅಚ್ಚುಕಟ್ಟಾಗಿ ಚಕ್ಕಲ ಮಕ್ಕಲ ಹಾಕಿ ಕೂತು ಬೆಣ್ಣೆ ರೊಟ್ಟಿಯನ್ನು ಕತ್ತರಿಸುವುದರಲ್ಲಿ ನಿಮಗ್ನರಾಗಿದ್ದರು. ತನ್ನ ಆಗಮನದ ಪರಿವೆಯೇ ಇಲ್ಲವೆಂಬಂತೆ.

"ಬಾ ವಿನೋದಾ ಬಾ", ಹೌಸ್ ಮಾಸ್ಟರು ಬೆರಳು ಚೀಪುತ್ತ ಲೊಟ್ಟೆಗೆ ಹೊಡೆಯುತ್ತ ಮಾರ್ಮಿಕವಾಗಿ ಕರೆದರು.

"ಎಲ್ಲೆಲ್ಲಪ್ಪ ನಿಮ್ಮನ್ನು ಹುಡುಕೋದೂ.. ಪರದಾಡಿಸಿಬಿಟ್ರಲ್ಲ" ಪೀವನ್ನು.

ನಿನ್ನಿಂದಾಗಿ ನಾನು ಏನೆಲ್ಲ ಕಷ್ಟ ಪಟ್ಟೆ, ಎಷ್ಟೆಲ್ಲ ಹೀಯಾಳಿಕೆಗೆ ಗುರಿಯಾದೆ, ನಿನ್ನಿಂದ ಎಷ್ಟೊಂದು ಜನರಿಗೆ ಶಿಕ್ಷೆ ಕೊಡಿಸುವುದಿದೆ.. ಎಂದೆಲ್ಲ ಅಜ್ಜಿಗೆ ವರದಿ ಒಪ್ಪಿಸುವ ಯೋಚನೆ ಯೋಜನೆ ನಿರೂಪಿಸಿದ್ದ ವಿನೋದನಿಗೆ ಅವೇ ಕರಾಳ ಮುಖಗಳು ಎದುರಾಗಿ ಎಲ್ಲವೂ ಕರಗಿಹೋಯಿತು. ಅಜ್ಜಿ ಇವರನ್ನು ಅಲ್ಲೇ ಬೀದಿಯಲ್ಲಿ ನಿಲ್ಲಿಸುವುದು ಬಿಟ್ಟು ಯಾಕೆ ಒಳಗೆ ಬಿಟ್ಟುಕೊಂಡಳು? ಅದೂ ಮಹಾರಾಜನ ಮೊಮ್ಮಕ್ಕಳೆನೊ ಎಂಬಂತೆ ಚಾಪೆ ಹಾಸಿ ಬೆಣ್ಣೆ ರೊಟ್ಟಿ ಕೊಟ್ಟಿದ್ದಾಳೆ. ಅಂದರೆ ಈ ದುರುಳರು ಅಜ್ಜಿಗೆ ಆಗಲೇ ಮೋಡಿ ಮಾಡಿದ್ದಾರೆ. ಅಜ್ಜಿ ಇವರೊಂದಿಗೆ ಶಾಮೀಲು ಆಗಿದ್ದಾಳೆ. ಏನು ಹೇಳಿ ಏನು ಪ್ರಯೋಜನ. ಥಟ್ಟನೆ ಅವನು ತಿರಸ್ಕಾರದಿಂದ ಅಜ್ಜಿಯಿಂದ ದೂರ ಸರಿದ. ಮುಖ ಸಿಂಡರಿಸಿಕೊಂಡ. ಅಜ್ಜಿಗೆ ಮೊಮ್ಮಗನ ಅಂತರಾಳ ನೇರ ತಟ್ಟಿತು. ಅಷ್ಟೂ ತಿಳಿಯಳೇ, ಸಾಕಿ ಬೆಳೆಸಿದ ಕೂಸನ್ನು? "ಹಂಗೆಲ್ಲ ಮಾಡಬಾರದೂ" ಎಂದು ಪಿಸುಗುಟ್ಟಿದಳು.

ಅತಿಥಿಗಳ ಊಟ ಮುಗಿದ ನಂತರ ಅವರಿಗೆ ಮೆಲ್ಲಲು ಎಲೆಯಡಿಕೆ ಕೊಟ್ಟು ವಿಶ್ರಮಿಸಲು ಹಜಾರದಲ್ಲಿ ತೆಳು ಹಾಸಿಗೆ ಹಾಸಿಕೊಟ್ಟು ಮೊಮ್ಮಗನನ್ನು ಹಿತ್ತಲಿಗೆ ಕರೆದೊಯ್ದಳು. ಅದಾಗಲೆ ಹಂಡೆ ಒಲೆಗೆ ಉರಿ ಹಾಕಿ ನೀರನ್ನು ಗಣ ಗಣ ಕಾಯಿಸಿದ್ದಳು. ಅವನ ಅಂಗಿ ಚಡ್ಡಿಗಳನ್ನು ಕಳಚಿದಳು. ಮೈಯೆಲ್ಲ ಸವರಿದಳು.

"ಅಯ್ಯೋ ಕೂಸೇ".. ಎನ್ನುತ್ತ ಆಗ ತಾನೆ ಕಂಡ ಅವನ ಪರಂಗಿ ತೊಡೆಗಳ ಮೇಲೆ ಕೈಯಾಡಿಸಿದಳು.

"ಸ್ಸ್ ಉರಿ" ಎಂದ ವಿನೋದ.

ಅವನ ಅಂಗಾಲುಗಳಲ್ಲಿ ಬೊಬ್ಬೆ ಎದ್ದಿದ್ದವು. ಮುಂಗಾಲುಗಳಲ್ಲಿ ಗೀರುಬಾರು. ಅಜ್ಜಿ ಮೊಮ್ಮಗನ ಅವಸ್ಥೆ ನೋಡಿ ಮಮ್ಮಲ ಮರುಗಿದಳು. ಸೆರಗಿನಿಂದ ಮೂಗನ್ನು ಸೀಟಿ ನಡುವಿಗೆ ಸಿಗಿಸಿಕೊಂಡು ಬಕೆಟ್ಟಿಗೆ ತಣ್ಣೀರನ್ನು ಬೆರೆಸಿದಳು. ಎರಡು ತಿಂಗಳು ಅರ್ಧಂಬರ್ಧ ಸ್ನಾನ ಮಾಡಿ ಮೈಯೆಲ್ಲ ಕೊಳೆಮಯವಾಗಿದ್ದು

ಬಿಸಿನೀರು ಜಾಸ್ತಿ ಮಾಡಿದಳು.. ಸುಡುಸುಡುವ ನೀರನ್ನು ನೆತ್ತಿ ಮೇಲೆ ಸುರಿದಾಗ ವಿನೋದ ಥಕಥೈ ಎಂದು ಕುಪ್ಪಳಿಸಿದ. ಆದರೂ ಅಲ್ಲೇನೋ ಒಂದು ಸುಖ! ಬಿಸಿನೀರಿನ ಶಾಖ, ಅಜ್ಜಿಯ ಸಾಮೀಪ್ಯದ ಶಾಖ, ನೆತ್ತಿ ಮೇಲಿಂದ ಜುಳುಜುಳು ನೀರಿಳುವುದನ್ನು ಗಮನಿಸುತ್ತ ಆ ಕ್ಷಣದ ಸುಖದ ಶಾಖವನ್ನು ಅವನು ಬಹುವಾಗಿ ಅಪ್ಪಿ ಆಲಂಗಿಸಿ ಅನುಭವಿಸಿದ. ಅಜ್ಜಿ ಚರ್ಮ ಕಿತ್ತು ಬರುವಷ್ಟು ಒತ್ತಿ ಒತ್ತಿ ಅವನ ಮೈಯನ್ನು ತಿಕ್ಕಿ ತೀಡಿದಳು. ಸೀಗೆಕಾಯಿ ನೀರಿನಿಂದ ತಲೆ ಝುಂ ಎನ್ನುವ ತನಕ ಉಜ್ಜಿದಳು. ಕಿವಿ ಸಂದುಗಳಲ್ಲಿ ತೊಡೆ ಸಂದಿಯಲ್ಲಿ ಅಂಗಾಲುಗಳ ಬೆರಳ ಸೊಂದಿಗಳಲ್ಲೆಲ್ಲ ಕೈಯಾಡಿಸಿ ತಿಕ್ಕಿದಳು. ಬಗ್ಗಿಸಿ ಕುತ್ತಿಗೆ ಬೆನ್ನುಗಳನ್ನು ಬಲವಾಗಿ ಉಜ್ಜಿದಳು. ಆನಂತರ ಸುದೀರ್ಘವಾಗಿ ಬಿಸಿನೀರನ್ನು ಸುರಿದಳು. ಮೊಮ್ಮಗ ಮತ್ತೆ ಮೊದಲಿನಂತೆ ಕಂಡನು.

ಟವೆಲ್ಲು ಸುತ್ತಿ ಅಡಿಗೆ ಮನೆಗೆ ಒಯ್ದು ಪ್ರತಿಯೊಂದು ಡಬ್ಬಿ ತೆಗೆದು ಇಷ್ಟಿಷ್ಟು ಕುರುಕು ಎತ್ತಿಕೊಂಡು ಖಾಲಿಯಾಗಿದ್ದ ಅವನ ಹೊಟ್ಟೆಯನ್ನು ಭರ್ತಿ ತುಂಬಿಸಿದಳು.

"ನಾ ಅಲ್ಲಿಗೆ ಹೋಗಲ್ಲ"

"ಬೇಡ ಬಿಡು, ಈಗಲೇ ಹೋಗಿ ಟ್ರಂಕುಗಳನ್ನು ಎತ್ತಿಕೊಂಡು ಬರುವ"

ಅವನ ಸಂತೋಷಕ್ಕೆ ಪಾರವೇ ಇರಲಿಲ್ಲ.

***

ನವೀನ ಅಂಗಳ ತಲುಪಿದಾಗ ಗುಡಿಸಲು ಬೀಗ ಹಾಕಿತ್ತು. ಗರಿ ಸಂದಿಯಿಂದ ಇಣುಕಿ ನೋಡಿದ. ಸೂರ್ಯನ ಕಿರಣಗಳು ಸಿಕ್ಕ ಸಿಕ್ಕ ಸಂದುಗಳಿಂದ ತೂರಿಕೊಂಡು ಒಳನುಗ್ಗಿ ಬಿಸಿಲು ಕೋಲುಗಳನ್ನು ಸೃಷ್ಟಿಸಿದ್ದವು. ಆರಿದ ಒಲೆಯ ಕೆಂಡದಿಂದ ಬರುತ್ತಿದ್ದ ಹೊಗೆಯು ಬಿಸಿಲ ಕೋಲುಗಳನ್ನು ಹೊಕ್ಕು ಸರಸಗೈಯುತ್ತಿದ್ದವು. ತಾನು ಬಿದ್ದು ಉರುಳಾಡಿದ ಗಾರೆ ನೆಲ ಕಂಡಿತು. ಹಾಸಿಗೆ ಹೊದಿಕೆ, ಒಲೆ, ಸೌದೆ ಮೂಲೆ, ನೀರಿನ ಮಡಿಕೆ ಎಲ್ಲ ಕಂಡವು. ಮೂಲೆಯಲ್ಲಿ ಓಡಿಸಿಯಾಡುತ್ತಿದ್ದ ತೂತಾಗಿದ್ದ ಹಳೆಯ ಸೈಕಲ್ ಟಯರು ತನ್ನ ಮಾಲೀಕ.. ತನ್ನ ಚಾಲಕನ ಇದಿರು ನೋಡುತ್ತಿತ್ತು. ಓಡಿಸಲು ಬಳಸುತ್ತಿದ್ದ ಅದೇ ಕೋಲು ಕೆಳಗೆ ಕೂತಿತ್ತು. ಒಮ್ಮೆಲೆ ಎಲ್ಲವನ್ನೂ ಅಪ್ಪಿಕೊಳ್ಳಬೇಕೆನಿಸಿತು ನವೀನನಿಗೆ. ಮನೆಗೆ ಬೀಗ ಹಾಕಿದ್ದುದು ಅವನಿಗೆ ಆಶ್ಚರ್ಯವನ್ನೇನು ಉಂಟು ಮಾಡಲಿಲ್ಲ. ಇಲ್ಲೇ ಎಲ್ಲೋ ಅವರಿವರ ಹೊಲದಲ್ಲಿ ಕೆಲಸ ಮಾಡುತ್ತಿರುತ್ತಾರೆ ಎಂಬುದು ಖಚಿತ.

"ಚಿಗಮ್ಮೋ ಅಪ್ಪಯ್ಯ ಅಮ್ಮಯ್ಯ ಯಾರಿಗೆ ಹೋಗವರೆ ಇವತ್ತು"

"ಇದೆಲ್ಲಿಂದ ಬಂದಲಾ ಉಡುಗಾ.. ಇಸ್ಕೂಲು ಈಟು ಬೇಗ ಮುಗೀತೇನಾ.. ಮೊನ್ನೆ ಮೊನ್ನೆ ಸುರುವಾದಂಗಿತ್ತೂ.."

"ಯಲ್ಲೋಗವರೆ ಅದೇಳು ಚಿಗಮ್ಮೋ"

"ಪರೊತೊಪ್ನೋರ ಕಳೆ ಕೀಳಕೋಗಿರ್ಬೆಕು, ಅವರು ಅತ್ಲಾಗೆ ಓಗ್ತಿದ್ದಂಗೆ ಪೊಲೀಸ್ನೋರು ಉಡಿಕ್ಯಂಡು ಬಂದಿದ್ರಪ್ಪ.. ನಿಮ್ಮಪ್ಪ ತಿರಗ ಯಾರ ತ್ವಾಟುಕ್ಕೆ ಕೈ ಆಕಿದ್ನೋ ಏನು ಕತೆಯೋ"

"ತಿಕ ಮುಚ್ಕೊಂಡು ವೋಗವ್ವೋ. ನಮ್ಮಪ್ಪ ಯಾವ ತ್ವಾಟಕ್ಕೂ ಕೈ ಯಾಕಿಲ್ಲ", ನವೀನ ಸಿಟ್ಟಿನಲ್ಲಿ ಉತ್ತರಿಸಿ ಪರ್ವತಪ್ಪನವರ ಹೊಲದ ಕಡೆ ಬಿರಬಿರನೆ ನಡೆದ. ನಡೆವಾಗ ಅವನ ತೊಡೆ ನಡುಗುತ್ತಿದ್ದವು. ಏನು ಆಗಿದೆಯೋ ಏನು ಕತೆಯೋ. ನಮ್ಮವ್ವನೂ ಸಾಮಾನ್ಯದೋಳಲ್ಲ.. ಸಿಟ್ಟಿನಲ್ಲಿ ಯಾರಿಗೆ ಕುಡುಗೋಲು ಬೀಸಿದಳೋ ಕಾಣೆ.. ಹಿಂದೊಮ್ಮೆ ..

ಅಲ್ಲಿ ಸುಡುವ ಬಿಸಿಲಿನಲ್ಲಿ ಹತ್ತಾರು ಹೆಂಗಸರು ತಲೆ ಮೇಲೆ ಟವೆಲ್ಲು ಹೊದ್ದುಕೊಂಡು ಸಾಲಾಗಿ ಕೂತು ಕಳೆ ಆಯುತ್ತಿದ್ದರು. ಮೂರು ಗಂಡಾಳು ಕುಂಟೆ ಹೊಡೆಯುತ್ತಿದ್ದರು. ಗಣ ಗಣ ಸುರಿಯುವ ಬಿಸಿಲಿನ ಬೇಗೆಗೆ ಅವರ ಚಿತ್ರಣ ಆಯಿಲ್ ಪೇಂಟಿಂಗಿನಂತೆ ಕದರಿಕೊಂಡಿತ್ತು. ಹತ್ತಿರ ಹತ್ತಿರ ಬಂದಂತೆಲ್ಲ ಹೆಂಗಸರ ಹಿನ್ನೆಲೆಯಲ್ಲಿ ಹೊಂಗೆ ಮರ. ಮರದಡಿ ಮ್ಯಾಥ್ಸ್ ಟೀಚರು.. ಪೀವನ್ನು..!

ಕುಂಟೆ ಹೊಡೆಯುತ್ತಿರುವ ಮೂವರಲ್ಲಿ ಅಪ್ಪ ಮಧ್ಯದವನು. ತೂತು ಬಾಡಿ ಪಟಾಪಟಿ ನಿಕ್ಕರಿನಲ್ಲಿ "ಖ್ವಾ ಖ್ವಾ" ಎನ್ನುತ್ತಿದ್ದಾನೆ. ಸಾಲಾಗಿ ಕೂತ ಗುಂಪಿನಲ್ಲಿ ಅಮ್ಮ. ಕುಜ್ಜಿಗೆಯಿಂದ ನೆಲ ಕುಕ್ಕುತ್ತಿದ್ದಳು.

"ಯಕ್ಕಾ ನಿನ್ನ ರಾಜ್ಕುಮಾರ ಬಂದ.." ಮಗ್ಗುಲಲ್ಲಿದ್ದವಳು ಸೂಚನೆ ಕೊಟ್ಟಳು. ಅವನ ಅಮ್ಮ ತಲೆಯೆತ್ತಲಿಲ್ಲ. ಅವಳ ಮುಖ ಇನ್ನಷ್ಟು ಸಿಡುಕಾಯಿತು. ಕುಜ್ಜಿಗೆ ಇನ್ನಷ್ಟು ಬಿರುಸಾಯಿತು. ನವೀನನಿಗೆ ವಿಧಿ "ನೀ ಕೆಟ್ಟೆ" ಎಂದು ಢಾಣಾ ಢಾಣ ಡಂಗುರ ಹೊಡೆಯಿತು. ಆದಾಗ್ಯೂ ಮನಸು.. ಇಲ್ಲ ಈ ಸಲ ಅಮ್ಮ ಹಾಗೆ ಮಾಡಲ್ಲ.. ಸನ್ನಿವೇಶ ಬೇರೆ ಇದೆ, ಎರಡು ತಿಂಗಳ ನಂತರ ಸಿಗುತ್ತಿದ್ದೇನೆ, ಎದ್ದು ಬಂದು ತಬ್ಬುತ್ತಾಳೆ, ಮುದ್ದುಗರೆಯುತ್ತಾಳೆ ಎಂದು ಒಳಾಸೆ ನುಡಿಯುತ್ತಿತ್ತು. ಅವಳು ತಲೆಯೆತ್ತಲೇ ಇಲ್ಲ. ಅವನು ತಾನೇ ಅವಳ ಎದುರು ಬಂದು ನಿಂತ. ಅವನ ಅಮ್ಮ ಎದ್ದು ಕುಜ್ಜಿಗೆ ಕೆಳಗೆ ಎಸೆದು ಮಗನನ್ನು ಬಗ್ಗಿಸಿ ಬಡಿಯತೊಡಗಿದಳು.

"ಓದಾಕೆ ಕಳಿಸಿದರೆ ತಪ್ಪಿಸಿಕೊಂಡು ಮೆರೆಯೋವಷ್ಟು ದೊಡ್ಡೋನಾದ್ಯ ಲೋಪರ ನನ ಗೆಡ್ಡೆ"

"ಇಲ್ಲೇನು ಗಣಮಿಣಿ ಐತೆ ಅಮ್ತ ಓಡಿಬಂದ್ಯಾ ನನ್ನ ಅಲೆಸೇಲೆ"

"ಮನೆ ಬಾಕಿಲಿಗೆ ಪೊಲೀಸ್ನೋರು ಉಡುಕ್ಕಂಡು ಬರಾವಷ್ಟು.." ಎಂದು ಅವನನ್ನು ಇನ್ನಷ್ಟು ಮತ್ತಷ್ಟು ತರುಮಿದಳು.

"ಬಿಡವ್ವೋ ಬಿಡವ್ವೋ ಅವ್ರು ಪೊಲೀಸ್ನೋರಲ್ಲ ಇಸ್ಕೂಲಿನ ಕಾಂಪೋಂಡು ಕಾಯೋರು" ಎಂದು ನವೀನ ಪರಿಪರಿಯಾಗಿ ಬೇಡಿಕೊಂಡ. ಆಕೆ ಕೇಳುವ ಸ್ಥಿತಿಯಲ್ಲಿರಲಿಲ್ಲ.

ಆತನ ಅಪ್ಪ ದೂರದಿಂದಲೇ "ಹಾಕ್ಕು ಇನ್ನಂದಲ್ಡೇಟು ಹಾಕ್ಕು ಆ ನನ್ನ ಮಗನಿಗೆ.. ನಾವಿಲ್ಲಿ ಇಳ್ಳು ನೆಳ್ಳು ಅಂದೇನಾ ಕೂಲಿ ನಾಲಿ ಮಾಡಾದು.. ಈ ಹಲಾಲಕೋರ ದೊಡ್ ಮನುಸ್ನಂಗೆ ತೆಪ್ಪಿಸಿಕ್ಯಂಡು ಓಡಿಬರಾದು.." ಎಂದು ಮಡದಿಗೆ ಉಪ್ಪುರಿಲಿಟ್ಟುಕೊಡುತ್ತಿದ್ದ.

ಇತರೆ ಕೂಲಿಯಾಳುಗಳು "ಬಿಡಕ್ಕೋ ಯಾಕೆ ವಡೀತೀಯ" ಎಂದು ಕೇಳಿಕೊಂಡರೂ ಆಕೆ ಸುಮ್ಮನಾಗುವಂತಿರಲಿಲ್ಲ. ಮಗನನ್ನು ಉಕ್ಕೆ ಹೊಲದ ತುಂಬ ಅಟ್ಟಾಡಿಸಿದಳು. ಹೆಂಟೆ ತೆಗೆದುಕೊಂಡು ಎಸೆಯುತ್ತಿದ್ದಳು.

ಇದನ್ನೆಲ್ಲ ವೀಕ್ಷಿಸುತ್ತಿದ್ದ ಸ್ಕೂಲಿನ ಸಿಬ್ಬಂದಿ ದ್ವಯರು ರಂಗ ಪ್ರವೇಶ ಮಾಡಿ "ಹೊಡೀಬೇಡಿ ಬಿಡಿ, ನಾವೇನು ಡಿಸ್ ಮಿಸ್ ಮಾಡಲ್ಲ. ಕರ್ಕೊಂಡು ಹೋಗಲು ಮಾತ್ರ ಬಂದಿದ್ದೀವಿ" ಎಂದು ಆಕೆಗೆ ಸಮಾಧಾನ ಮಾಡಿದರು. ಆಕೆ ಥಟ್ಟನೆ ನಿಲ್ಲಿಸಿದಳು.

ಸಾರುಗಳಿಂದ ಏನೂ ಆಗಲ್ಲವೆಂದು ಮಗನಿಗೆ ಶಿಕ್ಷೆಯಿಲ್ಲವೆಂದು ಆಶ್ವಾಸನೆ ಸಿಕ್ಕಿತಲ್ಲವೇ? ತಾಯಿ ಏಕ್ದಂ ರೂಪಾಂತರಗೊಂಡಳು. ಅವರಿಗೆ ತೋರಿಸಲೆಂದೇ ಮಗನನ್ನು ಅಟ್ಟಾಡಿಸಿದ್ದಳು. ಬುಡ್ಡಿಲಿಯಂತಿದ್ದ ಆಕಾರವನ್ನು ಬರಸೆಳೆದು ಮಡಿಲಲ್ಲಿ ಕೂರಿಸಿಕೊಂಡಳು. ಎಸೆದ ಹೆಂಟೆಗಳಿಂದ ಮಗನ ತಲೆ ತುಂಬ ಮಣ್ಣು ಸೇರಿಕೊಂಡಿತ್ತು. ತನ್ನವೂ ಮಣ್ಣಿನ ಕೈಗಳೇ. ಅದರಿಂದಲೇ ಅವನ ತಲೆಯನ್ನು ಕೊಡವಿದಳು.  ನೆತ್ತಿ ಮೇಲಿನ ಟವೆಲ್ ಬಿಚ್ಚಿ ಒರೆಸಿದಳು. ತರಚಿದ್ದ ಅಂಗಾಲು ಮುಂಗಾಲು ಅವಳನ್ನು ಅಷ್ಟೇನು ಬಾಧಿಸಲಿಲ್ಲ. ಅವನ ಮೊಗವನ್ನು ಸವರುತ್ತ ಅವಳಿಗೆ ಥಟ್ಟನೆ ಕೈಗೆ ಬಂದಿರುವ ಮಗ ಎಂದು ಹೊಳೆಯಿತು.  ತನಗಿಂತ ಹೆಚ್ಚು ತಿಳಿದವನು ಎಂದೆನಿಸಿತು. ಸುಮ್ಮ ಸುಮ್ಮನೆ ಪೊಲೀಸು ಎಂದೂ ಮಗನನ್ನು ಜೈಲಿಗೆ ಹಾಕುತ್ತಾರೇನೊ ಎಂದೂ ಹೆದರಿಬಿಟ್ಟಿದ್ದೆನಲ್ಲ. ಕಳೆ ಆಯುತ್ತ ಸಿಕ್ಕ ಎಳೆ ಹಸಿಗಡಲೆ ಬುಡ್ಡುಗಳನ್ನು ಸೆರಗಿನಲ್ಲಿ ಗಂಟು ಹಾಕಿಕೊಂಡಿದ್ದಳಲ್ಲ, ಅದನ್ನು ಬಿಚ್ಚಿ ಮಗನಿಗೆ

ತಿನ್ನಲು ಕೊಟ್ಟಳು. ಮಗ ಹಿಂದಿಗಿಂತ ದಷ್ಟಪುಷ್ಟನಾಗಿದ್ದಾನೆ ಎನಿಸಿತು. ಅವನ ನೀಟು ಗೀಟು ಕ್ರಾಪು ಚೊಕ್ಕ ಅಂಗಿ ಶುದ್ಧ ಚರ್ಮ ಕಂಡು ತಮಗಿಂತ ಸುಖವಾಗಿದ್ದಾನೆ ಎಂದು ಖಾತ್ರಿಯಾಯಿತು. ತಾಳಿಸರದಲ್ಲಿದ್ದ ಚಿಮಟ ಬಿಚ್ಚಿಕೊಂಡು ಅವನ ಕಿವಿಯಲ್ಲಿ ಆಡಿಸಿದಳು. ಅದೂ ಸ್ವಚ್ಛವೇ ಇತ್ತು. ಹಲ್ಲು ಬೆಳ್ಳಗಾಗಿತ್ತು. ಗಂಡನನ್ನು ಎಂದಾದರೂ ಅಷ್ಟು ಪ್ರೀತಿಯಿಂದ ತಬ್ಬಿದ್ದಳೋ ಇಲ್ಲವೋ.. ಅಂದು ಮಾತ್ರ ಮಗನನ್ನು ಅಷ್ಟು ಬಿಗಿಯಾಗಿ "ನನ್ನ ದೊರೇ" ಎಂದು ಅಪ್ಪಿಕೊಂಡಳು. ನವೀನ ಕಪ್ಪು ಚರ್ಮದ ತರಕು ಮೈಯಿಯ ಅಮ್ಮನನ್ನು ಮುಟ್ಟಿ ಮುಟ್ಟಿ ಅನುಭವಿಸಿದನು. ಅವಳ ಕಮ್ಮಗಿನ ಬೆವರು ಮಾಸಿದ ಸೀರೆಯ ಘಮಲು ಇನ್ನೆಲ್ಲೂ ಸಿಗದಷ್ಟು ವಿಶಿಷ್ಟವಾಗಿ ಅಪ್ಯಾಯಮಾನವಾಗಿತ್ತು. ಅವಳ ಆಭರಣಗಳ ಸ್ಪರ್ಶ.. ಅವಳ ಬಬ್ಬೆ ಕೈಗಳು ತನ್ನ ಮುಖದ ಮೇಲೆ ಹರಿದಾಗ ಅದೆಷ್ಟು ಹಿತವಾಗಿತ್ತು!

"ವಾಪಸ್ಸು ಹೋಗಲ್ಲಮ್ಮ" ಎಂದು ದಾರಿಯುದ್ದ ಬಾಯಿಪಾಠ ಮಾಡಿಕೊಂಡು ಬಂದಿದ್ದನ್ನು ನವೀನ ಒಳಗೇನೆ ನುಂಗಿಕೊಂಡನು.

***

ಪ್ರಾಂಶುಪಾಲರ ಕೋಣೆಯಲ್ಲಿ ಇಬ್ಬರು ಪೀವನ್ ಇಬ್ಬರು ಟೀಚರುಗಳು, ವಿನೋದನ ಅಜ್ಜಿ, ತಲೆ ತಗ್ಗಿಸಿಕೊಂಡು ನಿಂತಿದ್ದ ವಿನೋದ ಮತ್ತು ನವೀನ. "ನಾವು ಬಂದರೆ ಬಸ್ ಚಾರ್ಜು ದಂಡ, ನೀವೆ ಕರಕೊಂಡು ಹೋಗಿ ಸಾ" ಎಂದು ನವೀನನ ಹೆತ್ತವರು ಮಗನನ್ನು ಸಿಬ್ಬಂದಿಯೊಂದಿಗೆ ಸಾಗಹಾಕಿದ್ದರು.

"ನೋಡಿ ನಾವೇನೊ ಟೀಸಿ ಕೊಡ್ತೇವೆ, ಆದರೆ ಇಷ್ಟು ದಿವಸ ಕಳೆದಿದೆ, ಬೇರೆಲ್ಲೂ ಸೇರಿಸಿಕೊಳ್ಳಲ್ಲ ಈ ವರ್ಷ ವೇಸ್ಟ್ ಆಗ್ತದೆ" ಪ್ರಾಂಶುಪಾಲರು ಅಜ್ಜಿಯನ್ನು ಎಚ್ಚರಿಸಿದರು. ಅಜ್ಜಿಗೆ ಅದು ಸರಿಯೆನಿಸಿತು. ಇದೊಂದು ವರುಷ ಕತೆ ಹಾಕು ಕಂದಾ ಎಂದು ಮೊಮ್ಮಗನನ್ನು ಪುಸಲಾಯಿಸಿದಳು. ದೊಡ್ಡದೊಡ್ಡವರೆಲ್ಲ ಶಾಮೀಲಾಗಿದ್ದಾರೆ ಎಂದು ಬಗೆದ ವಿನೋದ ನವೀನನೆಡೆ ತಿರುಗಿದ. ಅವನಿಂದ ಏನೇ ಆದರೂ ಹೋದರೂ ತಾನು ಇಲ್ಲೇ ಎಂಬ ಸಂದೇಶ ಬಂತು. ಇವನೂ ಕೈಕೊಟ್ಟ ಎನಿಸಿತು ವಿನೋದನಿಗೆ.

"ನನಗೆ ರಾತ್ರಿ ಗೇಟು ಹಾಕುವಾಗಲೇ ಏನೊ ವಾಸನೆ ಹೊಡೆಯಿತು ಸರ್. ಕೀ ಎತ್ತುಕೊಂಡೇ ಮನೆಗೆ ಹೋಗಿದ್ದೆ. ಅದು ಹೆಂಗೆ ತಪ್ಪಿಸಿಕೊಂಡರೋ ಕಾಣೆ. ದೇವರ ದಯೆ, ಮಲಗುವ ಮುನ್ನ ಅಸೈನ್‌ಮೆಂಟು ಕರೆಕ್ಷನ್ ಮಾಡಣ ಅಂತ ಕೂತ್ಕಂಡೆ. ಮಹಾನುಭಾವರು ನೀಟಾಗಿ ನೋಟ್ ಬುಕ್ಕಿನಲ್ಲಿ ಡೇಟು ಟೈಮು

ದಾರಿಗಳನ್ನೆಲ್ಲ ಬರೆದು ಪ್ಲಾನ್ ಮಾಡಿ ಸಬ್ಮಿಟ್ ಮಾಡಿದ್ದಾರೆ, ಏನು ಧೈರ್ಯ ಅಂತೀನಿ ಸರ್ ಇವರದು" ಹೌಸ್ ಮಾಸ್ಟರು ಪ್ರಿನ್ಸಿಪಾಲರ ಬಳಿ ತಮ್ಮ ಪಾಯಿಂಟ್ಸ್ ಸ್ಕೋರ್ ಮಾಡಿಕೊಳ್ಳುವ ಹುಮ್ಮಸ್ಸಿನಲ್ಲಿದ್ದರು.

ಹೊರಗೆ ಬಂದ ವಿನೋದ ನವೀನದ್ವಯರಿಗೆ ಹಾಸ್ಟೆಲಿನಲ್ಲಿ ತಮ್ಮದೇ ಆದ ಪುಟ್ಟ ಸಮಾಜದ ಎದುರು ಹೇಗೆ ತೆರೆದುಕೊಳ್ಳಬೇಕೆಂಬ ಎರಡು ಆಯ್ಕೆಗಳಿದ್ದವು. ಒಂದು ತಾವು ಅಪರಾಧಗೈದು ಸಿಕ್ಕಿಹಾಕಿಕೊಂಡು ಶಿಕ್ಷೆ ಅನುಭವಿಸಿ ಬರುತ್ತಿರುವವರ ಹಾಗೆ ಪೋಸ್ ಕೊಡುವುದು. ಇನ್ನೊಂದು ತಾವು ದೊಡ್ಡವರಾಗಿರುವವರಂತೆ ಬುದ್ಧಿವಂತರಂತೆ ಸಾಹಸಿಗಳಂತೆ ವರ್ಣಮಯ ಕತೆ ಹೇಳಿಕೊಂಡು ಮೆಚ್ಚುಗೆ ಭಯ ಗೌರವ ಭಾವನೆಗಳನ್ನು ಬಹುಮಾನವಾಗಿ ಪಡೆಯುವುದು. ಅವರು ಎರಡನೆಯದನ್ನು ಆಯ್ಕೆ ಮಾಡಿಕೊಂಡರು.

⌘